'सोबत'चे पहिले पान

खंड - ३ : राष्ट्रवाद

'दिलीपराज प्रकाशन प्रा. लि.'च्या नवीन पुस्तकांची यादी व माहिती हवी असल्यास आपला पत्ता, दूरध्वनी क्रमांक किंवा Email आमच्या *diliprajprakashan@yahoo.in* या Email address वर पाठवावा किंवा आमच्याशी दूरध्वनी क्रमांक फॅक्ससहित : ०२०-२४४८३९९५/२४४९५३१४ /२४४७१७२३ यावर संपर्क साधावा. आमच्या वेबसाईटला एकदा अवश्य भेट द्या.

Website: *www.diliprajprakashan.com*

'सोबत'चे पहिले पान

खंड - ३ : राष्ट्रवाद

ग. वा. बेहेरे

 **दिलीपराज प्रकाशन प्रा. लि.**
२५१ क, शनिवार पेठ, पुणे - ४११ ०३०.

प्रकाशक
राजीव दत्तात्रय बर्वे,
मॅनेजिंग डायरेक्टर,
दिलीपराज प्रकाशन प्रा. लि.,
२५१ क, शनिवार पेठ, पुणे - ४११ ०३०

© श्री. रवि बेहेरे

४०/२१, भोंडे कॉलनी,
पुणे ४११ ००४
फोन : ९८२२०३५२६४
Email : ravirajprakashan@gmail.com

प्रकाशन दिनांक : १५ सप्टेंबर २०१३

प्रकाशन क्रमांक : २०४८

ISBN : 978 - 93 - 82988 - 27 - 4

मुद्रक :
Repro India Ltd, Mumbai.

टाइपसेटिंग :
मधुराज प्रिंटर्स अॅण्ड पब्लिकेशन्स प्रा. लि.
स. नं. २९/८-९, पारी कंपनीजवळ,
धायरी, पुणे - ४११ ०४१

मुद्रितशोधन - मिलिंद बोरकर, पुणे

मुखपृष्ठ - अनिल उपळेकर

आतील सजावट - रेषविश्‍व अॅड, सागर नेने

ज्यांनी मजवर त्यांचा लेखक नसतानाही अपार प्रेम केले,
ते प्रकाशक कै. ग. पां. परचुरे
यांना–

-ग. वा. बेहेरे

अनुक्रमणिका

१   युनूस सलीमसाहेबांस सलाम   ९

२   राजधानीत होळीचे रंग चालू आहेत   १२

३   भारताला एखादा 'माओ' लाभला पाहिजे!   १५

४   भिवंडी जळाली... पुढे काय?   १९

५   त्या हिंदवी स्वराज्याचे काय झाले?   २४

६   एक फुट्या मारुती पाहिजे   २९

७   पूर्व पाकमध्ये काही निराळे घडत आहे...   ३३

८   लांडग्यांच्या रक्षणासाठी शेळ्या हुरळल्या   ३६

९   निवडणुकांतील पैसा बाहेर येऊ लागला   ४०

१० निधर्मीपणाच्या गाळात रुतणारे शासन   ४४

११ 'ये रे, माझ्या मागल्या' असे तर होणार नाही?   ४८

१२ पापवृक्षाची फळे कडूच असणार   ५२

१३ जातीय राजकारणाची मृत्युघंटा   ५६

१४ मायभूमीशी बेईमान होणारे संधिसाधू शासक   ६१

१५ कुचेष्टेचा उद्योग तुम्हाला संपवील!   ६५

१६ आजवर थांबलो, ते पुरे झाले...   ७६

१७ जनता पक्षाला महाराष्ट्र कसा जिंकता येईल?   ८२

१८ एकसंध समाजाची निर्मिती   ९०

१९ हिंदू एकता आंदोलनाच्या निमित्ताने   ९९

२० सर्व-धर्म-समभावाचे थोतांड हवे तरी कशाला?   १०५

२१ मुसलमान देशभक्त होऊच शकत नाहीत   ११२

अनुक्रमणिका

२२	हिंदूची वासलात कशी लागणार?	११८
२३	लाक्षागृहात राहणारे हस्तिनापूर	१२५
२४	भारतातील मुस्लिम मुजोरपणाचे स्वरूप	१३३
२५	बेइमान लोकांना कोणता धडा देणार?	१४१
२६	मुसलमान धर्माचे स्वरूप	१५०
२७	राष्ट्रीयता मुसलमानांना शिकवा– एकात्मता हिंदूंना	१६०
२८	हिंदूंची प्रतिष्ठा म्हणजे देशाची प्रतिष्ठा	१६५
२९	हा देश हिंदूंचाच आहे– हिंदूंचाच राहणार आहे!	१७२
३०	मरताना - हिंदू म्हणूनच मरून घ्या!	१७६
३१	तळजाई : संघटित हिंदुशक्तीचे विराट दर्शन	१८२
३२	हिंदू धर्माचा पुनर्विचार	१८८
३३	हिंदुराष्ट्रवादाची निर्मिती मुस्लिम धर्मवेडातून	१९५
३४	काही कोकरे, एक मेंढपाळ व त्याची धनगरी कुत्री	२०५
३५	लोकशाहीचे पर्व संपुष्टात आले, तर मग?	२१२
३६	'संघ : काल-आज-उद्या' – एक पुनर्विचार	२२०
३७	हिंदूंनाही 'जिहाद' पुकारावा लागणार?	२३३
३८	कालभैरवाचे आमंत्रण येते आहे!	२४०
३९	हिंदुत्व कोणत्या प्रकारचे हवे?	२४८
४०	सर्व प्रश्नांची उत्तरे सोपी आहेत	२५६
४१	कोणी जात्यात, तर कोणी सुपात	२६८
४२	हिंदुत्वाचा चिवट धागा आम्हाला बांधून ठेवील	२७४

१

युनूस सलीमसाहेबांस सलाम

मेहेरबान युनूस सलीमसाहेब आमच्या पुण्यात येऊन पुणेकरांना पावन करून गेले. पुण्याची पुण्याई थोर म्हणूनच इंदिराजी सरकारातील हे एक 'पाक' मंत्री पुण्यास भेट देण्यासाठी आले. इंदिरा सरकारच्या आजच्या शासनाचा जो आधार मुसलमान समाज – तो मोठ्या उत्कंठेने युनूस सलीमसाहेबांची पुण्यात वाट पाहत होता. त्या समाजापुढे केवढे तरी गहन आणि बिकट प्रश्न उभे आहेत. स्वारबाबा पीर व सुभानशा दर्गा यांसारख्या मौल्यवान व परमपवित्र प्रार्थनास्थानांविषयी त्या समाजाला केवढा बरे अभिमान आहे. इस्रायलमध्ये अल्-अक्सा आणि इकडे अल्-स्वारबाबा. या पुणेरी तर्कदुष्ट मूर्तिपूजकांना या पवित्र स्थानांची अडचण वाटू लागली आणि केवळ वाहनांच्या सोईसाठी त्यांनी हे दर्गे मुळातूनच उपटून काढण्याचा बेत करावा, हे निधर्मी राज्यात कसे काय बसते? शिवाय मुसलमानी समाजासाठी कायदेसुद्धा खास निराळे करण्याचे भारतीय सरकारचे धोरण आहे, हे या नतद्रष्ट चांडाळांना का समजू नये? कोण हा गहजब! कोण हा अन्याय! गांधी-शताब्दीच्या या वर्षात मुसलमानी धर्मभावना दुखवण्याची काय ही अमर्यादा! वास्तविक, रस्ताच दुसरीकडे हलवायचा सोडून दर्ग्यासारखी पवित्र वास्तू हलवणे हे कितपत योग्य, याचा विचार व्हावयास हवा होता. एक वेळ हे पुणे शहर हलवले तरी चालले असते, पण अल्लाची ही पवित्र स्थळे सुरक्षित राहायलाच हवीत.

– आणि हा आमचा न्याय्य हक्क व धर्महक्क मोठ्याने सांगणारा मौलाना येशूखानव्यतिरिक्त अन्य नेता मुसलमान समाजाजवळ नव्हता. एकटा माणूस तरी काय काय करणार? कुठे कुठे पुरणार? आधी जातीय राजकारण चालू ठेवून हिंदू समाज दुर्बल करावयाचा आणि शिवाय मुसलमान समाजाला संघटित करायचे– अशी दुहेरी कामे येशूखानांनी एकट्याने कशी करावीत? फक्रुद्दीन अलीसाहेबांना 'राबात'सारख्या आंतरराष्ट्रीय प्रश्नामुळे इथल्या गोष्टींत लक्ष घालायला फुरसत कशी मिळणार? शिवाय इंदिराबाईंची कृपा कायम ठेवण्यासाठी त्यांना पुष्कळच मेहनत पडते. तेव्हा मौ. येशूखानांच्या साह्यार्थ युनूसमियाँ धावले, हे बेस झाले.

युनूसमियाँ पुण्यात आले अन् सर्वांनी काव-काव केली. युनूसमियाँ काय मुसलमान नाहीत? ते काय रझाकारी चळवळीत नव्हते? ते काय दंगलीमागची राजकारणे खेळत नाहीत? मुसलमान समाजाने जे-जे काही मिळवले, ते दंगली करूनच; मग त्या समाजाच्या पुढाऱ्यांनी हे खेळ नकोत का बरे खेळायला? भेकड, पौरुषशून्य व मूर्तिपूजक हिंदूंना या देशात जगायचा मुळी अधिकारच नाही; आणि हे हरामखोर म्हणे आमचे दर्गे पाडणार! युनूसमियाँ आले, त्यांनी इथल्या यवन समाजाशी गुफ्तगू गेले आणि त्यांना असे आश्वासन दिले की, जगातली कोणतीही शक्ती आमची पवित्र स्थाने हलवू शकणार नाही.

भारतातील सार्वभौमत्व, लोकसभा, सर्वोच्च न्यायालय यांसारख्या मामुली सत्ता तर युनूसमियाँ मानतच नाहीत; पण जगातली अन्य सत्ताही ते मानत नाहीत. ते जाणतात फक्त इस्लाम. एवढ्याशा चिरटोळ्या इस्रायलने साऱ्या प्रचंड अरब जगाची व जंगली यवन जगाची फजिती चालवली आहे आणि तरीही जगातल्या सत्तांना युनूसमियाँनी आवतणे धाडावीत, हे पाहून मोठी मजा वाटली. जगातल्या सत्तेचे जाऊ द्या; पण आमच्या वसंतराव नाईकांनी अन् कमिशनर मोघ्यांनी स्वारबाबांची बघता-बघता पार दुर्दशा करून टाकली की हो!

शाब्बास वसंतरावजी! शाब्बास मोघे! शाब्बास शिवाजीराव ढेरे! तुम्ही सर्व मंडळी आडदांड, जंगली समाजाला योग्य त्या ठिकाणी ठेवणार असलात; तर हिंदूंचा कळवळा येण्याची आम्हाला काही गरज नाही. आमचे मागणे लई नाही. थोडा स्वाभिमान, थोडी सुधारणावादी दृष्टी, समान न्याय आणि सभ्यता एवढी जरी आम्हाला तुमच्यापाशी जाणवली; तर आम्हाला भांडायचे कारणच नाही.

स्वारबाबा हलला. त्यांच्या अंगावरून ट्रक-मोटारींची धुडे हिंडू-फिरू लागली. नागरी जीवन अडले होते, ते व्यवस्थित सुरू झाले. शासनाजवळ काही न्यायबुद्धी आहे, हे जाणवले. पुण्यातील काँग्रेस पक्षात स्वाभिमान आहे, हेही कळले. भुकेकंगाल अन् पराभूत बामणांपेक्षा मग्रूर आणि मुजोर मुसलमानांना ठीक करण्यासाठी आता स्थानिक काँग्रेस पुढारी सज्ज झाले, हे पाहून तर फार बरे वाटले.

आम्हाला तर फार आनंद झाला आहे. एवढासा स्वारबाबा तो काय– त्याचा आनंद तो काय! आनंद झाला तो जागृत अशा सुबुद्ध शक्तीचा, स्वाभिमानी स्थानिक नेत्यांचा!

युनूसमियाँ पुन्हा पुण्यात याल तेव्हा तुमचे आम्ही स्वारगेटावरच स्वागत करू. तोपर्यंत मियाँजी, तुम्हाला आमचे दंडवत! नव्हे, सलाम!!...

(१८ जानेवारी, १९७०)

-०-०-०-

२

राजधानीत होळीचे रंग चालू आहेत

स्वातंत्र्य फार स्वस्तात मिळाले आणि त्याचे मोल या देशाला कळलेच नाही. आपण सभा-संमेलनांतून म्हणतो की, आम्ही स्वातंत्र्यसंपादनासाठी लढा दिला, चळवळी केल्या, प्राणदान दिले, जिवाची कुरवंडी केली, हाल भोगले आणि स्वातंत्र्य मिळवले. त्यातला काही लोकांपुरता काही भाग खरा आहे; पण बाकीचे केवळ गर्दीत उभे राहून देशभक्त, तुरुंगात उपाहार करून आले म्हणून देशभक्त... कुणी व्यापार केला पण केला तो खादीचा, खजुराचा आणि शेळीच्या दुधाचा म्हणून ते देशभक्त. अंगाला फारशी धग न लागेल एवढ्या अंतरावरून स्वातंत्र्याच्या यज्ञाशी नाते सांगणारे आज सर्वोच्च पदावर आहेत. स्वातंत्र्यसैनिक समजले जात आहेत, पात्रता नसताना राज्यशकट चालवीत आहेत.

स्वातंत्र्यासाठी आपण खरोखर पात्र झालो आहोत का? मध्ययुगीन इमानदारीच्या, निष्ठेच्या व मत्सराच्या कल्पना उरापोटाशी धरूनच असमर्थ झाल्यामुळे इंग्रजांनी सोडलेले स्वातंत्र्याचे उदक आपल्या फाटक्या ओंजळीत आपण घेतले. जर्मन-इटालियन-जपानी फौजांनी घायाळ केलेल्या इंग्रजाला साम्राज्य हा न परवडणारा शौक झाला आणि आपणच नव्हे, तर सिलोन-ब्रह्मदेश-मलेशिया आणि आशियातील सर्वच इंग्रजी साम्राज्यातील देश स्वतंत्र झाले. हा आपला पराक्रम नव्हता. हिटलर मेला, पण मरता-मरता त्याने इंग्रजी साम्राज्य भूमीत गाडले.

पण आपण या भ्रमात आहोत की, आपणच हे स्वातंत्र्य कमावले. ठीक आहे; गोड भ्रमात राहणाऱ्या शेख महंमदाची गाडगी-मडकी अखेरी फुटावयाची, आपलीही फुटली. फुटताहेत.

इंग्रजांनी मुसलमानांना फूस लावून त्यांना भारतीय राजकीय चळवळीतून फोडून काढले. आपल्या गाढव पुढाऱ्यांनी समजून-उमजून त्यांच्यातल्या फुटीर, स्वतंत्र आणि राष्ट्रद्रोही भावनांना भडकावले. समजूत समंजसाची घालतात; रानदांडग्याची नव्हे. तरी आपण समजुतीचे राजकारण केले. परिणामी, या देशात सदैव 'धर्मा'चेच राजकारण घडले. मुस्लिमांचे वेगळेपण केवळ धर्मामुळे मान्य केले गेले आणि पाकिस्तान निर्माण झाले. अजूनही मुसलमानांची फुटीर वृत्ती मुळीच बदललेली नाही. आज तर ती अधिकच वाढली आहे. तिला एक धर्माधिष्ठित राष्ट्र प्रत्यक्ष साह्य करीत आहे. पैसा, शस्त्रे आणि प्रचार यांमुळे इथल्या मुसलमानांना पाकिस्तान चिथवते आणि आमचे देशबुडवे पुढारी त्यांच्या एकवटलेल्या मतांसाठी त्यांच्या सर्व पापांना पोटात घेऊन मायेची ऊब घालतात. पुन्हा आपले हिंदूंचे दुर्दैव आहे. पुन्हा आणखी भूमी जाणारच आहे.

काश्मीर आणि नागालँड आपण भारतात टिकविली आहेत, ती कशामुळे? तिथले मुसलमान वा ख्रिश्चन हे अगदी भारतप्रेमी नागरिक आहेत का? मध्यवर्ती सरकार खिरापतीप्रमाणे कोट्यवधी रुपये या भागात वाटते आहे, म्हणून त्या भूमीत थोडी उसंत आहे. तिथे उर्वरित भारतापेक्षा स्वस्ताई आहे. यासाठी भारतीय नागरिकांना अधिक कर द्यावे लागतात, तिथल्या फुकट शिक्षणाच्या सोईसाठी इथल्या लायक मुलांवरचा खर्च कमी करावा लागतो. या देशात देशबुडव्यांचे राज्य आहे.

नेहरू कालखंडात पाकिस्तानची सुपीक भूमी गेली. तिबेटवरचा हक्क गेला. नेपाळवरचे स्वामित्व गेले. भूतान-सिक्कीममध्ये सवलतीच्या आणि अनुदानाच्या मदतीने थोडाफार वचक आहे, पण त्याला काही अर्थ नाही. आसाम अस्वस्थ आहे. बंगाल अजून भारतीय गणराज्यात आहे; पण तो किती काळ तसा राहील, हे एक परमेश्वर ठरवू शकेल. हे राष्ट्र टिकवावे, वाढवावे, इथल्या मोलाच्या प्रत्येक वस्तू जतन कराव्यात, त्यासाठी बहुसंख्याकांच्या मनात एकत्व बाणवावे व अल्पसंख्याकांना संरक्षण देऊन पण जरबेखाली ठेवावे, अशी वांच्छा या देशातील पुढाऱ्यांना उरलेली नाही. स्वतःची खुर्ची, स्वतःची गौरव, स्वतःच्या समृद्धी यांपेक्षा आपल्याला काही कर्तव्ये आहेत, हे मुळी आजचा पुढारी मानतच नाही. बंगालची जनता आपली नव्हेच, इतक्या

थंडपणे इंदिराजी व चव्हाणजी दिल्लीत पान खात बसले होते. सरणावर ठेवलेल्या प्रेताची कवटी फुटण्याची आळोखे-पिळोखे देत नाइलाजाने वाट पाहणाऱ्या माणसाची गत आज दिल्लीच्या पुढारीपणाला आली आहे.

प्रांतांना स्वायत्तता आहे हे खरे; पण अखेर या प्रचंड गणराज्यातील नागरिकांच्या वित्ताची, अब्रूची जोखीम सांभाळण्याचा पत्कर कुणावर आहे? राज्यांतून अंदाधुंदी सुरू झाली, तरी थकलेल्या रांडेसारखी दिल्ली सत्तास्पर्धेत भन्नाट झोपून राहते, हे काय राज्य करण्याचे लक्षण? या देशात कोणीही यावे, धर्मप्रसार करावा, इथला देश कुरतडावा, इथल्या श्रद्धा होरपळून टाकाव्यात, इथली संस्कृती भग्न करावी– असे घडत आहे. मिशनरी भोळ्या-भाबड्या गरिबांना अन्नावारी बाटवीत आहेत, मुसलमान धर्मयुद्धाच्या तयारीत आहेत. कम्युनिस्ट बॉंब-पिस्तुले साठवीत आहेत आणि आपली राणी सुलताना इंदिरा मोरारजींचा काटा कसा काढावा, हितेंद्र देसायाचे गुजरात मंत्रिमंडळ कसे मोडावे, कडव्या जातीयवादी चरणसिंगाकरवी गुप्ताची कशी फजिती करावी– हे मनसुबे करीत आहे. दुसऱ्या बाजीरावाच्या काळात राज्यरक्षणासाठी अनुष्ठान करावयास भटजी बसवत, तशीच समाजवादी अनुष्ठाने करण्यासाठी इंदिराजींचे हुजरे गावगन्ना बसले आहेत.

देशावर काही संकट आले आहे, असे मुळी कुणाला वाटतच नाही. मोरारजीपेक्षा माओ आणि अप्पाजीपेक्षा याह्याजी हे आपले शत्रू आहेत, एवढा विवेक तरी सुलतानाला राहावा; पण मतिभ्रष्ट स्त्रीला विवेक हा खड्यासारखा वावडा, हेच खरे.

हा देश आज तरी नादान लोकांच्या ताब्यात आहे. ना त्यांना कणा, ना स्वाभिमान. या एवढ्या खंडतुल्य देशाचे भाग्य केव्हा उजळणार, कोण जाणे! चहूबाजूंनी गिधाडे घिरट्या घालताहेत... दिल्ली मात्र शांत आहे– होरीचे रंग खेळत.

(२९ मार्च, १९७०)

-०-०-०-

३

भारताला एखादा 'माओ' लाभला पाहिजे!

जगातल्या अत्यंत पुरातन संस्कृतीत जी राष्ट्रे आपापला बरा-वाईट स्वभावधर्म टिकवून आहेत, त्यांपैकी भारत व चीन ही राष्ट्रे होत. गेल्या पन्नास वर्षांत चीनने जुना वेश टाकून देऊन नवा वेश धारण केला आहे. चीनमधील क्रांती हे खरोखरीच अभूतपूर्व दृश्य आहे. धर्मपीठांचे वर्चस्व, जमीनदारीचे प्राबल्य, अंधश्रद्धा, दारिद्र्य, अफाट लोकसंख्या यांमुळे सदैव खालच्या मानेने वावरणाऱ्या व रशिया, इंग्लंड, फ्रान्स आदी पाश्चिमात्यांपुढे सदैव झुकणाऱ्या चीनने पन्नास वर्षांत एवढा झपाटा मारला आहे की, अगदी एकांडेपणाने सर्व जगाशी मस्तवालपणाने वागणे त्याला आज परवडू शकते. ही किमया करण्यासाठी चिनी जनतेला अमाप किंमत द्यावी लागली आहे, आणि माओने चळवळ हाती घेतल्यापासून चीनने जगड्व्याळ स्वरूप धारण केलेले आहे. नेपोलियनने द्रष्टेपणाने गेल्या शतकातच चीनच्या सुप्त शक्तीचा अंदाज वर्तवला होता. विसाव्या शतकाच्या अखेरीस युरोपातून आशियाकडे सत्ताकेंद्र सरकेल, असे वाटण्याइतकी प्रगती चीनने केली आहे.

वास्तविक, चीनपेक्षा भारताची स्थिती काही वाईट नाही. चीनइतका भारत मृत नव्हता. भारतीय संस्कृती उदार होती, विज्ञाननिष्ठ होती. आक्रमकांना सामावू शकण्याइतकी बलिष्ठ होती. बुद्धकाळानंतर हिंदू धर्मातील जातिव्यवस्था घट्ट झाली आणि हिंदू धर्माचे लवचिक स्वरूप बदलले. ते साचेबंद झाले.

कर्मकांडांचे महत्त्व वाढले. मनुष्यजातीची विभागणी जातीवर झाली. नव्या आक्रमकांना आपण पचवू शकलो नाही. परिणाम असा झाला की, हिंदू समाजाला अवकळा आली. गेल्या हजार वर्षांत शिवाजीमहाराजांचे महाराष्ट्रातले कार्य सोडले, तर आपण परक्यांपुढे सदैव हतबल झालो. आपण आपापसांतील जातिवैमनस्ये श्रेष्ठ मानून मुगल आणि इंग्रजी सत्तांना मातू दिले. नवी तत्त्वज्ञाने, नवे विज्ञान, नवी प्रतिभा निर्माण होण्यासाठी लागणारे सामाजिक स्वातंत्र्य गमावल्यामुळे सारे काही जवळ असून आपण भिकारी झालो; आजही भिकारी आहोत.

भारतीय स्वातंत्र्यलढ्यात आपण काही अंशी एकरूप झालो. साऱ्या भारताचे एका अधिराज्याचे स्वप्न पाहू लागलो, पण स्वातंत्र्यप्राप्तीच्या वेळेस एकत्वाला आपण चूड लावली. राष्ट्र एक तर परंपरेने घडते किंवा कोणी तरी घडवावे लागते. परंपरेने घडवत आणलेले एकत्व आपण अगदी गबाळेपणने मोडून टाकले आणि राष्ट्र घडवण्याची स्वप्ने पाहणारे आपण पेलू शकलो नाही.

मग भाषावार प्रांतरचनेचे खूळ निघाले. भारतीय पुनरुत्थानात एखादी भाषा उपेक्षिली गेली असती, तर तिकडे काणाडोळा करावयाऐवजी आपण वेगवेगळ्या अस्मितांना खतपाणी घातले, प्रांतद्वेष रुजवले आणि एकतेचे स्वप्न आता विनाशाच्या उंबरठ्यावर आणून सोडले. गेल्या वीस वर्षांत भारतीयत्व गौण बनून प्रांतीय स्वायत्ततेत अधिकात अधिक भर पडत आहे. आहे या गतीने जर प्रांतिक स्वातंत्र्यात भर पडत गेली, तर भारताच्या एकतेचे स्वप्न कायमचे पुसले जाईल.

आज पुन्हा पुष्कळ शक्तींना भारताची एकसंध अवस्था नको आहे. भारताचा अफाट भूप्रदेश, लोकसंख्या, भौगोलिक स्थान, परंपरा यांमुळे भारताचा कायापालट होणे मुळीच अशक्य नाही; फक्त भारताला चीनप्रमाणे एखादा 'माओ' मिळाला पाहिजे. इथल्या भूमीतून उत्पन्न झालेला, इथल्या परंपरा आणि समाजरचनेत काम करू पाहणारा आणि या भूमीवर अमाप प्रेम करणारा.

माओने कम्युनिझम पत्करला तो चीनच्या सोईनुसार आणि चीनच्या भल्यासाठी; जगाच्या भल्यासाठी नव्हे, चिनी जनतेला अन्न-वस्त्रे आणि सुख-स्वास्थ्य प्राप्त करून देण्यासाठी. भारतीय भूमी लुटताना त्याचा कम्युनिझम वा मार्क्सवाद त्याच्या आड येत नाही. साऱ्या जगाशी तो केव्हाही वैर करील किंवा मित्रत्वही पत्करील, पण त्याचे सूत्र चिनी जनतेचे भले– इतकेच असेल.

लोककल्याण करू पाहणाऱ्या महात्मा गांधींना भारताचा प्रश्न समजलेला

नव्हता, असे मुळीच नव्हे. खेड्यापाड्यांतील निरक्षर माणूस खडबडून जागा झाल्याशिवाय या देशातील स्वातंत्र्याला अर्थ नाही, हे ओळखून त्यानुसार काम करून पाहणाऱ्यांत गांधीजी अग्रणी होते. पण हिंदू धर्मातील जीवनाविषयीची अनासक्ती, देवावरचा भरवसा, ऐहिकाविषयी तिरस्कार या गोष्टी त्यांनी वाढीसच लावल्या. हिंदू धर्मातील जुन्या रूढी मोडून त्यांनी नव्या सुरू केल्या, इतकेच. जुने कर्मकांड मोडून नवे सुरू केले, म्हणजे झोपेची जुनी गोळी बदलून नवी दिली. दारिद्र्याविरुद्ध बंड करावे, असे त्यांना वाटत नव्हते. श्रीमंतांच्या हातची संपत्ती हृदयपरिवर्तनाने गरिबांना मिळू शकेल, हा वेडा भरवसा ते बाळगीत होते आणि म्हणून अनेक शेठ, सावकार त्यांच्या पदरी असत. गांधीजींना पैसा देण्यास ते कधीच नाखूश नसत, पण श्रीमंती-गरिबीतील फरक कमी करण्याऐवजी वाढवण्यात शेवटी गांधीवाद यशस्वी झाला. गांधींनी गरीब जनतेला जर सत्तेचा, संपत्तीचा आणि समानतेचा खराखुरा हिस्सा देऊ केला असता; तर बड्या श्रीमंत शेठ-सावकारांनी गांधींना केव्हाच सोडले असते आणि परिणामी गांधींची चळवळ एका साधूची चळवळ राहिली असती. दरिद्री माणसाबद्दल एखाद्याला कनवाळूपणा असला म्हणून तो त्याला श्रीमंत करू शकत नाही. त्यासाठी त्याला कुणाला तरी दुखवावे लागते आणि परपीडन हे गांधीवादात बसतच नव्हते.

महात्माजींनी समाजाला ऐहिकापासून परावृत्तच केले. विज्ञानापासून दूर पळवले. इंद्रियसुखापेक्षा इंद्रियनिग्रहाचे गुणगान गायिले. परमेश्वरी कृपा, धार्मिक आवाहने, ब्रह्मचर्य, साधेपणा, जीवनावरची उदासीनता - प्रार्थना - उपवास - रामधून... थोडक्यात, समाजाला अंगाई म्हणून झोपवण्यात इतर अनेक नेत्यांप्रमाणेच तेही सामील झाले.

भारतीय जनतेला रोग आहे तो दारिद्र्याचा नव्हे किंवा अज्ञानाचाही नाही; तो आहे औदासीन्याचा. भारतीय कष्ट करतो, पण तो फळाच्या आशेने कष्ट करीत नाही. गीतेत सांगितल्यानुसार तो कसल्याच प्राप्तीच्या इच्छेने धुंद होत नाही आणि म्हणून ते काम तो कधीच चांगलेही करीत नाही. भारतीय जनतेला औदासीन्याच्या, वैराग्याच्या भयंकर विळख्यातून सोडवावयास समर्थ असणारा नेता जेव्हा मिळेल, तो सुदिन. जुन्या इतिहासावर मोहित होऊन तो पूर्वकाळ मिळवण्यासाठी, नव्या विज्ञानाच्या प्रगतीने विस्मित होऊन त्या नवागत गोष्टींच्या प्राप्तीसाठी; नवे सुखोपभोग, नव्या जिज्ञासा, नवे हव्यास प्राप्त करून घेण्यासाठी का होईना, अजूनही विसाव्या शतकात प्रवेश न केलेल्या कोट्यवधी भारतीयांना त्यांच्या लांबलचक झोपेतून जाग आणली पाहिजे.

हिंदू धर्मावर अनंत मळकट आवरणे चढली आहेत. मूळचा चैतन्यदायी व्यवहारसुलभ-पराक्रमी-जीवनानंदी वैदिक धर्म आपण सोडून दिला. आपण आज मानवी व्यवहाराला पाप-पुण्याच्या चौकटीत कोंबणारा, हजारो लोकांना माणूस म्हणूनही नाकारणारा, जीवनाची विफलता सांगणारा आणि सर्व भार परमेश्वरावर सोडून देणारा हिंदू धर्म कवटाळीत आहोत. देव-दैवतांच्या कोंडाळ्यात माणसाला श्वासोच्छ्वास करू शकण्याइतकीही या देशात जागा नाही.

महंमद गझनीने स्वत:च्या धर्मप्रसारासाठी अत्यंत असहिष्णूपणे आपल्या देव-देवतांची अब्रू काढली. अफझलखानाने महाराष्ट्रातल्या सर्व प्रसिद्ध मूर्तींचे खंडन केले. आपल्या धर्मासारखेच आपले दुबळे देव मूग गिळून गप्प बसले. शंकराचा सासरा हा हिमालय– तो कोणी अवमानिला म्हणून तो शीघ्रकोपी देव स्वत:ही जागा होत नाही आणि या भूमीतल्या कोट्यवधी माणसांनाही जागे होऊ देत नाही. भेकडांचे देवही भेकड असतात. असले देव कामाचेच नाहीत. एखाद्या हिंदू गझनीने त्या देवांचे मोठेपण एका छिन्नीखाली आणले पाहिजे. केवळ स्वत:च्याच देवाचे नव्हे, तर इतरही सर्व देव-देवतांचे. परमेश्वरापेक्षा माणूस, त्याचे श्रम, त्याचे हव्यास, त्याचे पराक्रम यांचेच या भूमीवर अधिराज्य हवे. या क्षणिक कालखंडात माणसाने माणूस म्हणून जगले पाहिजे. प्रत्येक क्षणी पंचेंद्रियांचा वापर केला पाहिजे आणि या पृथ्वीचे हे चक्र चालवण्यास मदत केली पाहिजे. परमेश्वराच्या उपासनेत सर्वस्व पाहणारा हाच खरा परमेश्वराचा शत्रू होय. या देशाचे भाग्य आहे ते अनंत करांच्या अज्ञात शक्तीत. या देशाची स्वप्ने आहेत ती फुलूच न शकलेल्या, डोळे मिटलेल्या या देशाच्या अनंत भाबड्या मनांत. मानवी इतिहासात येणारी आव्हाने स्वीकारायला मिळालेले भाग्य जे मूर्ख केवळ टाळ बडवण्यात किंवा झांजा वाजवण्यात घालवणार असतील, त्यांचे स्थान चैतन्यशून्य दगडापेक्षा अधिक नाही. भले, त्याही दगडासमोर आणखी काही अन्य दगड झांजा वाजवीत असले तरी.

(१७ मे, १९७०)

-०-०-०-

४

भिवंडी जळाली... पुढे काय?

माझी मान खाली आहे. तोंडातून शब्द फुटत नाही. जाताना मी बडबडत होतो, खिदळत होतो, सगळ्यांची चेष्टा करीत होतो; पण येताना मात्र माझे हसू मावळले होते. मस्करी सरली होती. भिवंडीला जे काही मी पाहिले, त्याने माझे मन बावचळून गेले होते. भिवंडीला जे-जे मी ऐकले, त्याने माझे कान गारठले होते. पंचेंद्रियांच्या शक्ती नष्ट करण्यासारखे भिवंडीत काही तरी घडले होते.

मी महाराष्ट्रात राहतो; त्यातही पुण्यात राहतो. ज्या पुण्यात हिंदुत्वाच्या नावाने सदैव टाहो फोडला जातो, ज्या पुण्यातून भीमथडी तट्टाच्या टापा इस्लामी राजवटीला तुडवीत होत्या, ज्या पुण्यात बाल शिवाजीने स्वराज्याची स्वप्ने पाहिली, देव भंगविणाऱ्याचे हात इथेच कलम केले गेले आणि गाई मारणाऱ्यांना शिवप्रभूंनी इथेच हत्तीच्या पायी दिले असणार– त्याच पुण्यात मी वाढलो. जुलमी, असहिष्णू, जंगली संस्कृतीचा पुंडावा थांबवण्याची प्रतिज्ञा करणारा छत्रपती शिवाजी जिथे जन्मला, तिथेच मी सुदैवाने राहतो आहे. हिंदुपणाचा अभिमान मिरवतो आहे. माझी सारी शिवाजी- निष्ठा, हिंदुत्वनिष्ठा भिवंडीच्या अग्निप्रलयात आज जळून राख होण्याच्या बेतात आहे.

पुण्यापासून शंभर मैलांच्या अंतरावर हिंदू समाजाचा अवमान करण्याचे धाडस केले गेले आहे. न्यायालयीन चौकशी काय व्हायची ती होवो– पण मी पाहिले ते भिवंडीचे हिंदू निरपराध आहेत. ते बहुसंख्य पोटार्थी साळी आहेत; ज्यांनी काठीसारखे

शस्त्रसुद्धा कधी हाती घेतलेले नाही, अशा निरपराध हिंदूंवर मुसलमानांनी जाणून-बुजून प्राणघातक हल्ला चढवला, हे ठरवण्यासाठी एखाद्या शाळकरी पोराची बुद्धीसुद्धा पुरेशी आहे. हायकोर्ट न्यायाधीश कदाचित तेच सत्य कायदेशीर भाषेत सांगू शकेल. सर्व वृत्तपत्रांनी हे सत्य उघड-उघडपणे मान्य केले आहे की, हल्ला पूर्वनियोजित होता व त्याची तयारी मुसलमानांनी फार पूर्वीपासून केली होती. भिवंडीचा दंगा मुसलमानांनीच केला, हेही लोकसभेत सांगितले गेले. दंगा ठरवून करण्यात आला, ह्याचीही वार्ता लोकसभेत दिली गेली. दंग्यात बाहेरच्याही मुसलमानांचा सहभाग होता. जाळपोळीची साधने जय्यत तयार होती. बघता-बघता आठशेएक घरे जाळण्यात आली आणि नुकसान बहुश: हिंदूंचेच झाले आहे. प्रतिकारार्थ हिंदू उठले, तेव्हा मुसलमानांचेही नुकसान झाले असेल; पण हिंदूंची मालमत्ता काळजीपूर्वक नष्ट करण्यात आली आहे. तिथला कर्फ्यूचा कालखंड संपला की, कोणालाही जे घडले आहे ते डोळ्यांनी पाहता येईल.

झालेला सर्वनाश कमी दाखवण्याची कोशीस सरकार करील. झालेली पडझड आवरायला लागेल. पण तत्पूर्वी जमेल त्याने भिवंडीला भेट द्यावी, डोळ्यांखालून तिथली राख जाऊ द्यावी आणि मग अंत:करण हलले तरच मग काय तो धडा घ्यावा. शिवप्रभूंनी जे मुगली आक्रमण थांबवायचा यत्न केला, ते अजूनही थांबलेले नाही. अजूनही या भूमीच्या मालकांची दैना उडतेच आहे, उडणार आहे. कारण शासनकर्ते पक्षपाती आहेत. खोटारडे आहेत. यशवंतराव चव्हाणांसारखा बेजबाबदार, नाटकी, लबाड आणि संधिसाधू माणूस आज सत्तेवर आहे; तेव्हा हिंदूंच्या नशिबी हाच अपमान असणार. डोळे असणारा कोणीही माणूस भिवंडीचा दंगा केवळ मुसलमानांच्या दांडगाईतून जन्म पावला, हे सांगू शकेल. चव्हाण डोळे बांधून भिवंडीत गेले होते. गेले तेही काँग्रेसी आमदारांना घेऊन– ज्यांना भिवंडीतली मुसलमानी मते हवी आहेत. मुसलमानांची जी थोडी-फार हानी प्रतिकाराचे वेळी झाली, ती चव्हाणांनी पाहिली. ते पाघळले. बरोबर आहे. चव्हाणही नेते कुणाचे? ते लोकसभेत सांगतात की, भिवंडीत मुसलमानांची हानी झाली. थोडी शरम, थोडी लाज असणारा कोणीही एवढे धाडसाचे व खोटारडे विधान करणार नाही. पण चव्हाणांना आपले आसन राखावयाचे आहे; म्हणजे इंदिराजींनाही संतुष्ट करावयाचे आहे, म्हणजेच फकरुद्दीन अलीसाहेबाची दाढी कुरवाळायची आहे... म्हणजेच हिंदूंवर अन्याय करणारे गरळ ओकायचे आहे. यशवंतरावजी, शाबास! कृष्णेच्या परिसरात जन्म घेतलात, शिवप्रभूंच्या पावनभूमीवर पोसलात, क्षत्रिय मराठ्याची जात सांगता आणि

खुशाल भिवंडीच्या गरीब नागरिकांशी बेइमान होता! तुम्ही कसले प्रतिशिवाजी; तुम्ही तर मूर्तिभंजक अफझलखानाशी नाते सांगता.

हिंदूंच्या भेकडपणाची कीव करावी की, दहापट लोकसंख्येच्या उरावर नाचून आपल्याला हवे ते मिळवणाऱ्या मुसलमानांचे कौतुक करावे, हेच कळत नाही. मुसलमानांनी दंगे करावेत आणि लोकसभेत इंदिराकाकू व त्यांचे सँडलपुसे यांनी त्याची जबाबदारी आर. एस. एस., जनसंघ आदी पक्षांवर टाकावी– हा आता शिरस्ता आहे. ही गोष्ट खरी की, दंगली सुरू झाल्या की, जी पांढरी टोपी बगळाछाप भेकड भुते घरेदारे लावून आपल्या तुंदिलतनू मिठीत बायकांना घेऊन बसतात; ती दंगे थांबवल्यावर शांतता कमिटी स्थापन करण्याच्या वेळी उगवतात! आणि मग त्या दंगलकाळात दंगेखोरांना ज्यांनी रोखले, जखमींना ज्यांनी पाणी पाजले, अन्न पुरवले, सेवा केली; त्या गरीब संघवाल्यांवर आणि जनसंघवाल्यांवर दुगाण्या झाडतात. मुसलमानांना सारे रान मोकळे सोडले असते, तर या पांढऱ्या टोपीकरांच्या तुंदिलतनू बायका मुसलमानांच्या घरी वीण वाढवीत नवे जहांगीर, नवे भुत्तो निर्माण करत बसल्या असत्या– एवढासुद्धा विवेक या मूर्खांना नसतो. मुसलमानांचा आवेश, क्रूरता यांचा बळी होणारे जनसंघीय हे जातीय आणि केवळ जातीयतेचा आधार घेऊन गादीवर येणारे हे ढवळे म्हणे पुरोगामी.

मुसलमानांना ही मस्ती कोठून येते? हिंदू समाज चहूबाजूंनी सागरासारखा पसरलेला आहे. काहीही म्हटले, कितीही लेपेचेपे झाले, कितीही भोंगळ असले; तरी भारतीय शासन हिंदूंचेच आहे. परंतु शरणार्थी आहे. गेल्या हजार वर्षांत जोडे खाण्याची सवय लागल्यामुळे पराक्रमाला व स्वाभिमानी वृत्तीला वंचित झालेले आहे. मुसलमानांनी, इंग्रजांनी, ख्रिश्चनांनी आणि परवा-परवा चिन्यांनी सदैव जोडे हाणावेत, घरेदारे लुटावीत, धर्म वाढवावा, बायका-पोरांची इज्जत घ्यावी आणि आम्ही मानवतेच्या गप्पा मारून त्यांना क्षमा करावी, सांभाळून घ्यावे. क्वचितच एखादा शिवाजी– एखादा प्रताप... बाकी सारे सोकाजी आणि साळकाया. गेली हजार वर्षे चाललेल्या या मानहानीचा कडेलोट फाळणीच्या वेळी झाला. काही भूमी विकून, काही बायका आंदण देऊन, काही कच्च्या-बच्च्यांच्या किंकाळ्या ऐकत आपण हजार वर्षांची पापे फेडू पाहिली. अशी पापे किंवा रोग संपवू म्हणून संपत नाहीत. मूळचा कणरूप असणारा रोग पुढे सारा देह नासवितो. धर्मत्याग म्हणजे राष्ट्रत्याग हे सिंधी लोकांना कळले, पूर्व पाकिस्तानला कळले, आसामात कळले. आता मेघालयाला कळू लागले आहे, काश्मीरला उद्या कळेल; पण तरीही निधर्मीपणाचा डंका वाजवून परधर्मीयांना अभय आहे.

मुसलमानांचा प्रश्न पाकिस्तानपूर्वी जेवढा गंभीर होता, त्याहून तो आज बिकट झाला आहे. कारण एक समर्थ राष्ट्र इथल्या मुसलमानांना धर्माचे आवाहन करते आहे. पैसे देते आहे. शस्त्रे देते आहे. शिवाय इथल्या मुसलमानांना कळून चुकले आहे की, हिंदू ही जात भेकड आहे. तिचे पुढारी नादान, नालायक आहेत. ते दंग्याला भितात. ते गुंडगिरीला भितात. भारतीय नेतृत्व गुंडगिरीला नमलेले अवघ्या वीस वर्षांपूर्वी त्यांनी पाहिलेले आहे; मग अजूनही तो डाव खेळला, तर फायदाच होईल. बरे, हिंदूंनी प्रतिकार केला, तर जगभर बोंब मारता येईल. अर्थात हिंदूंनी प्रतिकार केला तर मुळी यशवंतराव-वसंतराव त्यांचा निकाल लावतील, हा भाग सोडा. सत्ता महत्त्वाची. खुर्ची भाग्यवान. खुर्चीखाली रक्ताची राड असली तरी खुर्चीची मखमल उबदार. पाच कोट मते म्हणजे काय महाराजा! त्यासाठी थोडी शरम सोडली पाहिजे. त्यासाठी स्वबांधवांविरुद्ध असले काही तरी खोटे बोलले पाहिजे. त्याला काय करणार? हिंदू काय– त्यांना कुठे जाता येणार? अवनीतलावरचे हे एकमेव हिंदुराष्ट्र. पुन्हा अशोक- बुद्धाचा वारसा, पुन्हा बापूजींची शिकवण. पंडितजींचे पंचशील. शास्त्रीजींचा ताश्कंद करार. जयचंदापासून नेहरूंपर्यंत सर्वांची परंपरा एकच. आमच्या गरीब सहिष्णू धर्माबाबत सर्वांचा राग. पण मूर्तिपूजकांना जगण्याचा हक्क नाकारणाऱ्या यवनांचा या सर्वांना पुळका...

मग होणार गोंधळ. होणार अहमदाबाद, होणार जळगाव, होणार भिवंडी! पण यशवंतरावांचा मतदारसंघ शाबूत आहे. नेतेपण शाबूत आहे. ते कशाला चिंता करतील? जातीय राजकारणावरून टीकाकारांना बदनाम करावे, जातीय ठरवावे, प्रतिगामी ठरवावे आणि देश विकीत आपण राज्य करावे, हेच खरे. क्षत्रिय धर्म जाणणाऱ्या या महाराष्ट्रातल्या सर्व बहुजन समाजाला भेकड बनवून षंढपणाचे धडे देण्याचे त्यांचे काम चालूच आहेच. आमच्याच धर्मातल्या वेगवेगळ्या जातींना परस्परविरोधी खेळवण्याचे राजकारण चालू आहे. मोठे संकट समोर आहे. ते सर्वच धर्मावर आहे. राष्ट्रावर आहे. त्या वेळेस त्यांच्याशी मुकाबला करायला हवा. क्षुद्र जाती-पाती, प्रांतीयता यांचा अडसर जर अखंड हिंदू समाजात येत असेल; तर खुशाल एखादी जात संपूर्ण नामशेष झाली तरी चालेल, पण आपले नेते आपल्या राष्ट्राची काय विल्हेवाट लावताहेत त्याकडे लक्ष दिले पाहिजे. पाकिस्तान-निर्मितीचे मुख्य शिल्पकार पटेल-नेहरू. गांधींनी मौनव्रत पत्करून त्या पापाला संमती दिली. आज त्याच पुढाऱ्यांची औलाद नवे पाकिस्तान निर्माण होईल अशी भूमिका पत्करीत आहे. सर्व समाजाने पक्षनिष्ठा, जातिनिष्ठा असल्या क्षुद्र निष्ठांपेक्षा राष्ट्रनिष्ठा मोठी मानून आता त्या दुष्टांशी मुकाबला केला पाहिजे.

लक्षात ठेवा– जे दुसऱ्यांना जातीय, प्रतिगामी म्हणतात; त्यांचे आसनच त्या आरोळ्यांवर अवलंबून असते. सत्य काही निराळेच असते आणि सत्य हा लबाड लोकांना सतत त्रास देणारा विषय आहे. पाकिस्ताननिर्मितीचे पाप संघ-जनसंघावर घालणारे वेड्यांच्या इस्पितळात होते– अजूनही आहेतच.

पुढची वर्षे आता सदैव बेचैनीची जाणार आहेत. एक भिवंडी जळाली, पण त्याने आमची मने अस्वस्थ झाली आहेत. मुसलमानांविषयी ज्या शंका आमच्या मनात वावरत, त्या खऱ्या ठरू पाहत आहेत. मात्र एवढे त्यांनी लक्षात ठेवावे की, आता अशा दंगलीत त्यांना नवी भूमी मिळणार नाही. हिंदुस्थानाची सत्ता व भूमी काबीज करू पाहणारेच आता एखादे वेळेस दग्ध होतील आणि इंद्राय स्वाहा, तक्षकाय स्वाहा या न्यायाने त्याच्या पुरस्कर्त्यांनाही त्याच वाटेने जावे लागेल. विवेकी, संयमी हिंदू समाजाने स्वत: होऊन कोणालाही, कधीही छेडलेले नाही– अगदी सरकारी कागदपत्रांवरूनही हे शाबीत करता येईल. पण सहनशीलतेला मर्यादा असतात, हेच खरे आणि आता ती सहनशीलता शिगेला पोचली आहे, हेही विसरता नये.

भिवंडी तर जळून मेली. पुढचे सारे काही थांबवायचे असेल, तर शासनकर्त्यांनी स्वार्थ सोडून आता या प्रश्नावर खरे आणि टिकाऊ बोलणे केले पाहिजे. कळा गेलेले शब्द, अर्थ नसलेली वक्तव्ये आणि व्यवहारात न उतरवता येणारा आदर्शवाद यांचा त्याग करून गेल्या पन्नास वर्षांतील मुसलमानांचे वर्तन, त्यांच्या निष्ठा, त्यांच्या चळवळी, त्यांचे इस्लामी जगाशी संबंध, त्या समाजाच्या ऐतिहासिक अहंता व आकांक्षा यांचा नीट शोध घेतला पाहिजे. त्याचप्रमाणे त्यांचा धर्मग्रंथ जो कुराण– त्यातील मूर्तिपूजकांना किंवा बिगरइस्लामीयांना दिली जाणारी वागणूक यांचाही विचार केला पाहिजे आणि जर कुराणातून किंवा त्यावरच्या स्मृतिग्रंथांतून धडधडीत अन्यायाच्या आज्ञा निघत असतील– आणि त्या निघतातही– तर मग घट्ट असा ऐतिहासिक निर्णय घेतला पाहिजे. मुसलमानी समाज हा धर्मनिष्ठ आहे– त्यांची कुराणावरील निष्ठा वादातीत आहे आणि धर्मग्रंथातच असहिष्णू आज्ञा असतील, तर मग त्यांनी त्यांचे पालन केले यात त्या समाजाची कोणतीच चूक नाही; चूक आपली आहे. सर्व धर्म उदार आणि चांगले असतात, असा भोंगळ मानवतावाद आपण गृहीत धरतो आहोत.

पण तेवढ्यासाठी आमच्या नेत्यांजवळ आत्मविश्वास आणि पुरुषार्थ हवा.

– आणि तेवढीच काय ती आजच्या नेत्यांजवळ उणीव आहे.

-०-०-०- (२४ मे, १९७०)

५

त्या हिंदवी स्वराज्याचे काय झाले?

एक काळ असा होता :

छोट्या-छोट्या स्वतंत्र राज्यांत या भारतातील जनता विभागलेली होती. त्यांचे स्वतंत्र राग-लोभ होते, अहंकार होते, अस्मिता होत्या. केवळ एका राजपुतान्यात सिंहासनाधिष्ठित अशी स्वयंपूर्ण आणि स्वतंत्राविष्कार असलेली शंभराहून अधिक राजकुले होती. ही राजकुले खोटे कलह-भांडणे–वैर नेहमी जागृत ठेवीत आणि त्या बळावर लोकांना लढवून स्वत:च्या खऱ्या-खोट्या जयापजयात मश्गूल असत.

शेजारच्या राज्यांशी सतत वैरभाव ठेवणे, हा त्या राजाचा एकमेव मंत्र असे. ते कधी वैर पेटवायचे, कधी होरपळायचे– कधी दुसऱ्याची राख करायची– कमजोरी असेल तेव्हा अधिक दूरच्या राजांना ससैन्य निमंत्रणे द्यावयाची, कधी कधी आलेला पाहुणा तिथेच मुक्काम ठेवायचा, शेजारीही मरायचा पण स्वत:लाही मरण लाभायचे– हाच भारताचा गेल्या अनेक शतकांचा इतिहास आहे.

जोपर्यंत ह्या राजकुलांचा धर्म एक होता, संस्कृती एक होती व ती संस्कृती सहिष्णू होती; तोपर्यंत त्यात फारसे बिघडत नव्हते. याउलट, या प्रक्रियेतून खरोखरीच पराक्रमी-मुत्सद्दी आणि धिटाईखोर पुरुषांनी साम्राज्ये निर्माण केली. भारतीय संस्कृतीचा प्रसार इराणपासून तो इंडोनेशियापर्यंत केला, तरीपण हिंदू संस्कृतीला आक्रमकाची धार नाही. केवळ बलिष्ठपणामुळे, सर्वसमावेशक

प्रकृतीमुळे आणि त्या काळच्या वैज्ञानिक प्रगतीमुळे तिने यश प्राप्त केले. ज्या क्षणी कडव्या, धर्मांध, असहिष्णू शक्तीशी तिला मुकाबला करावा लागला; त्या वेळेस ती पराभूतच झाली. सत्याशी प्रतारणा करून उगाचच ज्यांना आपल्या संस्कृतीचे गुणगान करायचे असेल, त्यांनी ते करावे. पण आपल्या संस्कृतीत अनंत दोष आहेत. सर्वसमावेशकता हा गुण आहे तसाच फार मोठा दोषही आहे. दुबळ्या संस्कृतींना पचवताना हा गुण झाला, पण सबल नि संघटित अशा कडव्या संस्कृतीपुढे सर्वसमावेशक संस्कृती शरण आली. कारण निश्चित स्वरूपाचे आवाहन करणे तिला शक्य झाले नाही. धर्मांधतेला कर्मठपणा हे उत्तर नव्हे, तर तेवढीच धर्मांध असहिष्णुता हवी. तिच्या अभावी इस्लामने काही काळ तरी हिंदू संस्कृतीला हतप्रभ केले.

हे संकट सगळ्यांच्यावर आले आहे व त्याला सर्वांनी मिळून एकजुटीने पराभूत केले पाहिजे, हे समजण्यासाठी जवळपास आठशे वर्षे लागली आणि राजा शिवाजीने ते प्रथम ओळखले. हे आक्रमण राज्यासाठी नाही, धर्मासाठी आहे आणि धर्मत्याग म्हणजे राष्ट्रत्याग हे कळताच त्याने हिंदवी स्वराज्याची घोषणा केली. जे शिवाजीला उमजले, ते दुर्दैवाने अजनूही फारसे कोणाला उमजलेले नाही आणि म्हणूनच बहुसंख्य समाज असंघटित, दुबळा, भेकड राहिला आहे.

आजही या समाजाला या संकटाची नेमकी कल्पना नाही. या देशाचे दोन खंड झाले. एक धर्माधिष्ठित आहे आणि दुसऱ्याला निधर्मी म्हणवून घेण्याची हौस आहे. बरे, हे निधर्मीपण खरे असावे; तर ते खरेही नाही. पूजा- अर्चा-जपजाप्य-मुहूर्त या साऱ्या गोष्टी शासन मानते. मंत्री म्हणूनच पंढरपूरच्या विठोबाची पूजा करता येते आणि ते मंत्री हिंदूच असतात. हे राज्य निधर्मी असेल, तर झकेरियासाहेबांनी सरकारचा प्रतिनिधी म्हणून पंढरपूरला पूजेसाठी जायला मुळीच प्रत्यवाय नसावा. पण धर्म, जात-पोटजात अस्तित्वात ठेवायची, त्याचे सर्व फायदे उपटायचे आणि त्याबाबत सतत बोटे मोडायची.

आपल्या सरकारचे हे सारे धोरण तोंडदेखले आहे म्हणून ठीक आहे. खरोखरीचा निधर्मीपणा आपल्याला परवडणार कसा? हाजच्या यात्रेसाठी परदेशी जाण्यास्तव आपले सरकार नको-नको त्या सवलती उपलब्ध करून देते आणि राबातला जोडे खाऊन परत येते. ते तर राहोच, पण केवळ हरिजनकुलात जन्म घेण्यापलीकडे चारित्र्य, बुद्धी, सचोटी यांपैकी कोणताही गुण अंगी नसताना एक मातीचा शेणगोळा आज एका सरकारी पक्षाचा अध्यक्ष होतो– मंत्री म्हणून

राहतो– कर बुडवतो.

आपण निधर्मी आहोत; म्हणजे भारतातले भोंगळ राज्यकर्ते स्वत:ला निधर्मी म्हणवतात. पण ना हिंदू, ना मुसलमान... कोणीच हे राष्ट्र निधर्मी मानत नाही. केवळ गोहत्या प्रश्नावर येथे धार्मिक चळवळी होतात. कुठला एक हजरतबाल केस तो काय, पण तो मिळेपर्यंत सारे शासन व्याकुळ होते. ज्या दिवशी खरा निधर्मीपणा किंवा धर्मातीतपणा या देशात अवतरेल, तेव्हा पृथ्वीवर स्वर्गाचे राज्य असेल; पण ते होणे नाही. उगाच जे होणार नाही– जे झालेले नाही– ते आहे, हा बकवा करून आपल्या पायावर धोंडे का पाडून घ्यावेत? जर मुसलमानी समाजाला स्वतंत्र सिव्हिल कोड आहे, जाती-जमातींना स्वतंत्र अधिकार आहेत; तर ते कसले कपाळाचे निधर्मी राज्य! कसले जातिमुक्त राज्य! एखादाच 'गांधी' बोलेल ते करून दाखवतो– त्याची किंमत मोजतो– हसू, पराभव, चेष्टा यांची खंत बाळगत नाही. पण बाकीच्या गावगांधींची किंमत गांधींच्या शेळी बोकडांपेक्षा जास्त नाही.

आम्ही निधर्मी आहोत, पण पाकिस्तानी नाही. आम्ही निधर्मी असून पाकिस्तान निर्माण का झाले? या निधर्मी राज्यातून फुटून धर्माधिष्ठित राज्य त्यांना का निर्माण करावे लागले? कारण एकच– हिंदू संस्कृतीची पचवण्याची शक्ती कमी झाली आहे आणि राजसत्ता असूनही मुसलमान या हिंदू संस्कृतीला पचवू शकले नव्हते.

पाकिस्तान झाले तेव्हा सर्व मुसलमानांचे स्थलांतर होते; तर सरहद्दीचे संरक्षण, निर्वासितांचे पुनर्वसन, काश्मीर टिकवण्याचा कोट्यवधी रुपयांचा खर्च वाचला असता. गेल्या वीस वर्षांत दोन हजार कोटी रुपयांएवढा खर्च निधर्मीपणापायी आपण केला. तरी पण हिंदू-मुसलमान भाई-भाई हे स्वप्न अज्ञातातच आहे. हे सारे प्रश्न मिटवावयाचे म्हणजे शासनाने निधर्मीपणाचा बुरखा सोडून अल्पसंख्याक म्हणून मुसलमानांना आवश्यक ते संरक्षण द्यावे, पण मुसलमान म्हणून त्यांचे चोचले चालू देऊ नयेत. राष्ट्रीय मुसलमान ही खोटी अवलाद पोसू नये. कारण याचा अर्थ, आपोआपच बाकीचे अराष्ट्रीय मुसलमान होतात. एकदा शासनाची दृष्टी साफ झाली म्हणजे मुसलमानांची मस्ती कमी होईल आणि ती कमी झाली म्हणजे प्रतिकारात्मक उभ्या राहिलेल्या प्रतिगामी हिंदूशक्ती क्षीण होतील. खर्‍या अर्थाने निधर्मी किंवा समधर्मी राजवट उभी करण्यासाठी निधर्मीपणाचा त्याग करायला सांगणे थोडे विचित्रच वाटते, पण ते दुर्दैवी सत्य होय. हिंदू हा धर्म नव्हे, ती एक जीवनपद्धत आहे.

तिच्यातच भारतीयत्व आहे. हिंदूने बायबल वाचले वा अल्लाला प्रेषित मानले, तरी त्याचा धर्म बाटत नाही; बाटता कामा नये. म्हणून सच्चा मुसलमान हिंदू राहू शकतो; त्याने राहायला हवे. आमच्या धर्मात एकेश्वरी, अनेकेश्वरी, निरीश्वरी– सर्व पंथांची सोय आहे. स्वर्ग आहे, नरक आहे, प्रेषित आहेत– अवतार आहेत. मध्यंतरी काही काळ आमचे हिंदुत्व वेद-श्रुति-स्मृतिपुराणे यांत अडकले होते. पोटार्थी ब्राह्मणांनी ते घोरकर्म करून हिंदू संस्कृती क्षीण करून टाकली. आता आमचे नवजागृत-पराक्रमी-आक्रमक-समताधिष्ठित हिंदुत्व जर आम्ही उभे केले, आम्ही पूर्वीप्रमाणे सर्वसमावेशक झालो– आम्ही वेगवेगळ्या सर्व उपासनापद्धती मानल्या; तर इस्लामला हिंदू शब्दाबद्दल चीड का यावी? हिंदूंमध्ये मूर्तिपूजा अव्हेरणारा पंथ आहे (फोडणारा मात्र नाही). अन्य धर्ममतांबद्दलच्या असहिष्णू आज्ञा सोडून दिल्या तरी कुराण हा आमचाही धर्मग्रंथ होऊ शकेल. कोणती धर्ममते उत्तम, स्वर्गप्राप्तीचा कोणता रस्ता उत्तम, याबद्दल हिंदू संस्कृती फार उदार आहे. ती इस्लामला सामावू शकते, पण धर्मांध– असहिष्णू इस्लामला स्वतंत्र अस्तित्वाची तहान आहे. इस्लामचे भारतीयीकरण याचा खरा अर्थ हा आहे की– त्यांची कुराणावरची, अल्लावरची वा महंमदावरची सर्व श्रद्धा शाबूत ठेवूनही ते हिंदू म्हणून राहू शकतात आणि त्यांनी राहिले पाहिजे. हिंदू-मुसलमान हे म्हणूनच अन्य मुसलमानांपेक्षा वेगळे व्हावयास हवेत. हिंदी मुसलमान किंवा हिंदुमुसलमान हा एक स्वतंत्र पंथ हिंदू समाजात जगू शकेल. उत्कर्षही पावू शकेल. बुद्ध, जैन, शीख आहेत; तसाच इस्लाम नांदेल. इथल्या परंपरा, औदार्य आणि राहणी यांचा जे अंगीकार करतील, पूजेच्या दैवतापेक्षाही जेव्हा ही माती त्यांना पवित्र वाटेल; तेव्हा आम्हालाही त्यांच्या अल्लाची किंवा महंमदाची भीती वाटणार नाही. इथल्या संस्कृतीचा उच्छेद करण्यासाठी जेव्हा कोणी कुराणाचा वापर करतो, तेव्हा आम्हाला कुराणाविरुद्ध उभे राहावे लागते. त्याला इलाज नाही. आमचा मुस्लिम संस्कृतीचा द्वेष असलाच तर तो असा आहे. तो संहारक नाही, समावेशक आहे.

मुसलमानांनी स्पेनमधला पराभव आठवावा. कृष्णा-गोदावरी-नर्मदेच्या तीरांवरील पराभव आठवावा. मुसलमानांचा पराभव होऊ शकतो, स्पेनमध्ये मुसलमान झालेले जर ख्रिश्चन होऊ शकतात; तर या भारतात जे मुसलमान झाले– जबरदस्तीने केले गेले, ते तरी परत स्वधर्मात का येऊ शकणार नाहीत? हे होऊ शकेल. व्हायला हवे. अल्लाची उपासना विष्णू-शंकरापेक्षा उच्च प्रकारची आहे म्हणून काही कोणा हिंदूने धर्म सोडून इस्लाम पत्करला

नाही. तलवारीची धार असह्य झाली– सत्तेची हाव सुटली– पोटातली आग बोंबलून उठली, या व अशा अनेक कारणांनी नाखुशीने– जबरदस्तीने धर्मांतरे झाली. त्या सर्वांना त्यांच्या पूर्वपिढ्यांतला धर्म आठवू शकेल. कोणी तरी, केव्हा तरी जी जबरदस्ती केली; त्या जोखडातून त्याची मुक्तता होऊ शकेल. अल्पसंख्याकांना नेहमीच अस्तित्वाचे भय असते. यामुळे त्यांच्यांत संघटन अधिक असते. आज कडेकोट कुलपात बंदिस्त करून ठेवलेल्या इस्लामियांनी स्वतंत्र विचाराचे वारे प्यावे, गोशात बंद करून ठेवलेल्या स्त्रियांना शिक्षणाची कवाडे खुली करून द्यावीत. हिंदू-मुसलमान अशा अर्थाने भाई-भाई आहेत की, काल-परवापर्यंत एकाच कुलाचे ते नाव लावीत आले, एकाच बापाचे रक्त ते वागवीत आले. गेल्या काही शतकांचे नवे संस्कार ते एकदम सोडू शकणार नाहीत. न सोडू देत. त्या संस्कारांसकट हा सारा हरवलेला समाज त्याच्या सर्व बऱ्या-वाईट इतिहासाबरोबर आम्ही सामावून घेतला पाहिजे. ज्यांना मुसलमान समाजातील अंधश्रद्धा, अज्ञान व दारिद्र्य यांचे भांडवल करून नेतृत्व गाजवयाचे आहे, ते लोक आमचे वैरी आहेत. मुकाबला मुसलमानांशी नाही; असणारही नाही. या भूमीची संस्कृती त्यांना शिकवण्याचे आमचे काम आम्ही केले नाही, म्हणून ते अरबस्तानमधल्या देव-दैवतांशी अधिक निगडित राहिले. चूक आमचीही आहे.

– आणि म्हणूनच शिवाजीच्या हिंदवी स्वराज्याचे येणे दूर राहिले. ‘हिंदू’ या शब्दाची उत्पत्तीच मुळी ग्रीकांनी ‘सिंधू’ खोऱ्यातले रहिवासी म्हणून केली. सिंधू तर आम्ही घालवली. त्या हानीतून काही धडे घेतले नाहीत. हिंदवी स्वराज्य म्हणजे या सिंधू नदीच्या खोऱ्यात उत्पन्न झालेल्या संस्कृतीचे पुनरुज्जीवन. हिंदवी स्वराज्याचे स्वप्न म्हणजे इथल्या रहिवाशांचे राज्य. इथल्या भूमीवर व संस्कृतीवर प्रेम करणारे– मग ते कोणीही असोत– त्यांची उपास्यदैवते कोणतीही असोत, अन्य लोकी जाण्याच्या त्या रस्त्यांना कोणतीही दिशा असो; ते या देशाचे नागरिक आणि हे राज्य त्यांचे असले पाहिजे.

शिवाजीच्या त्या हरवलेल्या स्वप्नाला, हिंदू समाजातून हरवून गेलेल्या समाजाला आपण त्याची आठवण करून दिली पाहिजे.

(१४ जून, १९७०)

-०-०-०-

६

एक फुटक्या मारुती पाहिजे

परवाच देगलूर गावची हकिगत वाचली आणि आम्हाला फार हसू आले. नांदेड जिल्ह्यात देगलूर हे लहानसे गाव तालुक्याचे ठिकाण आहे. या ठिकाणी कोठल्या तरी गल्लीतली मारुतीची मूर्ती कुणी तरी छिन्नविच्छिन्न केली. एक मारुतीची मूर्ती ती काय, आणि तिची थोडीशी मोडतोड झाली ती काय! या गोष्टीला काही तरी महत्त्व आहे काय? हिंदू लोकांनी गप्प बसावे, की नाही? पण हिंदूंना नाही त्या उचापती करण्याची खोडच फार. त्यांनी गावातून एक निषेध मिरवणूक काढली. ही मिरवणूक कुठल्या तरी मशिदीजवळ आल्यावर थोडी गडबडही झाली म्हणतात. आता मशिदीजवळ मिरवणूक आल्यावर गडबड होणार नाही, तर दुसरे काय होणार? बिचारे अल्पसंख्य लोक मोठ्या सुखा-समाधानाने आपली प्रार्थना करीत असताना हिंदूंनी तेथून मिरवणुका नेण्याचा आचरटपणा केल्यावर हे असेच होणार! मग पोलीस लोकांनी या मिरवणुकीवर लाठीहल्ला केला. लोक पांगले. त्यानंतर गावातल्या अल्पसंख्य लोकांचा जमाव एकत्र झाला. त्यांनी काही आंतरराष्ट्रीय घोषणाही दिल्या म्हणतात. या भानगडीत थोडी हुल्लडबाजी झाली. चार-दोन दुकानदारांचे किरकोळ नुकसानही झाले. पण पुढे शांतता झाली. पोलिसांनी आपल्या बंदोबस्तात वाढ वगैरे केली. मूर्तीची विटंबना एका अल्पसंख्य बांधवाने केली, अशी बातमी पसरल्यामुळे हा पुढचा प्रकार घडला.

खरोखर ही बातमी वाचून हसू येऊ नये, तर काय व्हावे? एका छोट्याशा मूर्तीची मोडतोड झाली म्हणून इतका गोंधळ? हिंदू लोकांना हे शोभते काय? गावात मिरवणूक काढून निषेधाच्या घोषणा करण्याइतके खरोखरीच या घटनेत काही विशेष आहे काय? गावोगावी मारुतीच्या मूर्ती आहेत. कोणी धड त्यांची पूजा करीत नाही, की देवळांची साफसफाई करीत नाही. एखाद्या शनिवारी मारुतीला तेलाचे बोट लागले किंवा शेंदराचा लेप मिळाला म्हणजे भाग्य त्या हनुमंताचे, अशी स्थिती आहे. आपल्याकडे देव-देवतांना, मूर्तींना, दगडांना, म्हसोबा-सटवाईला काही तोटा आहे काय? त्यांतली एखादी मूर्ती तुटली-फुटली, तर काय असे नुकसान होणार आहे बरे? गावात बाकीच्या ठिकाणी मारुती नव्हते काय? का सगळेच अयोध्येला रवाना झाले आहेत आणि हा एकटाच शिल्लक आहे? हिंदूंनी थोडा तरी विचार करावा. एखाद्या क्षुद्र गोष्टीसाठी गावातली शांतता मोडून अल्पसंख्य समाजावर अन्याय करण्याचा नसता उपद्व्याप त्यांनी काय म्हणून करावा?

मूर्ती फोडणारा अल्पसंख्य समाजातला हा माणूस 'वेडा' आहे, असे म्हणतात. आम्हाला त्याविषयी शंकाच नाही. तो नक्कीच वेडा असला पाहिजे. सोरटी सोमनाथाच्या वैभवशाली मंदिरावर स्वारी करणारा आणि ती मूर्ती छिन्नविच्छिन्न करणारा गझनीचा महमूद हा असाच वेडा होता. दिल्लीची राजधानी देवगिरीला आणणारा तुघलक घराण्याचा कुलदीप हा तर इतिहासातच 'वेडा महमूद' म्हणून प्रसिद्ध आहे. खिलजी घराण्यातील बालक अल्लाउद्दीन हाही असाच वेडा होता. औरंगजेब प्रचंड मोगल साम्राज्याचा बादशहा होता, म्हणून त्याला वेडा म्हणणे बरे दिसत नाही, एवढेच. पण तसा तो वेडाच. इतिहासात असे वेडेच वेडे भरलेले आहेत. अल्पसंख्य समाजात वेड्यांची परंपराच आहे. त्यांपैकीच कुणी तरी वेड्याने ही मूर्ती फोडली असेल. मग त्यात त्याने विशेष काय केले? इतिहासात जे घडत आले, तेच त्या बिचाऱ्याने केले. हिंदू लोकांनी या साम्राज्य-इतिहाससिद्ध गोष्टीचा इतका बाऊ करावा, ही गोष्ट त्यांच्या परंपरेला शोभते काय?

हिंदू लोकांनी हे पक्के लक्षात ठेवावे की, आपला देश हा सर्वांसाठी आहे. आपले राज्य हे निधर्मी आहे. या राज्यात मूर्तीची विटंबना केल्याचे स्तोम माजवणे बरे नाही. अल्पसंख्य समाजावर त्यामुळे रागावणे, हेही बरे नाही. त्यांना जर त्या गोष्टीत थोडा आनंद वाटत असेल, तर हिंदू लोकांनी त्या आनंदाच्या आड बिलकुल येऊ नये. अशानेच जाती-जातींत, धर्मा-धर्मांत

सलोखा राहील. सगळीकडे निधर्मी शांतता पसरेल.

देशात शांतता राहावी आणि अल्पसंख्य लोकांचाही आनंद कायम राहावा यासाठी सरकार आणि हिंदू लोक यांनीच एकत्र येऊन काही नवे उपाय शोधून काढले पाहिजेत. आम्हाला तर असे वाटते की, गावोगाव एक 'फुटक्या मारुती' म्हणून एक निराळाच मारुती स्थापन करावा. या मारुतीचे कामच फक्त फुटण्याचे. तो लवकर फुटेल व अल्पसंख्य वेड्याच्या हाताला फार कष्ट पडणार नाहीत, अशीही व्यवस्था झाली पाहिजे. त्यासाठी तो एखाद्या ठिसूळ पाषाणाचा बनवला, तर फारच उत्तम! तूर्त तशी काही अडचण नाही. महाराष्ट्राचा सह्याद्री हिमालयाच्या हाकेला धावून गेल्यापासून या सह्याद्रीतले दगड अलीकडे खूपच ठिसूळ झाले आहेत. कोणत्याही दगडाची मूर्ती केली तरी ती ठिसूळ असणारच. अशी ही ठिसूळ मूर्ती फुटण्याच्या दृष्टीने अत्यंत सोईस्कर. जेव्हा जेव्हा एखाद्या अल्पसंख्य बांधवाला असे वाटेल की, हिंदूंची एखादी मूर्ती फोडून आपले शिवशिवणारे हात थंड करावेत, तेव्हा त्याने ही मूर्ती फोडावी. ती मूर्ती फोडण्यासाठी एखादा मोठा दगड, छिन्नी, हातोडा, पहार असली हत्यारे या फुटक्या मारुतीच्या गाभाऱ्यात ठेवलेली असावीत. मूर्ती फोडण्याची वेळही बाहेर पाटी लावून जाहीर केलेली असावी. त्या वेळी त्या मंदिराकडे हिंदू लोकांनी अजिबात फिरकू नये, म्हणजे मग सगळे काम सोपे होऊन जाईल. अशा अनेक मूर्ती तयारच ठेवाव्यात. एक फुटली की, लगेच दुसऱ्या मूर्तीची तेथे प्राणप्रतिष्ठा करण्यात यावी. या कामात अजिबात विलंब लावू नये. एखाद्या अल्पसंख्य बांधवाला मूर्ती फोडण्याची इच्छा झाली आणि देवळात अजून नवी मूर्ती बसवलेलीच नाही, असा प्रकार होता कामा नये.

आम्ही केलेली ही सूचना सरकारने आणि हिंदू लोकांनी स्वीकारली म्हणजे राज्यात विलक्षण शांतता नांदू लागेल. अल्पसंख्य समाजातील वेडे आनंदाने नाचत राहतील. मूर्ती तयार करण्याचा धंदा एकदम ऊर्जितावस्थेला येईल. त्या पाथरवटांना चार पैसे जास्त मिळू लागतील. इतकेच नव्हे, तर मूर्तींची प्राणप्रतिष्ठा करण्याचा उद्योग भटजी लोकांनाही भरपूर पुरेल व त्यांचीही चंगळ उडून जाईल.

या निमित्ताने आणखीही काही सूचना सरकारला कराव्याशा वाटतात. शहरातल्या रस्त्यावर मशिदी वगैरे झालेल्या नसून मशिदींच्या भोवताली रस्ते झालेले असतात, ही वस्तुस्थिती लक्षात घ्यावी व हे रस्ते शक्यतो बंदच करून टाकावेत, म्हणजे प्रार्थनास्थानातील प्रार्थना सुखाने चालू राहतील. कसलीही

गडबड होणार नाही. आता अगदी निरुपायच असेल आणि अशा रस्त्याने मिरवणूक जाणारच असेल, तर अशा मिरवणुकीतील वाद्ये ही मुद्दाम वेगळीच बनविण्यात यावीत. ती फक्त दिसण्यात वाद्ये असावीत आणि त्यांतून कोठलेही स्वर मात्र बाहेर उमटू नयेत, अशी त्यांची रचना असावी. म्हणजे हिंदूंना सवाद्य मिरवणूक काढल्याचा आनंद आणि अल्पसंख्याकांना वाद्यबंदी झाल्याचा आनंद! दोघांनाही दोन आनंद मिळून सर्वत्र 'आनंदी आनंद गडे, इकडे तिकडे चोहीकडे' असे वातावरण निर्माण होईल. चला तर मग, हे निधर्मी वातावरण निर्माण करण्याच्या कामाला हिरिरीने लागू या, कारण त्यातच अखेरीस या देशाचे कल्याण आहे! निधर्मी वृत्तीनेच या देशात खराखुरा समाजवाद येणार आहे आणि समाजवादावरच येथील लोकशाहीचे भवितव्य अवलंबून आहे. निधर्मीपणा, समाजवाद आणि लोकशाही हे त्रिफळाचूर्ण हिंदू समाजाने खाणे आवश्यकच आहे. 'हिंदू आता मार खाणार नाहीत', ही घोषणा अत्यंत आक्षेपार्ह आहे. देशाच्या हिताच्या दृष्टीने त्याने हे चूर्णही खावे आणि मारही खरपूर खावा, असे आमचे म्हणणे आहे. देगलूरच्या निषेधार्ह दंगलीपासून बोध घ्यावयाचा तो हाच होय...

(२६ जुलै, १९७०)

-०-०-०-

७

पूर्व पाकमध्ये काही निराळे घडत आहे...

पूर्व पाकिस्तानमध्ये काही तरी निराळे घडत आहे.

भारतातले पुष्कळ लोक वेगवेगळ्या कारणांसाठी त्या घटनांवर खूश आहेत.

समाजवादी मंडळींना ती लोकशाहीची खूण वाटते.

हिंदुत्वनिष्ठांना इस्लामच्या फाटाफुटीचा आनंद दिसतो.

आणि–

पुष्कळ राष्ट्रवाद्यांना तो राष्ट्रवादाचा, भूमिवादाचा विजय दिसतो.

पण या गोष्टीला अन्यही पुष्कळ अर्थ आहेत.

पाकिस्तानचा जन्म दोन संस्कृतिवादांतून झाला. इस्लामच्या वेगळेपणातून झाला, मूर्तिपूजकांपासूनच्या वेगवेगळ्या संस्कृतींमुळे झाला. हिंदू आणि मुसलमान या दोन संस्कृती आहेत व त्या अही-नकुलाप्रमाणे परस्परांचे अंगभूत वैर येऊन जगत आहेत, या कल्पनेतून झाला. हिंदू समाज भेकड आहे, जित आहे आणि इस्लामचा चांद हा सर्व भूमीवर फडकावण्याची प्रत्येक मुसलमानाला आज्ञा आहे, असे मानणाऱ्या इस्लामी धर्ममतातून पाकिस्तान जन्म पावले. रशियातल्या व चीनमधल्या मुसलमानांत ही वेगळेपणाची भावना निर्माण झाली नाही याचे कारण त्या राष्ट्रांतील शासकांनी मुसलमानांवर सदैव शह ठेवला आणि मुसलमानी मनातून ही श्रेष्ठत्वाची भावना खणून काढली. त्या देशात मुसलमान गुण्यागोविंदाने नांदतात ते तिथल्या समर्थ शासकांमुळे. इथल्या

भेकड आणि पक्षांध राजकीय नेतृत्वाला मुसलमानांचा धर्मांधपणा हवा आहे. त्या अल्पसंख्याकांच्या एकमुठी मतांची भीक त्यांना हवी आहे. इथल्या मुसलमान प्रश्नाला धार्मिकतेपेक्षा राजकीय बाजू आहे आणि त्या राजकीय बाजूमुळेच तो प्रश्न चिघळलेला आहे. जनसंघापेक्षा आजचे कॉंग्रेस सरकारच मुसलमानांचे आणि म्हणून देशाचे शत्रू आहे.

दोन समाजांत परस्परांविषयी सदैव अविश्वास असावा, ही गोष्ट मुळीच उचित नाही. मुसलमानांची राष्ट्रनिष्ठा जागृत करावी, याच भूमीविषयी त्यांचे ममत्व वाढवावे आणि त्यांची देवस्थाने जरी परकीय भूमीवर असली तरी त्या परक्या देशातील राजकारणाविषयी त्यांची आत्मीयता नष्ट करावी, हेच खरे म्हणजे सरकारचे कार्य होय. इस्लामची प्रथम निष्ठा धार्मिक नसती आणि त्यांची पितृभूमी व देवभूमी जर भारतबाहेर नसती; तर मुसलमानांच्या भारतीयीकरणाचा प्रश्नच आला नसता. धर्म आणि राष्ट्रधर्म यांची गल्लत होण्याचा धोका त्यांच्यापुढे आहे. त्यांचे या कामी डोळे उघडणे म्हणजेच मुसलमानांचे भारतीयीकरण होय.

ख्रिश्चन व मुसलमान यांचेच भारतीयीकरण व्हावयास हवे. त्यात अनैतिक काही नाही– प्रतिगामी तर मुळीच काही नाही. त्यांच्या देव-दैवतांवर हल्ला नाही, का त्यांचा धर्मही धोक्यात नाही. रोम किंवा मदिना या स्थानांबद्दल अप्रीती उत्पन्न करण्याचाही सवाल नाही; तर त्या स्थानांच्या प्रेमामुळे जिथले अन्न आपण खातो, जिथे आपले वाडवडील वाढले, त्या भूमीच्या इमानात व्यत्यय येता कामा नये.

पश्चिम बंगालमध्ये असणारे अल्पसंख्याक हिंदू आता पाकिस्तानचे नागरिक होत आणि पाकिस्तान नामक एक राष्ट्र तर आपण निर्माण केले आहे. पाकिस्तान-निर्मितीमुळे या देशाच्या केवळ तिजोरीवर भार पडला नाही, तर या देशाच्या पुरुषार्थावर घाव पडला आहे. तिथल्या नागरिकांना हिंदू म्हणून जगण्यासाठी लाचार व्हावे लागावे आणि इथल्या मुसलमानांना केवळ मुसलमान म्हणूनच मुजोरी करता यावी, हा दैवदुर्विलास होय.

पण स्वार्थासाठी का होईना, हिंदूंच्या मतांसाठी का होईना; मुजिबुर रहेमान यांनी पश्चिम पाकिस्तानात हिंदूंची बाजू घेतली, याकडे दुर्लक्ष करता येत नाही. पण हेही विसरता येत नाही की, मूळचे ते कडवे लीगवाले आहेत. त्यांनी एकदा आयूबच्या लष्करी कोर्टातून सुटका करून घेण्यासाठी कट्टर पाकिस्तानी भूमिका पत्करली होती. मध्यंतरी पाकिस्तान-हिंदुस्थानदरम्यान जे युद्ध झाले, त्यात हिंदुस्थानने गरीब बिचाऱ्या पाकिस्तानवर आक्रमण केले व त्यासाठी

म्हणून त्या आक्रमणाला तोंड देण्यासाठी पाकिस्तानात कडवा धर्मप्रचार करून या मुजिबुरनी जिहादची हवा तापवली होती. त्याचप्रमाणे भारताच्या फराक्का धरणालाही त्यांचा कडवा विरोध आहे. कम्युनिझमशी त्यांना मुकाबला करावयाचा आहे तोही त्यांच्या सच्चा 'मुसलमान'पणामुळे. कारण त्यांना सर्वच पाखंड खणून काढावयाचे आहे आणि हे पाखंड कुराणाधिष्ठित पाखंडच होय.

–आणि म्हणून मुजिबुर-विजयाच्या टेऱ्या बडवण्यात फार अर्थ नाही. एका लष्करी हुकूमशहाचे दिवाळे निघाले म्हणून आपल्याला आनंद जरूर व्हावा; पण हिंदू-मुसलमान संबंधात मुजिबुरही फार उदार भूमिका घेऊ शकत नाहीत. आता जरी ते औदार्याचा आव आणीत असले, तरी स्वतःचे आसन स्थिर झाल्यावर ते कसे वागतात, त्यावरच आपली मते अवलंबून ठेवली पाहिजेत.

आनंद एवढाच की, केवळ इस्लामच्या झेंड्याखाली आलो म्हणजे अल्लाच्या वरदानाने आपण स्वर्गसुख पावू, ही गोष्ट खोटी– हे इस्लामियांना आता कळले आहे. धर्माने आत्मिक समाधान लाभेल– पण पोटाचे प्रश्न धर्म सोडवू शकत नाही. ऐहिक प्रश्नाला ऐहिक उत्तरे असतात. कोणत्याच धर्मग्रंथात त्याला उत्तर मिळत नाही, ही गोष्ट सर्वांनीच लक्षात ठेवली पाहिजे. मुसलमानांनी ती विशेष लक्षात ठेवली पाहिजे.

मुजिबुर यांनी या भूमीशी इमान दाखवले, तर आम्ही त्यांच्या समवेत राहू. हिंदू आणि मुसलमान या दोघांनाही बंगाली भाषा व बंगाली संस्कृती औदार्याने सांभाळू शकते, हे सत्य जितक्या लवकर तिथले मुसलमान समजू शकतील तितक्या लवकर अभ्युदयाचा व दीर्घकालीन शांततायुक्त सहजीवनाचा रस्ता सापडेल.

या निमित्ताने मुसलमान समाज नवा इहवाद समजावून घेण्याचा प्रयत्न करीत आहे आणि अल्ला त्यांना साथ देवो.

(२८ मार्च, १९७१)

-०-०-०-

८

लांडग्यांच्या रक्षणासाठी शेळ्या हुरळल्या

पूर्व पाकिस्तानमध्ये याह्याखानांच्या राजवटीविरुद्ध मुजिबुर रहेमान यांनी दंड थोपटले आणि एक दिवस अकस्मात चकमकींना आरंभ झाला. पाकिस्तानमधल्या लष्करी राजवटीविरुद्ध हे बंड आहे, असा कृपया गैरसमज करून घेऊ नये; तर पूर्व पाकिस्तानावर पश्चिम पाकिस्तान गेली पंचवीस वर्षे जे अन्याय करीत आले आहे, त्याची ही एक साचलेली प्रतिक्रिया आहे. लोकशाही राजवटीतही हा असंतोष उसळून आला असता. संयुक्त महाराष्ट्राच्या चळवळीत महाराष्ट्रात अमानुष हत्या झाली; तेव्हा भारताचा प्रमुख याह्याखान नव्हता, पंडित नेहरूच होते. पंजाबी मुसलमान विरुद्ध बंगाली मुसलमान असे हे भांडण आहे. बहुसंख्य असलेला हा छोटा भूभाग रावळपिंडीने सदैव शोषण केला आणि बंगालला अर्धपोटी ठेवले. सरकारी नोकऱ्या, आर्थिक विकासाबाबत उपेक्षा, लष्करभरती, शेतीविषयक धोरण यांत पक्षपात करून रावळपिंडीने पंजाबी मुसलमानांचे हित पाहिले. पाकिस्तानी नेतृत्व हे बहुश: पंजाबी असल्यामुळे बंगालवर सतत अन्याय होत होता. या अन्यायाविरुद्ध मुजिबुर यांनी आवाज उठवला. वास्तविक, तो सर्वथा पाकिस्तानचा खासगी प्रश्न आहे. तिबेटवर कम्युनिस्टांनी कब्जा केला तेव्हा त्यांनी तेथे प्रचंड रक्तपात केला आणि सैनिकांच्या बळावर एक स्वतंत्र राज्य मोडून काढले; तेव्हा आजचे हे लोकशाहीचे पोपट चोची खाली घालून बसले होते. कम्युनिस्ट लष्करशाहीचा वरवंटा जेव्हा झेक-पोलंड आदी युरोपियन जनतेच्या

डोक्यावरून फिरला आणि लक्षावधी नागरिक मारून कम्युनिस्टांनी बंड मोडून काढले, तेव्हा हे समाजवादी पोपट डांग्यांचे पेरू, मिरच्या खात सुखात होते. अंतर्गत बंडाळी मोडून काढण्यासाठी सरकार कठोर उपाय योजते, तेव्हा कम्युनिस्ट सरकारे हृदयपरिवर्तनाचे महात्माप्रयोग न करता 'याह्याखाना'चे प्रयोग करतात, आणि बंडे होतात ती अन्यायाची परमावधी होते तेव्हाच. कम्युनिस्टांच्या राजवटीतही झाली आणि तीही निर्घृण उपायांनी मोडली गेली, हे विसरता कामा नये.

याह्याखानांनी मध्यंतरी निवडणुकीचे नाटक केले, ते त्यांच्या अंगाशी आले आहे. कम्युनिस्ट राजवटीत निवडणुकीचे नाटक होते, पण अन्य उमेदवारच उभे राहत नाहीत. राहण्याचा यत्न केला तर मग उमेदवार मागे उरतच नाहीत. इथे चूक झाली. मुजिबुर–लोकप्रियता सिद्ध करण्यास पर्यायाने याह्याखानच जबाबदार आहे. एकदा निवडणुका होऊन मुजिबुरना पाठिंबा आहे हे ठरल्यानंतर जगातली लोकशाहीप्रधान जनता मुजिबुरच्या पाठीशीच उभी राहील, हे याह्याखानांनी ओळखावयास हवे होते. आपल्या शक्तीचा अंदाज घेणे निराळे आणि त्याची पावती घेणे निराळे. याह्याखानांची ही चूक त्यांना भोवते आहे. एवढी जनता पाठीशी आहे हे पाहिल्यावर मुजिबुरनी हा जुगार खेळायचा ठरवले, तर त्यात काय चूक आहे? पाकिस्तानच्या रक्षणासाठी अमेरिका, इंग्लंड अनेक करारांनी बांधलेले आहेत. त्याप्रमाणे सेंटो-नाटो करारातील राष्ट्रेही पाकिस्तानच्या रक्षणार्थ सिद्ध आहेत. हिंदुस्थानने मुजिबुरच्या सरकारला पाठिंबा द्यायची खोटी, की याह्याखानचे काम सोपे होणार आहे. पाकिस्तानच्या नागरिकांना मदत करू शकेल असे एकही राष्ट्र या आशियाई परिसरात नाही आणि म्हणूनच या युद्धाची अखेर बंदुकीची गोळी व अविनाशी आत्मा यांच्या परस्पर ताकदीतच लागेल. भारतातील वावदुकी नागरिकांनी केवढाही ओरडा केला तरी चाललेली मजा बघत राहण्यावाचून भारत या युद्धात काही करू शकत नाही.

आनंद मानायचा असेल तर एवढाच की, मुस्लिम राष्ट्रवाद यामुळे संपुष्टात आला आहे. मुसलमानांच्या राष्ट्रामुळे मुसलमानांचे प्रश्न सुटले नाहीत; उलट पंचवीस वर्षांत सदैव लष्करी राजवटीखालीच त्या देशाला राहावे लागले. अमेरिका-रशिया-चीन या सर्व देशांकडून प्रचंड साह्य मिळूनही पाकिस्तान हे स्वयंपूर्ण राष्ट्र बनू शकले नाही. लोकशाहीतले स्वातंत्र्य नाही– वा एकतंत्री राजवटीतील सुधारणा आणि सुबत्ता नाही, अशी पाकिस्तानची रडकथा आहे. आणि पूर्व पाकिस्तान इस्लामच्या झेंड्याला एकनिष्ठ नाही, उर्दू भाषेशी एकनिष्ठ

नाही, कुराणाइतकीच गीता पवित्र असू शकते, इक्बालप्रमाणे रवींद्रनाथ अभिमानाचा विषय होऊ शकतो– अशी नवी प्रमेये घेऊन ते पाकिस्तानच्या कडव्या राजवटीपुढे खडे आहे.

–आणि त्यामुळे भारतातील मुसलमान अस्वस्थ आहेत. मुसलमानी जगातली ही फाटफूट त्यांच्या जिव्हारी लागलेली आहे. त्यामुळे लक्षावधी मुसलमान पाकिस्तानच्याच बाँबफेकीत मारले जाऊनही तो गप्प आहे. लोकशाहीवर मुसलमानांची निष्ठा काय किमतीची आहे, याचे हे एक गमक आहे.

पण भारतातल्या हिंदूंनी मात्र अकारण वाहवून जाऊ नये. थोडे सबुरीने घ्यावे. मुसलमानी मन समजले, असा दावा नेहरू-गांधींनी केला. त्यांची गत काय झाली, ते आपण पाहतोच आहोत. त्या मानाने इंदिराजी थंड डोक्याने सर्व घटना पाहत आहेत, हे खरोखरच कौतुकास्पद आहे. याह्याखान मेला म्हणून हिंदूंचे नष्टचर्य संपले, असे नाही. कारण त्याचा बाप कोणी तरी आपल्या उरावर नाचणारच. पाकिस्तानचे राजकारण हे हिंदुद्वेषावर आधारलेले आहे आणि म्हणून जनसंघादी सर्व भारतीय पक्ष आज जे हर्षाने नाचत आहेत, त्यांच्या लक्षात पुढचे पर्यवसान अद्यापि आलेले नसावे. यदाकदाचित रहेमान यशस्वी झाला, तर तो बांगलादेश एक केल्यावाचून राहणार नाही. एवढेच नव्हे, तर आसामसारखा असुरक्षित व मुसलमान-ख्रिश्चन मिशनऱ्यांनी पोखरलेला प्रांतही भारताला गमवावा लागेल. ही आणखी नव्या पाकिस्तानची सुरुवात आहे.

तर मग हिंदूंनी याह्याखानला पाठिंबा द्यावा काय? मुळीच देऊ नये. उलट, त्याच्या उद्दाम-निर्घृण-बेबंद राजकारभाराचे ज्ञान भारतीय मुसलमानांना देत राहावे.

या जगातले ऐहिक प्रश्न सोडविण्याचे सामर्थ्य कोणत्याच धर्मात नाही; मुसलमान धर्मात तर ते मुळीच नाही. कारण ताजेपणाला पारख्या झालेल्या या संकुचित धर्माला धर्मापासून अपेक्षित असलेली सहृदयताही दाखविता आलेली नाही आणि म्हणून, मुसलमानांच्या या यादवी युद्धात कोणाची कड घेऊन भाग घेण्याचा फाजील उदार दृष्टिकोन हिंदूंनी मुळीच दाखवता कामा नये. या युद्धापासून शिकायचे ते मुसलमान शिकतील, अशी आशा करावी. पण रहेमानमियाँना आपल्या बळावरच लढू द्यावे. भारतीय मुसलमानांचा ओढा अर्थातच याह्याखानकडे असणार आणि ते सिद्ध होण्याची ही संधी भारताने घालवू नये.

मुसलमान धर्म हा मुळातच लोकशाहीविरोधी आहे, हे एक ऐतिहासिक सत्य आहे. त्यांना धर्म आणि राजकारण वेगळे ठेवता आले नाही. गेल्या महायुद्धानंतर किती तरी राष्ट्रे स्वतंत्र झाली. त्यांत पुष्कळ मुसलमानांची होती. निदान मुसलमानी मतांचा तेथे प्रभाव होता; पण कोठेही लोकशाही रुजलेली नाही आणि त्यांनी धर्मविचार हा सामाजिक जीवनापासून अलग केल्याशिवाय लोकशाहीतील सहिष्णुता-समान धर्म-तडजोड-परमतांविषयी आदर या गोष्टी ते शिकणार नाहीत.

पाकिस्तानची शेकडो शकले झाली म्हणून त्यांचे धार्मिक आवाहन मुळीच कमी होणार नाही. त्यांच्या लष्करी आक्रमणाचा धोका टळेल, पण त्यांच्यातील जिहादची प्रवृत्ती तेवढीच बळकट राहील.

म्हणून त्या रक्तपिपासू लांडग्यांसाठी इथल्या शेळ्यांनी हुरळण्याचे बिलकुल कारण नाही. काहीही झाले तरी या शेळ्या हेच त्यांपैकी उरलेल्या लांडग्यांचे भक्ष्य आहे.

(१८ एप्रिल, १९७१)

-०-०-०-

९

निवडणुकांतील पैसा बाहेर येऊ लागला

दिल्ली या भारताच्या राजधानीत एक सुरस आणि चमत्कारिक गोष्ट घडली आणि दिल्लीचे बगदाद झाले. फार पूर्वी हरून अल् रशीद हा एक खलिफा बगदादमध्ये राज्य करीत असताना पुष्कळ रोमांचकारी कथा तेथे घडल्या. आताही 'वेंकटगिरी' या खलिफाचे आणि 'इंदिरा' या त्याच्या चतुर प्रधानाचे राज्य दिल्ली या नवलनगरीत चालू आहे, तेव्हा तेथेही अरबी सुरस कथांना लाजवणाऱ्या गोष्टी घडाव्यात, यात आश्चर्य ते काय?

निवडणुकीच्या 'शाईच्या' सुरस कथेच्या धक्क्यापासून पुरेसे सावरण्यापूर्वीच निवडणुकीतील अमाप खर्चिलेल्या रकमांनाही पाय फुटू लागले. शाई वाळण्यापूर्वीच अक्षरश: नोटांचा पाऊस पडला. एक दिवस निवडणुकीनिमित्त द्विरुक्त (duplicate) नोटा छापण्याचा कारखाना इंडिकेट काँग्रेसने काढला होता. त्यातील नोटा नष्ट करण्याचा एक यत्न परवा उघडकीला आला.

इंदिरा गांधींच्या निरोपासरशी साठ लाख रुपये स्टेट बँकेतून काढले जाऊन एका सर्वथा अपरिचित माणसाच्या हाती जाऊ शकतात; त्या अर्थी, अशा रकमा काढण्याची इंदिराजींची ही पहिलीच वेळ नव्हती. मल्होत्रा या जुन्या, निवृत्तीस आलेल्या कॅशिअरने ही रक्कम बँकेच्या तिजोरीतून विनातक्रार काढावी अन् नगरवालाच्या हवाली करावी, यात गैर काही मानले जात नसावे. अशा आणि एवढ्या रकमांचे पंतप्रधान काय करीत असाव्यात?

दिल्लीतील जाणत्या लोकांत इंदिराजींनी निवडणुकीसाठी लागणारी दहा कोटींहून अधिक रक्कम कोठून जमवली, याविषयी अनेक वेळा चर्चा चालत. औषधी कारखानदारांकडून, त्यांना दर वाढवून देऊन काही कोट मिळाले– अशी एक वदंता... साखर कारखानदारांना दर वाढवून देऊन काही कोट– अशीही वंदता... तर आयात वस्तूंच्या परवान्यांचा अधिकृत काळाबाजार करून इंदिराजींनी पैसा निर्माण केला, असे त्या खात्यातील काही अधिकारीच सांगत असत. त्या सर्व गोष्टी कदाचित मर्यादित प्रमाणात खऱ्या असतीलही किंवा अतिरंजित असतील. पण एकट्या कारखानदारांकडून मिळून काढलेला पैसा अखेरीस महाग पडेल, म्हणून इंदिराजींनी त्याच नंबराच्या नोटा छापून वापरल्या असतील; तर त्यांना कोणाचे मिंधेही राहावयास नको, असा सल्ला त्यांच्या सल्लागारांनी दिला असावा.

निवडणुकीत आपण घसघशीत यश मिळवणार, हे त्यांना माहीत होते. त्यांचे सल्लागार तर निश्चित आकडे त्यांना देत होते आणि शास्त्रीय पद्धतीने मतपत्रिकांची खात्री करून घेतल्यामुळे व रसायनाच्या पक्केपणाचा भरवसा असल्यामुळे काहीही घडले तरी आपण त्यातून बाहेर पडू, याविषयी इंदिराजींची खात्री होती. निवडणुकीचा पैसा या देशातल्या छापखान्यात छापला गेला आणि आता निरंकुश सत्ता आल्यावर वेगवेगळ्या मार्गांनी त्या द्विरुक्त नोटा नष्ट करण्याची मोहीम सुरू झाली.

परवा नगरवाला या इंदिराजींच्या अत्यंत विश्वासू सहकाऱ्याने त्यांच्या संमतीनेच हा बनाव घडवून आणला होता. पण कोठे तरी माशी शिंकली आणि ही बातमी फुटली. त्या बातमीचे परपक्षीयांनी भांडवल करू नये, म्हणून पोलिसयंत्रणा झपाट्याने हलू लागली. नगरवालाला पकडण्यात आले. पैसे ताब्यात घेण्यात आले. गमतीची गोष्ट म्हणजे, कज्जाचे काम चालू असताना वास्तविक मुद्देमालाचा पंचनामासुद्धा करण्यात आलेला नाही. सरकारला त्या नोटांचे नंबर प्रसिद्ध करण्यास मॅजिस्ट्रेटने भाग पाडावयास हवे. केवळ फसवणुकीच्या आरोपांचे आरोपपत्र दाखल करण्यात आले आणि मॅजिस्ट्रेटनी त्वरित निर्णय देऊन नगरवालांना तुरुंगात डांबून टाकले. मल्होत्रा, बँकेतील अन्य कर्मचारी यांपैकी कोणाची कसोशीने साक्ष घेतली गेली नाही. आरोपीचा जबाब खरा धरून तडकाफडकी न्यायाचे काम पार पडले.

कोणाही माणसाच्या बुद्धीपुढे अनंत प्रश्न उभे राहतील. स्टेट बँक ही सरकारी बँक आहे. तिथे प्रत्येक गोष्टीचा केवढा घोळ असतो, किती वेळ

लागतो याला सीमा नाही. प्रत्येक देण्या-घेण्याचे वेळी समोरचा माणूस अट्टल गुन्हेगार आहे, असा संशय मनात ठेवून त्याला वागवले जाते. विशेषत: पैसे घेताना तर कोठून झक् मारली अन् या बँकेत पाऊल ठेवले, असे त्याला होते. अशा अत्यंत चिकित्सक व दीर्घसूत्री बँकेत एक माणूस फोनवरून सूचना देतो, पंतप्रधानांच्या आवाजाची नक्कल करतो आणि एक-दोन नव्हे तर साठ लाख रुपयांची रक्कम मागतो... कॅशिअरही कोणाची परवानगी न घेता, मॅनेजरला न कळवता ही रक्कम सर्वथा परक्या माणसाच्या स्वाधीन करतो... पावती मागत नाही, लेखी चिठ्ठी मागत नाही, आयडेंटिटी कार्ड मागत नाही, बरोबर संरक्षक पोलीस देत नाही– हा मामला आहे काय? बाबूराव अर्नाळकरांच्या कथांतसुद्धा या गोष्टींचा विचार केला जातो. 'मल्होत्रा' हा ठार वेडा माणूस आहे काय? बँक मॅनेजरच्या स्वाक्षरीशिवाय बँकेतून एवढी रक्कम हलू शकते काय?

सारीच गंमत आहे! पोलिसांनी सांगितलेली ही बनावट कहाणी एवढी मूर्खपणाने ओतप्रोत भरलेली आहे की, न्यायालयाने त्यावर विश्वास कसा ठेवला? आरोपीचा जबाब खरा कसा मानला? निदान जे घडले ते परत करून दाखवा, अशी मागणी का केली नाही? गुन्ह्याचे स्थळ पाहण्याचे का ठरविले नाही? बँकेच्या कचेरीत खरोखरीच हा व्यवहार कसा घडला, याची चौकशी का केली नाही?

सोपे आणि साधे उत्तर असे आहे की, नगरवालाने जे काही केले, ते उच्च पदस्थांच्या परवानगीनेच आणि साह्यानेच. मल्होत्रानेही जे केले, ते बेकायदा असले तरी त्यालाही आशीर्वाद होता तो श्रेष्ठींचाच. त्याशिवाय देशातल्या राजधानीत भर दिवसा, स्टेट बँकेसारख्या अत्यंत जुनाट पद्धतीने कारभार करणाऱ्या संस्थेत हा प्रकार होताच ना. हा दरोडा घालणारे आणि तो शोधण्याचा देखावा करणारे एकच होते. फौजदारच चोर होते. राजाच चोर होता. कोण कुणाला शिक्षा करणार?

शिक्षेचे हे नाटकही एवढे हास्यास्पद होते की, या देशात कारभार करणारे किती नालायक आणि बेशरम आहेत, याचा तो धडधडीत पुरावा होता. खरोखरीच या पद्धतीने साठ लाख रुपये जर सरकारी तिजोरीतून पळवता येत असतील, तर आम्ही या सरकारला कर का द्यावेत? या मंत्र्यांची तैनात का राखावी? पोलिसांच्या गणवेशावर का पैसा खर्च करावा? हे दरोडेखोर केवळ बदमाश नव्हेत, तर मूर्ख बदमाश आहेत. सरस अन् सुरस कथा निर्माण करणाऱ्यालाही थक्क करेल एवढ्या पोरकटपणाने या दरोड्याची गोष्ट निर्माण

केली गेली आणि दीर्घसूत्री अशा न्यायपद्धतीला लाज वाटेल अशा तऱ्हेने तडकाफडकी शिक्षा दिल्या गेल्या. वास्तविक, ही काही केवळ फसवणूक नव्हती; हा दरोडा होता, ही फोर्जरी होती, मग हा खटला सेशनकमिट का झाला नाही? जे घडले ते पाहिले की वाटते, या देशात काहीच सुरक्षित नाही. पंतप्रधानसुद्धा अशा राजकीय दरोड्यातील सामील होतात याचा अर्थ, हा देश थोड्याच अवधीत खड्ड्यात जाणार. या घटकेला स्टेट बँकेतल्या नोटांची मोजदाद केली तर, कदाचित ज्या बळावर इंदिराजींच्या निवडणुका जिंकल्या; त्यातील 'अर्थ' सापडेल.

पण...?

कमकुवत झालेली विरोधी पक्षांची आजची स्थिती, विकत घेतली जाणारी आजची वृत्तपत्रसृष्टी आणि महागाईने त्रस्त झालेली व स्वास्थ्य घालवून बसलेली जनता यांपैकी कोणातूनही या माजलेल्या राक्षसांचा संहार करणारी शक्ती निर्माण होण्यासारखी नाही. त्रस्त भूमीला तारण्यासाठी जन्म घेईन, असे आश्वासन देणारा कृष्णसुद्धा तोंडात बोट घालून आजच्या कंसाचे अत्याचार बघत डोळे मिटून बसला आहे. एकच आशा आहे, ती ही– की, अतिलोभामुळे म्हणा किंवा मातल्यामुळे म्हणा; या असुरांतच बेदिली माजेल आणि तेव्हाच कदाचित ते परस्परांचा नाश करतील.

(१३ जून, १९७१)

– ०-०-० –

१०

निधर्मीपणाच्या गाळात रुतणारे शासन

बंगालमध्ये जे काही चालले आहे, त्याची अतिरंजित वर्णने भारतीय सरकार आणि बांगलादेश मुक्तिफौजेचे प्रवक्ते देत आहेत. बांगलादेशवाद्यांचा प्रचंड पराभव होत आहे आणि तरीही मुक्तिफौजा जिंकत असल्याचे खोटे वृत्तांत भारतीय नभोवाणी देऊन आपणा सर्वांची दिशाभूल करीत आहे. पाशवी लष्करी बळापुढे बांगलावादी लोक चिरडले जात आहेत आणि लक्षावधी नागरिक पाकिस्तान सोडून भारतात येत आहेत. पाकिस्तानला तेच हवे आहे. याह्याखानच्या राजवटीविरुद्ध बंड केलेल्यांपैकी अधिकांत अधिक लोकांना पाकिस्तानमधून परागंदा होण्यास भाग पाडणे, हिंदूंचा विध्वंस करून पाकिस्तान पाक करणे आणि पुन्हा भारतानेच पाकिस्तानच्या अंतर्गत प्रश्नात लुडबूड करून हे बंड घडवून आणले, असा बकवास करणे– हे त्याचे उद्दिष्ट आहे व ते साध्य होत आलेले आहे. आपली मायभूमी सोडून आलेले हजारो निर्वासित हे भारताने चिथावलेले पाकिस्तानी नागरिक होत, हीच घोषणा पाक रेडिओ देत आहे. यांपैकी बहुसंख्य लोक जोगेंद्रनाथ मंडल या मूर्ख माणसाच्या नादाने पाकिस्तानात राहिलेले हिंदू होत. त्यांना परत पाकिस्तानात स्थान नाही, हेही पुन: पुन्हा घोषित करण्यात येत आहे. म्हणजे, पुन्हा एकदा लक्षावधी निर्वासितांचे लोंढे पोसण्याची मूर्ख जबाबदारी भारताने घेण्याचे ठरवलेले दिसते.

हे लक्षावधी हरिजन हिंदुस्थानात परत येत असताना

भारताने त्यांतील हिंदू-मुसलमानांचे प्रमाण मुद्दामच लपवले होते. सेक्युलरवादी भारताच्या दृष्टीने असे सर्वच हिंदू माघारी आले, हे म्हणणे सोईचे नाही. वास्तविक, हे हिंदू यापूर्वीच भारतात यावयाचे; पण त्यांची स्थिती कोठेही असली तरी सारखीच दयनीय असणार, हे त्यांना माहीत होते. त्यांतल्या त्यांत अल्पसंख्याकांचे जे फायदे असतात, ते लुबाडत ते पाकिस्तानात राहत होते. बंगालच्या निवडणुकीत त्यांनी रहेमानच्या अवामी लीगला मते देऊन तो पक्ष निवडून आणण्यास मदत केली, ही गोष्ट याह्याखान विसरणे शक्य नव्हते आणि आताच्या धामधुमीत 'अल्ला हु अकबर'ची घोषणा करीत अगोदर हिंदू मग मुक्तिफौजांचा विनाश करण्याची त्याने आज्ञा केली आहे. यापुढे 'बंगाली' पाकिस्तानात औषधालाही हिंदू राहणार नाही. सुक्याबरोबर ओले जळते, या न्यायाने काही पोटार्थी मुसलमानांचा ओघही भारताकडे लोटला आहे. आळशी, लाचार आणि भेकड असे लोक पोसण्यापेक्षा हाकलून देणे, हे याह्याच्या फौजांना सोईस्कर आहे. अन्नधान्य आणि जीवनाविषयक गरजा पुरविण्यात अगोदरच अडचणी आलेल्या आहेत. त्या वेळेस कमी खर्चाचा हा उपाय या फौजांनी शोधून काढला. कोणीही– भारत सोडून– असेच केले असते.

जे हिंदू भारतात परतले, हे या समाजाचे एक अविभाज्य घटक होते आणि आज ना उद्या परत येणारच होते. आपल्या अदूरदृष्टी राज्यकर्त्यांचे हे बळी होत. काहींची हत्या १९४७ च्या वेळी झाली; काहींची आज होते आहे. हत्येस जबाबदार त्या काळचे षंढ नेतृत्व होते; आज असल्याच तत्त्वज्ञानाच्या जाळ्यात अडकलेले सेक्युलर नेतृत्व आहे. राष्ट्रे निधर्मी असतात, हे भारताने मानले तरी पाकिस्तानने मानण्याचे काहीच कारण नाही, आणि आपल्या कुवतीनुसार धार्मिक तंट्याचे मूळ म्हणजे दोन धर्मांचे अस्तित्व– तेच त्यांनी नष्ट केले आहे. आता अन्य कोणतेच ऐहिक प्रश्न धर्म सोडवू शकत नाही, हा प्रश्न उरतोच. पण निदान सतत छळणारी द्वेषभावना स्वदेशात तरी त्यांनी उरू दिली नाही आणि एक कोट लोकांच्या पालनपोषणाची जबाबदारी त्यांनी शेजारच्या राष्ट्रावर फेकून दिली. गाढवावर ओझे पडले म्हणून फार तर गाढव हळू चालते, ते मरत नाही. भारताची प्रगती मंद झाली, उलट ती थांबली; तर ती पाकिस्तानला हवीच आहे. पाकिस्तानला का, सर्वांनाच हवी आहे. कारण सर्व आशिया-आफ्रिकेत या एकाच राष्ट्रात लोकशाही शिल्लक आहे, हे त्यांना कसे पाहवावे? इथे क्रांती नाही, रक्तपात नाही, लष्करी क्रांती नाही... असंतोष असला तरी उद्रेक नाही. अन्य मागास राष्ट्रांच्या मानाने हिंदुस्थानचे हे असे असणे ठीक

नाही. तेव्हा त्याच्या गळ्यात एक कोटी नवी प्रजा– तीही निरुद्योगी, आळशी, लाचार अशी– पडली, तर आपोआपच इथे बेदिली होईल, करवाढ होईल, भाववाढ होईल आणि अन्य राष्ट्रांना, अन्य देशांना भारतीय युद्धप्रयोगशाळा करता येईल, असा त्यांचा हिशेब आहे.

वास्तविक, हिंदुस्थान सरकारने आपल्या सर्व सीमा यापूर्वीच बंद करावयास हव्या होत्या. पाकिस्तानचे नागरिकत्व खुशीने पत्करलेल्या नागरिकांनी तिथल्या राज्यकर्त्यांच्या भयाने परागंदा व्हावे व शेजारच्या राष्ट्राला भारभूत व्हावे आणि भारताने त्या पळपुटेपणाला आश्रय द्यावा, यात शहाणपण काहीच नाही. त्यांना स्वदेशात राहावयास भाग पाडून प्रतिकारार्थ सिद्ध करावयास हवे होते. त्या निमित्ताने पाकिस्तानात भारतीय छुपे हस्तक घुसवावयास हवे होते. नाही तरी जगातील कोणतेही राष्ट्र भारताच्या बाजूस येणार नाही. मुसलमान राष्ट्रे केवळ मुसलमान निर्वासितांसाठी फंड पाठवतील; पण एकाही हिंदूला फद्याही देणार नाहीत, यात मुळीच शंका नाही.

भारताने पाकिस्तानी मुक्ती फौजांना अन्ने, वस्त्रे, शस्त्रे पुरवली आहेत असे म्हणतात. ते शहाणपणाचे होय. पण त्या पलीकडे या भानगडीत अधिक नाक खुपसणे भारताला महाग पडणार आहे. भारत मुळात एक भिकारी देश आहे. जोगवा मागत देशोदेशी हिंडणारे भारताचे काही खास वकील आहेत. या भीक मागण्याचा भारतीय शासनाला अजून कंटाळा आलेला नसला, तरी आपण चुकीच्या ठिकाणी दानधर्म केला, अशी भावना आता सर्वच सत्तावान राष्ट्रांत पसरली आहे. आपल्या तोंडाळपणामुळे आपण मित्रांना हिणवले आणि अकारण वल्गनांमुळे शत्रूंना डिवचले. परिणामी, आताच्या या स्फोटक परिस्थितीत सर्वच जण भारताकडे दयार्द्र बुद्धीने पाहण्याऐवजी चेष्टेने पाहत आहेत.

वास्तविक, पाकिस्तानवर जो घोर प्रसंग उद्भवला, त्या देशात प्रचंड बंड उभे झाले व पाकिस्तान या मस्तवाल राष्ट्राची शक्ती खच्ची झाली; या परिस्थितीचा फायदा भारताऐवजी पाकिस्तानच मिळवणार, असे दिसते. एक तर पाकिस्तान हे मुसलमान राष्ट्र आहे आणि ते सर्वथा मुस्लिम जगाशी जखडलेले आहे. त्यामुळे सत्तासंपन्न राष्ट्रे नेहमीच पाकिस्तानला झुकते माप देत आली आहेत. कारण सर्व मुस्लिमजगात त्यांचे हितसंबंध गुंतलेले आहेत. केव्हाही या निर्वासितांचा प्रश्न उत्पन्नच झाला, तर कानांवर हात ठेवून ही राष्ट्रे म्हणतील– ही तुमचीच माणसे होती– ती परत स्वदेशात आली. त्यांची जबाबदारी तुम्हीच घ्यावयास हवी. पाकिस्ताननिर्मितीच्या वेळचा पोरकट उत्साह

आता उघडा पडतो आहे, तेव्हाच भारतातल्या मुसलमानांबद्दल पाकिस्तानने आणि पाकिस्तानातल्या हिंदूंबद्दल भारताने निश्चित भूमिका घ्यावयास हव्या होत्या. पंचवीस वर्षांनंतर का होईना, पाकिस्तानातील हिंदू हा प्रश्न याह्याखानांनी सोडवून टाकला आणि एकाच प्रश्नात दोन्ही प्रश्न सोडवले. आपली जबाबदारी झटकली आणि ती भारताच्या गळ्यात अडकवली. अगोदरच निधर्मीपणाच्या गळ्यात रुतलेले इथले शासन आणखी खोल रुतत जाणार.

कोणताही मानवतावाद हा अखेरीस मानवी मर्यादांशी निगडित हवा. आजपावेतो मानवतेच्या नावाखाली देशविघातक व प्रजेशी द्रोह करण्याचे कार्य इथल्या राजकर्त्यांनी केलेले आहे. राजकीय मोठेपणा आणि संतमाहात्म्य मिळवण्याच्या भरात भारताने आपली पवित्र भूमी– अनेक पुरुष, स्त्रिया आणि अर्भके यांचे रक्त व अब्रू बळी दिलेली आहे.

हा समंजसपणा नेहमीच भेकडपणाच ठरलेला आहे. अजूनही चेंगीझखान– अल्लाउद्दीन खिलजी– औरंगजेबाची रक्ततृष्णा, राज्यतृष्णा आणि धर्मतृष्णा या शमलेल्या नाहीत. त्या काहीही, कितीही देऊन शमणाऱ्या नाहीत. हा अग्नी चेततच गेलेला आहे. पाकिस्ताननिर्मितीनंतर भिऊन गप्प बसलेले मुसलमान पुन्हा नवी स्वप्ने पाहू लागलेले आहेत. इथल्या मुसलमानांचे प्रेम याह्यावर आहे, ते रहेमानवर निश्चित नाही. ते सर्व विसरून जाऊन पुन्हा एकदा आपण या मानवतेच्या, औदार्याच्या, सहिष्णुतेच्या गाळात रुतणार आहोत. आधीच भाववाढीने त्रस्त झालेल्या भारतीयांवर नको तेवढे बोजे आहेत. निर्वासितांवर खर्च होणारे हे रुपये या दरिद्री देशातूनच उभे केले जाणार आहेत. याचा अर्थ, आमच्या फाटक्या ओंजळीला आणखी गळती लागणार आहे. याचा अर्थ, आमचे कष्ट वाढणारच आहेत. याचा अर्थ, आमच्या चतकोर भाकरीचा आणखी तुकडा राज्यकर्ते काढून घेणार आहेत.

तोंडचा घास काढून घेतला की, शेळ्या-मेंढ्यासुद्धा मुसंडी मारतात; आपण तेवढेही करू शकणार नाही, कारण या सरकारी पाहुण्यांसाठी आपण भुके मरणार. आपण मेलो तरी चालेल; पण हे परागंदा नागरिक जगले पाहिजेत, अशी घोषणा अर्थमंत्र्यांनी नुकतीच केली आहे.

मग मरायचे असेल, तर या अवस्थेला ज्यांनी आणले; त्या राज्यकर्त्यांना शासन कोणी करावयाचे?

(२० जून, १९७१)

- ० - ० - ० -

११

'ये रे, माझ्या मागल्या' असे तर होणार नाही?

बंगालमधून निर्वासितांचे लोंढे येत आहेत, ते आज ना उद्या थांबतील. पाकिस्तानमधून सर्व हिंदू हाकलले गेले व पूर्व पाकिस्तानची लोकसंख्या पश्चिम पाकिस्तानपेक्षा कमी झाली, म्हणजे याह्याखान हे हत्यासत्र आटोपते घेईल. निवडणुकांचा फार्स पुन्हा घडवील आणि त्यात आपल्याला हवे ते नेते निवडले गेले, असा देखावा करील. या त्याच्या कृत्याला सर्व बड्या राष्ट्रांची संमती आहे. मुस्लिम राष्ट्रांची संमती आहे. एवढेच नव्हे, तर चीनचीसुद्धा संमती आहे. पाकिस्तान हे आशियातील सर्वांचेच राखीव कुरण आहे आणि परस्परविरोधी भूमिका असणारी सर्व राष्ट्रे या घडीला पाकिस्तानच्याच बाजूला उभी आहेत.

लोकशाहीप्रेमी इंग्लंड–अमेरिकेसारखी राष्ट्रे पाकिस्तानच्या बाजूला कशी, असा प्रश्न पुष्कळांना पडेल; पण ते व्यवहारी राजकारणाबाबतचे अज्ञान होईल. पाकिस्तानात लोकशाही नाही म्हणूनच ती राजवट आपल्याला कम्युनिस्टविरोधी तळ म्हणून उपयोगी पडेल, अशी अमेरिका-इंग्लंडची धारणा आहे. शिवाय लोकशाही, समाजवाद-राष्ट्रीयीकरण या वाह्यातपणामुळे भारतीय शासन आज ना उद्या कम्युनिस्टांच्या घशात जाईल, ही भीतीही त्या गोटात आहे. म्हणजे, पाकिस्तानचे सामर्थ्य वाढवणे व त्यामुळे हिंदुस्थानला सदैव आर्थिक अरिष्टात लोटणे, हे त्याचे राजकीय सूत्र आहे.

–आणि कम्युनिस्टांना भारत ही जरी अत्यंत सुखदायक

अशी प्रयोगशाळा असली तरी तेथे मर्यादित प्रवेश मिळेल, ही भीती आहे. इथल्या कम्युनिस्ट पक्षाची उभारणी हीसुद्धा चुकीच्या पायावर आणि क्रांतिविरोधी समाजघटकांतून झाली आहे. अजूनही ती समाजाच्या अंतरंगांत पोचलेली नाही, याचे कारण देव-धर्म-परंपरा यांचा फायदा त्या पक्षाला घेता येण्याजोगा नाही आणि यावाचून या देशातले पानही हलत नाही. काही महत्त्वाच्या औद्योगिक केंद्रांतून– शिक्षणाचा अफाट प्रसार, बेरोजगारीची तीव्रता असलेल्या केरळमध्ये आणि सततच्या निर्वासित प्रश्नामुळे आर्थिक व सामाजिक अस्वास्थ्य असलेल्या बंगालमध्ये– कम्युनिस्टांनी घट्ट पाय रोवले आहेत. एके काळची कम्युनिझमची स्वप्ने स्टॅलिनकाळात पार उद्ध्वस्त झाली आहेत. हिटलरएवढीच स्टॅलिनची राजवट अन्यायजनक असू शकते आणि हिटलरचा पराभव करता येतो, पण स्टॅलिन-कोसिजिन या मंडळींचा पराभव झालाच तर त्यांच्या देशातील अधिक कडवट आणि जुलमी प्रतिस्पर्धी नेत्यांकडून होतो– तोही फार क्वचित– हे पाहिल्यावर पूर्वीची कम्युनिझमची वेडगळ स्वप्ने गरिबांचे राज्य, कामगारांचे राज्य वगैरे जी कुठे तरी रुजत असत, ती मुळातच जळून गेली आहेत.

कम्युनिस्टांची राजवट ही एका पक्षाने देशावर लादलेली हुकूमशाही राजवट आहे, असे धडधडीत दिसत असता, हिंदुस्थानात कम्युनिस्ट यशस्वी होण्याचा संभव नाही. मात्र, कम्युनिस्ट साम्राज्यवादाचा प्रसार करावयासाठी निघालेल्या लालफौजेचे बारीकसारीक बुभुक्षित या देशात अस्वस्थता, बेदिली, अराजक, आर्थिक अरिष्ट, संप, औद्योगिक कलह निर्माण करीत असतात आणि आपणही गरिबांचे कनवाळू आहोत हे दाखवण्यासाठी आळशी, निरुपयोगी, कामचुकार कामगार आणि शेतकरी यांच्या बाजूने ओरडणे इतर पक्षांना भाग पडते. तुम्ही एवढे कामगारप्रेमी– तर आम्ही थोडे अधिकच, असे हे खेळ भारतात चालू आहेत. बंगालमधून सुमारे एक कोट लोक भारतात ढकलल्याने आर्थिक व्यवस्था तर कोलमडेलच; पण आसाम-बिहार या भूमीजवळच्या भागात कम्युनिस्टांना चांगले स्थान मिळेल, असे त्यांना वाटते.

आपले सरकार हे मूर्खांचे सरकार आहे. ते बहुसंख्येने निवडून आलेले आहे याचा अर्थ ते शहाणे आहे, असा होत नसून ते लोकप्रिय आहे– निदान होते, असे फार तर म्हणता येईल. उद्याचे दुखणे ज्याला आज समजते, त्याला राजकारणी म्हणतात. पण निर्वासितांचा प्रश्न हा खरोखर तात्पुरत्या आलेल्या पाहुण्यांचा नाही व हा काही कोट रुपयांचा भुर्दंड नाही. एक कोट लोकसंख्या या भारतात कायम निवासासाठी आलेली आहे आणि ती आजच्या नेत्यांच्या

पितामहांनाही परत घालवता येणार नाही. कोणत्या नैतिक मूल्यांवर निर्वासितांना याह्याखानच्या संगिनीच्या टोकावर आपण नेऊन उभे करणार? हा वंशहत्येचा महाभयंकर प्रकार आहे. पाकिस्तानात हिंदू औषधाला राहू दिले जाणार नाहीत. युनो किंवा खुद्द परमेश्वर आला, तरी पाकिस्तानात हिंदू सुरक्षितपणे राहू शकणार नाहीत.

हिंदू-मुसलमान संबंधांत फाजील औदार्य, निधर्मी राज्य, समभाव, जाती-जातींत सलूख या गोष्टी फजूल आहेत. कारण सलूख हा समकांक्षी बांधवांत होतो. अरेराव व भेकड यांचा सलूख सर्वनाशाची अपत्ये प्रसवतो. मुसलमानांना जेवढे म्हणून आपण समजावून घेण्याचा यत्न केला, त्याची फार विपरीत फळे आपण चाखली आहेत आणि म्हणून बांगलादेशाच्या चळवळीच्या निमित्ताने आपण खालील प्रश्न विचारले पाहिजेत :

१. पूर्व पाकिस्तान भारतात विलीन व्हावयास तयार आहे काय?
२. कुराणाच्या भाष्यकारांनी मूर्तिपूजकांना अगर बिगर-मुसलमानांना वागवण्याचा जो रस्ता दाखवला आहे, तो ते सोडावयास तयार आहेत काय?
३. कुराणाचा अर्थ कालमानानुसार बदलणारा असणे, हे अपरिहार्य आहे. सबब द्विभार्याबंदी, वारसाहक्क, स्त्रीस्वातंत्र्य, समशिक्षण, कुटुंबनियोजन या नव्यानेच जाणवलेल्या गोष्टी कुराणप्रणीत मार्गाने न सोडवता अन्य आधुनिक उपायांनीच सोडवल्या जातील काय?
४. हिंदू हा इथला मूळ समाज आहे. मुसलमान धर्म बाळगणारेही त्या समाजाचाच एक भाग आहेत. म्हणजेच या पर्यायाने वैदिक धर्माप्रमाणेच मुसलमान, शीख, जैन, ख्रिश्चन हे सर्व धर्म या समाजाचेच आणि संस्कृतीचेच भाग होत. या संस्कृतीचे नाव हिंदू संस्कृती होय. या संस्कृतीत राम, कृष्ण या सन्मानाच्या व्यक्ती होत. या संस्कृतीत वडीलधाऱ्यांचा आदर्श, कुटुंबसंस्था, वेगवेगळ्या पूजापद्धती, इथल्या नद्या, पर्वत या सर्वांना स्वतंत्र अर्थ आहे. वेद, उपनिषदे, स्मृती, कुराण, पुराणे, अवेस्ता, बायबल, ग्रंथसाहिब असे कोणतेही अध्यात्माचे ग्रंथ येथे पवित्रच मानले जातात. दुसऱ्याच्या पवित्र गोष्टीबद्दल अनादर करण्याची या संस्कृतीची रीत नाही. बायका पळवणे, त्या दासी म्हणून विकणे, मूर्ती फोडणे, मंदिरे फोडणे– हे या संस्कृतीला मानवत नाही. कसलेही पूजास्थान पवित्रच मानले जाते. सर्व कलांना, कलावंतांना, ज्ञानवंतांना येथे चांगलेच वागवले जाते. इथले मुसलमान हे हिंदू संस्कृतीचा

एक भाग होत आणि त्या संस्कृतीशी बेइमानी म्हणजे या देशाचीच बेइमानी.

बांगलादेशाच्या प्रवर्तकांना या सवालाचे उत्तर देणे जड जाईल. आज त्यांना भारताची मदत हवी आहे. तेव्हा ती मिळवण्यासाठी भारताचे हिंदू किंवा भोंगळ शासन त्यांना चालते. पण एकदा का याह्याखानच्या पाशातून त्यांची मुक्तता झाली की, मग त्यांची इस्लामची बांग सुरू होईल. आणि कदाचित औदार्याचे हे नाटक त्यांनी पार पाडलेच, तर त्याचा अर्थ बांगलादेश– म्हणजे संपूर्ण बंगाल एकत्र होण्याची भीती आहे. पन्नास कोटींना पाच कोटी मुसलमान डोईजड होतात, तर बांगलादेशातील हिंदू-मुसलमान समाजात हिंदूंचे स्थान कोणते राहील? हळूहळू पाच-पन्नास वर्षांत पुन्हा एकवार संपूर्ण बंगालमधून एक तर सर्व हिंदू मुसलमान होतील– किंवा परागंदा होतील. बांगलादेशच्या भाबड्या औदार्याने हिंदूंनी तरी वेडे होण्याचे कारण नाही. मुसलमानांचा विश्वासघात, कपट व अनुदार बुद्धीचा हजार वर्षे आम्ही अनुभव घेत आहोत. पुन्हा ये रे, माझ्या मागल्या, असे होऊ नये.

(४ जुलै, १९७१)

-०-०-०-

१२

पापवृक्षाची फळे कडूच असणार

बांगलादेशच्या निमित्ताने आपले सरकार आज फार अस्वस्थ झाले आहे. निर्वासितांचा लोंढा तर दरिद्री भारताच्या अंगावर कोसळलाच आहे आणि त्याहीपेक्षा भारतीय मुसलमानांची पाकधार्जिणी मनोवृत्ती या निमित्ताने प्रगट झाली आहे. प्रचंड प्रमाणावर मनुष्यहत्या होत असताना, पश्चिम बंगालमधील हिंदूंची वंशहत्या होत असताना आणि ज्या देशाचे अन्न ते खातात, त्या देशाची जगभर नाचक्की होत असताना भारतीय मुसलमान तो तमाशा मख्खपणे बसून पाहत आहेत आणि मनातून पश्चिम बंगालमधूनच काय, तर साऱ्या हिंदोस्तांमधून हिंदुवंश नष्ट झालेला पाहण्याचे स्वप्न पाहत आहेत. सर्व भारतीयांना जो अपमान वाटावयास हवा, तो त्यांना अपमान तर वाटत नाहीच; तर उलट बरी हिंदू शासनाची जिरते आहे, याबद्दल त्यांना हर्षवायू होत आहे. बांगलादेशातील अन्यायाच्या मानाने 'अल् अक्सा' आणि 'हजरतबाल' ही दोन केवढी फडतूस प्रकरणे; पण त्यासाठी भारतातल्या सर्व मुसलमानांनी केवढा आकांत केला, तो आमच्या भेकड शासनाने आणि नालायक हिंदू भाईबंदांनी काल-परवाच अनुभवला आहे. जो विषवृक्ष महात्मा गांधींच्या राजकारणात या भूमीमध्ये लावला गेला, त्या वृक्षाला आता चांगली भरदार फळे येऊ पाहत आहेत. हे असेच घडणार होते, असा आक्रोश अनेक विचारवंतांनी केला. पण तेव्हा त्या संत-महात्म्यांनी दात विचकून त्याकडे दुर्लक्ष केले आणि या देशाच्या नशिबी एकाहून

एक घोर असे प्रश्न उत्पन्न करून ठेवले.

या संत-महात्म्यांचे पुतळे स्मारके म्हणून आज गावोगाव उभारले जात आहेत. पण निर्वासितांच्या कॅम्पच्या रूपाने आणि जबरदस्तीने लुटून पळवून नेलेल्या सुकुमार हिंदू कन्यकांचा पाकिस्तानात ठिकठिकाणी असणारा जो रंडीबाजार हीच त्यांची खरे स्मारके आहेत. गांधी-नेहरू चिरविश्रांती घेत आपापल्या कबरीत पडलेत आणि आम्हा सर्व हिंदूंसाठी त्यांनी खूप खोल कबरी खोदून ठेवल्या आहेत. गांधींचे साधेपण व चारित्र्य आणि नेहरूंची विज्ञाननिष्ठा व लोकशाहीवरचे प्रेम हे आजच्या शासकांनी त्यांना सोईचे नाही म्हणून केव्हाच मोडीत घातले आहे; परंतु फार थोर परंपरा असणारा हा जो आमचा हिंदू समाज– त्याच्या नरडीला नख लावणारा आणि त्या समाजाला सदैव नामोहरम करणारा निधर्मवाद मात्र त्यांनी अजून कवटाळून ठेवला आहे. या जगात एकुलत्या एका हिंदू राज्यात हिंदू शासकांकडून हिंदू समाजाची जी मानखंडना होते आहे, तिला इतिहासात खरोखरीच तोड नाही. बांगलादेशच्या निमित्ताने जगातल्या साऱ्या राष्ट्रांच्या पुढे हिंदूंची ही अधिसत्ता दयेचा आणि चेष्टेचा विषय होत आहे.

आधीच भेकड असणारा आणि भेकडपणामुळेच सहिष्णू असणारा हिंदू समाज गांधीवादाने अधिकच भेकड झाला. धर्मपुस्तकातच शोभणाऱ्या नीतितत्त्वांचा काथ्याकूट करू लागला. याउलट, सारे जग इस्लामसाठी खुले आहे असे खुलेपणाने सांगून आचरणात आणणारा इस्लाम मात्र गांधींपासून एकच गोष्ट शिकला की, हे हिंदू भेकड आहेत. यांच्यावर राज्य करणे सोपे आहे. आणि या भेकड, विस्कळीत हिंदू समाजावर सतत हल्ले केले; तर एक ना एक दिवस हा सर्व समाज झिजत जाऊन इस्लामचा झेंडा हिंदोस्तांवर कायमचा फडकेल. आपले हे स्वप्न उघडपणे सांगण्यास मुसलमानी विचारवंत मुळीच भीडभाड ठेवीत नाहीत. आपल्या शक्तीच्या बळावर आणि हिंदूंच्या फाजील विवेकशक्तीवर विश्वास ठेवून त्यांनी या शतकाचा इतिहास मोठ्या दिमाखाने लिहावयास आरंभ केला आणि त्यांचे आडाखे फारसे चुकलेलेही नाहीत, हे लक्षात घ्यायला हवे. त्यांनी हिंदुस्थानचा समृद्ध आणि सुपीक भाग फारशी लढाई न करता एका बनिया जातीत जन्म पावलेल्या, परंतु व्यवहार अजिबात कळत नसलेल्या एका हिंदूकडूनच मिळविला. त्यांचे स्वप्न अजुनी पुरे झालेले नाही. त्यांची रक्ताची तहान अजून संपलेली नाही. त्यांच्या वखवखलेल्या जिभेची लाळ अजून वाहतेच आहे. एवढी समृद्ध भूमी आणि हजारो कोवळ्या तरुण स्त्रिया हा

त्यांच्या स्वप्नाचा केवळ एक छोटा भाग आहे.

त्यांची स्वप्ने आम्हाला अज्ञात नाहीत. स्वप्नांची सिद्धी करण्यासाठी इस्लामच्या धर्मतत्त्वांनी त्यांना आध्यामिक सामर्थ्य दिलेले आहे. त्यांनी अहिंसा पत्करलेली नसल्याने त्यांनी आपल्या तलवारी गंजू दिलेल्या नाहीत. आपण आपल्या धाकट्या भावाचे समाधान काही गोष्टींचा त्याग करून केले, या भ्रमात आपण होतो. रक्ताची तहान पाण्यावर भागत नाही; तशीच स्त्रीची अभिलाषा आरशाच्या प्रतिबिंबाने भागत नाही, हे आपण ध्यानी घेतले पाहिजे. आपला धाकला भाऊ सुसंस्कृत होईल, विज्ञाननिष्ठ होईल, आधुनिक जगातील दृष्टिकोन पत्करील आणि जंगली कायद्याचा त्याग करील– असे आपण गृहीत धरत आहोत. गांधींनी हे गृहीत धरले, नेहरूंनीही हे गृहीत धरले आणि अजून गांधी-नेहरूंचा वारसा सांगणाऱ्या इंदिरा गांधींनीही हेच गृहीत धरले आहे. या सर्व शहाण्यासुरत्या मंडळींना इतिहासाचे एवढे वावडे का; कळत नाही. महंमदी धर्म, त्यांच्या परंपरा, त्यांचा जंगली आविष्कार, त्यांचे धर्मवेड आणि मूर्तिपूजकांविषयी त्यांना असणारा तीव्रतर तिरस्कार हे सर्व विचारात घेतल्यानंतर या देशाशी, संस्कृतीशी, इथल्या समाजाशी त्यांचे संबंध काय राहतील, हे अगदी उघड-उघड होणारे सत्य आहे. महात्मा होण्याच्या उच्चतर अभिलाषेने गांधींनी आपल्या पुतळ्यासाठी जो चबुतरा उभारला, तो निरपराध अशा हिंदूंच्या प्रेतांचाच आहे. त्यांचे कौतुक करायला जगातले जे सर्व विचारवंत हमरीतुमरीने पुढे येतात, त्यांच्या बापाचे काहीच वाकडे झाले नाही. त्यांना ख्रिस्ताचा अवतार म्हणण्याने होणारही नाही. त्यांचा धर्म मोठा होतो.

आपल्या देशावर जी अनेक अरिष्टे कोसळणार आहेत, त्यांतले 'बांगलादेश' हे एक होय. गांधीवादाचे जोखड आपण फेकून दिले नाही आणि हिंदू-मुसलमान प्रश्नाचा हिंदुहिताच्या दृष्टीने विचार करावयास आरंभ केला नाही, तर बांगलादेशासारखे अनेक प्रसंग आपल्यावर कोसळणार आहेत. परंतु इतिहासाशी व व्यवहाराशी आपण फारकत केलेलीच आहे; आता सामान्य शहाणपणही आपण मानवतेच्या कोठीत दडवून ठेवलेले आहे. निवडणुकांखेरीज अन्य कोणतेही राजकारण खेळण्याची पात्रता नसलेल्या शासकांकडून मूलगामी आणि धारिष्ट्यवान धोरणाची अंमलबजावणी होण्याची शक्यता नाही. हिंदू-मुसलमान प्रश्नाचे रहस्य समजावून घेतल्याशिवाय बांगलादेशच्या प्रश्नाची सोडवणूक अशक्य आहे. कोणताही निर्णय घेण्यापूर्वी अमेरिका काय म्हणेल, रशिया काय म्हणेल किंवा इंग्लंडची भूमिका काय असेल– या प्रश्नानेच आमचे शासक

हतबल होतात आणि त्याहीपेक्षा आपण काही धोरण आखावे, तर पाकिस्तान दुसरी आघाडी उघडील किंवा चीन आक्रमण करील- असल्या शंकांनी ते बावरून जातात. त्याहीपेक्षा, भारतभर पसरलेल्या आणि इस्लामशी एकनिष्ठ असलेल्या मुसलमानी समाजाची भूमिका आपण घेतलेल्या निर्णयाच्या वेळेस काय असेल, या केवळ कल्पनेनेच त्यांना झीट येते. असले हॅम्लेटचे वंशज असलेले शासक हा प्रश्न काय कपाळ सोडवणार?

कोणताही राष्ट्रीय अपमान आपण अपमान मानलाच नाही आणि त्यामुळे आपल्या ज्या शक्ती असतील, त्या एकवटून त्या अपमानाचा बदला घेण्याचा पुरुषार्थी विचार आपल्या शासकांना सुचण्याचे कारणही नाही. संकटांना घाबरून जे पुरुषार्थ नाकारतात, त्यांना भवितव्य नाही. येईल ते संकट स्वीकारून घडणाऱ्या परिणामांना तोंड देण्याची तयारी जर आमचे शासक दाखवतील, तर विवेकाच्या कर्दमात अडकून राहिलेला हा भारतीय रथ वेगाने आक्रमण करू शकेल. कोणताही प्रश्न त्याचे उत्तर बरोबर घेऊनच निर्माण होतो. हे उत्तर पुष्कळदा रूढ मार्गापेक्षा निराळे असते. पण ते त्याचे एकमेव उत्तर असते, हे विसरता कामा नये. बांगलादेश या प्रश्नाची सोडवणूक करावयाची असेल तर हा प्रश्न जेथून सुरू झाला, त्या पाकिस्ताननिर्मितीच्या काळापर्यंत मागे गेले पाहिजे आणि मग लक्षात येईल की, प्रश्न कितीही तेढा असला तरी त्याचं उत्तर मात्र सोपे आहे-सरळ आहे.

हे उत्तर कोणते, हे सांगण्याची खरोखरीच काही आवश्यकता आहे काय?

(१८ जुलै, १९७१)

-०-०-०-

१३

जातीय राजकारणाची मृत्युघंटा

पुण्याच्या महानगरपालिकेचे महापौर म्हणून श्री. भाऊसाहेब चव्हाण व स्थायी समितीचे अध्यक्ष म्हणून श्री. काळभोर हे निवडून आले आणि महाराष्ट्र समाजात फार मोठे परिवर्तन घडून आल्याची जाणीव प्रत्येकाला झाली. ही सामाजिक क्रांती पूर्वीपासूनच समाजात आपले हात-पाय पसरू लागली होती. महात्मा ज्योतिबा फुल्यांच्या कष्टमय जीवनाने त्या क्रांतीला वेग आला होता, परंतु त्या क्रांतीची ओळख समाजातील सर्व स्तरांना इतक्या प्रकर्षाने पूर्वी कधीही झाली नसेल. पुण्याच्या महानगरपालिकेत दरसाल महापौर आणि स्थायी समितीचे अध्यक्ष निवडले जातातच. अनेक तऱ्हेच्या खटपटी-लटपटी करून, दाबादाबी करून, पैशाच्या जोरावर प्रतिपक्षाची मते फोडून अशा निवडणुकीत यश मिळवले जाते; परंतु सामान्य लोकांना त्या महापौरपदाबद्दलचे विशेष औत्सुक्य नसते. चोवीस तास झाले की, वार बदलायचा; तीस दिवस झाले की, महिना बदलायचा; त्याचप्रमाणे बारा महिने संपले की, महापौर बदलायचा– इतकाच त्या घडामोडीचा शहरवासीयांच्या दृष्टीने अर्थ असतो. महापौर कोणीही झाला, तरी जनतेला त्याचे सोयरसुतक नसते.

परंतु श्री. भाऊसाहेब चव्हाण व श्री. काळभोर हे निवडून आल्यावर शहरात आणि प्रांतात एकच खळबळ उडाली. कित्येकांनी वरवर आनंद दाखवला तरी स्वतःच्या पायांखालची वाळू सरकत चालल्याची– स्वतःच्या प्रतिष्ठेचा इमला डगमगायला लागल्याची

दु:खद जाणीव त्यांच्या मनात घर करून राहिली. न. चिं. केळकर, बाबूराव सणस, एल. जी. आपटे, केशवराव जेधे, नामदेवराव मते, ना. ग. गोरे अशा किती तरी महापौरांची कारकीर्द पुण्याने पाहिलेली आहे. हे सगळे महापौर निरनिराळ्या जातींतले असले तरी प्रतिष्ठित समाजातले होते. पुण्याच्या परिसरात त्यांचे मोठमोठे बंगले किंवा वाडे होते. त्यांपैकी कोणी ज्ञानसंपन्न होते, तर बाकीचे संपत्तिमान होते. कसली तरी 'संपन्नता' प्रत्येकाच्या ठायी होती. परंतु झोपडपट्टीत राहणारा महापौर किंवा अक्षरश: पोती उचलून कुटुंबाचे पोषण करणारा स्थायी समितीचा अध्यक्ष पुण्यानेच काय, पण भारतातल्या कोणत्याच शहराने बघितलेला नव्हता. शनिवारवाड्यापुढे किंवा टिळक मंदिरात पुढारीमंडळी समाजक्रांतीची बेचव बडबड करीत असतात. परंतु चव्हाण-काळभोर निवडणुकीमुळे त्या समाजक्रांतीचा डंका इतक्या जोरात वाजला की, त्याला इतिहासात तोड नाही. त्या दिवशी क्षणभर मुळा-मुठा नद्याही आश्चर्याने स्तिमित होऊन वाहायच्या थांबल्या असतील! शनिवारवाड्याने पुण्याच्या इतिहासातील अनेक प्रसंग बघितले असतील; परंतु त्या दिवशी खुद्द शनिवारवाडाही वेडापिसा नि कावराबावरा झाला असेल.

महापौरांनी 'सकाळ'ला मुलाखत दिलेली आहे. ते म्हणतात, "महापौर असताना निदान एक वर्ष तरी मी झोपडपट्टीतच राहणार आहे... रोज दोन वेळेला जेवण मिळणे, हे बहुतांशी लोकांच्या आयुष्यातले 'रूटीन' असते. पण ते बऱ्याच वेळेला न मिळणे, हेच माझ्या लहानपणाचे रूटीन होते. माझी आई लक्ष्मीबाई आम्हा भावंडांना भाकरीचे तुकडे व चटणी गरम करून जेवू घालीत असे. पाण्याबरोबर आम्ही ते खात असू." काळभोरांनी सांगितले आहे, "माझे वडील कोल्हापूरकरांच्या शाहू पॅलेसमध्ये रखवालदार होते. आई भांडी घाशी... नोकरी सुटल्यावर घरात पैसे येणेही थांबले; पण म्हणून का रोजचे जेवण थांबते? तेव्हा मी ओझी वाहण्याचे बिगारी काम करण्यास सुरुवात केली."

या दोन मुलाखती वाचल्यावर आमच्या मनात अनेक विचार उद्भवले. आज आपण ज्या काळात वावरत आहोत, त्या काळाचे स्वरूप ध्यानात आले. न. चिं. केळकर हे साहित्यसम्राट होते. मराठी भाषेला त्यांनी सौंदर्य प्रदान केले. नारायणराव गोरे 'भाई' असले तरी सदाशिव पेठेत त्यांचे घर आहे. कॉलेजात सहा वर्षे शिक्षण घेण्याइतकी सुबत्ता त्यांच्याकडे होती. केळकरांसारखे तेही पंडित आहेत. भाई असले तरी त्यांची ब्राह्मणी संस्कृती लोपत नाही. केशवराव जेधे हे मराठा वर्गाचे प्रतिनिधी. ब्राह्मणी वर्चस्वाला त्यांनी सदैव विरोध केला.

परंतु शुक्रवार पेठेत त्यांचा जेधे मॅन्शन उभा आहे, लोकसभेच्या निवडणुकीसाठी ते लाखो रुपये सहज उधळू शकत होते. स्वत:ला ते 'नाही रे' वर्गाचे म्हणवत असले, तरी ते घरंदाज खानदानी मराठा वर्गातले होते. बाबूराव सणस गरिबीतून वर आले. कुळाची परंपरा त्यांना नव्हती, परंतु श्रीमंतीचा त्यांना लोभ होता. एकदा त्यांनी गरिबी सोडली; पण मग मात्र जन्मभर त्यांनी तिची सावलीदेखील अंगावर पडू दिली नाही. या सर्व जुन्या पुढाऱ्यांत चव्हाण आणि काळभोर यांचे स्थान किती वेगळे आहे, हे कळून येईल.

चव्हाणांच्या निवडीमुळे पूर्वास्पृश्य वर्गाला प्रतिष्ठा प्राप्त झाली, हे खरे; पण तिच्यामुळे पुण्यातल्या किंवा महाराष्ट्रातल्या जुन्या ब्राह्मण-ब्राह्मणेत्तर वादाची मृत्युघंटा वाजली, हेही काही खोटे नाही. उत्तर पेशवाईपासून महाराष्ट्रात हा वाद धुमसतो आहे. गांधींच्या खुनानंतरच्या दंगलीत या कलहाचे अक्राळविक्राळ स्वरूप दृष्टीस पडले. स्वातंत्र्यानंतर सत्ताबाज राजकारण सुरू झाले आणि मग या वादाला विकृत-किळसवाणे स्वरूप आले. कधी कधी असे वाटे की, महाराष्ट्रातली ही घाण कधी संपणार नाही, हा कॅन्सर असाच चरत जाणार; परंतु या निवडणुकीसारख्या काही घटनांमुळे मात्र आता थोड्याच दिवसांत वाऱ्याची दिशा बदलण्याचा संभव प्राप्त झालेला आहे.

ब्राह्मण-ब्राह्मणेतर वादाचे मूळ नि त्यामागची भूमिका नीट समजावून घ्यायला हवी. नानासाहेब पेशव्यांच्या उदयापर्यंत हा वाद महाराष्ट्रात फारसा नव्हता, असे आमचे मत आहे. परंतु पुढे ब्राह्मणांनी जहागिरी व सरदारक्या मिळविल्या आणि राजसत्तेतला फार मोठा भाग हस्तगत केला. त्यामुळे खानदानी मराठामंडळींच्या मनात किल्मिष नि द्वेष उत्पन्न होणे साहजिकच होते. पेशवाईच्या अस्तानंतर अव्वल इंग्रजीत ब्राह्मणांनी शिक्षणाच्या जोरावर सरकारी नोकऱ्या पटकावून मामलती गाजवल्या व विश्वविजयी ब्रिटिश राज्याचे ते खेडोपाडीचे आधारस्तंभ बनले. ब्राह्मणांच्या एका गटाने ब्रिटिशांविरुद्ध लढा दिला आणि अग्निकाष्ठे भक्षण केली, हे खरे; परंतु बहुसंख्य ब्राह्मणांनी ब्रिटिश राज्याची घडी नीट बसवण्याची पराकाष्ठा केली, हे खोटे नाही. त्या काळातील स्वास्थ्यामुळे ब्राह्मणांच्या घरादारांवर झुळझुळीतपणा दिसायला लागला आणि त्यांना उच्च संस्कृतीची मस्ती चढली. त्याच काळात मराठा समाजातील पाटील, देसाई वगैरे मंडळींची खानदानी अगदीच संपुष्टात आली व त्यांना मोलमजुरी करणे भाग पडले.

ब्राह्मण-ब्राह्मणेतर वादाचे मूळ ब्राह्मणांविषयीच्या मत्सरात आहे. सुस्थितीतल्या, सुसंस्कृत माणसांचा इतर लोक द्वेष करतात. त्यांना खाली

खेचल्याशिवाय आपली स्थिती सुधारायची नाही, अशी त्यांची ठाम समजूत असते. ब्राह्मणेतर चळवळ ही महात्मा ज्योतिबा फुल्यांनीच सुरू केली, असे समजणे चूक आहे. ज्योतिबांनी समाजातील एकंदर पददलितांचा विचार केला. स्त्रियांना आणि शूद्रांना स्थान प्राप्त करून देण्यासाठी सत्यशोधक चळवळीची स्थापना झाली. पददलितांच्या उद्धाराचा हा भाग पुढच्या ब्राह्मणेतर चळवळीत उरला नाही. ती ब्राह्मणेतर चळवळ फुल्यांची नसून कोल्हापूरच्या शाहू छत्रपतींची आहे. ब्राह्मणांचा पाडाव करून खानदानी मराठा समाजाला प्रतिष्ठा प्राप्त करून देणे, हे तिचे कार्य आहे. स्वातंत्र्य मिळाल्यावर मंत्रिमंडळात तर नव्हेच, पण म्युनिसिपालिटीत किंवा जिल्हा परिषदेतदेखील ब्राह्मणांना स्थान मिळणे कठीण झाले आणि ब्राह्मणी प्रतिष्ठेला मोठा तडा गेला. आज ती प्रतिष्ठा नाममात्रदेखील राहिली नाही.

आजच्या ब्राह्मणद्वेषाला काही कारण आहे, असे आम्हास वाटत नाही. मत्सर किंवा द्वेष करण्याजोगे आज ब्राह्मणांजवळ काही शिल्लक नाही. सरकारी नोकऱ्यांत, अधिकारांच्या जागांवर आज ब्राह्मण नाहीत. राजकारण तर त्यांच्या हातातून केव्हाच निसटले आहे. म्युनिसिपालिटीत किंवा ग्रामपंचायतीत निवडून येणेदेखील ब्राह्मणांना शक्य नाही. दोन-चार ब्राह्मण खासदार दिसतात. पण त्यांचे अस्तित्वदेखील काँग्रेस कमिटीतील पाटील लोकांच्या मर्जीवर अवलंबून असते. ब्राह्मण संपत्तिमान कधीच नव्हते; परंतु आजच्याइतके दारिद्र्य त्या जमातीत पूर्वी कधीच नसेल. महाराष्ट्रातली आजची सगळी संपत्ती देसाई, नाईक, पाटील मंडळींच्या हातात आहे. ब्राह्मण आज हुजरे आहेत. हुजऱ्यांचा कुणी मत्सर करते का? शाहू छत्रपतींनी सुरू केलेल्या चळवळीचे कार्य आता खरोखरी संपलेले आहे.

पण कोणत्याही एका वर्गाकडे समाजातली संपत्ती आणि सत्ता फार काळ राहू शकत नाही, असा नियम आहे. पूर्वी ब्राह्मणद्वेष हा परवलीचा शब्द होता; आता यापुढे खानदानी मराठ्यांच्या द्वेषाचे चक्र सुरू होईल. ब्राह्मण जात्यात होते, त्यांचे पीठ झाले. पण सुपातल्या पाटीलमंडळींची उद्या तीच अवस्था होणार आहे. खेडोपाडीचे कुणबी, माळी, तेली, तांबोळी व नवबौद्ध हे मराठा-वर्गाबद्दल किती त्वेषाने बोलतात आणि त्यांच्याबद्दल कसे जळतात, हे डोळे उघडे ठेवणाऱ्याला सहज दिसून येईल. शाहू छत्रपतींचे कार्य आता संपले आहे. मराठावर्गाच्या सत्तेला आता ग्रहण लागायची वेळ लवकर येणार आहे, हे यशवंतराव मोहित्यांसारख्या चाणाक्ष मंडळींना माहीत झालेले आहे; परंतु अजूनही ब्राह्मणांना शिव्या देऊन आपण काही काळ पुढारीपण टिकवून धरू शकू, अशी

त्यांची समजूत आहे. ती अर्थातच चुकीची आहे.

आजच्या राजकारणात जेधे किंवा शिरोळे यांचे महत्त्व राहणार नाही. पटवर्धन, केळकर, कुलकर्णी वगैरे मंडळींची जी गत झाली; तीच गत झोपडपट्टीत राहणारे चव्हाण आणि मजुरी करणारे काळभोर हे खानदानी पाटील-देसायांची करणार आहेत. पुण्यातील महापौरांच्या निवडणुकीचा हा अर्थ आम्ही लावतो आणि कालचक्राचे कौतुक करतो.

बदलत्या काळाची खूण हल्ली ठायी-ठायी दिसत आहे. प्रत्येकाला ती जाणवत आहे. पुणे विद्यापीठात गेल्या आठवड्यात मुलांनी उत्स्फूर्त संप केला. ब्राह्मण-ब्राह्मणेतर, नवबौद्ध वगैरे जमातींतील मुले एका व्यासपीठावर आली आणि एका तत्त्वाकरिता लढली. त्यांच्यात जातीयवाद माजवण्याचा प्रयत्न पुढारीमंडळींनी केला, पण त्यांनी दाद दिली नाही. 'महाराष्ट्र टाइम्स'चे संपादक गोविंद तळवलकरांनी संपाचे विश्लेषण असे केले आहे :

'विद्यापीठाचे बहुसंख्य विद्यार्थी बहुजन समाजातील आहेत. वशिलेबाजी व नालायक कारभार यांचा त्यांना वीट आला आहे; ज्यांना पैसा, जात, इत्यादींच्या जोरावर पात्रता नसता, आयते पुढारीपण मिळाले आहे, त्या पुण्याच्या व कोल्हापूरच्या काही स्थानिक पुढाऱ्यांना विद्यार्थ्यांचे हे दु:ख कसे समजणार? त्यांनी नेहमी उपयोगी पडणारा जातीयवाद आणला. पण त्यांचा मुखभंग विद्यार्थ्यांनीच केला. स्थानिक नेत्यांबद्दल या विद्यार्थ्यांना काय वाटते, हे जर बाहेर येईल तर अनेकांचा भ्रमनिरास होईल. अपात्र व्यक्तींना अधिकारपदावर नेमणाऱ्या जुन्या पिढीला जेवढ्या अधिक क्षेत्रांतून रजा मिळेल, तेवढे ते समाजाच्या हिताचे आहे.'

–चव्हाणांची किंवा काळभोरांची निवडणूक झाली, हादेखील जातीयवादाचा विजय आहेच. चव्हाण महार नसते तर ते महापौर झाले नसते, हे खरेच आहे. परंतु तरीही, महाराष्ट्रातल्या जुन्या सरंजामदारी जातीयवादाला या असल्या निवडणुकांनी काटशह मिळणार, हे नक्की. जातीच्या जोरावर अधिकारपद मिळणे यापुढे मराठा समाजातील अपात्र व्यक्तींना कठीण जाईल आणि त्यामुळेच जातीयवादाचा नाश होईल.

महापौरांच्या या निवडीमुळे महाराष्ट्रातील ब्राह्मण-ब्राह्मणेतर वादाची मृत्युघंटा वाजली, असे आम्ही म्हणतो ते यामुळेच.

(२२ ऑगस्ट, १९७१)

-०-०-०-

१४

मायभूमीशी बेईमान होणारे संधिसाधू शासक

अरब-इस्त्राईल युद्ध संपले. दोन बड्या राष्ट्रांनी आपण निर्माण केलेल्या युद्धसामग्रीची प्रात्यक्षिके तपासून पाहिली. मूर्ख, प्रतिगामी व अहंकारी राष्ट्रांना केलेली मदत अनाठायी जाते आणि आपण अपयशाचे धनी होतो, हे मोठ्या राष्ट्रांना आता कळून चुकले आहे. भारत-पाक संघर्षात अमेरिकेने पाकिस्तानच्या बाजूने अमाप युद्धसामग्री रणमैदानावर आणून ओतली. आज रशियाने अरब राष्ट्रांना अमाप युद्धसामग्री दिली. दोन्हीही मदतीचे पर्यवसान काय झाले, हे इतिहासात नमूद झालेच आहे. युद्धसाहित्याने युद्ध जिंकण्याचे दिवस आता कालबाह्य होऊ पाहत आहेत. जगातील सर्व राष्ट्रे वेगवेगळ्या मार्गांनी युध्यमान राष्ट्रावर दडपण आणू शकतात. दारूगोळ्याचा व इंधनाचा केवढाही साठा केला तरी युद्ध चालू होताच तो संपुष्टात येऊ लागतो, आणि म्हणून, युद्धाचे तंत्र आता बदलू लागले आहे.

जे हिंदुस्थानने पाकिस्तानच्या बाबतीत केले, तेच इस्त्राईलने अरबांच्या बाबतीत केले. लढाईची सारी सूत्रे हाती ठेवून युद्धारंभाच्या वेळीच शत्रूची मर्मस्थाने खच्ची करून टाकणे व युद्धतहकुबीचा समय आपल्याला सोईस्कर असा निवडणे, यातच नव्या युद्धनीतीचे सर्व रहस्य दडलेले आहे. चालू युद्धात इजिप्तने आक्रमक भूमिका घेतली, परंतु आक्रमणाची सोनेरी फळे त्यांना चाखता आलेली दिसत नाहीत. एक तर इस्त्राईल हे सदैव युध्यमान स्थितीत राहणारे राष्ट्र आहे. सतत द्वेष करणाऱ्या अरबांचा त्याभोवती

वेढा पडलेला आहे. आपल्या अस्तित्वासाठी सतत युद्धप्रयत्न जारी ठेवल्यावाचून त्या राष्ट्राचे भागण्यासारखे नाही, आणि म्हणून, इजिप्तने इस्त्राईलवर अनपेक्षितपणे युद्ध लादले; ते इस्त्राईलला अनपेक्षित वाटलेच नाही. परंतु इस्त्राईल एक नवजात राष्ट्र आहे. त्याची लोकसंख्या आणि खडे सैन्य अरब राष्ट्रांच्या मानाने फारच कमी आहे. अरब राष्ट्रांच्या हातांतील एकवटलेल्या खनिज तेलाच्या व्यापारामुळे जगातील सारी राष्ट्रे अरब राष्ट्रांविरुद्ध भूमिका घेऊ इच्छित नाहीत. त्यामुळे केवळ अमेरिकेच्या पाठिंब्यावर इस्त्राईलला हे युद्ध लढावे लागले.

कमीत कमी मनुष्यहानी होऊ देऊन जास्तीत जास्त लष्करी यश मिळविणे, हे उद्दिष्ट ठेवण्यावाचून इस्त्राईलला पर्याय नाही. भूमी परत जिंकून घेता येते, परंतु गमावलेले प्रशिक्षित सैनिक परत युद्धाला उभे करणे इस्त्राईलला दुरापास्त आहे. म्हणून आरंभी इजिप्तच्या आक्रमक फौजांना सिनाई वाळवंटात पुढे घुसू देण्यावाचून इस्त्राईलचे संरक्षणमंत्री मोशे दायान यांच्याकडे पर्याय नव्हता. हा विजय इजिप्तच्या सैनिकांना फारशा प्रतिकाराशिवाय मिळत होता, ही गोष्ट विसरून जाऊन इजिप्तचे शेख महंमद, राष्ट्राध्यक्ष सादत विजयाच्या वल्गना करू लागले. परंतु सीरियातील आघाडीवरील गोलन टेकड्यांचे युद्ध जिंकल्याबरोबर इस्त्रायली फौजा इजिप्तचा समाचार घेण्यासाठी सिनाई वाळवंटातील पश्चिम आघाडीकडे धावल्या. आज जे वृत्त हाती आले आहे, त्यावरून जे चित्र दिसते, ते इजिप्तच्या क्षीण व दुबळ्या लष्करी शक्तीचे. सुएझ कालव्याच्या पश्चिमेकडे आपले लष्करी दल उतरवून इस्त्राईलने अनेक ठिकाणी इजिप्तच्या सैन्याची कोंडी केली आहे. ही कोंडी इतकी सर्वंकष आहे की, युनोच्या सैनिकांच्या मदतीशिवाय जीवनासाठी आवश्यक असणारी रसदसुद्धा पोहोचविणे इजिप्तच्या सैन्याला अशक्य झाले. युद्धतहकुबी जर ठरलेल्या दिवशी झाली नसती, तर इजिप्तच्या सुमारे वीस हजार सैनिकांना शरण जाण्याशिवाय पर्याय राहिला नसता. सिनाई वाळवंटात अडकून पडेल्या सैनिकांची तर दयनीय अवस्था झाली; परंतु रशियाने अतिरेकी भूमिका स्वीकारल्यामुळे व युद्धात प्रत्यक्ष भाग घेण्याची धमकी दिल्यामुळे ही युद्धतहकुबी इस्त्राईलला नाइलाजाने स्वीकारावी लागली. अमेरिकेचे युद्धसाह्य कितीही वेगाने झाले तरी रशियापेक्षा ते अधिक वेगाने येऊ शकले नसते. कारण रशियाला अरबी राष्ट्रे भौगोलिक दृष्ट्या अत्यंत जवळ आहेत आणि म्हणून, युद्धतहकुबी चुकीच्या वेळी घडत असतानाही इस्त्राईलला त्यापुढे मान तुकवावी लागली आहे.

यामुळे इस्त्राईलमध्ये विलक्षण असंतोष पसरला आहे. मोशे दायान

यांच्याविरुद्ध अविश्वासाचा ठराव येऊ पाहत आहे. इस्त्राईली सैनिकांची जिद्द आणि युद्धकौशल्य कितीही श्रेष्ठ प्रतीचे असले तरी परकीय सत्तेच्या मदतीशिवाय रशियन शस्त्रास्त्रांनी व दारूगोळ्यांनी सतत संपन्न होत राहणाऱ्या इजिप्शियन सेनेशी एकट्याने सतत मुकाबला करणे, ही गोष्ट सर्वथा अशक्यप्राय आहे. आणि म्हणूनच, साऱ्या गोष्टी मनासारखा घडूनही युद्धासाठी मोजलेल्या राष्ट्रीय संपत्तीच्या आणि ज्यू सैनिकांच्या हानीची किंमत इस्त्राईलला या वेळेला वसूल करता आली नाही. युद्धतहकुबी झाल्यामुळे गोलन टेकड्यांतील महत्त्वाची भूमी इस्त्राईलकडे राहिली आहे व त्यामुळे सीरियन क्षेत्रात यापुढे इस्त्राईलचा वरचष्मा राहिला, तरी सिनाई वाळवंटात इजिप्शियन सेना काही भागावर का होईना कब्जा करून राहणार असल्यामुळे आणि ही युद्धबंदी जवळपास जबरदस्तीने लादली असल्यामुळे तेथे प्रतिदिनी चकमकी होत राहणार. त्यातला चांगला भाग इतकाच की, सुएझच्या पश्चिम किनाऱ्यावर म्हणजे इजिप्तच्या प्रत्यक्ष भूमीवर इस्त्राईलला नव्याने भूमी प्राप्त झाली आहे. परस्परांना शह देण्यासाठी हे पवित्रे जरी तूर्त उपयोगी असले तरी ती एक नव्या युद्धाची नांदी आहे, हे विसरून चालणार नाही. बॉक्सिंग रिंगमध्ये एक राऊंड संपल्यावर खेळाडूंना थोडी विश्रांती देतात व पुन्हा नव्या उमेदीने लढत सुरू केली जाते, तसेच काहीसे या युद्धाचे होणार आहे.

अरब-इस्त्राईलवाद हा कधी न संपणारा वाद आहे. कारण इस्त्राईलचे अस्तित्व अरबांना मान्य नाही. देशोधडीला लागलेल्या ज्यूंनी दोन हजार वर्षांनंतर परत आपल्या मायभूमीसाठी एकत्र यावे आणि आपल्या भूमीचा कब्जा घ्यावा, ही गोष्ट अरब राष्ट्रांना मान्य नाही. त्यामुळे इस्त्राईलचे अस्तित्व ते मान्य करीत नाहीत. इस्त्राईलच्या जिद्दीचे आणि समृद्धीचे त्यांना वैषम्य वाटते ते निराळेच. अल्लाच्या या पवित्र भूमीवर नास्तिकांनी येऊन राज्य करावे व तिथल्या इस्लामियांना हाकलून द्यावे, ही गोष्ट इस्लाम हा सर्वश्रेष्ठ धर्म आहे असे मानणाऱ्या अरबांना कशी रुचावी? अरब व इस्त्राईल यांचा हा संघर्ष भौगोलिक नाही, तर तो धार्मिक आहे. पाकिस्तानातल्या मुसलमानांना तिथले हिंदू हे जगण्याच्याही योग्यतेचे वाटले नाहीत, म्हणून त्यांनी पश्चिम पाकिस्तानात हिंदू उरूच दिले नाहीत. मुसलमानांशिवाय अल्लाने निर्माण केलेल्या या दुनियेत बिगरमुसलमानांना जगण्याचा प्राथमिक हक्कही मुसलमान धर्मशास्त्रानुसार मिळू शकत नाही. मुसलमान आपापसांत वाटेल तेवढे भांडतील; परंतु बिगर-मुसलमानांशी भांडताना धर्मवेडाने ते कसे एकवटून प्रहार करू इच्छितात, हे पाहण्यासारखे आहे. एरवी

ही सारी अरब राष्ट्रे जंगली आणि असहिष्णू आहेत. लोकशाही, समाजवाद, प्रबोधन वगैरे गोष्टींचा त्या जगाला स्पर्शही झालेला नाही. आठव्या शतकात जो एक जंगलचा कायदा चालू होता, तोच तेथे आजही चालू आहे. या हजार-बाराशे वर्षांत जे-जे नवे विचार उदयाला आले, मनुष्याच्या स्वातंत्र्याच्या चळवळी या जगात निर्माण झाल्या; त्या सर्व चळवळी अरबी जगापासून मुक्त आहेत.

आपले भारत सरकार आज अरबांच्या हाताला हात लावून 'मम' म्हणते आहे, हे काही अरबांची भूमिका बरोबर आहे म्हणून नाही. इथल्या मुसलमानांना खूश करता यावे, इथल्या निवडणुकीतील मुसलमानी मते गिळंकृत करता यावीत, आपले एकमेव सल्लागार कोसिजिन यांच्याही मताचा आदर व लोभ राहावा– यापेक्षा अरब-इस्राईलवादात अधिक शहाणपणाची भूमिका भारताने घेतलेली नाही. या अशा चुकीच्या पण तात्कालिक फायद्याच्या अशास्त्रीय भूमिकेमुळे आपण किती तरी नैसर्गिक हक्क गमावून बसणार आहोत. वास्तविक, भारताचीच भूमी असलेला पाकिस्तानी प्रदेश आज ना उद्या स्थिर शांततेसाठी आपल्याला ताब्यात घ्यावा लागेल. भारतीय उपखंडात जी तीन स्वतंत्र राष्ट्रे निर्माण झालेली दिसतात, ती आपल्या मूर्ख व अदूरदर्शी नेत्यांच्या दुर्बलपणातून होय. यदाकदाचित आजचे मूर्ख शासक जाऊन स्वहिताला जपणारे स्वाभिमानी व व्यावहारिक शासक भारताच्या शासनावर आले, तर त्यांच्या पायांत आपण एक खोडा अडकवीत आहोत, हे लक्षात ठेवावयास हवे. राष्ट्रीयतेच्या आड धर्म येता कामा नये आणि बहुसंख्य लोकांच्या आकांक्षांशी एकरूप होणे, हाच खरा राष्ट्रधर्म होय; हे शिकविण्याची प्रक्रियाही अरबांची बाजू घेण्याने मंदावते आहे, ही गोष्ट आपण विसरता कामा नये. परंतु आजचे यशापयश, साधुत्व आणि विश्वकल्याण या मोहात गळ्यापर्यंत रुतून बसलेल्या शासकांना आपल्या भूमिपुत्रांशी आपण बेइमानी करत आहोत, याचेही भान उरलेले नाही.

(११ नोव्हेंबर, १९७३)

-०-०-०-

१५

कुचेष्टेचा उद्योग तुम्हाला संपवील!

श्री. बाबा आढाव हे पुण्यातील एक सामाजिक कार्यकर्ते आहेत. हमाल पंचायत, एक गाव-एक पाणवठा, दलितांवरील अन्याय, सत्यशोधक समाजाची पुनर्स्थापना– असे त्यांच्या सामाजिक कार्याचे विषय आहेत. ते एक निरलस कार्यकर्ते आहेत आणि समाजप्रबोधनाच्या त्यांच्या विविध कार्यांत सर्व धर्मांच्या, सर्व जातींच्या व सर्व पक्षांच्या लोकांनी त्यांना पाठिंबा दिला; एवढेच नव्हे, तर सक्रिय मदत दिली आहे. त्यांच्या कार्यात मदत करणारे विविध मतांचे लोक आहेत. हा पाठिंबा आढावांच्या राजकीय मतांबद्दल निश्चितच नाही, तर त्यांच्या सामाजिक परिवर्तनाच्या कार्यात झोकून द्यायच्या समर्पित वृत्तीत आहे.

सत्यशोधकाला विसंगत असणारा एक आडमुठेपणा बाबा आढावांच्या ठिकाणी दिसून आला आहे. आदर्शांचा पुरस्कार करीत राहावे हे खरे, परंतु मानवी मनाच्या मर्यादा आणि त्या सुधारणांचा वेग याचा विचार न करता जेव्हा माणसे अतिरेकी बोलू लागतात; तेव्हा त्यांच्या सुधारणावादी भूमिकेलाच अंतर्विरोध सुरू होतो.

सर्वच धर्मांची आजची अवस्था भयानक आहे. धर्मपीठे काही विशिष्ट गटांच्या आणि संप्रदायांच्या हातांत गेली आहेत. त्यामुळे बहुसंख्य समाज लुबाडला जातो. म्हणून धर्मच नको, असे वैतागाने म्हणून त्याविरुद्ध लढा पुकारण्याचा पुष्कळदा मोह होतो. परंतु धर्माची आवश्यकता माणसाला का वाटते आणि

एकामागोमाग एक धर्म उदयाला का येत गेले, त्यांत पंथ का पडत गेले, त्यांत बंडखोर कसे निर्माण झाले, याचा अजिबात विचार न करता धर्माच्या मुळावरच घाव घालणारे अतिरेकी पाखंडी समाजप्रबोधनाचे कार्य फारसे करू शकलेले नाहीत. हे आपल्या देशातच घडलेले आहे असे नाही, तर जगात सर्वत्र घडलेले आहे. 'धर्म ही अफूची गोळी आहे' असे मानून कम्युनिस्टांनी सारी चर्चेस् बंद करून टाकली. परंतु जसजशी त्यांची समाजव्यवस्थेवरील पकड घट्ट होत गेली व त्या व्यवस्थेचाही काच माणसांना लागू लागला तसतशी लोकांच्या स्वातंत्र्याची मागणी त्याही समाजव्यवस्थेला पुरवावी लागली. रशियन राज्यक्रांतीला साठ वर्षे झाली, म्हणजे धर्म उखडण्यात जवळपास तीन पिढ्या गेल्या. मग पुन्हा चर्चेस्ची दारे खोलण्याची कम्युनिस्टांना का गरज वाटावी? देवकल्पना काय किंवा धर्मकल्पना काय– त्यांचे मानवी मनाला आकर्षण का आहे, हे शोधण्याची फार मोठी गरज निर्माण झालेली आहे.

फुल्यांनी सत्यशोधक समाज स्थापन केला. ज्या सत्यशोधक समाजाची पुनर्स्थापना बाबा आढाव करू पाहतात, त्या फुल्यांनाही परमेश्वर मान्य होता. फक्त परमेश्वराला त्यांनी 'निर्मिक' असे मानले आहे. या निर्मिकाची पूजा-अर्चा, उपासना, कर्मकांड व त्यामुळे उत्पन्न झालेली धार्मिक वैरे त्यांना मंजूर नसतील– नव्हे, नाहीतच. परंतु त्यांच्या दृष्टीने ही सृष्टी ही एक निर्मिती आहे. म्हणजेच काही योजना आहे, म्हणजेच या जगाची काही यंत्रणा आहे. ती समजून घेण्याची आवश्यकता नसेल; परंतु एकदा योजना मान्य केली की, तिचे स्वरूप ठरविण्याचा प्रत्येकाचा अधिकार मान्य केला पाहिजे. निर्मिक मानला की, अनेक प्रश्नांना आरंभ होतो. म्हणून अनेक सुधारक तो मानणे गैरसोईचे मानतात. पण बहुसंख्य लोकांना तो मानण्यात त्यांच्या विचारांची गुंतागुंत सोडवायला मदत होते. माझ्यासारख्या माणसाला परमेश्वर मानण्याची गरज वाटत नाही. तो आहे, हे मला सिद्धही करता येत नाही. त्याचप्रमाणे ज्यांना कोणाला परमेश्वराचे अस्तित्व मानण्याची इच्छा आहे, त्यांच्यापुढेही तीच अडचण आहे. या आध्यात्मिक जंजाळात शिरून काहीही मतलब नाही. माझे परमेश्वरावाचून चांगले भागते; पण ज्यांचे परमेश्वरावाचून भागत नाही, त्यांना मी एकदम मोडीत टाकायला तयार नाही. सर्वज्ञतेचा आव आणणारे ख्रिस्त, महंमद, झरत्रुष्ट, कृष्ण, बुद्ध– की ज्यांनी लक्षावधी लोक वर्षानुवर्षं कायमचे अंकित करून ठेविले आहेत; त्यांनाही निर्मिकाच्या कार्यकारणाच्या विषयात फारसे काही कळले आहे, असे दिसत नाही. तर मग एखादा बाबा आढाव किंवा एखादा बेहेरे यांना या विषयात काही कळलेले नाही,

असे मानले म्हणून काही फारसे बिघडणार नाही.

म्हणून निर्मिकाचे अस्तित्व व निर्मिकाची उपासना यांची गल्लत न करता त्यांना वेगळे करायला शिकले पाहिजे आणि त्यातही वैयक्तिक उपासना व सामाजिक उपासना यांनाही वेगळे करायला शिकले पाहिजे. सामुदायिक उपासना आली म्हणजे मंदिरे आली, पुजारी आले, कर्मकांड आले, परंपरा आल्या, मालकी हक्क आले, ते टिकविण्यासाठी संघर्ष आले. थोडक्यात, सामुदायिक उपासनेचे स्वरूप एकदम जटिल बनते. एका उपासना-संप्रदायाचा दुसऱ्या उपासना-संप्रदायाशी संघर्ष येतो. तो संघर्ष हेतुपुरस्सर पेटविण्यात येतो. कोणी लहान ठरते, कोणी मोठे मानले जाते. पवित्र-अपवित्र यांची वर्गवारी सुरू होते, आपल्या उपासना-मंदिराची श्रेष्ठता पटविण्यासाठी दुसऱ्याचा विध्वंस केला जातो. राज्यतृष्णेमुळे, नैसर्गिक आपत्तीमुळे जेवढी माणसे मेली त्याहून अधिक माणसे धर्मसंग्रामातून मेली म्हणून सामुदायिक उपासना हे धर्माचे कटकटीचे स्वरूप आहे.

हे सारे वाईट आहे, थांबवायला पाहिजे, म्हणून काही नव्या पंथांचे उदय झाले; पण त्यानेही हा प्रश्न मिटलेला नाही. धर्मच नाकारणारे, प्रेषित नाकारणारे; एवढेच नव्हे, तर देवाचे अस्तित्वच नाकारणारे अनेक नास्तिक होऊन गेले, तरीही धर्म शाबूतच आहे. ते धर्म बदलले असतील, पण संपूर्ण नष्ट करता आलेले नाहीत. हिंदू धर्माचा त्याग करणाऱ्या आंबेडकरांनाही धर्मकल्पनेचा त्याग करता आलेला नाही. त्यांनीही बौद्ध धर्माचा स्वीकार केला, राऊळे-देवळे सोडली म्हणता-म्हणता नवे बुद्ध-विहार निर्माण झाले. नवी प्रार्थनागीते निर्माण झाली. नवा कडवा धर्मद्वेष निर्माण होऊन ज्या बुद्धाने अहिंसा आणि शांती शिकविण्याचा यत्न केला, तेच नवे बौद्ध संघर्षाला उभे ठाकले आहेत.

म्हणून, आपल्या देशात धर्म नष्ट होण्याची फारशी शक्यताही नाही. धर्म मोडणाऱ्यांचे येथे काही फारसे चाललेले नाही. धर्मात सुधारणा होते. धर्माच्या नावाने वावरणाऱ्या सत्ता नष्ट व्हाव्यात, धर्मपीठांचा अधिकार नष्ट व्हावा आणि धर्माच्या नावावर जी छळणूक व पिळवणूक चालू आहे, तीही नष्ट व्हावी– या विचारांना येथे जागा आहे. पण धर्म नष्ट करणाऱ्यांना जवळपास वाळीत टाकले जाते. संतांनी धर्म टिकविला, पण धर्मांधता नष्ट केली. त्यांना प्रतिगामी म्हणण्यात आपली थोडी चूक होते आहे. हिंदू धर्मावरील अस्पृश्यतेचे व जातिभेदाचे कलंक नष्ट व्हावेत, यासाठी प्रयत्न करणारे या देशात महात्मे ठरतात; पण देव आणि धर्मच नाकारणारे मात्र म्हणण्यासारख्या कोणत्याच सुधारणा करू शकत नाहीत.

जी गोष्ट सुधारावयाची, तिचे अस्तित्व प्रथम मान्य करावे लागते; म्हणून बाबा आढावांची येथेच कोठे तरी चूक होते आहे, असे दिसते.

धर्म ही काही चैनीची गोष्ट नाही. जसजशा आधिभौतिक सुधारणा झाल्या, मनोरंजनाचे अनेक मार्ग उपलब्ध झाले; तसतशी समाजावरची धर्माची पकड कमी होत गेली. शहरी संस्कृतीत नाटक, चित्रपट, सभा-संमेलने, उद्याने, तलाव अशा रिकामा वेळ घालविण्याच्या अनेक जागा निर्माण होत आहेत. पुस्तके, चित्रे, शिल्प, नृत्य या साऱ्या आनंदाच्या प्रकारांनी माणसाचे एकारलेले आयुष्यसुद्धा शहरात पुष्कळसे समृद्ध झालेले असते. देवाची आठवण आलीच, तर जेथे प्रयत्नवाद संपतो व अविवेकी लालसा निर्माण होतात, तेथेच. एरवी माणसाचा चोवीस तासांचा दिवस हा ऐहिकाने व्यापून टाकलेला आहे. पण प्रचंड अशा ग्रामीण भागात माणसाच्या आयुष्याचे रितेपण त्याला असह्य करते. कष्टाने थकलेल्या माणसाला नशा हवी असते. कधी ती दारूची, गांज्याची; तर कधी भक्तीची, भजनाची, जत्रेची, उरुसाची. तेथे देव हा माणसाचा मित्र असतो. ग्रामीण जीवनात एकारलेल्या आयुष्यात तो सोबत करतो. ग्रामीण भागातील जीवन-कलह हा मुळातच दैववादावर आधारलेला आहे. पावसासाठी आकाशाकडे डोळे लावून पाहणाऱ्या शेतकऱ्याला काळ्या मेघांच्या ठिकाणी आपल्यासारखाच जनावरे राखणारा बाळकृष्ण दिसतो. आपल्या काळ्या मातीची वर्षानुवर्षे सेवा करणाऱ्या शेतकऱ्याला पुंडलिकाची आठवण होते. शेतातील काळ्या ढेकळावर उभ्या राहणाऱ्या व पावसाची वाट पाहणाऱ्या शेतकऱ्याला विटेवर ताटकळत उभ्या राहणाऱ्या विठोबाची सय येते. त्याच्या लेखी परमेश्वर त्याचा खरोखरीच मित्र असतो; तोच त्याला बळ देतो, कंटाळवाण्या आयुष्यात संगत देतो. शहरात आपल्याला कोणाची संगत नको असते, शेजाऱ्याचीसुद्धा. शेतकऱ्यांच्या ग्रामीण जगात जसे रानचे पक्षी, त्यांच्या शेतात खपणारे कामकरी, तसाच त्यांच्या जगात वावरणारा तो अज्ञात परमेश्वर त्यांना मित्र वाटतो. ज्याला भारतीय माणसाचे हे दैववादी एकाकीपण माहीत नाही, त्याने हव्या तर आस्तिक-नास्तिकाच्या निष्फळ चर्चा कराव्यात. या देशात प्रत्येकाचा देव निराळा आहे. म्हणून तर या देशात तेहतीस कोटी देवांचा जन्म झाला. नाही तरी ज्याचा-त्याचा सोबती स्वतंत्र हवाच की नाही? ज्यांना खरोखर अशा मित्रांची गरज नसेल, त्यांनी तो देव मातीत गाडावा; पण दुसऱ्याचे सुख त्याला पर्याय दिल्याशिवाय ओरबाडण्यात काही हशील नाही.

म्हणून समाजसुधारकाला आधी समाजाला काही चांगले स्वप्न द्यावे

लागते; नुसतीच मोडतोड करून भागत नाही. बाबा आढाव आणि त्यांचे असमंजस सहकारी ज्या एकांतिक भूमिका घेतात, त्यांनी समाजास आपण काय देऊ शकतो याचा प्रथम विचार केला पाहिजे.

बाबा आढावांनी आपली नेहमीची समाजप्रबोधनाची भूमिका सोडून देऊन एका नव्या प्रेषिताची भूमिका घेतलेली दिसते. 'पुरोगामी सत्यशोधक' नावाच्या एका त्रैमासिकात 'संघाची ढोंगबाजी' नावाचा, त्यांच्या लेखी एक खळबळजनक लेख लिहून, एक नवा प्रेषित जन्माला आला अशी भूमिका त्यांनी घेतली आहे. एक टीकाकार म्हणून संघावर टीका करण्याचा त्यांचा– नव्हे, कोणाही टीकाकाराचा अधिकार मी मान्य करतो. चिकित्सेचा प्रत्येकाला हक्क आहे. बाबा आढावांनी संघावर टीका केली म्हणून उद्या जर त्यांचे तोंड कोणी बंद करू लागला, तर त्या वेळेस बाबा आढावांच्या बाजूलाच माझ्यासारख्याला उभे राहावे लागेल. पण बंडखोरी, परखडपणा या शब्दांना काही चुकीचे अर्थ डॉ. अवचट, बाबा आढाव ही मंडळी देऊ पाहत आहेत. कुचेष्टेने सुधारणा होत नाहीत; थोडी गंमत होते, इतकेच. डॉ. अवचट आणि बाबा आढाव यांच्या मनांत सुधारणांचा आग्रह आहे, की केवळ खळबळ माजविण्याचा उत्साह आहे, याचा प्रथम विचार केला पाहिजे.

कोणतीही प्रस्थापित संघटना काही दोषांना जन्म देते. या दोषांवर टीकाही केली पाहिजे; पण टीकेचा प्रधान हेतू एखादी नासू पाहत असणारी गोष्ट मार्गावर आणण्याचा असला पाहिजे. विचारवंत टीकाकाराला पर्यायही सुचविता आले पाहिजेत. शिवाय, ज्या संघटनेवर बाबा आढाव आता लिहीत आहेत, त्या संघटनेची बाबा आढाव यांना काही फारशी माहिती दिसत नाही. गेली पन्नास वर्षे संघ अस्तित्वात आहे. संघाचे तीन सरसंघचालक झाले. प्रत्येकाच्या विचारसरणीत काही फरक आहेतच. संघाचा हा इतिहास आणि सरसंघचालकांचे दृष्टिकोन याचे आढावांना काही कुतूहल नाही. संघाचे काही स्वयंसेवक किंवा एखादा शहर संघचालक कसा वागतो, यावरून ते संघाचे मूल्यमापन करू इच्छितात. संघासारख्या अन्य काही लहान-मोठ्या संघटना या देशात होत्या. त्यांच्या यशापयशाचा आढावा घेण्याचे भानही आढावांना राहिलेले नाही. पाकिस्ताननिर्मिती, दादरा-नगर-हवेली मुक्तिसंग्राम, गोव्यातील मुक्ती लढा, भारत-पाक युद्ध या वेळेस संघाने प्रत्यक्ष काम काय काय केले याची थोडी नि:पक्षपाती माहिती घेण्याची शुद्ध आढावांना राहिलेली नाही. ही माहिती त्यांनी संघ-जनसंघ यांव्यतिरिक्त अन्य संघटनांच्या कार्यकर्त्यांकडूनही मिळवायला हरकत नाही.

ते जुने एक राहू दे; पण गुजरात संघर्ष समिती व बिहारमधील संघर्ष समिती ह्यात संघाचा काही वाटा होता किंवा काय, ते तपासणे त्यांना मुळीच कठीण नव्हते. जयप्रकाशजी आणि इतर पक्षांतील नेते यांची संघाबद्दलची मते बदलली याचे कारण अगदी उघड-उघड आहे. फक्त ते समजण्याइतका समंजसपणा आढावांजवळ नाही. बेचाळीसच्या चळवळीत संघाने भाग घेतला नाही, ही चूक झाली, असे कित्येकांचे मत आहे. पण त्यानंतर होणाऱ्या प्रत्येक संघर्षात संघाने भाग घेण्यास सुरुवात केली आणि बिहार आंदोलनात संघाने खूपच मोठा वाटा उचलला. या देशातील सर्वच मान्यवर नेते संघाबद्दलच्या आपल्या मतांचा पुनर्विचार करायला तयार झाले असताना बाबा आढाव मात्र कुत्सितपणाने पूर्वीचीच मते नव्या आवेशाने मांडीत आहेत, याचे मला नवल वाटते.

मला कारण दिसते ते अगदी उघड आहे की, एक तर बाबा आढाव हताश झाले आहेत; एक तर भारतातील सर्व विरोधी पक्ष एकत्र आल्याने तथाकथित पुरोगामी असे लेबल लावणारी मंडळी आता आढावांच्या पाठीशी नाहीत. आढावांची समाजवादी पक्षावर फार भिस्त; पण तो पक्षही आता संघ-जनसंघाशी सहकार्य करीत आहे, त्यामुळे आढावांना अगदी एकटे पडल्यासारखे वाटते. त्यांच्या आततायी शब्दांचा पूर्वी पुष्कळ प्रतिध्वनी उमटत असे. आता तसा तो कोणी काढीत नाही. आढावांची खरी आयडेंटिटी खरे तर एक कृतिशील सुधारक एवढीच असायला हवी. त्यांना कोणीही प्रगल्भ आणि समंजस विचारवंत मानलेले नाही आणि कोणी मानणारही नाही. कारण विचारवंताला आवश्यक असणारी ज्ञानजिज्ञासा त्यांच्याजवळ अजिबात नाही. माणूस उत्क्रान्त होतो, संघटनांचे चेहरे-मोहरे बदलतात, माणसे एकत्र येतात किंवा दूरही जातात– या साऱ्या प्रक्रिया लक्षात येऊ शकणाऱ्यांनीच गुंतागुंतीच्या संघर्षावर भाष्य करावे, काही तरी खळबळजनक कृती करावी, आक्रस्ताळेपणे लिहावे, टिंगलटवाळीचा आश्रय घ्यावा; अशी एक नवी लाट येऊ पाहत आहे. सत्यशोधक पत्रिकेचे संपादक डॉ. अवचट या कामी अगदी प्रवीण आहेत. पण त्यांची भोंगळ बांधिलकी या आचरट शैलीतून त्यांची सुटका करू शकते. आढावांचे तसे नाही, म्हणून या अशा विपर्यस्त टीकापद्धतीचा अंगीकार करण्याने त्यांच्या सामाजिक परिवर्तनाच्या कार्यालाही खीळ बसेल, हे त्यांच्या ध्यानातच आलेले दिसत नाही. आज बाबा आढाव ज्या काही चळवळी करीत आहेत, त्यांत त्यांचा संघर्ष संघवाल्यांशी येण्याची सुतराम शक्यता नाही. 'एक गाव-एक पाणवठा' या त्यांच्या मुख्य चळवळीत त्यांचा मुख्य संघर्ष होतो तो उच्चभ्रू मराठा समाजाशी.

त्यांच्याशी झगडताना आढावांची लेखणी आणि वाणी थोडी लुळी पडते. संघ आणि जनसंघ यांना झोडपायला चांगले असते; कारण त्यांना झोडपले की, आपोआपच जुन्या सत्यशोधक चळवळीशी ते सांधा जोडू शकतात, हे त्यांच्या लक्षात आले आहे. शिवाय येथील सत्ताधिष्ठित, प्रतिगामी मराठा समाजाशी वैर करण्यात अवचट-आढावांना अडचणीही आहेत. आज अवचट-आढावांना यशवंतराव मोहिते जवळचे वाटतात, असे दिसते. आढावांचे आता एस. एम. जोशी, ना. ग. गोरे आदी लोकांशी असलेले वैचारिक नाते तुटून ते यशवंतराव मोहिते यांच्यासारख्या जातीय नेत्यांशी जुळल्यासारखे वाटते. यशवंतराव मोहिते यांनी तर संघ-जनसंघ यांच्याशी उघड-उघड सामना देण्याची भाषा काढली आहे आणि या लढाईत बाबा आढावांसारखा सेनापती त्यांना मिळाला, तर हवाच आहे.

एक बरे आहे– आढाव तुरुंगात गेलेल्या संघवाल्यांची संख्या मान्य करतात. समदुःखी मंडळी समविचाराचा प्रयत्न करतात, हेही त्यांना मान्य आहे. संघवाल्यांच्या सभेत 'अस्पृश्यता हा हिंदू धर्मावर कलंक आहे' असे म्हटले, म्हणजे संघवाले तेवढे दांभिक असे म्हणावयाचे आणि नुसतीच सामाजिक समतेची घोषणा करणारे पुरोगामी म्हणायचे. उस्मानाबादला धाराशिव म्हटले, इस्लामपूरला ईश्वरपूर म्हटले की, त्यांना मनःपूर्वक राग येतो. आढावांच्या मते– ख्रिश्चनांनी, मुसलमानांनी या देशातील गावांची जी नावे जबरदस्तीने बदलली, ती तशीच ठेवावीत. जे लोक जबरदस्तीने बाटले, त्यांना परत हिंदू धर्मात येण्याची इच्छा असली तरी येऊ दिले जाऊ नये. या गोष्टी त्यांना प्रतिगामी वाटतात. कर्मकांड, सोवळे-ओवळे, उपास-तापास या गोष्टी त्यांना येरवड्याच्या कारागृहात दिसल्या; पण 'साधना' कार्यालयातील 'सत्यनारायण' त्यांना दिसत नाही. कर्मकांड मलाही नापसंत आहे. मी स्वतः ते करणार नाही– आढावांनीही ते करू नये; पण तुच्छतेने सांगितले, तर या चुकीच्या रूढी आणि परंपरा कमी होत जात नाहीत; उलट त्याला असहिष्णू विरोध केला तर नवा अभिनिवेश निर्माण होऊन कर्मकांडाचा दुराग्रह वाढतो, ही साधी गोष्ट त्यांच्या लक्षात आलेली दिसत नाही. हिंदू धर्मातील कर्मकांड त्यांना खटकते, पण मुसलमान व ख्रिस्ती धर्मातील कर्मकांड त्यांना खटकत नाही; निदान नवबौद्धांतील नव्याने निर्माण झालेले कर्मकांड तर त्यांना खटकायला हवे की नाही? उठल्यासुटल्या बाबासाहेबांचा (आंबेडकरांचा) चुकीचा उल्लेख करणे; फुले, शाहूमहाराज यांचा उल्लेख करणे याचेही स्वरूप कर्मकांडांतच व्हायला लागले आहे. प्रेषिताची

भूमिका दिलीत की, कर्मकांड आपोआपच सुरू होते. ते थांबवायला हवे. एक तर समभावनेने आणि दुसरे समजुतीने. नाही तर हे कर्मकांड अधिकाधिक मजबूत होऊ लागते. माणसे एकत्र आणण्यासाठी काही गोष्टी प्रत्येक संघटनेत नाइलाजाने शिरतात. अगदी समाजवाद्यांमध्येसुद्धा काही हास्यास्पद कर्मकांडे आहेतच; निदान होती, असे मी म्हणतो. कारण आता समाजवादी-जनसंघ अशा तऱ्हेचे वेगळे कप्पे मानणे आढावांच्या सोईचे असले तरी देशाच्या सोईचे नाही. धर्माचे अवडंबर वाढूनही कर्मकांडाने माणसावर जुलम होतो, तो थांबायला पाहिजे. या साऱ्या गोष्टींत माझे आणि आढावांचे एकमत असले, तरी त्यांची कुचेष्टेची आणि त्यामुळे मिळणाऱ्या प्रसिद्धीच्या लावसटपणाची मला चिंता वाटते.

तसे दोषच काढायला गेले, तर प्रत्येकाच्या जीवनात उणिवा आहेत. समाजवादाचा नारा करून या देशात समाजवाद्यांनी काय मिळविले? या देशातील माणसांची मने या पक्षाला का जिंकता आली नाहीत? अनुयायांपेक्षा नेत्यांची संख्या समाजवादी पक्षात जास्त का झाली? राजकीय आणि सामाजिक जीवनात स्वातंत्र्याबरोबर काही बंधनेही येतात. हवे ते बोलण्याचे स्वातंत्र्य दिले, तर संघटना धडाधड कोसळतात आणि प्रतिगामी शक्तींना त्यांच्याशी मुकाबला करणे सोपे जाते, हा अनुभव आपण नुकताच घेतला आहे. स्वातंत्र्याबरोबरच काही बंधने येतात. ती जाचक होऊ लागली, तर ती मोडावीही लागतात. परंतु बुद्धिभेदांनाही काही मर्यादा आहेत. त्याचा विसर पडल्यामुळेच या देशातील विरोधी पक्षीयांची वाताहत झाली आणि इंदिरासुराचा जन्म झाला.

संघाचे आणि जनसंघाचे आढावांना भय वाटते ते संख्याबळामुळे. तेही संख्याबळ काँग्रेससारखे विशविशीत नाही, तर काही विचारसरणीवर आधारलेले आहे. म्हणून सुखी आणि संपन्न जीवनाची लालसा भिरकावून देऊन समर्पण वृत्तीने एकत्र आलेल्या संघाची भीती काँग्रेसला नेहमीच वाटत आली; कारण तेथे सत्ता टिकविण्याचा प्रश्न होता. आढावांना हे भय वाटण्याचे वास्तविक काही कारण नाही. संघ-जनसंघ हा कनिष्ठेतर मध्यमवर्गीयांचाच पक्ष आहे. सामाजिक परिवर्तनाच्या कार्यात तो आढावांचा शत्रू होईल अशी शंका त्यांना का वाटावी, हे खरोखरीच कळत नाही. त्यांनी डोळे उघडून पाहायचे ठरविले, तर समर्पित वृत्तीची ही संघटना समाजपरिवर्तनाच्या कार्यासाठी उपयुक्त आहे, हे त्यांच्या लक्षात येईल. संघाच्या हिंदुत्वाच्या व्याख्येत आमूलाग्र बदल होत आहे. या देशाच्या मातीचा ज्यांना अभिमान आहे व जे येथील बऱ्या-वाईट संस्कृतीचा वारसा सांगतात; नवबौद्ध, ख्रिश्चन, मुसलमान असले तरी जोपर्यंत बायबल,

कुराण, धम्म, चर्चेस, मंदिरे, अग्याऱ्या या देशाच्या एकतेला तडा पाडीत नाहीत तोपर्यंत हिंदुत्व हे धर्माधिष्ठित नाही; तर ते भूमिनिष्ठ आहे— ही भूमिका हळूहळू आकारास येत चालली आहे. रोम, मदिना येथील आपले नाते जर येथील अहिंदूंनी तोडून टाकले, तर नव्या हिंदुत्वाच्या व्याख्येत सर्व नागरिक बसू शकतील. हिंदू आणि हिंदी हे शब्द समान होतील— नव्हे, ते आहेतच.

या देशातील अफाट लोकसंख्येला यतिधर्माची दीक्षा देणे आवश्यक आहे. पाश्चिमात्य देशांतील ऐहिक-लोलुपता या गरीब देशाला परवडण्यासारखी नाही. गरीब-श्रीमंत यांतील दरी कमी करण्याचा वर्गयुद्ध हा एकच मार्ग नव्हे. संस्कारित समाजरचना हे त्यावर उत्तर होऊ शकत नाही. बाबा आढाव म्हणतात त्याप्रमाणे संघ हा माणसे बनविण्याचा कारखाना जरूर आहे... या देशात पशुतुल्य जीवन जगणाऱ्या अनेकांना माणसे नको का बनवायला? त्यांना शील, चारित्र्य, सौंदर्य या गोष्टी नकोत का शिकवायला? आपल्याजवळ आलेले अवाजवी द्रव्य कोणाच्या तरी न्याय्य हक्काची लुबाडणूक करून आलेले आहे, ही जाणीव करून देणे प्रतिगामी आहे काय? एखाद्या गावात चंचुप्रवेश करून आढाव म्हणतात त्याप्रमाणे संघाची स्थापना होते. आढाव लिहितात : एकदा मी विचारले, ''महाराष्ट्रातील ब्राह्मण-ब्राह्मणेतर वादाचा तुम्हाला त्रास होत नाही का?'' त्याने सांगितले, ''त्याचा काही परिणाम होत नाही. आमची कार्यपद्धती फार वेगळी आहे. जेथे शाखा काढावयाची तेथे आम्ही आधी तालमीत जायला सुरुवात करतो. मग हळूहळू इतर व्यायामपटू-पहेलवानांबरोबर परिचय वाढवायचा, त्यांना रोज उठवायला जायचे... तालमीच्या व्यवस्थेत, मारुतीच्या पूजेत लक्ष घालायचे... हळूहळू रामदास, विवेकानंद यांचे फोटो लावायला प्रवृत्त करायचे... त्यांच्यापैकी काही जणांना शाखेवर आणण्याचा प्रयत्न करायचा, भजनी मंडळात भाग घ्यायचा, एखाद्या संघीय प्रवचनकाराला मुद्दाम पाचारण करायचे. शेवटी ग्रुप जमला की, शाखा सुरू करायची. गोरक्षा अभियान, नवरात्रोत्सव, गणपती उत्सव, इ. सामुदायिक हिंदू उत्सव साजरे करण्यासाठी लोकांना प्रवृत्त करायचे.''

वास्तविक, बाबा आढावांना या कार्यपद्धतीचे कौतुक वाटायला हवे. महाराष्ट्रात संघ-जनसंघाला काम करणे किती अवघड आहे, याची जाणीव जर आढावांना असती, तर आढावांनी या कार्यपद्धतीची चेष्टा केली नसती. कोणतीही संघटना बांधण्यासाठी समाजाच्या अंत:करणात शिरावे लागते, माणसांना वश करून घ्यावे लागते. प्रथम माणसे जोडावी लागतात; मग विचारांचे कलम करायचे असते. लो. टिळकांनी शिवजयंती आणि गणपती उत्सव यांचा महाराष्ट्रात

प्रसार केला आणि त्याचेच पुढे वैचारिक वादळ झाले. कोणतीही साधनसामग्री नसताना घरचे खाऊन खेड्यापाड्यांपर्यंत पोचण्याचा प्रयत्न आढावांसारख्या माणसाला टिंगलीचा वाटावा, यात त्यांना स्वत:ला माणसे जोडण्यात आलेले अपयश– हे तर कारण नसेल? समाजवाद्यांच्या साऱ्याच चळवळी पाणलोटाप्रमाणे वाहून जायच्या. याचे कारण समाजवादातील समाज त्यांनी समजून घ्यायचा प्रयत्न केला नाही. समाज हा तसा दुबळा असतो. त्याला नवा विचार स्वीकारणे अडचणीचे असते. प्रचलित समाजपद्धती फेकून देताना तो खळखळ करतो, म्हणून त्याला आवडणाऱ्या गोष्टींतूनच त्याच्या मनात शिरावे लागते. या देशातील धर्मसंकल्पना ज्यांना समजली नाही, ते सारे पराभूत झाले. नुसतीच अतिरेकी वैचारिक बडबड समाजात बदल घडवून आणू शकत नाही. अस्सल क्रांतिकारकालासुद्धा हव्या त्या वेगाने समाजाचे परिवर्तन करता येत नाही; त्यालाही तडजोडी कराव्या लागतात. स्वातंत्र्यवीर सावरकर यांनी हिंदू धर्मातील रूढी, व्रतवैकल्ये, ग्रंथप्रामाण्य, चातुर्वर्ण्य यावर किती कडाडून हल्ले केले! त्यांतून निष्पन्न काय झाले? त्यांच्या मागे किती अनुयायी गेले? हिंदू राष्ट्रवाद्यांच्या मागेसुद्धा हिंदू जाऊ शकले नाहीत, यावरून आपण बोध काय घ्यायचा? हां, ज्यांना नुसतीच सुधारकी बडबड करावयाची आहे, त्यांनी हवे तर बाबा आढावांसारखे हेकट शब्दपांडित्य करावे. ज्याला या देशात सामाजिक आणि आर्थिक समता आणावयाची असेल, त्याने प्रथम येथील माणूस समजून घेतला पाहिजे. कोणत्याही समाजाचे चलनवलन हळूहळूच होते. एका दिवसात वैचारिक क्रांती हवी असेल; तर मग रशियाप्रमाणे येथेसुद्धा पोलिसांच्या आणि लष्कराच्या बळावर देशाचा तुरुंग करावा लागेल, विरोधकांचे मुडदे पाडावे लागतील किंवा नाशिक, येरवडा येथील तुरुंग भरावे लागतील. जबरदस्तीने माणसे ऐकल्यासारखे दाखवतील, पण बदलणार नाहीत. या देशात जबरदस्ती केल्यावर काय होते, हे नुकतेच अनुभवाला आले आहे. कुचेष्टाखोर प्रचाराचा परिणाम काय होतो, हेही आपण पाहिले आहे. येथील लोक हेच येथील स्वामी आहेत. कोणी उपाशीपोटी राहत असतील, कोणावर जुलून-जबरदस्ती होत असेल; ती थांबण्यापुरता सत्तेचा वापर अपरिहार्य आहे, परंतु त्यांच्या सर्वांगीण स्वातंत्र्यावर अवाजवी बंधने टाकली तर लोक कडवेपणाने चांगल्या सुधारकांचेही शत्रू होतील. अण्णासाहेब कर्वे यांनी प्रतिगाम्यांच्या विरुद्ध कोणताही कुचेष्टेचा सूर काढला नाही, तरीही सामाजिक परिवर्तनाचे मोठे कार्य केले. त्याला वेळ थोडा अधिक लागतो, पण काम चिरस्थायी होते. म. गांधी आणि लो. टिळक यांनी लोकांशी वैर केले नाही;

पण त्यांच्यासाठी चार पावले मागे जाऊन त्यांच्या अंत:करणात प्रवेश केला, म्हणून तर येथे असंतोषाचा समुद्र खवळला. म्हणून तर आपण शरीराने आणि मनाने मुक्त झालो. म्हणून तर बेहेरे-आढाव मुक्तपणे लिहू शकतात. या देशातील गेल्या शंभर-दीडशे वर्षांतील सामाजिक आणि राजकीय क्रांती ही एकांतिक सुधारकांनी केलेली नाही. फुल्यांना आपण समाजिक समतेचे प्रवर्तक मानतो; पण त्यांनीही परमेश्वराला नाकारले नाही. संघाचीही भूमिका अशीच असली पाहिजे. धर्माचे मंदिर मोडायला निघालेली माणसे स्वत:च मोडून पडली; त्यापेक्षा धर्ममंदिरे स्वच्छ करणारी माणसे या देशात परिवर्तनाचे कार्य करू शकली.

बाबा आढाव यांच्या प्रामाणिकपणावर मी विश्वास ठेवतो, त्यांच्या कृतिशील उपक्रमाचे स्वागतही करतो; पण त्याचबरोबर सावधगिरीचा इशाराही देतो की, त्यांनी आपली शक्ती भलत्याच गोष्टी उद्‌ध्वस्त करण्यात खर्च करू नये. चांगल्या कार्यकर्त्यांच्या अभावी चांगली कामे खोळंबून पडली आहेत. टिंगल-टवाळीचे काम त्यांनी डॉ. अवचट यांच्यावर सोपवावे. बदलत्या सामाजिक आणि राजकीय परिस्थितीत या देशात एक आमूलाग्र परिवर्तन होते आहे तिकडे थोडे तटस्थपणे पाहायला त्यांनी शिकावे. ज्याप्रमाणे मुसलमान धर्मात कोणतीही सुधारणा मुसलमानेतर टीकाकार करू शकले नाहीत. हमीद दलवाईंसारख्या त्यांच्यातीलच एखादा आगरकर निर्माण व्हावा लागतो– त्याचप्रमाणे संघ-जनसंघातील आवश्यक ते बदलही संघद्वेषात ज्यांची हयात गेली, त्यांच्याकरवी होणार नाही. संघात-जनसंघात आवश्यक तेवढे परिवर्तनवादी बंडखोर आहेत; त्याची काळजी नसावी. आज त्यांचे अस्तित्व बाबा आढावांना जाणवणार नाही. नचपेक्षा पन्नास वर्षांहून अधिक काळ गंडांतरे येऊनही संघ टिकला नसता आणि आज जी एक सहानुभूती त्याला मिळते आहे, तीही मिळवू शकला नसता. बाबा आढावांच्या पाठीमागील पक्षीय पाठिंबा विस्कटल्यामुळे ते कदाचित भ्रमचित्त झाले असतील. पण त्यांनी एवढेच लक्षात ठेवावे की, त्यांच्यासारख्या प्रामाणिक आणि कृतिशील कार्यकर्त्यामागे आता केवळ समाजवादी पक्षच नाही, तर जनता पक्षाचे चारही घटक पक्ष आहेत. फक्त यासाठी त्यांनी आत्मशोधन करण्याची नितांत गरज आहे.

(९ ऑगस्ट, १९७७)

-०-०-०-

१६

आजवर थांबलो, ते पुरे झाले...

लोकसभेत प्रथमच चरणसिंगांनी गडबड उडविली; नाही तर एरवी सारे कसे मिळमिळीत, भेंड्याच्या भाजीसारखे चालले होते. जणू काही एखादे सर्वोदयी संमेलन चालावे, असा सुतकी कारभार लोकसभेत चाललेला पाहून आम्हाला एकंदर राज्यकारभाराची चिंता वाटू लागली होती.

एक समर्थ आणि कडक शासक म्हणून मोरारजीभाईंची प्रतिमा जनमानसात निर्माण झाली होती, त्यामुळे आम्ही पुष्कळच रोकठोक कारभाराची अपेक्षा करून राहिलो होतो; पण स्वप्नातही अपेक्षा न केलेले पंतप्रधानपद मिळाल्यामुळे ब्याऐंशी वर्षांचा हा वृद्ध नको तितका सावध आणि समंजस होऊन बसला आहे. त्यांचे वय, सर्व घटक पक्षांना सांभाळण्याची त्यांच्यावरची जबाबदारी, जीवनात हवे ते लाभल्याने आलेली कृतार्थता– यामुळे मोरारजी देसाई आपला पूर्वीचा स्वभाव विसरून फारच मवाळ बनले आहेत. अधून-मधून एखादे फटकळ विधान ते करतात– नाही असे नाही– तरी पण गेल्या दीड-दोन वर्षांच्या पार्श्वभूमीवर त्यांचा कारभार कमालीचा सहिष्णू वाटतो आहे, ह्यात शंकाच नाही.

जनता पक्षाच्या मध्यवर्ती मंत्रिमंडळात नवशिके मंत्री खूप आहेत– ज्यांनी आयुष्यात वैभव, सत्ता प्रथमच भोगली आहे. फर्नांडिससारख्या कामगार कार्यकर्त्याची तर अधिकच पंचाईत आहे; कारण आजवर त्यांचा धंदा मागण्याचा होता आणि आता लोकांच्या मागण्या पुरविण्याचा. त्यामुळे त्यांचे अफाट व्यक्तिमत्त्व

पुष्कळच जखडल्यासारखे झाले आहे. राजनारायण यांनी मंत्रिपदाचे हसे करून घेतले आहे. वास्तविक, धारियांना राज्यकारभाराचा अनुभव आहे; परंतु ते कोणत्याच घटक पक्षाचे सदस्य नसल्यामुळे त्यांना कधी समाजवादी तर कधी संघटना काँग्रेसच्या लॉबीवर अवलंबून राहावे लागते. पण त्यांचे सारे हितसंबंध व मित्रपरिवार पूर्वीच्या इंदिराजी काँग्रेसमध्येच आहे. महाराष्ट्र मंत्रिमंडळात आज असणाऱ्या काही मंत्र्यांविरुद्ध त्यांच्याकडे तक्रारी नेल्या तर एके काळचे ते त्यांचे साक्षीदार होते, म्हणून त्यांच्याविरुद्ध इलाज योजण्यास ते असमर्थ झाले आहेत. शिवाय पूर्वीच्या काँग्रेस कारभारातील आश्वासनांची त्यांची सवय अजून सुटत नाही. मधू दंडवते, वाजपेयी, अडवाणी हे तिघेही तसे शासनाला अननुभवी होते; तरी पण त्यांच्या खात्यांचा कारभार ते सराईतपणे करताना दिसतात. मात्र कोकण-रेल्वे हे दुखणे दंडवत्यांना भोवेल की काय, अशी भीती वाटते. चळवळीसाठी सुरू केलेल्या घोषणा आणि योजना राज्यकर्ते झाल्यावर फारच अडचणीच्या बनतात, हे आता सर्वांच्या ध्यानी आले आहे. व्यावहारिक उपयुक्ततेवरूनच कोकण-रेल्वेचा प्रश्न सोडविला पाहिजे, हे दंडवत्यांचे आजचे विधान त्यांच्या कालच्या घोषणेशी विसंगत आहे. खरे तर समाजवादी मंत्र्यांची फार विचित्र परिस्थिती झाली आहे. पूर्वी छोट्या पक्षाच्या अस्तित्वासाठी त्या वेळच्या काँग्रेस सरकारला अस्वस्थ करणाऱ्या घोषणा त्यांनी दिल्या, कामगारांचा राजकीय वापर केला; आज तेच कामगार डोक्यावर बसले आहेत. आणीबाणी उठल्याबरोबर औद्योगिक शांतता धोक्यात आली व उत्पादनात खीळ पडली आहे.

कामगारांना तुम्ही देणार किती आणि कोठून देणार? कोणाच्या तरी ताटातून भाकरी पळविल्याशिवाय कामगारांच्या ताटात काही घालणे शक्य नाही. मध्यमवर्गावरील बोजा प्रचंड वाढला आहे. सारे उद्योगधंदे अडचणीत सापडल्यासारखे आहेत. काही उद्योगपतींनी त्या वेळच्या सरकारशी संधान साधून वाममार्गाने काही संपत्ती मिळविली आहे– नाही असे नाही– परंतु ती सगळी नियंत्रित केली तरी प्रतिदिनी वाढणाऱ्या कामगारांच्या मागण्या पुऱ्या करता येणे कोणालाही अशक्य आहे. कामगारांतील हा असंतोष पुन्हा काँग्रेसला प्रतिष्ठा मिळवून देईल, म्हणून काही करून तो थोपिवणे भाग आहे. यामुळे जनता पक्ष एका दुष्टचक्रात सापडला आहे. राष्ट्रीयीकरण हा काही ह्यावरील उपाय नव्हे. अगोदरच आज शासन अवघड व प्रचंड झाले आहे. सरकारचा समाजव्यवस्थेतील अधिकाधिक अधिक्षेप हुकूमशाही जवळ आणतो. समाजातील प्रत्येक घटकाच्या मागण्या पुरविणे हे सरकारचे काम असले तरी अग्रहक्कांचा

काही क्रम नसल्यामुळे संघटित ते पुष्ट होत जातात– असंघटित ते उदास होत जातात. जनता पक्षाजवळ जादूची कांडी नाही, त्यामुळे एकदम काही अभूपूर्व घडेल असे समजण्यातही काही अर्थ नाही. त्यामुळेच ज्यांनी पूर्वी उंच आवाजात मागण्या केल्या, त्यांची फार पंचाईत झाली आहे.

जनसंघाने अशा काही स्वप्नाळू मागण्या पूर्वी कधी केलेल्याच नव्हत्या. पण भाववाढ आणि भ्रष्टाचार-निर्मूलन या सार्वत्रिक मागण्यांत त्यांचाही आवाज होता. त्याबाबतही म्हणण्यासारखे यश जनता पक्षाला लाभलेले दिसत नाही. न पेलणाऱ्या भलभलत्या योजनांवर आज चिकित्सा करण्यापेक्षा तातडीने काही करण्यासारखे असेल, तिकडेच जनता पक्षाने लक्ष दिले पाहिजे. जनता पक्षातील जनसंघ गट मिळालेल्या सत्तेवर आज खूश दिसतो आहे. अधिक सत्ता मिळविण्याचा आग्रह करून लोकांचा अपेक्षाभंग करण्यापेक्षा मिळालेली सत्ता राबवावी, अधिक संघटित व्हावे, असा त्यांचा डाव दिसतो आणि म्हणूनच कित्येक ठिकाणी जनसंघाच्या अस्तित्वाविरुद्ध अकारण शंकाकुल होऊन समाजवादी मंडळी अस्वस्थ झालेली दिसतात.

पण या सगळ्यांत चरणसिंगाचे वेगळेपण स्पष्ट जाणवते आहे. एक तर ते गृह खात्याचे मंत्री असल्यामुळे गेल्या दीड-दोन वर्षांतील झालेल्या अन्यायजनक घटना दुरुस्त करण्याचे उत्तरदायित्व त्यांच्यावर आहे, ते त्यांनी उत्तम प्रकारे केले. त्यांनी पुष्कळसे धीट निर्णय घेतले. त्याचे मुख्य कारण– त्यांना एक तर शासनाचा पूर्वानुभव आहे आणि त्याहीपेक्षा जनता पक्षाचे खरे सामर्थ्य या घटकेला तरी इंदिराद्वेष टिकविण्यातच आहे, हे फक्त त्यांनाच माहीत आहे. त्यामुळे जुन्या राजवटीतील प्रकरणे ते लोकांसमोर एका मागोमाग एक आणीत आहेत. वृत्तपत्रांना खाद्य पुरवीत आहेत. लोकांचा असंतोष जागा ठेवीत आहेत. त्यांच्या ह्या जाणीवपूर्वक केलेल्या कार्याचे मूल्यमापन पुढे काळच करू शकेल.

काँग्रेस पक्ष आता विरोधात आहे; पराभूत झाला तरी त्याची पाळेमुळे समाजात खोलवर रुजलेली आहेत. पुष्कळशा ग्रामीण अर्थव्यवहारांत त्यांचे हात गुंतलेले आहेत. अशा वेळेला त्या पक्षाचे नीतिधैर्य दुबळे करणे, ही एक अत्यावश्यक गोष्ट आहे आणि ते काम ते चोख करीत आहेत. त्यांना हे माहीत आहे की, काँग्रेस पक्षाविरुद्ध ते जे एक शिस्तबद्ध प्रचारयंत्र निर्माण करीत आहेत, त्यातील फारच थोडे आरोप कोर्टात सिद्ध होण्यासारखे आहेत. म्हणून तर ते लोकसभेत हे आरोप करतात व लोकसभेचे संरक्षक कवच घेऊन काँग्रेस पक्षावरील जनतेचा राग जिवंत ठेवतात. इंदिरा गांधी आणि त्यांच्या चांडाळ

चौकडीने या देशात अनेक अनन्वित कृत्ये केली; परंतु ते प्रत्यक्ष केल्याचे पाप त्यांनी सनदी अधिकाऱ्यांवर लादलेले आहे. नाही तर असल्या सूचना प्रत्यक्षात कोणी लेखी देत नाही. त्यामुळे इंदिरा गांधी किंवा त्यांचे साथीदार यांच्यावर प्रत्यक्ष गुन्हे शाबीत करणे कठीण आहे आणि कोर्टात जे पुराव्याने सिद्ध करता येणार नाही, असले खटले कोर्टात नेऊन चरणसिंग आपले हसू होऊ देणार नाहीत. जी लहान-मोठी प्रकरणे प्रत्यक्ष सापडतील वा जाळून टाकलेल्या पुराव्यांतून वाचली असतील; त्यांविरुद्ध लहान-मोठे खटले उभे राहतील, त्यात लहानमोठ्या शिक्षाही होतील; परंतु इंदिरा गांधी, संजय गांधी, विद्याचरण शुक्ल, बन्सीलाल यांना फासावर ल्टकविण्याची– निदान त्यांच्या हातांत हातकड्या पडण्याची लोकांची अपेक्षा पुरी होण्याची शक्यता दिसत नाही. घाशीराम कोतवालाला नाना फडणीसांनी जसे लोकांच्या स्वाधीन केले, तसे करण्याची आजच्या घटकेला शक्यता नाही; पण खरे तर इतक्या बदमाश मंडळींना लोकशाहीतील संरक्षणे देण्यापेक्षा असेच काही तरी करायला हवे होते. पण आता ती वेळ गेली आहे. रागाच्या भरात काही अतिमानुषी कृत्ये घडली, तर दुर्लक्ष करता येते; पण आता लोकांचा राग निवला आहे. शारीरिक छळ, मानहानी, बलात्कार, मालमत्तेचे अपहरण हे सारे गुन्हे करूनसुद्धा ही मंडळी प्रचलित कायद्याच्या पकडीत सापडण्याची शक्यता उरलेली नाही. धर्मराजाच्या उदार वागण्यामुळे बिचाऱ्या पांडवांना खूप भोगावे लागले; तसेच काहीसे मोरारजीभाईंच्या अति-उदार भूमिकेमुळे त्यांच्याही सहबांधवांना भोगावे लागणार. परंतु त्या वेळेसही एखादा संतप्त भीम 'सहदेवा, थोडा अग्नी आण' असे समयोचित उद्गार काढून धर्मांध झालेल्या धर्माचे हात जाळायला उद्युक्त झाला.

गृह खात्याच्या मागणीच्या प्रस्तावाच्या वेळेस चरणसिंगांनी जयप्रकाशजींसकट सर्व विरोधी पक्षांच्या नेत्यांचा खून करण्याचा इंदिरा गांधींचा कट होता, हे जाहीर करताच लोकसभेत एकदम खळबळ माजणे स्वाभाविक होते. इंदिराजींचा तसा कट होता, हे कदाचित आजच्या पुराव्याच्या कायद्याने सिद्ध करता येणार नाही. असल्या गोष्टींचा पुरावा मागे ठेवण्याइतक्या इंदिराजी मूर्ख नाहीत, परंतु सर्व पुढाऱ्यांची वासलात लावण्याचा त्यांचा मनसुबा त्यांच्या अनेक कृतींवरून सिद्ध होण्यासारखा आहे. खरे तर जनता पक्षाने अधिकारारूढ झाल्याबरोबर निदान या चांडाळ चौकडीला तरी तुरुंगात ठेवून लोकांना भीतिमुक्त करायला हवे होते. जनता पक्ष अधिकारावर आल्यावर संजय गांधी कागदपत्रांची विल्हेवाट लावू शकले, ही गोष्ट पुष्कळ गोष्टींची सूचक आहे. इंदिरा गांधींच्या

आजवर थांबलो, ते पुरे झाले... / ७९

पापकृत्यांत सामील असलेले कित्येक अधिकारी आजपर्यंत कामावर होते व अजूनही आहेत. आपल्याला गोवले जाईल, अशी कागदपत्रे ते ठेवू देतील? इंदिरा गांधी आणि त्यांच्या साथीदारांना मोकळे ठेवल्यामुळे व अजूनही त्यांच्या लोकप्रियतेला धक्का न लागल्याने आवश्यक ते पुरावे मुक्तपणाने पुढे येऊ शकले नाहीत किंवा नष्ट झालेले वाचवता येऊ शकलेले नाहीत. पण अजूनही वेळ गेलेली नाही. अजूनही या सर्व मंडळींना सार्वजनिक सुरक्षिततेखाली कैदेत टाकले, तर पुरावा उपलब्ध होण्याची शक्यता आहे. परंतु सारे काही शंभर टक्के कायदेशीर मार्गाने करावयाचे ठरले; तर चौकशीचा घोळ दीर्घकाळ लांबेल, पुरावे नष्ट होतील आणि मग नुसतेच आरोप, कृती काहीच नाही– असे अपयश पदरी पडेल. ही नाचक्की होऊ नये असे वाटत असेल, तर आत्ताच सावधगिरी बाळगून काही तरी पावले उचलली पाहिजेत.

संजय गांधींनी मुंबईत पत्रकारांना एक निर्लज्ज मुलाखत दिली व त्यात जनता सरकारला आपल्यावर व आपल्या आईवर खटला भरण्याची हिंमत नाही, असे सांगितले; शिवाय आपल्या हातून कोणताही गुन्हा घडला नाही, असा निर्वाळा दिला. हा निर्लज्जपणा त्याच्या ठायी कोठून आला? एक कारण– जनता पक्षाचे मवाळ नेतृत्व त्यांच्या लक्षात आले; जनता पक्षात अजूनही पूर्वाश्रमातल्या काँग्रेस पक्षातील लोकांचा वरचश्मा आहे, हीही गोष्ट त्याच्या लक्षात आली असली पाहिजे. आणीबाणीपूर्व काळातील झालेल्या अत्याचारांतील अनेक साथीदार आज जनता पक्षात असल्याने जनता पक्ष आपली चौकशी करू शकणार नाही, असाही त्याचा कयास असेल. शिवाय काँग्रेस पक्षात इंदिराजींचे स्थान फारसे ढासळलेले नाही, हे तर ए. आय. सी. सी.च्या निवडणुकीत सिद्ध झालेले आहे. इंदिराजीसारख्या बदमाश स्त्रीच्या घरी निवडणुकीच्या विजयानंतर जाण्याचे जयप्रकाश नारायण आणि मोरारजी देसाई यांना खरोखरीच काय कारण होते? ज्या आरोपीच्या डोक्यावर अनेक अपराधांची आणि गुन्ह्यांची टांगती तलवार आहे, त्या आरोपीची स्नेहभेट घेण्यात आरोपीला प्रतिष्ठा मिळते– एवढे या लोकांच्या कसे ध्यानात येत नाही? शिवाय या असल्या भोंगळ आणि फाजील उदार वागण्याने जनता पक्षाच्या नेत्यांच्या मनात काय आहे, हे सरकारी अधिकाऱ्यांना कळू शकलेले नाही. त्यामुळेच हे सारे पहिल्या दर्जाचे गुन्हेगार विनाशिक्षा सुटण्याची शक्यता निर्माण झालेली आहे.

खरे सांगायचे तर, हे जनता सरकार नाहीच. 'जनतेच्या आकांक्षा व्यक्त करणारे सरकार' अशी जर सरकारची व्याख्या करावयाची असेल, तर इंदिराजींविरुद्ध

उसळलेला असंतोषचा डोंब आपल्या थंड वागण्याने जनता नेत्यांनी विझविला, असेच म्हणावे लागेल. ज्यांनी दु:ख भोगले, अपमान सहन केला; त्यांच्या भावनांची काहीच कदर जनता नेत्यांना नसावी काय? का नेहरूंची कन्या म्हणून इंदिराजींना सारे गुन्हे माफ आहेत? घटनेत दुरुस्ती करून इंदिराजींनी आपल्याला न्यायालयापासून मुक्त करून घेतले होते, त्याचा परिणाम तर जनता पक्षाच्या नेत्यांवर झालेला नाही? इतर सर्व गुन्हेगारांना संशयावरून पोलीस अटक करतात, मग या सर्व चोरांना ही खास वागणूक कशासाठी? का इंदिराजी एके काळी जनता पक्षातील काही नेत्यांच्या सहकारी होत्या, म्हणून?

या देशातील अनेक समस्यांचा उलगडा करण्याचे उत्तरदायित्व जनता पक्षावर आहे, हे कबूल; पण तो तर कारभारविषयक प्रश्न झाला. ते तर प्रत्येक शासनाचे कामच आहे. ते करीत-करीतच सारे जुने हिशेब मिटवायला नकोत काय? किंबहुना, जनता पक्षापुढे जनतेची पहिली मागणी आणीबाणीतील गुन्हेगारांना शासन करावे, हीच होती. साठ लाख रुपयांची अफरातफर करणाऱ्या नगरवालाचा खटला तासाभरात निकालात निघतो आणि साठ कोटी लोकांच्या जिवांशी खेळ करणाऱ्या इंदिराजींना मात्र हवी तेवढी उसंत मिळते, हा विरोधाभास काय दर्शवितो? इंदिराजी जनता पक्षापेक्षा अधिक चांगल्या शासक होत्या, असे तर कोणाला सुचवायचे नाही? ही सारी दिरंगाई अक्षम्य आहे, लोकांत नैराश्य उत्पन्न करणारी आहे. नानाविध आयोगांच्या चौकशीतून फारसे काही निघणार नाही आणि मुख्य म्हणजे, या देशात दहशतवाद आणला, त्यातील दहशत बाह्यत: संपलेली असली तरी सरकारी अधिकाऱ्यांच्या मनातील दहशत निश्चितच संपलेली नाही. जनता पक्षाला लोक आता 'चौकशी आणि नानाविध आश्वासने सरकार' असे संबोधू लागली आहेत. आम्हाला आजची भाकरी उद्या दिलीत तरी चालेल; पण आमची इज्जत ज्यांनी लुटली, त्यांच्या बंदोबस्ताचे काम प्रथम करा– असा पुकारा आहे. तीस वर्षांच्या भुकेल्या माणसाला आणखी वर्ष-सहा महिने थांबणे फारसे जड नाही.

म्हणून चरणसिंगांनी जी आक्रमक, कडक भूमिका घेतली आहे; तिचे स्वागत केले पाहिजे. जर जनता पक्षातील फाजील, उदार नेत्यांमुळे चरणसिंगांच्या कार्यात अडथळा येत असेल, तर त्यासाठी जनतेने उग्र निदर्शने केली पाहिजेत. आम्ही आजवर थांबलो, तेच पुष्कळ झाले.

(९ ऑगस्ट, १९७७)

-०-०-०-

१७

जनता पक्षाला महाराष्ट्र कसा जिंकता येईल?

गेल्या आठवड्यातच दक्षिण महाराष्ट्रातील काही महत्त्वाच्या ठिकाणी जाण्याचा योग आला. अर्थातच, तेथील पत्रकारांनी महत्त्वाच्या राजकीय व्यक्तींना–विशेषत: काँग्रेसमधील काही महत्त्वाच्या व्यक्तींना–भेटण्याचा योग आणला. इतके दिवस ही सर्व काँग्रेसमंडळी आमच्याशी तुच्छतेने बोलत असत; कारण माझ्यासारखा एकांडा पत्रकार त्यांच्यासारख्या बलदंड पक्षाचे काहीही वाकडे करू शकणार नाही, अशी त्यांची ठाम समजूत होती. आता काँग्रेसवाल्यांचा नक्षा पुष्कळच उतरला आहे. सत्ता जाण्याचे भय समोर दिसू लागले आहे. अशा वेळेस विरोधकांच्या मनात काय चालले आहे, हे समजून घेणे फार महत्त्वाचे आहे, असेही त्यांना वाटणे स्वाभाविक आहे. माझ्याशी चर्चा करताना येणाऱ्या निवडणुकीची चर्चा साहजिकच झाली. महाराष्ट्रात तरी आपण काँग्रेसचा पाडाव होऊ देणार नाही, याविषयी त्यांना विश्वासाने बोलताना पाहून मी म्हणालो,

"तुमचे सामर्थ्य कशात आहे हे जनता पक्षाला समजले, तर तुमचा पाडाव करणे सोपे आहे."

"ते कसे काय?"

"येथील काँग्रेसचे बळ तीन गोष्टींत एकवटले आहे. एक : सहकारी संस्था व सहकारी साखर कारखाने ह्यांच्यावर असलेली काँग्रेसची पकड. दोन : महाराष्ट्रातील सर्व स्तरांवर ब्राह्मण-ब्राह्मणेत्तर वादाचे चिकटलेले पलिस्तर व जातीयवादाचा घेतलेला

आश्रय. आणि तीन : खेड्यापाड्यांपर्यंत काँग्रेसचे असलेले भावकीचे संघटन.''

''मग या तीन बळांचे नियंत्रण कसे होईल, असे वाटते?''

''मी जनता पक्षाचा प्रमुख नाही किंवा माझ्या हातात काही सत्ता नाही; परंतु निवडणुका जिंकायच्या असतील तर काय करता येईल, याचा प्रचार मी करू शकेन. आज काँग्रेसबद्दल भोंगळेपणाने लिहिणे सोपे आहे; पण इंदिरा गांधी अगदी लोकप्रियतेच्या लाटेवर असतानासुद्धा इंदिराजींची चाल हुकूमशाहीकडे जात आहे व लोकशाहीचे सर्व संकेत धुडकाविले जाणार आहेत, हे मी एकट्यानेच कळकळून व जीव तोडून सांगितले आहे. एवढे कशाला, आणीबाणी पुकारली जाण्यापूर्वीच पंधरा दिवस आधी आणीबाणी येत आहे, न्यायालयांचे आणि वृत्तपत्रांचे अधिकार कमी होत आहेत याचाही मी पुकारा केला होता. मात्र हे करण्यासाठी कोणतीही दूरदृष्टी आवश्यक नव्हती. कारण सर्व काही अगदी उघड होते, म्हणून माझे कयास खरे ठरले. इंदिराजी हुकूमशहा झाल्या. त्यांनी विरोधकांना प्रत्यक्ष तुरुंगात टाकले आणि काँग्रेसवाल्यांना अप्रत्यक्ष तुरुंगात टाकले. इंदिराजींचा नाश विरोधी शक्तीने केला यापेक्षा काँग्रेसमधील शक्तीनेच केला, हे विधान तुम्हाला कडू लागेल. मोहन धारिया, चंद्रशेखर, बहुगुणा, सत्पथी, जगजीवन रामबाबू हे तर प्रत्यक्ष कारभारात होते. काँग्रेसचे दोष या सर्वांना माहीत होते. त्यांनी काँग्रेसविरुद्ध राग कसा जागा करता येईल, हे सांगितले आणि विरोधकांनी त्यांना सैन्य पुरविले''

''हे तुमचे विधान मर्यादित अर्थाने खरे असले तरी सर्वार्थाने खरे वाटत नाही.''

''नाहीच आहे! काँग्रेस-नाशाची कारणे अनेक आहेत; परंतु एखादी क्रिया घडण्यासाठी बॉइलिंग पॉइंट (उकळीचा क्षण) निर्माण व्हावा लागतो. तो निर्माण झाला की, लहानसहान कारणांचे स्वरूपसुद्धा मोठे होते. काँग्रेस-नाशास सर्व कारणांनी आपल्या परीने हातभार लावला, पण पक्षांतर्गत लोकशाहीचा नाश हे प्रमुख कारण होते. तेच कारण महाराष्ट्र काँग्रेसच्या नाशाला कारणीभूत होणार आहे. महाराष्ट्र काँग्रेसच्या कित्येक वर्षांत तालुकावार व जिल्हावार निवडणुका घडलेल्या नाहीत. कोणी तरी हुकूम द्यावेत आणि त्यांची अंमलबजावणी तेवढी केली जावी, या क्रियेमुळे असंतुष्ट गटांची निर्मिती होते. आज असा एकही जिल्हा नाही की, जेथे अंतर्गत वैरे निर्माण झालेली नाहीत.''

''ती तर जनता पक्षातही होतील!''

''होतीलही, परंतु अजूनही सत्तेची चटक जनता पक्षाला लागलेली नाही.

पक्षाचे सारेच राजकारण जेव्हा सत्तेच्या दिशेने धावू लागले, तेव्हा सत्तास्थानासाठी झगडे होणारच. पक्षाला म्हणून काही स्वतंत्र कार्य असते, याचा विसर पडला की, पक्षाचे अस्तित्व धोक्यात येते. जनता पक्ष उद्या धोक्यात आलाच तर तो सत्ता भोगलेल्या जनता पक्षातील काँग्रेसपक्षीयांमुळेच येईल. सत्तास्थानांचे सौदे झाले की, सारा सभ्यपणा मातीस मिळतो. तसे म्हणाल, तर जनता पक्षालाही आज स्वत:चा चेहरामोहरा नाही; पण नैतिक पाया आहे. काही तरी अचाट कृत्य केल्याचा उन्माद आहे. तो उन्माद किती काळ टिकतो किंवा टिकविण्याचा प्रयत्न होतो, यावर जनता पक्षाचे भवितव्य अवलंबून आहे. काँग्रेस पक्षाचा पुरोगामी बुरखा फाटून गेला आहे, नीतिमूल्ये ढासळली आहेत आणि गेलेली सत्ता परत मिळविण्यासाठी काँग्रेस पक्ष वाटेल त्या तडजोडी करण्यास तयार आहे. या तडजोडी अर्थातच नेहमी महाग पडतात. वसंतदादा पाटलांनी चाळीस मंत्र्यांचे मंत्रिमंडळ केले ते केवळ असंतुष्ट गटांचे समाधान करण्यासाठी. तरीही पुष्कळांचे समाधान झाले नाहीच. अनेक भ्रष्ट लोकांना मंत्रिमंडळात स्थान द्यावे लागले. त्याचा परिणाम काय झाला की, खुद्द काँग्रेसमध्येच आरडाओरड सुरू झाली. ही इमेज घेऊन काँग्रेस पक्ष निवडणुकीला उभा राहणार. जनता पक्षाचे तसे नाही. घटक पक्षांना इतिहास असला, तरी जनता पक्षाला इतिहास नाही, इतिहासाचा वारसा नाही, तसेच पापांचा जमाखर्चही नाही. व्यक्ती म्हणून काही लोक कदाचित वाईट असतील; परंतु त्या व्यक्तीचे पाप मध्यंतरीच्या अभूतपूर्व घटनेनंतर काही काळ तरी विसरायला लोक तयार आहेत. स. का. पाटलांसारख्या माणसाला तिकीट नाकारून जनता पक्षाने धैर्य दाखविले आहे. जनता पक्षाची पाटी कोरी आहे व जो 'श्रीकार' लिहिला आहे तो लोकसभा-विजयाचा. गेल्या चार महिन्यांत जनता पक्ष जनतेच्या हातात प्रत्यक्ष फायदे टाकू शकला नाही. त्यासाठी थोड्याफार तक्रारी आणि कुरबुरी सुरू आहेत; पण एवढ्या अल्पावधीत फारसे करता येण्यासारखे काही नव्हते याची कारणे जर जनता पक्षाचे नेते पटवू शकले, तर जनता त्यावर विश्वास ठेवू शकेल. माझ्या माहितीप्रमाणे महाराष्ट्रात निवडणुका होतील त्या सुमारास एकंदर पाऊस-पाणी बरे झाल्याने खरिपाचे उत्पन्न बरे येईल. गरजेच्या वस्तूंचे भावही थोडेफार कमी होतील. बेरोजगारांचा प्रश्न संपूर्ण सुटला नाही, तरी योजना जाहीर होतील. त्यामुळे थोडाफार सुरू झालेला असंतोषसुद्धा आटोक्यात आणता येईल. परंतु एवढ्याने काही भागणार नाही. काँग्रेसची जी मर्मस्थाने आहेत, त्यांवर प्रहार करावाच लागेल.''

"परंतु तोपर्यंत आम्ही काहीच का करणार नाही? आम्ही आपापसांतील

मतभेद मिटवीत आणले आहेत. आम्हीही कल्याणकारी योजना तोपर्यंत आकारास आणू. जनता पक्षाच्या उणिवांबद्दल आम्ही आंदोलने छेडू, संघर्ष निर्माण करू आणि जनता पक्षाला बदनाम केल्याशिवाय राहणार नाही.''

''हे सारे तुम्ही कराल, हे आम्ही गृहीत धरले आहे. पण जन-आंदोलने करण्याचे तंत्र आता तुम्ही विसरला आहात. ते काम गेल्या तीस वर्षांत तुम्ही अजिबात केलेले नाही. शिवाय हे करण्यासाठी निष्ठावान कार्यकर्ते लागतात. थोडे फार तरी सार्वजनिक चारित्र्य असावे लागते. नाही तर अशा अनैतिक आंदोलनाचे हसे होईल. पहिली गोष्ट मला दिसते ती अशी की, अजूनही इंदिरा गांधींचे नेतृत्व तुम्हाला सोडवत नाही; ते तुम्ही सर्वस्वी नाकारले पाहिजे. अनायासे शंकरराव चव्हाण तुमचा पक्ष सोडून गेलेले आहेत. खरे तर त्यांचा अनुनय करण्यापेक्षा त्यांच्या पदरात सारे अपराध बांधून तुम्ही त्यांची हाकलपट्टी केली असती, तर त्याचा फायदा मिळाला असता. इतकी वर्षे राजकारणात राहूनही संकटाच्या वेळेस कोणाचा तरी 'बकरा' करावा लागतो, हे तुम्हाला समजलेले नाही. चीनने भारताची नामुश्की केली, यात खरे तर पंडित नेहरूंची चूक होती. पण त्यांनी मेनन यांचा 'बकरा' करून सहीसलामत सुटका करून घेतली. उलट, शंकरराव चव्हाण व त्यांचा गट यांच्याशी तुम्ही जी चुंबाचुंबी केलीत, त्यामुळे शंकररावांच्या– म्हणजेच इंदिराजींच्या साऱ्या पापांवर शिक्कामोर्तब झाले. इंदिराजी सत्तेवर होत्या, तेव्हा सारे सन्मान तुम्ही भोगलेत आणि आता त्या खड्ड्यात गेल्या, त्यांच्याबरोबर तुम्हालाही जावे लागेल. खरे तर जनता पक्षाने अतिसावधपणे वागून तुम्हाला पुन्हा सावरण्याची संधी दिली आहे, तिचा तुम्ही काहीही उपयोग केलेला नाही. उलट; आणीबाणीत फारसे काही घडलेच नाही– निदान महाराष्ट्रात तरी घडले नाही, अशी मूर्खपणाची भाषणे आणि आकडेवारी तुम्ही देता! खरे सांगू? काय घडले आणि काय घडले नाही, याला महत्त्वच उरले नाही. जे उत्तरेत घडले, तेच सर्वत्र घडले असले पाहिजे. हा आता तर्काचा विषय नाही आणि तो आकडेवारीने पटविताही येणार नाही. शिवाय शंकररावजींच्या मंत्रिमंडळातील काही मंत्री आजही तुमच्या पक्षात सन्मानाने वागविले जात आहेत.''

''पण या सर्वांचाच रोष ओढवून घेणे कोणत्याही संघटनेला शक्य नाही.''

''मी असे म्हणत नाही. पण जेव्हा पाण्याचा लोंढा येतो, तेव्हा नम्र लव्हाळी वाचतात, हे तर खरे? बदनाम झालेल्या लोकांना आज तरी तुम्ही या

लाटेपासून दूर ठेवायला हवे होते. यशवंतराव मोहिते यांनी गेल्या निवडणुकीत जी भाषणे केली, त्याची किंमत तेव्हा तुम्हाला द्यावी लागली. अजूनही ते त्याच सुरात आणि त्याच मूर्खपणाने बोलत आहेत. त्यांच्या मूर्खपणाला तुम्ही परखडपणा म्हणता आहात आणि जातीयवादी प्रचाराला पुरोगामी ठरवता आहात, हे सारे महाग पडणार आहे. महाराष्ट्रात आज स्फोटक परिस्थिती आहे. संयमाने आणि शहाणपणाने वागलात, तर काही तरी निभाव लागेल.''

''पण हे सारे आज तुमच्या पक्षात असणारे नेते पूर्वी सांगत नव्हते काय? शेठजी-भटजींचे राजकारण हा शे. का. पक्षाचा शब्द नाही काय? ब्राह्मणांचा द्वेष शे. का. पक्षानेच जास्त पिकविला नव्हता काय?''

''हा झाला इतिहास. जनता पक्ष शहाणा असेल, तर तो शे. का. पक्षालाच तुमच्याबरोबर मुकाबला करायला उभा करील. काट्यानेच काटा काढावा, हे उत्तम. आज काँग्रेस पक्ष ज्या बळावर उभा आहे, त्यातील जातीयतेला रोखण्याचे काम शे. का. पक्षच करू शकेल. तुमचे एक सामर्थ्य त्यामुळे लुळे पडेल.''

''पण शे. का. पक्षाला एवढा मोठेपणा जनता पक्ष देणारच नाही.''

''चुकता आहात! बंगालमध्ये सेनचा मूर्खपणा जनता पक्षाला नडला. ज्योती बसूंशी सहकार्य केले असते, तर शंभराहून अधिक जागा जनता पक्षाला बंगालमध्ये मिळाल्या असत्या; हा धडा जनता पक्ष विसरलेला नाही. त्या वेळेस लोकसभेच्या विजयाची धुंदी जनता पक्षाजवळ होती, ती धुंदी आता थोडी उतरलेली आहे. एका राक्षसाचा नाश करताना दुसऱ्या राक्षसाचा जन्म होईल, ही गोष्ट खरी; पण नवागत राक्षसाचा नाश करणे पुढे सोपे जाईल. शे. का. पक्षाला पुरेसे प्राधान्य देऊन काँग्रेस पक्षाचा बीमोड करणे शक्य आहे, असे मला वाटते. हे झाले भावकीच्या आणि जातीयतेच्या काँग्रेसच्या सामर्थ्याला उत्तर. सहकारी संस्था आणि साखर कारखाना यांतील अर्थकारणातील काँग्रेसची पकड मोडण्यासाठी जनता पक्षाला कडक उपाय योजावे लागतील. सहकारी साखर कारखान्यांचे राष्ट्रीयीकरण हा जरी चांगला उपाय नसला, तरी करून पाहता येण्यासारखा प्रयोग आहे. पण त्यापेक्षा या कारखान्यांवर प्रशासक नेमणे, हा मला अधिक गुणकारी उपाय वाटतो.''

''पण मध्यवर्ती सरकार राज्याच्या सत्तेवर असे अतिक्रमण कसे करू शकेल?''

''ही नीतिमत्ता तुम्ही आम्हाला शिकवावी, म्हणजे अजबच मामला

आहे! तुम्ही तर असे अनेकदा केले आहे. तसे मध्यवर्ती सरकारचे अधिकार इतके व्यापक आहेत की, मनात आणले तर सारे काही शक्य आहे. शिवाय निवडणुकीपूर्वी किमान तीन महिने तरी महाराष्ट्रात राष्ट्रपती राजवट आणली, म्हणजे संपले.''

''तसे काही घडले, तर आम्ही बंड करू!''

''बंड कोणाच्या जोरावर करणार? शेतकऱ्यांच्याच ना? उलट आजच्या सहकारी व्यवस्थापनात शेतकऱ्यांचे पैसे वेळेवर मिळत नाहीत, त्यांत काटछाट होते, म्हणून ते सारे नाराजच आहेत. मध्यवर्ती सरकारने कोणत्याही काटछाटीशिवाय उसाची ठरलेली रक्कम शेतकऱ्याला एकदम अदा केली, तर एकसुद्धा शेतकरी तुमच्या बंडात सामील होणार नाही. शिवाय प्रत्येक कारखान्यात काही तरी गडबड-घोटाळा आहेच. प्रत्येक कारखान्यात फक्त काही लोकांचेच हितसंबंध सांभाळले जातात. तेच ते लोक किंवा त्यांचे वारस या कारखान्यांच्या व्यवस्थापक मंडळात आहेत. सरकारी कारखाना असला काय– किंवा सहकारी कारखाना असला काय– शेतकऱ्यांना लाभ किती, याचा कधी विचार झाला आहे काय? खरे तर या परंपरागत राजकारणी पुढाऱ्यांच्या हातातून हे कारखाने काढून घेतले; तर पैशांची, वाहनांची उधळपट्टी थांबेल अन् शेतकऱ्यांचा फायदाच होईल. कोणीही शेतकरी तुमच्या बंडात सामील होणार नाही.''

''इतके दिवस आम्ही खेड्यापाड्यांत काम केले, शेती समृद्ध केली, खेड्यांतील दारिद्र्य हटविले; ते आम्हाला साथ देतील की, तुमच्यासारख्या उपऱ्या माणसांना?''

''एक तर जे काही तुम्ही केले ते निःस्वार्थ बुद्धीने केले नाही, याची खात्री शेतकऱ्यांना पटली आहे. सहकार चळवळीत काम करणाऱ्या पुढाऱ्यांनी आपली घरे बांधली, शेती वाढविली, गरिबांच्या जमिनी गिळंकृत केल्या; एवढेच नव्हे, तर कोट्यवधी रुपये राजकारणासाठी फस्त केले. मी अनेक साखर कारखान्यांच्या परिसरात गेलो आहे. तेथे सहकारमहर्षींच्या पिंजऱ्यांतले पोपट जसे पुष्कळ लोक आहेत तसे मनोमन वैर करणारेदेखील पुष्कळ आहेत. कोणत्याही साखर कारखान्याची निवडणूक पोलीस बंदोबस्ताशिवाय होत नाही, हे तर तुम्ही मान्य कराल? खरं तर थोडा वेळ असता, तर आहे त्या वैरात थोडे तेल ओतून साखरसम्राटांचा बंदोबस्त परस्परच करता आला असता– पण ते सोडा! जो काही समृद्धीचा देखावा तुम्ही लोकांपुढे मांडता, ती कीड लागलेली समृद्धी आहे. साखर कारखान्यांतील मजूर, भूमिहीन व लहान शेतकरी यांचा

रेटा फार मोठा आहे. पोलिसांचे संरक्षण आणि सत्तेचा आधार काढून घेतला, तर तुमचे हे साखरी मनोरे भुईसपाट होतील. आजपर्यंत सहकार तुम्ही राजकारणासाठी वापरलात, परंतु तेच राजकारण तुमच्यावर उलटल्याखेरीज राहणार नाही. आणखी एक लक्षात ठेवा– आणखी काही देऊ, असा ओरडा करणाऱ्यांच्या मागे ज्यांच्याजवळ काहीच नसते, ते लोक नेहमीच जातात आणि या देशात ज्याच्याजवळ काहीच नाही, अशा लोकांची संख्या जास्त आहे. आजपर्यंत संपत्तीचे अवाजवी आणि निर्लज्ज प्रदर्शन तुम्ही केलेत, तेच तुमचा घात करणार आहे.''

''तुम्ही शहरात बसून खेड्यातील हे जे चित्र रंगवीत आहात, ते एक तर खरे नाही आणि असलेच तरी आम्ही ते पालटून टाकू. वसंतदादा पाटील हे किती चांगले संघटक आहेत, हे तुम्हालाही माहीत आहे. अवघ्या महिन्या-दोन महिन्यांत त्यांनी किती लोकांना संतुष्ट केले, हे तुम्ही पाहता आहात.''

मी हसलो. अर्थात, त्यांच्या अडाणीपणाला. एक तर ज्यांच्याबरोबर मी बोलत होतो, त्यांची शेतीसुद्धा नोकरचाकरच करीत होते. त्यांचा खेड्याशी संबंध तुटलेला होता. त्यांची मुले आता कॉन्व्हेंटमध्ये शिकत होती. त्यांनाही शहरी चुटचुटीतपणाची चटक लागलेली होती. त्यांतील काही लोकांनी थिएटर्स, हॉटेल्स असल्या शहरी व्यवसायातच पैसे गुंतविले होते. शहरात ते चांगले शहरी कपडेच घालत होते; पण खेड्यावर जाताना मात्र धोतर, कुडता आणि अशुद्ध वाणी बरोबर न्यायला विसरत नव्हते. खरे तर ते माझ्याहीपेक्षा शहरी झाले होते.

मी म्हणालो,

''एक तर शहरात बसून ही खेड्यावरची मते मी व्यक्त करीत नाही. मी पदरच्या खर्चाने खूप-खूप हिंडतो आणि तेही सभेत हार घालून घेण्यासाठी नाही. पण ते सोडून द्या. दिल्लीत न राहताच इंदिराजींच्या पतनाचे भाकीत मी केले होतेच की नाही? प्रश्न आहे– पूर्वग्रह विसरून अलिप्तपणाने घटना समजावून घेण्याचा. मला कसलीच राजकीय महत्त्वाकांक्षा नाही वा पक्षाची बांधिलकी नाही– अगदी जनता पक्षाचीसुद्धा नाही. मला नेहमी असे वाटत आले आहे की, सारखी सत्तांतरे होत असावीत. कोणालाही दीर्घकाल सत्ता भोगता येऊ नये. एकाच्या हाती दीर्घकाळ सत्ता राहता कामा नये. सत्ताधीशांना जनशक्तीचे भय वाटले पाहिजे. काँग्रेसवाल्यांना ते भय उरले नाही, हे काँग्रेसच्या पराभवाचे खरे कारण आहे. स्वातंत्र्य मिळण्यापूर्वी काँग्रेस कार्यकर्ते ज्या तळमळीने

खेड्यापाड्यांत वावरत होते, सत्ताधीशांचा रोष ओढवून घेत होते– तुरुंग व अपमान सहन करीत होते, लोकांच्या भावनांशी एकरूप होत होते; तसे काही घडणार असेल तर जनता पक्ष काहीही वल्गना करो– काँग्रेस पुन्हा लोकांत स्थिर होईल. पण सत्तेचे राजकारण हेच जेव्हा एकमेव उद्दिष्ट बनते, तेव्हा ही एक स्थार्थलोलुप चोरांची टोळी बनते. कसलीही अपेक्षा नसणारा कार्यकर्ता काँग्रेस पक्षाजवळ ज्या दिवशी निर्माण होईल, तेव्हा कोठल्याच अन्य शक्तीचे भय काँग्रेस पक्षाला राहणार नाही. सेवेतला, श्रमातला आनंद हा सत्तेच्या किंवा अपार संपत्तिसंचयाच्या आनंदापेक्षा मोठा आहे. हीच खरी जीवनाची सुखान्तिका आहे.''

मी पुढे म्हणालो,

''मला कोणत्याही पक्षाचे सोयर-सुतक नाही. सत्तेचा गैरवापर झाला म्हणून माझा काँग्रेसवरील रोष होता. उद्या जनता पक्ष स्वार्थासाठी सत्तेचा असाच वापर करू लागला, तर जनता पक्षाचीही आम्ही काँग्रेस करू. आता लोकांचे राज्य झाले आहे, लोकतंत्राला आता नवा अर्थ आला आहे आणि या लोकतंत्राचे आम्ही लहान-मोठे सेवेकरी आहोत. आमच्या हातांतील टाळ-मृदंग हे काही मोरारजींच्या स्तुतीसाठी वाजायचे नाहीत किंवा काँग्रेस-नाशाच्या आनंदासाठीही वाजायचे नाहीत; आमचे टाळ-मृदंग अखेरीस वाजले ते लोकांच्या जयजयकारासाठी. आमची लोकपंढरीची यात्रा सफल झाली, एवढेच.''

माझ्या भवतालच्या मित्रांनी राजकारणाचा विषय बदलून अन्य विषय काढले. मीही विचार केला– नाही तरी हे पालथ्या घड्यावरच पाणी आहे. अगदी महात्माजी जरी आज प्रत्यक्ष येऊन या लोकांना सुधारू म्हणाले, तरी शक्य नाही. कारण यांचे आणि महात्माजींचे नाते तुटलेले आहे. हे कैरॉं-रविशंकर शुक्ला-कृष्णम्माचारी यांचेच वारस झाले आहेत–

जाऊ द्या. आता निवडणुका फार दूर नाहीत–

पण जनता पक्ष–

जनता पक्ष किती शहाणपणाने वागेल, तेही पाहायला हवे.

(९ ऑगस्ट, १९७७)

-०-०-०-

१८

एकसंध समाजाची निर्मिती

आपला देश एक आहे, असे आपण म्हणतो याचे कारण या देशाला एक संविधान आहे– एक राष्ट्रपती आहे– एक पंतप्रधान आहे, एवढेच. परंतु एका देशाची जी बाकीची लक्षणे आहेत, तिचा मात्र या देशात संपूर्ण अभाव आहे.

वास्तविक, भारत हा तशा अर्थाने इंग्रजी राजवटीपूर्वी एक देश कधीच नव्हता; तर ती नवखंड पृथ्वी होती. वेगवेगळ्या वेळी भारतात स्थलांतरित केलेल्या लोकांच्या सामुदायिक संस्कृतीतून निर्माण झालेले ते एक सहजीवन होते. एकराष्ट्रीयत्वाची कल्पना तेव्हा विकसितच झालेली नव्हती. परंतु, सांस्कृतिक एकरूपता आणि त्यामुळे धार्मिक एकरूपता मात्र या देशात स्थिर झालेली होती. तेव्हा या देशात अनेक पंथ, उपपंथ होते आणि त्यांत संप्रदायांच्या लढायाही झाल्या. तरी अखेरीस या देशाची संस्कृती एकरूप झाली– हिंदू या नावाने. आणि पेशावरपासून कन्याकुमारीपर्यंत वैदिक संस्कृतीचा एक ठसा उमटला. इथे पूर्वी असणाऱ्या आणि वेळोवेळी येत गेलेल्या सर्व संस्कृती कधी आत्मसात करून, कधी हतप्रभ करून, तर कधी बीमोड करून– या भारतीय संस्कृतीने अखंडत्व निर्माण केले. जे संप्रदाय किंवा धर्म आहेत, तेही अखेरीस एक हिंदू धर्माचा भाग म्हणूनच ते इथे नांदले. सांप्रदायिक मतभेद खूप असले तरी त्यांना धर्मसंग्रामाचे स्वरूप आले नव्हते, कारण या सर्व धर्मांची ही प्रवृत्ती नव्हती. भौतिक वादात पराभव करून आपले धर्ममत पटवणे, हाच एक सहिष्णू

धर्मप्रसाराचा मार्ग तेव्हा अस्तित्वात होता.

बौद्ध मताने हिंदू धर्मावर फार मोठा आघात केला. बौद्ध धर्म हिंदुस्थानात पराभूत झाला व त्याची भारताबाहेर हकालपट्टी झाली, तरी त्या आक्रमणामुळे हिंदू धर्मात मूलभूत असणारे काही दोष अधिक समर्थपणे प्रगट झाले. ब्राह्मणांचे वर्चस्व अधिक वाढले. संप्रदाय व उपासना-पद्धती अधिक कडवट झाल्या. धर्म-सहिष्णुता लोप पावली. नव्या विचाराला अवसर उरला नाही. संशोधन व चिकित्सा यांचाही लोप होत चालला. कर्मकांड वाढले. संकुचित वृत्ती निर्माण होत गेल्या. भारताबाहेर भारतीयांचे भ्रमण संपले. वैदिक धर्माची आक्रमक आणि पराक्रमी परंपराही खंडित झाली.

या साऱ्याचा परिणाम म्हणून या देशाची अखंड संस्कृती विस्कळीत होत गेली. सर्वांना बांधून ठेवणारी संस्कृत भाषा आपले तेज घालवू लागली. ज्ञानसाधना एका विशिष्ट वर्गाच्या हातात सापडली. स्वतःपुरते पाहण्याची वृत्ती बोकाळली. वैदिक धर्माची सर्वसंग्राहक वृत्ती नष्ट झाल्यामुळे जिंकले गेलेले, नव्याने या प्रदेशात आलेले– हे सारे दास झाले. एका नव्या दाससंस्कृतीचा जन्म झाला आणि ज्या वेळेस हातात तलवार घेऊन मुसलमान धर्माने भारताच्या सीमेवर प्रथम पाऊल टाकले, तेव्हा संख्येने अगदी लहान असणाऱ्या त्या शक्तीलाही प्रतिबंध होऊ शकला नाही. मग आर्य संस्कृती हळूहळू पराभूत होऊ लागली. अगदी क्षुल्लक कारणामुळे हिंदू धर्मातून परधर्मात जाणाऱ्या आणि परकीय संस्कृतीशी नाते जोडणाऱ्या नागरिकांची संख्या वाढू लागली. जातिनिष्ठ हिंदू समाजाने धर्मांतरित नागरिकांना स्वधर्मात घेतले नाही आणि हळूहळू दीर्घकाल अविकसित राहिलेली हिंदू संस्कृती शरणागत होत गेली. हिंदूंची प्रबळ राज्ये नामशेष झाली. भारताबाहेरून आलेल्या आक्रमक मुसलमान संस्कृतीने उत्तर भारत ग्रासून टाकला व दक्षिण भारतातही त्यांनी राज्ये स्थापन केली.

हिंदूंच्या साहचर्याने 'इस्लाम' या देशात मलिन झाला. आजही भारतीय मुसलमानाला जागतिक मुसलमानी दुय्यम दर्जाचा समजतात. कारण इस्लामला मान्य नसलेल्या अनेक गोष्टी भारतीय मुस्लिमांनी स्वीकारल्या. एका विशिष्ट दुबळ्या कालखंडात विज्ञाननिष्ठ युरोपीय संस्कृतीने भारतात प्रवेश केला आणि हिंदू-मुसलमान या दोघांनाही हतप्रभ केले. जर युरोपीयन संस्कृती त्या वेळेस भारतात न येती, तर चार-पाच शतकांच्या अवधीत हिंदू संस्कृतीने इस्लामलाही गिळंकृत करून टाकले असते आणि मग इस्लाम हाही अनेक संप्रदायांपैकी एक, म्हणून भारतात नांदला असता.

कोणताही परकीय राज्यकर्ता अल्पसंख्याकांना हाताशी धरतो; त्याप्रमाणे इंग्रजांनीही मुसलमानांना जवळ केले, त्यांना सवलती दिल्या, त्यांची वेगळी संस्कृती टिकविण्यात मदत केली आणि या देशात स्वत:ला सुखाने राज्य करण्याजोगी परिस्थिती निर्माण केली. इंग्रजांच्या या राजनीतीमुळेच मुसलमान शेफारले आणि अगदी राष्ट्रवादी समजणाऱ्या लोकमान्यांनासुद्धा लखनौ करार करावा लागला. इंग्रजांचा डाव त्यांच्यावर उलटवण्यासाठी, भारतीय स्वातंत्र्य लढ्यात मुसलमानांना अवाजवी हक्क द्यावे लागले. हिंदू-मुसलमान ऐक्य या प्रश्नावर अकारण पडती भूमिका घेतल्याने भारतीय राजकारणातील समस्या वाढल्या. त्यांचीच परिणती पाकिस्ताननिर्मितीत झाली.

आजही भारतात नव्याने निर्माण झालेल्या राजकीय परिस्थितीत मुसलमानांनी आपली दृष्टी बदलल्यासारखी वाटते, पण तो त्यांच्या डावपेचाच एक भाग आहे. सत्तेत अधिक हिस्सा व सांस्कृतिक जीवनात अधिक महत्त्व मिळविण्यासाठी केलेला हा प्रयत्न असला पाहिजे. मुसलमान धर्मग्रंथांची रचना, त्यांचा चुकीचा लावलेला अर्थ, धर्मगुरूच्या ताब्यात असलेला मुसलमान समाज– या गोष्टींमुळे मुसलमान समाज मागासलेला आहेच व तो मागासलेला राहण्यात आपला फायदा आहे, असेही त्यांच्या नेत्यांना वाटते. धर्मजागृती झाली, बंडखोर निर्माण झाले की, धर्माचे एकसंध बल उणे पडते व सौदेबाजीची शक्ती कमी होते; एवढ्यासाठीच मुसलमान नेते धर्मसुधारणा नाकारतात आणि त्या करू पाहणाऱ्यांना काफर म्हणतात. म्हणून त्यांच्या लेखी हमीद दलवाई किंवा नोमन काँट्रॅक्टर हे धर्मद्रोही असतात.

सुधारणा करू पाहणारा हिंदू समाज व सुधारणा नाकारणारा मुसलमान समाज असे विषम जीवनप्रवाह या देशात एकसंघटितता कशी निर्माण करणार? हिंदुस्थानाचे भवितव्य बदलवू पाहणाऱ्या भारतीय शासनापुढे हा एक सतत भेडसावणारा गंभीर प्रश्न आहे. कोणत्याही उपायांनी मुसलमान समाज दुखावला गेला तर त्यांची एकसंध मते दुरावतात व ती विरोधी पक्षाला मिळतात, या अनुभवामुळे भारतातील कोणताही पक्ष मुसलमान-अनुनयाचेच तंत्र स्वीकारतो. हे असेच चालत आले आहे. पुढेही त्यात बदल होईल, असे समजण्यास फारशी जागा नाही. असे काही आज लिहिणे किंवा बोलणे जातीय मानले जाते. वस्तुत: या सर्व विचारांचा ऐतिहासिक मागोवा घेतल्याशिवाय ऐक्याची भूमिका घेणे न्याय्य नाही. लोकशाहीत मतांना महत्त्व आहे, हे जरी खरे असले; तरी राजकीय सौदेबाजीचा धोका हा सर्वांत महत्त्वाचा राष्ट्रीय धोका आहे. एकराष्ट्रीयत्वाची

कल्पना नुसत्या आकर्षक घोषणांनी निर्माण होणार नाही; त्यासाठी काही निश्चित आणि आग्रही भूमिकेची गरज आहे. परंतु अशा प्रश्नावर सर्वपक्षीय भूमिका घेणे अस्थिर राजकीय परिस्थितीत शक्य नसते. मुसलमानांचा कुटुंबनियोजनाला जो विरोध आहे, तोसुद्धा आपण मोडून काढू शकलो नाही. जबरदस्ती केल्याशिवाय मुसलमान समाज समान नागरिक कायदा व कुटुंबनियोजन यांसारख्या गोष्टींत कधीही सहभाग देणार नाहीत.

भारतातील बाकीचे धर्म– ख्रिश्चन, जैन, पारशी, शीख– फारसे उपद्रवकारक कधीच नव्हते. ख्रिश्चन सत्ताधीश होते, तोपर्यंत ख्रिश्चन धर्माने हिंदू धर्माला सतावले होते; नाही असे नाही. परंतु आता सत्ताहीन झालेल्या ख्रिश्चन धर्माला परकीय मिशन्सचाच काय तो आधार आहे. अन्य छोटे धार्मिक गट भारतीय एकात्मतेला धक्का देऊ शकत नाहीत, याचे कारण त्यांच्यात आर्थिक वा सांघिक अशी कोणतीही ताकद आता उरलेली नाही. इंग्रज राज्याच्या कालखंडात एका छत्राखाली आजचा सीमित भारत अनेक वर्षे राज्य करीत होता. प्रथम कलकत्त्याहून आणि नंतर दिल्लीहून या देशातील सर्व सूत्रे हलल्यामुळे सत्तेचे केंद्र हळूहळू मजबूत होत गेले. वास्तविक, ताब्यात येत गेला तसतसा भाग इंग्रजांनी राज्यकारभाराखाली एकत्र आणला व कुठलेही तत्त्व न लावता वेगवेगळे प्रांत केले. एका मुंबई प्रांतात सिंधी, गुजराती, कानडी आणि मराठी अशा चारही भाषा व चारही संस्कृती सुखाने नांदल्या. त्यांच्यात कधीही संघर्ष उत्पन्न झाले नाहीत. भाषावर प्रांतरचनेचे भूत स्वातंत्र्य-लढ्यातील एक चळवळ म्हणून आपण निर्माण केले. अखेरीस ते आपल्या बोडक्यावर बसले. स्थानिक पातळीवर प्रत्येक भाषेचा उत्कर्ष व्हावा, कारण कोणालाही आपला जीवनधर्म मातृभाषेतूनच चांगला व्यक्त करता येतो. परंतु एकसंध राष्ट्रसाठी काही तरी लोकव्यवहाराची एक समान भाषा आवश्यक आहे; आज या देशात अशी भाषाच उपलब्ध नाही.

इंग्रजीचा आपल्याला दीर्घकाळ परिचय झाला म्हणून व पाश्चिमात्य जगातील ती एक समृद्ध विज्ञाननिष्ठ भाषा आहे म्हणून संपर्क सोडावा, असे वाटत नाही. पण किती झाले तरी इंग्रजीचा वापर ही एक दास्याची खूण आहे. मृत झालेल्या हिब्रू भाषेत इस्रायलसारखे नवागत राष्ट्र व्यवहार करू शकते व जगातील कोणत्याही वैज्ञानिक देवघेवीत कमी पडत नाही, हे पाहून तरी आपण इंग्रजीचा दुराग्रह सोडला पाहिजे. इंग्रजी लिपी लहान, छापण्यास सोपी तरीही अशुद्ध आहे. देवनागरी ही आजच्या विद्यमान लिप्यांपैकी सर्वश्रेष्ठ लिपी आहे. भारतातील अनेक भाषा देवनागरीशी मिळत्या-जुळत्या आहेत. भाषावादाचे भूत आपण जागे

केल्यामुळे हिंदीचा आग्रह धरता येणे कितपत शक्य आहे? पण निदान सार्वत्रिक समान लिपीचा आग्रह धरावयाला हरकत नाही. संस्कृतचा पुनरुद्धार ही एक असंभव गोष्ट आहे. कारण त्या भाषेला उच्चवर्णीयांचे नाते अकारण चिकटले आहे. अनेक भाषा असलेले देश जगात आहेत– नाहीत असे नाही! आजचा भारतीय लोकतंत्राचा अंमल अनेक भाषांतून चालूच आहे; परंतु एकसंधत्वाला तो उपकारक ठरत नाही. हिंदी किंवा इंग्रजीत व्यवहार केला, तरच भारतीय स्तरावर त्याचा परिणाम उमटतो.

हिंदीचा एरवी राष्ट्रभाषा म्हणून वापरही झाला असता, कारण हिंदी चित्रपटांमुळे व परंपरागत धर्मव्यवहारांमुळे संस्कृतनिष्ठ हिंदी वापरात होती. पण मध्यंतरी फाजील उत्साही हिंदी भाषकांनी इंग्रजी हटाव ही मोहीम सुरू केली. त्याचा परिणाम एवढाच झाला की, या देशातील राजकारणात उत्तर भारतीयांचे वर्चस्व राहणार, या भीतीने दक्षिणेतील हिंदी भाषेचा प्रसार खंडित झाला. हे काम सलोख्याने काही वर्षांनी झाले असते, आता ते होणे दुरापास्त आहे. यापुढे निदान अनेक सवलती देऊन, आकर्षणे दाखवून देवनागरीचा आग्रह धरणे आवश्यक आहे; परंतु त्यात मुख्य अडचण आहे महत्त्वाकांक्षी व स्वार्थी प्रांतीय नेतृत्वाची!

स्थानिक पातळीवर नेतृत्व लवकर मिळविता येते, लोकांच्या भावना चेतवता येतात; त्यामुळे कोणत्याही गोष्टीचे उदात्तीकरण अशा लोकांना आवडत नाही. भारतीय म्हणवून घेण्यापेक्षा मराठी म्हणवून घेणे, मराठी म्हणवण्यापेक्षा वैदर्भीय म्हणवून घेणे, ही गोष्ट पुष्कळांच्या सोईची आणि फायद्याची आहे. आपली दुर्बलता झाकण्यासाठी कुणाचा तरी द्वेष करायला शिकवणे सोईचे असल्यामुळे या देशात द्वेषाचे साम्राज्य निर्माण होते. कानडी आणि मराठी या दोन भाषकांत पूर्वी कधीही वैर नव्हते. अशी अनेक वैरे आज या देशात सर्वत्र निर्माण झालेली आहेत. ही सर्व नव्याने निर्माण झालेली वैरे राजकीय पक्षही आपापल्या सोईनुसार वापरतात. देशा-देशांतील सीमा ठरवणे, हे आपल्या हातात नाही; पण प्रांता-प्रांतातल्या सीमा ठरवणे, हे तर आपल्या हातात आहे की नाही? अनेक प्रांतांतील सीमाप्रश्न आपण असेच लोंबकळत का ठेवले आहेत? परस्परसमजूत व विश्वासावर लोकशाही आधारलेली असते. हा देश अखंड राहावा, एकसंध राहावा, यासाठी धार्मिक व जातीय तणाव कमी करण्यासाठी आपण प्रयत्नशील नाही. त्यांत भाषिक द्वेषांचीही आता भर आहे.

हिंदू आणि शीख यांच्या भांडणामुळे हरियाणा आणि पंजाब असे दोन

प्रांत निर्माण झाले. आसाममध्ये वेगवेगळ्या टोळ्यांच्या सोईसाठी पाच-सहा लहान राज्ये निर्माण झाली. केवळ मुसलमानांना अधिक स्वातंत्र्य मिळावे, म्हणून मल्लापुरमसारखा जिल्हा निर्माण झाला. या पद्धतीने देश एकसंध होतो, की विघटित होतो?

म्हणून खरे तर बेहिशेबाने निर्माण झालेली भारतातील राज्ये काही शास्त्रीय तत्त्वांवर पुन्हा रचली पाहिजेत. महाराष्ट्रात विदर्भाचे आंदोलन चालूच आहे. विदर्भ वेगळा झाला, तर खरोखर महाराष्ट्राचे काय बिघडते? मराठवाडाही वेगळा झाला, तरी खरोखरच काय नुकसान होते? एका भाषेची अनेक राज्ये निर्माण झाली, तर खरोखरच राजकारणातील गटबाजी पुष्कळ कमी होईल. कर्नाटकात म्हैसुरी आणि कानडी असे गट आहेतच. आंध्रात तेलुगू लोकांना सवता सुभा हवाच आहे. सौराष्ट्र पूर्वी वेगळे होतेच. भाषिक प्रांताच्या नादात सौराष्ट्र आणि गुजरात यांची उगाचच सांधेजोड करण्यात आली. भौगोलिक कारणांवरून, जातीय कारणांवरून मोठमोठ्या समजल्या जाणाऱ्या प्रांतात उपप्रांत अस्तित्वात आहेतच. प्रचंड प्रांत शासनासाठी गैरसोईचे असतात. लोकांनाही न्याय मिळवणे महाग जाते. शिवाय लहान राज्यात अधिक प्रामाणिक, लोकात्मक नेतृत्व निर्माण होण्याची शक्यता असते. उत्तर प्रदेश आणि बिहार या दोन प्रांतांच्या हातात या देशाचे राजकारण मुख्यत्वेकरून आहे, याचे कारण लोकसभेतील यांचे अफाट प्रतिनिधित्व!

राज्ये लहान करण्याच्या कामात शासकीय खर्च वाढणार नाही, एवढी जर खबरदारी घेतली; तर झाला तर देशाचा फायदाच होईल. आज जे काही प्रांत देशावर स्वामित्व गाजवू पाहतात, त्यांची देशावरील हुकूमत आपोआपच कमी होईल. आज अधिकाधिक प्रांतीय स्वायत्ततेची मागणी वाढते आहे, पण ती पुरवणे मध्यवर्ती शासनाला धोक्याचे वाटते. याचे कारण उद्या निर्माण होणाऱ्या राजकीय संघर्षात कदाचित काही बलिष्ठ प्रांत देशाशी गद्दारी करतील, ही भीती वाटते. मध्यंतरी डी. एम. के. ने स्वायत्ततेची मागणी केलेलीच होती. या देशात सर्व राज्यांत एकाच पक्षाचे सरकार असेल, अशी शक्यता आता उरलेली नाही. त्यामुळे मोठ्या राज्यांकडून देशाच्या एकसंधत्वाला अधिक धोका निर्माण होणे शक्य आहे. छोटे-छोटे प्रांत अनेक अर्थांनी दुबळे राहतील आणि ते मध्यवर्ती शासनाच्या दृष्टीने हिताचेही होईल. ही छोटी-छोटी राज्ये पूर्वीच्या गणतंत्र राज्यांप्रमाणे अधिक लोकशाहीप्रधान करण्याची शक्यताही वाढेल.

हा देश एक आहे, असे जरी आपण सभा-संमेलनांतून म्हणत राहिलो

तरी एकसंधत्वाची भावना मनातून जाते आहे, हे मान्य केले पाहिजे. या देशातील शांतता व सुरक्षितता राखण्याची जबाबदारी मध्यवर्ती सरकारच्या गृह खात्याकडे आहे. राज्यांनी मन मानेल तसा कारभार करू नये, तिथले विरोधी पक्ष व अल्पसंख्याक यांच्यावर अन्याय करू नये, यासाठी अखेरचा शब्द मध्यवर्ती सरकारजवळच असला पाहिजे. कोणत्याही वेळी मध्यवर्ती शासनाला हस्तक्षेप करून कोणत्याही घटनेची चौकशी करण्याचा अधिकार वास्तविक असायला हवा. उदाहरणच द्यायचे झाले, तर जनता पक्षाचे अध्यक्ष चंद्रशेखर यांच्यावर अकलूज येथे झालेल्या हल्ल्याचे देता येईल. हल्ला करणारे शंकरराव मोहिते यांचे अनुयायी होते. शंकरराव मोहिते हे मुंबई राज्याचे मुख्यमंत्री वसंतदादा यांचे मित्र, त्यांच्या पक्षाचे खजिनदार आणि साखर लॉबीतले एक वजनदार गृहस्थ! जनता सरकार आणि राज्यातील सरकार यांचे संबंध लक्षात घेता, काँग्रेस सरकारच्या म्हणजे शंकरराव मोहिते यांच्या या अपराधाची चौकशी वसंतदादांचे सरकार कसे करू शकणार? शिवसेनेशी महाराष्ट्र राज्यातील काँग्रेसचे जुने संबंध लक्षात घेता शिवसेनेने वेळोवेळी केलेल्या कोणत्याही गुन्ह्याची चौकशी महाराष्ट्र सरकारने नीट केली नाही. अशा वेळी मध्यवर्ती सरकारला जादा अधिकार हवेत, की नकोत?

पण कायदा व सुव्यवस्था हा प्रांतीय अखत्यारीतील विषय असल्यामुळे मध्यवर्ती सरकारला काही करता येत नाही व आलेलेही नाही. एकाच पक्षाची सरकारे दोन्हींकडे असतील, तर जसा न्याय मिळेल तसा अन्यायही वाढू शकेल! पण काही असले तरी मध्यवर्ती सरकारकडे अखेरचे का होईना, पण निर्णायक अधिकार असलेच पाहिजेत. हा एक देश आहे; राज्यांचे संघराज्य नाही, हे तत्त्व आपल्या घटनेने स्वीकारलेले आहे. कितीही स्वायत्तता दिली तरी निर्णायक अधिकार केंद्राकडेच हवेत. या देशातील कोणतेही न्यायालय जसे सर्वोच्च न्यायालयाच्या कक्षेत असते, तसेच या देशातील कोणतेही राज्य हे मध्यवर्ती सरकारच्याच अखत्यारीत असले पाहिजे. मध्यवर्ती सरकार आणि राज्य यांत अधिकारांचे काही वाटप केले आहे, ते सोईसाठी! या देशात वावरणाऱ्या कोणत्याही नागरिकाला सारख्याच सुविधा व सारखीच बंधने असली पाहिजेत; परंतु प्रत्येक राज्यातील वेगवेगळ्या कायद्यांमुळे ही समानता नाकारली जाते. लहान राज्य निर्माण झाले की, त्या राज्याकडे फक्त व्यवस्थापन सोपवावे; कायदे करण्याचा अधिकार देऊ नये, तरच कायद्यांची एकवाक्यता होते. ऑक्ट्रॉय, सेल्स-टॅक्स, व्हेइकल-टॅक्स या साऱ्या गोष्टींशी देशाचा संबंध येतो. लँड

सीलिंगचे कायदे हेसुद्धा जमिनीची प्रतवारी ठरवून सर्वत्र सारखेच पाहिजेत. विद्यापीठाला वेगवेगळे अभ्यासक्रम शिकवण्यास स्वातंत्र्य असावे, पण गुणवत्तेचा निकष एकच असला पाहिजे.

या देशातील सर्वच निवडणुका एका ठरावीक दिवशी घेण्याचे बंधन निर्माण केले पाहिजे. दुष्काळ असो, महापूर असो, संप असोत, हरताळ असोत– अमेरिकेतील राष्ट्राध्यक्षाच्या निवडणुकीप्रमाणे निवडणुकीचा दिवस नक्की, पण फार पूर्वी माहीत असावा. केवळ लोकसभेच्या आणि विधानसभांच्याच नव्हे, तर सर्व प्रकारच्या लोकशाही निवडणुका एका विशिष्ट वेळेलाच घ्याव्यात. विद्यापीठांच्या परीक्षा, निकाल यांच्याही तारखा या देशात एक असल्या पाहिजेत. देशातील सरकारी नोकरांच्या बदल्याही एका विशिष्ट महिन्यात केल्या पाहिजेत. हा देश जर एक आहे, तर कंटाळवाणी पुनरुक्ती सोडून (रेजिमेंटेशन) या देशातील सर्व महत्त्वाच्या घटना एका वेळेस झाल्या पाहिजेत. अन्नधान्याचे प्रमाण सर्वत्र तेच पाहिजे. नोकरभरतीचे तत्त्व एकच पाहिजे. जशा सर्व गुन्ह्यांना सर्वत्र एकसारख्या शिक्षा असतात, तसेच क्षमेचे धोरणही एकच पाहिजे. एकसंधता आहे म्हणणे सोपे असते, पण ती पाळणे फार कठीण आहे. सामुदायिक जीवन जगायचे तर व्यक्तिस्वातत्र्यांचा काही संकोच होणारच!

ज्यांना हा देश एकसंध नकोच असेल, त्यांना आहे ही परिस्थिती फायदेशीर वाटणारच! परंतु या देशातील विविध आणि घोर समस्या लक्षात घेता, प्रत्येक प्रश्नात राष्ट्रीय धोरण एक असले पाहिजे. शासकीय पक्ष बदलला, तरी धोरण बदलण्याचे कारण नाही. सारखी धोरणे बदलल्याने देशाचा अवसानघात होतो, शक्तीचा अपव्यय होतो. मुळातच अल्प साधने असलेल्या देशाला संपत्तीचा आणि शक्तीचा हा अकारण व्यय परवडणार नाही. या देशातील सर्व पक्षांतील बुद्धिमत्ता एकत्र करणे, त्यांना देशातील अपक्षीय तज्ज्ञांचे पाठबळ पुरवणे व देशाची न तुटणारी एक अखंड वैचारिक परंपरा निर्माण करणे– याची आज खरोखरीच गरज आहे.

इंदिरा गांधींना नागरी व फौजदारी गुन्ह्यांबद्दल शिक्षा झाली, तर ते न्याय्य होईल. पण त्यांच्या दहा वर्षांच्या कालखंडात ज्या काही उपयुक्त गोष्टी घडल्या असतील, त्याही केवळ इंदिरा गांधींच्या म्हणून फेकून देणे, हे देशाला घातकच ठरेल. चुका झाल्या असतील, त्या दुरुस्त केल्या पाहिजेत. पण भूतकाळातील प्रत्येक गोष्ट चूक आहे, असे समजून सर्व शक्ती या कामीच खर्ची टाकणे, हे घातक ठरेल. गेल्या तीस वर्षांच्या राज्यकारभारात फाजील उत्साहाने आपण

अनेक चुका केल्या. पण एखाद्या उत्साही मंत्र्याच्या सांगण्यावरून त्या चुकांची दुरुस्ती केली, तर आणखीन नव्या चुका होण्याची शक्यता आहे. चुका करण्याची घाई आणि त्या दुरुस्त करायची घाई यांमुळे चुकांत वाढ होते.

या देशातील अर्थतज्ज्ञ, कृषितज्ज्ञ, विधिज्ञ यांसारख्या तज्ज्ञांचे कायमचे नियंत्रक मंडळ या देशाला अत्यावश्यक आहे; पण त्याची रचनाही राजकीय स्तरावर होता कामा नये. पक्षांच्या एकूण मतदानसंख्येच्या प्रमाणात या मंडळावर सदस्य सुचविण्याचा त्यांना अधिकार द्यावा. हा देश एकसंध व्हावा; लवकरात लवकर निर्णय घेऊन त्याची अंमलबजावणी व्हावी; जातीय, धार्मिक, वांशिक अशा भेदांना लवकर मूठमाती मिळावी; वंचित राहिलेल्यांनाही लवकर न्याय मिळावा; विसकटलेले राज्ययंत्र सुसंघटित व्हावे– असे जर वाटत असेल, तर राष्ट्रीय विचारमंच उभा केला पाहिजे. नेते येतात-जातात, पक्ष फुटतात; परंतु या देशातील माणूस अखंड काळ टिकणार आहे. आणि त्याच्या या अखंड प्रवासात त्याला सोबत लाभेल ती उत्कट अशा या राष्ट्रभावनेची. तसे काही घडले; तरच आपण एका राष्ट्राचे नागरिक आहोत, एका लोकतंत्रात सहभागी आहोत आणि राष्ट्राच्या नवउभारणीच्या कामातील साथी आहोत, असे म्हणता येईल.

(२१ मे, १९७८)

- ०- ०- ०-

१९

हिंदू एकता आंदोलनाच्या निमित्ताने

महाराष्ट्र 'हिंदू एकता आंदोलन' या नावाने आंदोलन सुरू झाले आहे. हिंदुस्थान-पाकिस्तान क्रिकेट सामन्याच्या निमित्ताने मिरजेला काही फाजील उत्साही मुसलमानांनी पाकिस्तान-विजयाच्या घोषणा दिल्या आणि भारताच्या विजयाला काळे झेंडे लावून गालबोट लावले, असे एक वृत्त आमच्या कानांवर आले होते. यातील खरे-खोटे पोलिसांतील दफ्तरावरून आपल्याला समजणार नाही. कारण आपल्या देशाबाहेर निष्ठा असणाऱ्या मुसलमानांनी केलेल्या आगळिकीबाबत आपल्या सरकारने कधीच प्रामाणिकपणे उपाययोजना केल्याचे जाणवत नाही. मिरजेत अरबस्तानमधून येणाऱ्या श्रीमंत व्यापाऱ्यांचे एक विद्रोही उपद्रव-केंद्र निर्माण होऊ पाहत आहे. जोपर्यंत केवळ संपत्तीचा वापर करून गरिबांना लुबाडले जाते (मग त्यात इथल्या मुसलमानांच्या गरीब मुलींना फसवून निकाह लावण्याचे प्रसंग असोत किंवा नोकऱ्या देण्याचे आमिष दाखवून वेश्या बनवण्याचे कारस्थान असो) तरी इथले मुसलमानही जागे होत नाहीत आणि हिंदू तर होत नाहीतच; तोपर्यंत असेच घडणार. हिंदू बहुसंख्य असलेल्या गावात बाहेरून येणारे अरबी मुसलमान जेव्हा एखादे उपद्रवी धर्मकेंद्र स्थापू पाहतात, तेव्हा कुठे हिंदूंना जाग येते. अशा वेळेला जे कोणी स्वधर्माच्या प्रतिकारार्थ उभे राहतात, त्यांना जातीय ठरवून तुरुंगात घालणे, हा नेहमीचा उद्योग सरकार करीत असते. सरकार मुसलमानधार्जिणे आहे याची राजकीय कारणे उघड आहेत.

त्याचबरोबर डावी समजली जाणारी सर्व मंडळी इस्लाम-प्रेरणेचा कोणताही अभ्यास न करता नेहमी हिंदूंनाच दोषी ठरवितात, याचाही आपण गंभीरपणे विचार करायला पाहिजे.

आजपर्यंत उपद्रवी मुसलमान-वेडाला हिंदुत्ववादी, आर्य समाजिस्ट व जनसंघ हे प्रतिबंध करीत असत. आजपर्यंत ह्या सर्व संघटकांना ब्राह्मणी चळवळी म्हणून महाराष्ट्रात ओळखले जाई. ब्राह्मणी चळवळ म्हटले म्हणजे, बहुजन समाजाचाही त्याला विरोध होई आणि दलितांचा तर सरकारी भूमिकेला पाठिंबा मिळेच मिळे. कारण ब्राह्मणी वर्चस्वाविरुद्ध महाराष्ट्रात सत्यशोधक समाजाची चळवळ होऊन गेल्यापासून काही सकारण आणि काही अकारण ब्राह्मणद्वेष महाराष्ट्रात खोलवर रुजला आहे. वास्तविक, या चळवळी ब्राह्मणी नव्हत्या (जरी त्यांचे नेते ब्राह्मणी होते), तर या साऱ्या हिंदू समाजाच्या चळवळी होत्या. पण हिंदू धर्मातील विषमतेवर ज्यांचा राग होता (तो सकारण होता), त्यांची ह्या चळवळी ब्राह्मणी आहेत अशी दिशाभूल करून दिली गेली आणि म्हणून हिंदुत्वाची चळवळ महाराष्ट्रात रुजलीच नाही. जसजसा शिक्षणाचा वेग वाढत गेला आणि ब्राह्मणांच्या हातून राजकीय व सामाजिक सत्ता बहुजन समाजाच्या हातात गेली तसतशी बहुजन समाजाची दृष्टी निवळू लागली आहे. हिंदू धर्मातील विषमतेविरुद्ध लढत असताना आपल्याला आणखी एक लढाई द्यावी लागेल याची जाणीव बहुजन समाजाला आता झाली आहे आणि त्यातूनच हे हिंदू एकता आंदोलन उभे राहिले आहे.

हिंदू धर्मातील जाती-जातींमुळे हिंदू एकता अशक्यप्राय वाटते. दलितांवर हजारो वर्षे जे अन्याय झाले, ते दूर केल्याशिवाय हिंदू एकतेला काही अर्थ येत नाही. सावरकरांनी अस्पृश्यांच्या प्रश्नावर आणि हिंदू धर्मातील उणिवांवर कडाडून हल्ले केले, त्याचेही कारण तेच होते. त्यांच्याइतकी प्रखर भूमिका कोणत्याही हिंदू नेत्याने घेतलेली नाही. हिंदू समाजातील परस्परांविषयीचा विश्वास दृढ झाला नाही, तर हिंदू समाज असाच विस्कळीत राहणार. आक्रमक इस्लाम आणि परपुष्ट ख्रिश्चन धर्म हिंदू धर्माला गिळून टाकणार, हे उघडच आहे. म्हणूनच, कोणत्याही हिंदू संघटनेचे सूत्र नाडल्या गेलेल्या हिंदू समाजातील दलित समाजाला न्याय देण्याचेच असले पाहिजे. सावरकरांच्या या आक्रोशाची किंमत त्यांच्या राजकीय पराभवात त्यांना द्यावी लागली; कारण त्यांची कडवी भूमिका हिंदू समाजाला तेव्हा पटली नाही.

पण त्यातून एक गोष्ट मात्र सिद्ध झाली– स्वार्थाकरिता का होईना, हिंदू

समाज आता समाजरचनेच्या पुनर्विचाराची भाषा बोलू लागला आहे. संकुचित विचारसरणीच्या काँग्रेसवाल्यांनी पक्षीय स्वार्थासाठी सावरकरांचा बळी दिला आणि खुद्द सावरकरांच्या अनुयायांनीही त्यांच्या सामाजिक विचाराला साथ दिली नाही. धर्मांतर म्हणजे राष्ट्रांतर हा सावरकरांचा सिद्धांत आसाममध्ये खरा होऊ पाहत आहे. काश्मीरमध्ये तो केव्हाच खरा झाला आहे. उत्तर हिंदूस्थानात मोरादाबादसारख्या शहरात ज्या दंगली झाल्या, त्यामुळे सर्वांचे डोळे आता उघडले आहेत. भारतातील सर्वच मुसलमान परधार्जिणे नाहीत, परंतु त्यांचे धर्मवेड जागे करणारे मुल्ला-मौलवी आणि राजकीय पुढारी परकीय देशांतून पैसा आणून कष्टाळू व गरीब मुसलमानांचे धर्मवेड जागे करीत आहेत. मुसलमानांसाठी वेगळी न्याययंत्रणा असू देणे हे किती घातक आहे, याचा विचार भारतीय शासनाने कधीही केला नाही. दुराग्रही मुसलमान पुढाऱ्यांच्या अनुनयामुळे एक पाकिस्तान निर्माण झाले. निरपराध हिंदू-मुसलमान नागरिकांच्या रक्ताने ही भूमी माखली गेली आणि एवढे होऊनही आमचे पुढारी काहीही धडा शिकले नाहीत. धर्मातीत राष्ट्राची कल्पना हिंदू-समाज केव्हाही स्वीकारू शकतो, कारण हिंदुत्वाला सामूहिक आव्हानच नाही. इस्लामला ते आहे. शिवाय नवी इस्लामी आक्रमक धर्मराष्ट्रे हिंदुस्थानभोवती निर्माण झाली आहेत. इस्लामी राष्ट्रांवरची मोठ्या राष्ट्रांची पकड गेल्या युद्धामुळे कमी झाली आणि जगाला नमविण्याचे एक प्रलयकारी खनिज तेलाचे साधन मुसलमान राष्ट्रांच्या हातांत आले. कोणताही अपराध नसताना राजनैतिक सभ्यता सोडून इराणने अमेरिकन दूतावासातील अधिकाऱ्यांना दीर्घकाळपर्यंत ओलीस ठेवले आहे आणि त्याविरुद्ध जगातील सर्व राष्ट्रे मूग गिळून स्वस्थ बसली आहेत. भारतीय शासनाचे हात-पाय ह्या इंधनविषयक समस्येने बांधले आहेत आणि म्हणून मुसलमानांचा मुजोरपणा दिवसेंदिवस वाढत चालला आहे. मोरादाबादमध्ये जे घडले, ते हिंदुस्थानमध्ये कुठेही घडेल, अशी दुर्दैवी परिस्थिती या देशात आली आहे. सारा आसाम प्रदेश आणखी एक इस्लामी राष्ट्र करण्याचा उद्योग इस्लामच्या प्रेरणेने चालू आहे आणि आमच्या सरकारच्या नाकर्त्या भूमिकेमुळे मुसलमानांनी आसाम गिळल्यासारखाच झाला आहे.

हिंदुत्वाची चळवळ ही इस्लामविरोधी आहे, अशी हाकाटी सदैव मारण्यात येते आणि 'इस्लाम खतरेंमे' हा नारा वाजवण्यात येतो. भारतातील मुसलमानांच्या चळवळीचा मागोवा घेतला तर लक्षात येईल की, या देशातील इस्लाम कधीही संकटात सापडलेला नाही. इस्लामने कोणतीही धर्मसुधारणा होऊ दिली नाही.

मुसलमान समाज हा अडाणी राहावा आणि नव्या सुधारणेचे व विज्ञानाचे आकर्षण त्याला वाटता कामा नये, याविषयी मुस्लिम नेत्यांनी सतत दक्षता घेतली आहे. मुसलमानांचे धार्मिक आणि राजकीय नेते एकच असतात किंवा तसे नसले तरी धार्मिक नेत्यांच्या तालावर चालणे राजकीय पुढाऱ्यांना भाग पडते. हिंदूंच्या धर्मनेत्यांना आम्ही केव्हाच मोडीत घातले आहे. दुर्दैवाने आमचे धर्मपीठावरचे अधिकारी तितकेच मूर्ख असल्यामुळे त्यांनाही हिंदू-एकतेचे महत्त्व समजले नाही. अजूनही कुठल्या तरी काल्यबाह्य स्मृतीच्या किंवा धर्मग्रंथांच्या शब्दच्छलातच त्यांची बुद्धिमत्ता खर्ची पडते आहे. अस्पृश्यता ही धर्मबाह्य गोष्ट आहे, अशी घोषणा करण्याची सुबुद्धी त्यांना अजूनही होत नाही. फक्त आशीर्वादासाठी आमच्या पंतप्रधान शंकराचार्यांपुढे लोटांगण घालतात; परंतु स्वत:च्या कृतीने आणि इतरांच्या स्वार्थाने आमचे धर्मगुरू कुचेष्टेचे विषय बनले आहेत, याचे त्यांना काहीच वाटत नाही. हिंदू समाजाने अनेक बंडखोरांना जन्म दिला, म्हणून तर हिंदू समाजाला सर्वसमावेशक स्वरूप आले आणि मुसलमान समाजाने बंडखोरांच्या गर्दनी ठेचून टाकल्या, म्हणून त्या धर्माचे स्वरूप एकसंध राहिले. त्यामुळेच आज तो एकसंध समाज आपल्यापेक्षा चौपट लोकसंख्या असलेल्या हिंदू समाजाला आव्हाने देतो आहे.

आम्ही हिंदू एकता आंदोलनाचे स्वागत करतो ते एवढ्यासाठीच की, हिंदुत्वरक्षणार्थ प्रथमच एवढ्या मोठ्या संख्येने बहुजन समाजातील हिंदू, उभे राहिलेले आहेत. हिंदुत्वाची ध्वजा जेव्हा बहुजन समाजाच्या खांद्यावर असेल आणि त्यातही दलितांना तिचे ममत्व वाटेल, तेव्हा हिंदू समाजाच्या वाटेला जाण्याचे धारिष्ट्य सैतानसुद्धा करू शकणार नाही. स्वत्वहीन हिंदू समाजाला हिंदू-संघटन ही एकच संजीवनी आहे. जेव्हा हिंदू समाजाचे सामर्थ्य वाढेल, तेव्हा कसलाही संघर्ष न करता मुसलमान समाजाचा उद्दामपणा ओसरू लागेल. शक्तीला शक्तीची भाषा समजते, संस्कृतीला संस्कृतीची भाषा समजते— हे सूत्र आपण विसरता कामा नये.

हा मुसलमान समाज तरी इराण-अरबस्तानामधून आलेला नाही. हा सारा समाज आपल्या साऱ्या धमन्यांतून हिंदूंचे रक्त बाळगतो आहे. आपल्या पारमार्थिक उद्धारासाठी कोणत्याही देव-देवतांचे स्मरण केले तरी त्यामुळे शत्रुत्व वाढत नसते. पण जेव्हा धर्मग्रंथांचे उपयोग कोणी शस्त्रास्त्रे म्हणून करू लागतात, तेव्हा मात्र ते धर्मग्रंथ जाळूनच टाकावे लागतील. ब्राह्मणांनी मनुस्मृतीचा उपयोग दलितांना आणि स्त्रियांना दास्यात ठेवण्यासाठी केला, म्हणून मनुस्मृती जाळली

गेली. तीच गोष्ट कुराणाच्या नशिबी येऊ नये. या जगात जगताना कालबाह्य धर्मग्रंथांचा काहीही उपयोग नसतो. केमालपाशाने तुर्कस्तानचे स्वतंत्र आणि सार्वभौम आधुनिक राष्ट्र निर्माण केले, तेव्हा त्यालाही आपल्या समाजातून धर्मग्रंथ तोडून टाकावे लागले आणि म्हणूनच तो केमाल अतातुर्क म्हणे तुर्कांचा पिता झाला. धर्मग्रंथ अनुदार नसतात किंवा नसावेत. त्यांचे ऐतिहासिक कार्य संपले म्हणजे त्यांनी ग्रंथालयाच्या कपाटात जाऊन बसावे. नव्या समाजाच्या गरजा भागविण्यासाठी नवे स्मृतिकार निर्माण व्हावे लागतात. गेल्या दीड हजार वर्षांत हिंदू समाजाने नवा स्मृतिकार निर्माण केला नाही, म्हणूनच हिंदू समाजाची दुर्दशा झाली आणि मुसलमान समाजाची यापुढे होणार आहे. चिरंतन असतो तो मनुष्य; ग्रंथ नव्हेत! मानवाचा प्रवास अखंड चालणार असतो. विझलेली मशाल फेकून देऊन नवी मशाल पेटविण्याचे धैर्य नसेल, तर प्रगतीचा प्रवासच संपुष्टात येतो.

म्हणून हिंदू एकता आंदोलनाचे आम्ही स्वागत करतो. हे आंदोलन जातिमुक्त असायला हवे. या आंदोलनाने बंदिस्त मुसलामान समाजाच्या मनाचे दरवाजे उघडायचा उद्योग हाती घेतला पाहिजे. आजच्या मुसलमानांना या मातीबद्दल खरोखरीच प्रेम असेल, तर या मातीने जोपासलेली संस्कृती त्यांना आपलीशी वाटली पाहिजे. राम-कृष्ण हे त्यांना देव वाटले नाहीत तर चालेल; पण ते आपले थोर पूर्वज वाटलेच पाहिजेत. मदुराई, खजुराहो वा कोणार्क यांसारखी वास्तुशिल्पे त्यांना देवालये वाटली नाहीत, तरी या मातीतून उगवलेली अश्मफुले म्हणून त्यांना याचा अभिमान वाटलाच पाहिजे. व्यास, वाल्मीकी हे त्या संस्कृतीचे वाहक म्हणून वंदनीय वाटलेच पाहिजेत. पाकिस्तानला पुरुषपूर (पेशावर) मध्ये जन्मलेला म्हणून पाणिनी हा पाकिस्तानचा पहिला व्याकरणकार वाटतो, तर या देशात जन्मलेला प्रत्येक श्रेष्ठ पुरुष इथल्या मुसलमानांना आपला पूर्वज वाटला पाहिजे. उपासना बदलली म्हणजे या मातीचे नाते तुटता कामा नये. अल् अक्सा मशीद जळाली म्हणून इथले मुसलमान कासावीस होतात आणि इथली पूज्य मंदिरे उद्ध्वस्त केली जातात, त्याबद्दल त्यांना काहीही हळहळ वाटत नाही; हीच गोष्ट त्यांच्याबद्दल आपल्या मनात राग का आहे, हे सांगण्यास पुरेशी आहे. या देशातील सर्व पूर्ववैभव हे केवळ हिंदूंच्याच मालकीचे आहे, असे त्यांनी का मानावे? या वैभवाच्या निर्मितीत आजच्या मुसलमानांचे बापजादे किंवा पूर्वज यांचा काहीच सहभाग नाही की काय? अनेक मंदिरांच्या पायऱ्या घडविणारे पाथरवट आणि मूर्ती खोदणाऱ्या शिल्पकारांच्या मुलाबाळांनीच ही

मंदिरे उद्ध्वस्त करावीत, हा केवढा दैवदुर्विलास! केवळ धर्मग्रंथ बदलला म्हणजे अंगातील रक्तानेही बदलावे की काय? केवळ आधुनिक हिंदुस्थान नव्हे, तर पूर्वकालीन हिंदुस्थान सर्वच भारतीय समाजाच्या आदराचा विषय व्हायला हवा आणि तो तसा झाला, तर हिंदू एकताऐवजी भारतीय एकता निर्माण व्हायला कितीसा वेळ लागेल!

(४ जानेवारी, १९८०)

- ० - ० - ० -

२०

सर्व-धर्म-समभावाचे थोतांड हवे तरी कशाला?

अलीकडे पुष्कळच नवनवी खुळे निर्माण झाली आहेत. आपण इतरांपेक्षा वेगळे, उदार आणि पुरोगामी आहोत, हे दाखविण्यासाठी नवनव्या शब्दांची टाकसाळ निघते. निधर्मीपणा किंवा धर्मातीतपणा हेही असेच एक खूळ आहे. जे कोणी असल्या वेडेपणाला मान्यता मिळवू पाहत असतात, ते प्रत्यक्षात मात्र अतिशय धर्मनिष्ठ आणि धर्मकांडे पाळणारे असतात. या देशातील सर्व नेते केवळ धर्मावर विश्वास ठेवतात असे नव्हे; तर धर्मांचे, पंथांचे आणि जातींचे स्तोमही माजवीत असतात. त्यांना संपूर्णत: जातीय असणारे अकाली दल, द्रविड मुन्नेत्र कळघम, मुस्लिम लीग यांसारख्या उपद्रवी जातीय संस्थांचे अस्तित्व मुळीच टोचत नाही. त्यातही मुस्लिम लीग ही सर्वांत धर्मांध संस्था. या संस्थेमुळे अखंड हिंदुस्थानचे तुकडे झाले, हिंदू-मुसलमानांचे वैर वाढले आणि प्रचंड प्रमाणावर हत्याकांड घडले. ती संघटना गांधी-नेहरूंपासून ते अगदी आज इंदिराजी, वसंत साठे यांच्यापर्यंत कोणालाही खटकत नाही. त्या संघटनेचे उपद्रवी चाळे वाढत चालले आहेत, म्हणून या देशातील राजकारणी नेते कुठेही अस्वस्थ झाले आहेत असे दिसत नाही. या देशातील मुसलमान मागासलेलेच राहावेत यासाठी जाणीवपूर्वक प्रयत्न करणारी ही व अशाच संघटना दिवसेंदिवस आपले प्रभाव-क्षेत्र वाढवीत आहेत, हिंदूंनी चिंताक्रांत व्हावे अशी परिस्थिती निर्माण होत असताना या उपद्रवी चाळ्यांना बंदी घालावी, असे काही आमच्या राष्ट्रीय

पुढाऱ्यांना वाटत नाही. हिंदू आई-बापांच्या पोटी जन्मणारी मुले हिंदूंचे रक्त घेऊन जन्मतात, असे काही या पुढाऱ्यांकडे पाहून वाटत नाही. सगळ्यांना असेच वाटते की, मुसलमानांचे बळे वाढले तर त्या बळाचा फायदा आपल्या राजकीय पक्षाला होईल. आपली सत्ता दृढमूल करण्याचे हे साधन गमावण्याची कोणाचीही इच्छा नसल्यामुळे या देशात मुसलमानांना कायमचे अभयदान लाभलेले आहे. जे कोणी प्रगतिशील मुसलमान आपल्या धर्मातील त्रुटी दुरुस्त करण्याचा प्रयत्न करतात, त्यांना या देशातील राजकर्त्यांचे कधीच साह्य होत नाही. मुसलमान धर्म हा आक्रमक आणि प्रतिगामी आहे. मुल्ला-मौलवींची त्या समाजावर विलक्षण पकड आहे. दहशतीने, आमिषाने किंवा सौदेबाजीने मुसलमान धर्मगुरूंचे वर्चस्व वाढत चालले आहे. नवश्रीमंत मुसलमान राष्ट्रांकडून इथल्या मुसलमान नेत्यांना पैशाचा आणि शस्त्रांचा पुरवठा मोठ्या प्रमाणावर होतो. आपल्या धर्माच्या प्रचारासाठी मरण्याची किंवा मारण्याची शिकवण ज्या धर्मात आहे, तो मुसलमान धर्म दिवसेंदिवस अधिकाधिक शिरजोर होताना दिसतो आहे. हिंदू धर्माची सहनशीलता अफाट आहे. त्यामुळेच मुसलमानांचे शिरजोर चाळे येथे चालू शकतात.

गेल्या काही वर्षांत मुसलमानांच्या सर्व जातीय संघटना अधिक प्रभावी झाल्या आहेत. मोरादाबादसारख्या दंगली घडवून आणून हिंदूंना भयभीत करण्याचे त्यांचे कार्य जोमाने चालू आहे, शेख अब्दुल्लाची फाजील स्वप्ने भारतीय शासनाला खपवून घ्यावी लागतात. आसाममधल्या घुसखोरांचा प्रश्न इंदिराजी सोडवू शकत नाहीत याचे उघड-उघड कारण मतदार मुसलमानांना आणि खनिज तेल पुरविणाऱ्या मुसलमान राष्ट्रांना त्यांना दुखवता येत नाही, हेच आहे. एकीकडे समानतेचे तत्त्व अंगीकारावयाचे आणि दुसरीकडे सर्वांना समान नागरी कायदा लावावयाची हिंमत दाखवायची नाही, या नाकर्तेपणाला काय म्हणावे? मुसलमानांचा अनुनय करण्याच्या धोरणामागे केवळ सत्ता टिकविण्यापलीकडे कोणतेही उद्देश नाहीत. हिंदू समाजाचेच नव्हे तर या देशाचे नुकसान झाले तरी चालेल, पण सत्ता हवी– अशी निर्लज्ज स्वार्थभावना देशात पैदा झाल्यामुळे या देशात मुसलमानांचे फाजील लाड सुरू झालेत आणि तूर्त तरी या धोरणात बदल होण्याची शक्यता दिसत नाही.

म. गांधींच्या उदयापासून मुसलमानांच्या या अवाजवी लाडाला खतपाणी मिळू लागले आणि मुसलमानांची अहंता वाढीला लागली. गांधीजींनी आपल्या फाजील अहंकाराने मूळच्या राष्ट्रीय वृत्तीच्या जीनांना दुखविले व नालायक, जात्यंध अशा मुसलमान पुढाऱ्यांना प्रतिष्ठा प्राप्त करून दिली. त्याच्या परिणामी

देशाभिमानी मुसलमानांचे वर्चस्व ओसरले आणि मुल्ला-मौलवींचे प्रस्थ वाढत गेले. या देशाचा मूळ कणा हा हिंदू समाजच आहे. या देशातील हजारो वर्षांची संस्कृती आणि इतिहास हा मुख्यत्वेकरून हिंदूंचा इतिहास आहे. हिंदू हा धर्म नव्हे, तर ती एक संस्कृती आहे आणि जे-जे परकीय लोक इथे आले ते-ते सर्व या हिंदू संस्कृतीत विलीन होऊन गेले. इतके की, त्यांचे वेगळेपण म्हणून काहीही उरले नाही. शक, हूण, बर्बर आदी सर्व जमाती हिंदू संस्कृतीचा एक अविभाज्य भाग होऊन गेल्या. मुसलमान धर्म कितीही आक्रमक आणि पुस्तकी असला तरी तोही हिंदू समाजात विलीन होऊन गेला असता. इतका की, त्याचा ठिकाणाही कालांतराने उरला नसता. एकेश्वरी महंमदीय पंथ म्हणून हिंदू संस्कृतीने त्याला पचवून टाकले असते.

हिंदू समाजात अनेक दोष उत्पन्न होऊ लागलेल्या काळात हे मुसलमानी आक्रमण झाले. जातिव्यवस्था, हिंदू धर्मनेत्यांचा अनुदार दृष्टिकोन, बौद्ध धर्मानंतर आलेली सामाजिक दुर्बलता यांमुळे हिंदू व मुसलमान या संस्कृतीचे एकीकरण थोडे लांबणीवर पडले तरी ती क्रिया सुरू झाली होती. याचा पुरावा मुसलमान संतकवींच्या भारतीय देव-देवतांच्या शरणभावात जाणवतो. पुढे इंग्रजांचे राज्य आले व त्यांना हिंदू समाजाची ही स्वाहाकारी वृत्ती मोडून काढणे भाग पडले. मुसलमान समाजाचे वेगळेपण टिकवून धरण्यात त्यांचा फायदा होता. 'फोडा आणि झोडा' या तत्त्वाचा त्यांनी आश्रय घेतला. मिशनऱ्यांच्या आणि सुधारक हिंदू नेत्यांमार्फत हिंदूंच्या बलस्थानावर त्यांनी हल्ले चढवले. राष्ट्रीय वृत्तीचे जे-जे स्वाभिमानी नेते निर्माण झाले, त्या सर्वांवर चिखलफेक करून या देशाचा कणा त्यांनी खिळखिळा केला. हिंदू समाजात सुधारणांची गरज निर्माण झाली होती, परंतु त्या सुधारणा राष्ट्रीय वृत्तीचा उच्छेद करून अमलात आणावयाची ती वेळ नव्हती. हिंदू समाजात सुधारणावादी आणि सुधारणांचे विरोधक अशी फूट पाडण्यात कारस्थानी इंग्रज यशस्वी झाले. त्यामुळे मुसलमानांची अहंता वाढत गेली. राष्ट्रीय मुसलमान या नावाचे एक अनौरस पोर या काळात जन्माला आले. राष्ट्रीयीकरणाच्या वाटचालीत टिळकांनाही लखनौ कराराला संमती द्यावी लागली. आपल्या संख्याबलाचा आणि धर्मांधतेचा फायदा घेण्याला मुसलमानांना नवे निमित्त मिळाले. सामाजिक सुधारणांशिवाय राजकीय सुधारणा होणार नाहीत, असे उद्गार तेलंगांनी आणि नंतर गोपाळ गणेश आगरकरांनीसुद्धा काढावेत याचे कारण इंग्रजांचे कपटनाट्य तोपर्यंत सर्वांच्या ध्यानी येऊ लागले होते.

गांधीजींच्या काळात मुस्लिम अनुनयाला वेगळीच गती मिळाली. 'कोणत्याही

सदाचारी हिंदूपेक्षा गुन्हेगार मुसलमान मला जवळचा आहे' अशी दर्पोक्ती काढण्याची प्रवृत्ती आणि मुसलमान नेते याच काळात निर्माण झाले. मुसलमान हा प्रथम मुसलमान असतो आणि नंतर तो भारतीय वगैरे काही असतो, एवढाच त्या उद्गाराचा अर्थ. आज त्याचे प्रात्यक्षिक अनेक ठिकाणी पाहायला मिळते. अल् अक्सा मशीद फुटली, तर या देशातल्या मालमत्तेचे नुकसान मुसलमान करू शकतात. इस्लाम-जगताची भाषा काढतात. या सगळ्यामागे भारत हा देश मुसलमान करून टाकण्याची त्यांची आकांक्षा व्यक्त होते. आजच्या कोणत्याही नेत्याला भारत हे इस्लामी राष्ट्र होईल याची भीती वाटत नाही; झाले तरी त्याची हरकत नाही, असे वाटते.

त्यांना भीती वाटते की, हिंदूंच्या संघटनेची. हिंदूंची संघटना हा वास्तविक या देशातील नागरिकांचा जन्मसिद्ध हक्क आहे. कुणाच्याही अस्तित्वाला त्यामुळे धोका नाही. कुणावर जबरदस्ती केली किंवा परधर्मीयांवर हल्ले केले, असा हिंदू संस्कृतीचा वारसाही नाही. एक तर जातिसंस्थेमुळे हिंदू असंघटित आहेत, शिवाय अनेक वर्षांच्या पराभवामुळे ते खचलेले आहेत. दलितांच्या प्रश्नामुळे हिंदू समाजाचे संघटन ही आणखी कठीण गोष्ट झालेली आहे. तरीही वाटेल ते उपाय योजून या समाजाचे संघटन केले पाहिजे असे अविरत प्रयत्न रामदासस्वामी, शिवाजीमहाराज, विष्णुशास्त्री चिपळूणकर, लो. टिळक, तात्याराव सावरकर, डॉ. हेडगेवार यांच्यासारख्या नेत्यांनी केले आणि त्याला आता कोठे थोडेफार यश मिळू लागले आहे. मुसलमानांना हिंदू संघटनेचे भय वाटावे, हे समजण्यासारखे आहे; कारण मुसलमानांच्या अवाजवी उद्दामपणाला हिंदू संघटनेमुळे शह बसण्याची शक्यता आहे. हिंदुस्थानचे मुस्लिम राष्ट्र करून टाकण्याचे त्यांचे मनसुबे त्यामुळे धुळीला मिळतील. हिंदू संघटनेला कम्युनिस्ट विरोध करतात, ते सांस्कृतिक पायावर उभी राहिलेली चळवळ त्यांच्या लाडक्या वर्गविग्रहाच्या सिद्धांताच्या आड येते म्हणून. हिंदू संघटनेशी समाजवाद्यांचे मतभेद होण्याचे वास्तविक कारण नाही, कारण समाजाच्या आर्थिक फेररचनेला हिंदूंचे संघटन मुळीच व्यत्यय आणणार नाही. किंबहुना, समानतेचे तत्त्व लावल्याशिवाय हिंदूंचे संघटन होऊच शकणार नाही. उपाध्ये, बडवे, महंत, धर्मगुरू यांचा चरितार्थ चालविण्यासाठी हिंदूंचे संघटन करावयाचे नाही. कालबाह्य झालेल्या होमहवन, यज्ञयाग, व्रतवैकल्ये, उच्च-नीचता यांच्या पुनरुद्धारार्थ काही हिंदूंचे संघटन करावयाचे नाही. हिंदू संघटनेचे कार्य करणाऱ्यांपैकी काही जण प्रतिगामी असतील, त्यांच्या विरोधात जरूर उभे राहावे. नव्हे, ते आवश्यक आहे. परंतु या देशातल्या चांगल्या

परंपरा, अभिजात वाङ्मय, कलाकौशल्य आणि भाषा यांचा वारसा– या व अशा अनेक सांस्कृतिक गोष्टींच्या रक्षणासाठी हिंदूंचे संघटन करावयाचे आहे. हिंदूंचे संघटन हे सांस्कृतिक संघटन आहे आणि ते सावकरांच्या सूत्रानुसारच व्हायला हवे.

म्हणून कर्मकांड, जातिव्यवस्था, पुनर्जन्म, उच्च-नीचता या गोष्टींवर विश्वास ठेवणाऱ्या हिंदू संघटकाला हिंदू संघटकांनी हाकलून दिले पाहिजे. दोन-तीन वर्षांतील हिंदू-मुसलमानांच्या दंगली पाहिल्यावर तथाकथित पुरोगामी समजल्या जाणाऱ्या समाजवाद्यांचाही हिंदू-मुस्लिम एकतेवरील विश्वास ढळू लागला आहे. हिंदू संघटनेच्या विरुद्ध उभे राहण्यापेक्षा, एकांतिक हिंदुंच्या विरुद्ध उभे राहण्याला काही अर्थ आहे. सरधोपट साऱ्याच हिंदू संघटकांना प्रतिगामी मानून पर्यायाने मुसलमान धर्मांधतेला साह्यभूत होणे हे समाजद्रोहाचे लक्षण आहे. या देशातील बहुसंख्य हिंदूंच्या भावना दुखवून निरर्थक आणि वाह्यात बडबड करणारे पुरोगामी खरे तर या देशाचे शत्रू मानले पाहिजेत. हिंदूंत आवश्यक ते बदल करून त्यांना राष्ट्रीय वृत्ती शिकविण्यानेच या देशाचे भाग्य बदलेल. बहुसंख्य मुसलमान आणि मुस्लिम नेते या देशाला आपली मायभूमी मानत नाहीत, असा आपला अनुभव आहे.

रा. स्व. संघ जे हिंदू संघटनेचे काम करतो, ते सर्वांच्या डोळ्यांवर येते. कारण तशा प्रकारची कामे करण्याची जिद्द आणि संघटनाचातुर्य कोणाजवळही नाही. केवळ स्वार्थी आणि स्वत:च्या पक्षाचा विचार करणारे लोक या संघटनेच्या वाढत्या बळाने भयभीत झाले आहेत व संघामुळे देशावर काही संकट आले आहे म्हणून नव्हे, तर त्यांच्या पुढारीपणावर व त्याच्या पक्षवाढीवर अरिष्ट कोसळते आहे, म्हणून. त्यासाठीच त्यांचा जळफळाट चाललेला आहे. एवढ्यासाठीच अल्पसंख्याकांना गोंजारण्याचे राष्ट्रद्रोही चाळे त्यांच्याकडून होत आहेत.

या असल्या प्रयत्नातूनच सर्व-धर्म-समभाव हे एक नवे खूळ निर्माण झाले आहे. सर्व धर्म सारखे कसे असतील? मूर्तिभंजक आणि संस्कृतिभंजक असा मुसलमान धर्म हा हिंदू धर्मासारखा असेलच कसा? मुसलमान धर्माचा रक्तरंजित इतिहास सर्वांच्या डोळ्यांसमोर आहे. धर्माच्या नावाखाली एवढा प्रचंड नरसंहार करणारा दुसरा कोणताही धर्म नाही. लहानसहान अपराधासाठी हात-पाय तोडण्याची शिक्षा देणारा कोणताही धर्म जगात सापडणार नाही. आज खोमेनीचे जे धर्मराज्य चालू आहे, त्याला उदार आणि पुरोगामीच समजायचे काय? कुराण आणि हदिस यांचा कसलाही अभ्यास न करता सर्व धर्म सारखेच

सर्व-धर्म-समभावाचे थोतांड हवे तरी कशाला? / १०९

आहेत, असे म्हणण्याचा बेशरमपणा या देशात चालू आहे. याचे कारण हिंदू संस्कृतीलाही आपल्या नृशंस पातळीवर आणण्याची काही जणांची इच्छा आहे. सर्व धर्म सारखे नाहीतच. हिंदू धर्मात अनेक उणिवा निर्माण झालेल्या आहेत; पण तरीही हिंदू धर्म हा मुसलमान धर्मापेक्षा किती तरी पटींनी श्रेष्ठ आहे. हिंदू धर्माला अंतिम प्रेषित नाही, म्हणून त्यात वेगवेगळे बंडखोर निर्माण होऊ शकतात. हिंदू धर्मावर रागावून आंबेडकरांनी हिंदू धर्म सोडला, अनेक प्रलोभने दाखवूनही त्यांनी दलित समाजाला मुसलमान व्हावयाला सांगितले नाही. मुसलमान धर्म त्यांना अधिक अन्यायकारक वाटला, म्हणून त्यांनी आपल्या समाजाला हिंदू धर्माचाच एक उन्नत भाग अशा बौद्ध धर्माचा स्वीकार करायला सांगितले.

कोणताही धर्मगुरू आपल्या धर्मग्रंथात खुनाची व कत्तलीची शिफारस करीत नाही; परंतु त्याच्या सूचक शब्दावरून त्याचे अनुयायी आपल्या सोईचा अर्थ काढतात. अशा सिद्ध झालेल्या रूढींना आणि आचारधर्मांनाच अखेर धर्माचे रूप प्राप्त होते. आज मुसलमान समाजात अस्तित्वात असलेला धर्म उपद्रवकारक आणि कलहाला चेतावणी देणारा आहे. खोमेनी आचरणात आणतो, तोच खरा मुसलमान धर्म. तो धर्म व इतर धर्म सारखे आहेत, असे म्हणणे म्हणजे लांडग्यांची कोकराबरोबर तुलना करण्यासारखे आहे. ज्या कुणाला सर्व धर्म सारखे वाटत असतील त्यांना वाटोत, आम्हाला तरी तसे वाटत नाही. जोपर्यंत कृतीने आणि उक्तीने मुसलमान समाज कालसापेक्ष आधुनिकतेशी नाते जोडू इच्छित नाही, तोपर्यंत कुणी कितीही आरडाओरडा करून सर्व-धर्म-समभावाची घोषणा केली तरी ती मानण्याचे आम्हाला कारण नाही. हिंदूंचे संघटन म्हणूनच हवे आणि ते इतक्या प्रमाणावर वाढायला हवे की, त्यामुळे उद्दाम मुसलमानांची जबान बंद झाली पाहिजे. पूर्वी राज्यकर्त्यांच्या पाठिंब्यावर मुसलमान मातले होते; आजही तीच क्रिया चालू आहे. या देशात मुसलमानांनी सुजाण नागरिक म्हणून राहावे आणि लोकशाहीने व घटनेने दिलेले हक्क जरूर भोगावेत. दहा-पाच पिढ्यांपूर्वी त्यांचे आई-बाप हिंदू होते. ते या संस्कृतीचे पूजक होते. आमच्या एके काळच्या भाईबंदांनी केवळ उपासना-पद्धत बदलली, म्हणून या देशातील हिंदू संस्कृतीचे वैरी होऊ नये. या देशात राहणाऱ्या सर्वांचेच राम-कृष्ण, व्यास-वाल्मीकी, पतंजली-पाणिनी, कालिदास-भवभूती हे सारेच पूर्वज होत. वरदायिनी गंगा ही सर्वांची माता आणि नगाधिराज हिमालय हा सर्वांचा पिता होय. येथे जन्मणाऱ्या प्रत्येकाला येथील भूमीने जगवले, वाढवले आणि याच संस्कृतीचे रक्त सर्वांच्या धमन्यांतून वाहत आहे. या देशात जे-जे

काही घडले, ते सर्वांच्या साक्षीने आणि साह्याने घडले. गो-मांस खाल्ले किंवा कलमा पढला म्हणजे हिंदूंचे मुसलमान होतात, यावर आमचा विश्वास नाही. आम्ही जितके हिंदू तितकेच मुसलमानांसकट या देशातले सर्व नागरिक हिंदूच आहेत. असे असूनही हिंदू संस्कृतीशी वैर धरण्याचा मुसलमानांनी प्रयत्न केला, ही गोष्ट बरी झाली नाही. इथेच राहायचे, इथलेच अन्न खायचे; तर इथल्या संस्कृतीला सन्मानानेच वागवले पाहिजे. परकीय राष्ट्रांतील समृद्धी किंवा सातव्या शतकात कुणा प्रेषिताने दिलेल्या आज्ञा यांच्या बळावर इथल्या संस्कृतीशी वैर धरण्यात आत्मघात आहे. या देशात बौद्ध, जैन, शीख, पारशी हे सुखाने नांदतात. त्यांना सर्व-धर्म-समभावाची गरज वाटत नाही. किंबहुना, आपण कुणी वेगळे आहोत, अशी अहंताही ते बाळगत नाहीत. मुसलमानांनाही तसे वाटता कामा नये. तसे जर वाटत असेल, तर या देशात मुसलमानांना जागा उरणार नाही.

(३ मे, १९८१)

- ० - ० - ० -

२१

मुसलमान देशभक्त होऊच शकत नाहीत

हिंदुस्थानसारख्या देशाला राष्ट्र ही संज्ञाच इंग्रजी राजवटीत मिळाली. इंग्रजांइतके या देशावर एकछत्री आणि सुसूत्र शासन कोणाचेही नव्हते; अगदी मोगल काळातही नव्हते. त्यापूर्वी चंद्रगुप्त, अशोक, रामदेवराय, हरिहर अशी अनेक साम्राज्ये पाटलीपुत्र, उज्जैन, पैठण, देवगिरी, विजयानगर अशा ठिकाणी होती. तथापि, काश्मीरपासून कन्याकुमारीपर्यंत आणि सिंधूपासून ब्रह्मपुत्रेपर्यंत सुसूत्र अशी राष्ट्रविषयक कल्पना अस्तित्वात नव्हती. आर्य आणि अनार्य यांचा दीर्घकालीन संकर झाल्यामुळे वैदिक धर्माचा, संस्कृत भाषेचा आणि यज्ञसंस्थेचा प्रसार सर्वत्र झाला होता. तरीही आपण सर्व मिळून एक राष्ट्र बनलो आहोत, अशी जाणीव या देशात फारशी नव्हती. एक तर वेगवेगळ्या जाती-जमाती निर्माण होत होत्या. त्यांचे परस्परांशी संघर्ष चालूच होते. शिवाय या सर्वसमावेशक वैदिक तत्त्वज्ञानातून बौद्ध, जैन, शीख वगैरे नाना प्रकारच्या बंडखोर धर्मांची निर्मिती होत होती. परिणामी, एकत्वापेक्षा अलगतेची भावना अधिक होती. युरोपमध्ये वेगवेगळ्या वैशिष्ट्यांनी राष्ट्रसमूह तयार होत होता, तसाच आर्यावर्तातही होत होता. त्यामुळे भारतावर वेळोवेळी जी आक्रमणे झाली, ती परतवून लावताना भारतीय समाजाने संघटित प्रयत्न केलेच नाहीत. स्वत:चे लहान-मोठे राज्य रक्षण करण्यासाठी कडवे प्रयत्न झाले. जोपर्यंत या समाजाचा पुरुषार्थ जागा होता तोपर्यंत एक तर परकीय आक्रमक पराभूत झाले किंवा शरणागत होऊन या समाजाचा एक अविभाज्य भाग

बनून गेले.

मुसलमानांचे आक्रमण होण्यापूर्वी या भारतीय समाजाला बांधून ठेवणारी जी एकमेव शक्ती होती, ती म्हणजे वैदिक संस्कृती होय. ही वैदिक संस्कृती नुसतीच पुरुषार्थी नव्हती; तर मनुष्यजातीला उपयुक्त अशी तिची रचना होती, ती उदार होती आणि मनुष्याचा प्रमादशील स्वभाव लक्षात घेऊन मनुष्याला त्याच्या गुणावगुणांसकट आत्मसात करण्याची एक स्वयंभू शक्ती तिच्यात निर्माण झाली होती. या शक्तीमुळेच तर सर्वांना आकर्षण वाटलेल्या आणि या देशातील राजवंशांनी स्वीकारलेल्या बौद्ध धर्माचा पराभव ही वैदिक संस्कृती करू शकली. फारशी संघटना नसलेला आणि दक्षिण देशातून आलेला शंकराचार्य नावाचा एक तरुण वैदिक ब्राह्मण, भारताच्या चारही सीमांपर्यंत पदयात्रा करून नवागत बौद्ध धर्माचा विध्वंस करू शकतो याचा अर्थ, सर्व भारतीय लोकांना समजू शकेल अशी परिभाषा आणि विचार हा तेजस्वी ब्राह्मण देऊ शकत होता. भारतीय भूमीचे काही प्रमाणात एकधर्मीय राष्ट्र करण्याचा हा उद्योग होता. ते या माणसाचे अभिनव कार्य अर्थातच पुढे खंडित झाले. याचे कारण वैदिक परंपरेचे ओज हळूहळू संपुष्टात आले. वेगवेगळ्या कारणांनी येथील जातिव्यवस्था अपरिवर्तनीय होत गेली. कर्मकांडांचा आणि तंत्रमार्गाचा प्रभाव वाढला. बौद्ध धर्माने व संन्यासमार्गाने इहवादाची प्रेरणा हरवली आणि मायावाद बोकाळला. ज्या एका वैदिक धर्माच्या सूक्ष्म सूत्राने हा समाज एकसंध होण्याची क्रिया सुरू झाली होती, ती क्रिया मंदावली आणि सर्वांना एकत्र आणू शकेल असा कोणताच चिवट धागा शिल्लक उरला नाही.

या अशा परिस्थितीत भारताच्या भूमीवर इस्लामचे आक्रमण झाले. इस्लामचे सामर्थ्य वैदिक संस्थेने ओळखले नाही. विसविशीत झालेल्या भारतीय समाजावर तलवारीच्या बळावरील एका पुस्तकी धर्माचा आक्रमक विचार कोसळला. सहिष्णुतेच्या नावाखाली दुबळा झालेला भारतीय समाज चिरडून जाणार आहे, याची जाणीव कोणाही विचारवंताला झाली नाही. सातव्या शतकापासून अकराव्या शतकापर्यंत होणाऱ्या इस्लामी आक्रमणाला आपापल्या व्यक्तिगत ताकदीवर सीमा भागातील राजा-महाराजांनी उत्तर दिले. बुभुक्षित देशांतून येणाऱ्या या लुटारू टोळ्या तात्पुरत्या लुटालुटीसाठी येतात; अशा भूमिकेने केलेल्या प्रतिकारातून (आणि पराभवातून) तार्तार, इराणी, दुराणी, अफगाण, अरब अशा टोळ्यांची अहंता वाढत गेली आणि या देशात एक इस्लामी सल्तनत निर्माण झाली. त्यातूनच मोगल साम्राज्याचा पाया घातला गेला. जोपर्यंत इराण, अरबस्तान,

अफगाण या देशांतून आक्रमक असे धर्मप्रचारक येत होते, तोपर्यंत मोगल साम्राज्य वाढत होते. जबरदस्तीने, आमिषाने किंवा भयाने बाटवल्या गेलेल्या इथल्या मुसलमानांचा व अस्सल मुसलमानांचा वेळोवेळी संघर्ष झाला आणि त्याचा परिणाम इस्लामचा प्रसार रोखण्यात झाला.

मुसलमानी संस्कृतीचा प्रचार जेवढ्या खोलवर उत्तरेत झाला, तेवढ्या प्रमाणात तो दक्षिणेत येऊ शकला नाही याचे मुख्य कारण अंतर तर होतेच; पण उत्तर भारतातील राजविलासी आणि सुखासीन जीवन तिथल्या भारतीय समाजाला अधिकाधिक लाचार आणि दुबळे करत गेले. त्यामानाने दक्षिणेत मुसलमानांना कडवा प्रतिकार होत होता. उत्तरेत चितोडचा अपवाद वगळता मुगल सत्तेला कडवा प्रतिकार झालाच नाही. मुगलांच्या उतरत्या काळात रणजितसिंगाने शिखांचे, पर्यायाने हिंदूंचे राज्य निर्माण करून मुसलमानी सत्ता अधिकच खिळखिळी केली; पण दक्षिणेत मुसलमानांचे साम्राज्य ऐन भरात असताना आणि पाच समर्थ मुसलमानी राज्ये अवतीभवती राज्य करीत असताना शिवाजीने केलेला हिंदवी स्वराज्याचा प्रयत्न हा अभूतपूर्व मानला पाहिजे. शिवाजीचे राज्य छोटे असेल, पण ते सिंहासनाधिष्ठित असे सार्वभौम राज्य होते आणि चोहोबाजूंनी मुसलमान साम्राज्य असतानाही ते वृद्धिंगत होत गेले. त्यावरून एक निष्कर्ष काढता येतो. तो म्हणजे, जंगली धर्मवेड्या सत्तेला हिंदू राज्य स्थापन करून हिंदूंनी संघटितपणे दिलेले हे पहिलेच उत्तर होय. इस्लामचा पराभव होऊ शकतो; एवढेच नव्हे, तर तो पराभव हिंदुत्वाच्या रक्षणासाठी करणे अपरिहार्य आहे, या जाणिवेतूनच मुसलमानी आक्रमणाला तेव्हापासून पायबंद बसला आणि हिंदुराष्ट्रवादाचा उद्घोष या भूमीत पहिल्यांदाच झाला.

शिवाजीच्या स्वप्नातील हिंदू राज्याची स्थापना जर खरोखरीच झाली असती, तर या देशाचा इतिहास वेगळाच घडला असता. न्याय, नीती, सुव्यवस्था, कायदा आणि धर्म यांच्या आश्रयाने शिवशाहीची व पेशवाईची वाटचाल झाली असती; तर या देशात निर्माण झालेले इस्लामी जग हळूहळू इतर सर्व आक्रमकांप्रमाणेच या संस्कृतीत विलीन झाले असते. आत्मसात करून टाकण्याची वैदिक संस्कृतीची शक्ती मध्यंतरी लोप पावली होती, तिला पुन्हा उजाळा मिळाला असता. धर्मग्रंथांची किंवा धर्मगुरूची पर्वा न करता परधर्मात गेलेल्या 'हिंदूंना जर परत स्वधर्मात आणण्याची प्रक्रिया चालू झाली असती, तर लक्षावधी मुसलमान खुशीने हिंदू झाले असते. धर्मांतरित झालेले मुसलमान हे काही इस्लामच्या मोठेपणाला भुलून मुसलमान झालेले नव्हते. त्यांची हिंदुत्वाची

पाळेमुळे अजून शाबूत होती आणि इस्लामचे रक्षण करण्यासाठी सर्वस्वाचा त्याग करण्याची त्याची इच्छा नव्हती. पण शिवाजीची प्रज्ञा पुढच्या राज्यकर्त्यांना नव्हती; ना त्याच्या पेशव्यांनाही. पेशव्यांचे राज्य धर्माचेही नव्हते आणि नीतीचेही नव्हते, ते तर एक लुटारूंचे राज्य बनले होते. उत्तर भारतातील हिंदूंनाही हे हिंदूंचे राज्य मुसलमानांइतकेच उपद्रवी वाटले. अशीच काही वर्षे गेली आणि बाटलेल्या मुसलमानांच्या काही पिढ्या मुसलमान म्हणूनच वाढू लागल्या. त्यांचे हिंदुत्वाचे धागे तुटू लागले. अगोदरच या बाटग्या मुसलमानांना कसलीच प्रतिष्ठा नव्हती, हिंदू त्यांना आपले मानीतच नव्हते आणि मुसलमान राज्यकर्तेही त्यांना बरोबरीचे मानीत नव्हते. त्यामुळे या बाटग्या समाजाला आपल्या अस्तित्वासाठी अधिक कडव्या धर्मांध भूमिका घ्यावा लागल्या आणि येथूनच पुढे हिंदू-मुसलमान संघर्षाला प्रारंभ झाला...

पुढे इंग्रजांचे राज्य आले. मोडकळीला आलेले मोगल साम्राज्य त्यांनी विनासायास जिंकले, परंतु विस्कळीत झालेल्या हिंदू राजांना मात्र त्यांना युद्ध करूनच जिंकावे लागले. आरंभी आपले गेलेले राज्य मिळवण्यासाठी हिंदूंशी सहकार्य करायलाही मुसलमानांची तयारी होती. अठराशे सत्तावन्नच्या उठावात हिंदूंच्या बरोबर मुसलमानही लढले, ही गोष्ट आपण विसरता कामा नये. हिंदू-मुसलमान एकत्र आले, तरीही शिस्तबद्ध असलेल्या इंग्रजांचा पराभव करणे शक्य नाही, हे जेव्हा मुसलमानांच्या लक्षात आले; तेव्हा त्यांनी आपले धोरण बदलले. हिंदुस्थानच्या स्वातंत्र्य-लढ्यात मुसलमानांनी केव्हाही मन:पूर्वक भाग घेतला नाही. याचे उघड-उघड कारण असे की, स्वातंत्र्य मिळालेच तर मग बहुसंख्य हिंदूंचे राज्य होणार. हिंदूंच्या राज्यापेक्षा इंग्रजांचे राज्य मुसलमानांना अधिक सुरक्षित वाटत होते. हिंदूंच्या स्वातंत्र्य-लढ्यात त्यांनी उलट इंग्रजांनाच साह्य केले आणि इंग्रजांनीही मुसलमानांच्या अहंपणाला आणि वेगळेपणाला खतपाणी घालून भारतीय समाजापासून मुसलमानांना वेगळे ठेवले.

त्यात आणखी एक लक्षात ठेवण्यासारखी गोष्ट आहे. ती म्हणजे, कुराण आणि हदिसच्या आज्ञेनुसार मूर्तिपूजकांना म्हणजेच हिंदूंना मुळी जगण्याचाच अधिकार नाही. अशा परिस्थितीत मूर्तिपूजक नसणाऱ्या ख्रिश्चनांचे राज्य नष्ट करून मूर्तिपूजक हिंदूंचे राज्य या देशात यावे, असे मुसलमानांना कसे वाटणार? ख्रिश्चन आणि ज्यू हे हिंदूंपेक्षा मुसलमानांना जवळचे आहेत. कारण त्या धर्मांचा कुराणात उल्लेख आहे. जिझिया कर देऊन ख्रिश्चन आणि ज्यूंना मुसलमानी जगतात जगण्याचा तरी अधिकार आहे. हिंदूराष्ट्रवादाशी किंवा भारतीय राष्ट्रवादाशी

मुसलमानांचे जे भांडण आहे, त्याचे मूळ कुराणात आहे. कुराणच नष्ट केल्याशिवाय या देशात खऱ्या अर्थाने राष्ट्रच निर्माण होऊ शकणार नाही. भारतीय सार्वभौम राष्ट्रात मुसलमान हे एक स्वतंत्र राष्ट्र म्हणूनच राहणार आणि तसेच राहण्याची कुराणाची आज्ञा मुसलमानांना आहे. जर मुसलमान खऱ्या-खुऱ्या अर्थाने धर्मनिष्ठ असतील, त्यांचा कुराणावर विश्वास असेल आणि कुराणातील आज्ञा या अपरिवर्तनीय आहेत हे जर ते स्वीकारणार असतील; तर निधर्मी भारत, सार्वभौम भारत, एकात्म भारत अशी कोणतीही कल्पना त्यांना स्वीकारता येणार नाही.

मुसलमान समाजाला कुराणाची आज्ञा मानण्यावाचून पर्याय नाही आणि कुराणाची आज्ञा एकदा मानायची असे ठरले, तर त्यांना भारतीय राष्ट्रवाद मान्य करता येणार नाही. मुसलमानी धर्मानुसार सर्व-धर्म-समभाव हे एक थोतांड आहे. इस्लाम हा एकमेव पवित्र आणि अखेरचा धर्म असून महंमद हा अखेरचा प्रेषित आहे, असे मुसलमान मानतात. महंमदाच्या पूर्वी जे कोणी प्रेषित निर्माण झाले, त्यांना परमेश्वराने सांगितलेल्या आज्ञा नीट कळल्या नाहीत म्हणून त्या अर्धवट व चुकीच्या आज्ञा पाळणारे ते काफिर आहेत, गुन्हेगार आहेत आणि म्हणूनच मृत्यूस पात्र आहेत. महंमदाच्या नंतर कोणी प्रेषित निर्माण होऊच शकत नाही, कारण तो तर अखेरचा प्रेषित आहे. परमेश्वराच्या सर्व आज्ञा महंमदाच्या तोंडून सांगून झाल्यानंतर जर कोणी आपल्याला प्रेषित म्हणेल, तर तो अल्लाचा अपराधी आहे आणि त्यामुळे शिक्षेस पात्र आहे. त्यामुळे जो सच्चा मुसलमान आहे, त्याने मुसलमानेतरांना जिवंत राहू देता कामा नये– हीच इस्लामची शिकवण आहे. मुसलमानांनी दंगे केले, हिंदूंच्या स्त्रिया पळवल्या किंवा या देशाशी द्रोह केला, तर इंडियन पीनल कोडाप्रमाणे त्यांना शिक्षा होत असली तरी शरियतप्रमाणे म्हणजेच मुस्लिम धर्मशास्त्राप्रमाणे त्यांना शिक्षा होऊ शकत नाही. कारण त्यांच्या मते, ते गुन्हेगारच नाहीत. उलट, अल्लाच्या आज्ञेप्रमाणे त्यांनी धर्मरक्षणाचे काम केल्यामुळे या जगात तर त्यांना मान-सन्मान मिळतोच; पण जहन्नतमध्ये म्हणजे स्वर्गामध्येसुद्धा त्यांना मान-सन्मान मिळणार आहेत.

अशा या मुसलमानांना आम्ही भारतीय राष्ट्रवाद शिकवत आहोत. सर्व-धर्म-समभावाचे गोडवे आम्ही त्यांच्यापुढे गात आहोत. या देशावर प्रेम करा, असे आम्ही त्यांना विनवीत आहोत. जी घटना माणसाने निर्माण केली आहे आणि तीही अखेरच्या प्रेषिताच्या जन्मानंतर– ती घटना पाळा, असे आम्ही त्यांना विनवीत आहोत. एक तर मुसलमान धर्म पाळू शकतात किंवा घटना पाळू शकतात. एक तर त्यांची इस्लामवर श्रद्धा असू शकते किंवा राष्ट्रवादावर असू

शकते. एक तर ते शरियतचा कायदा पाळू शकतात; नाही तर ते लोकशाही, समाजवाद आणि व्यक्तिस्वातंत्र्य यांवर विश्वास ठेवू शकतात. मुसलमानांनी त्यांपैकी आपली निवड केली आहे. महंमद, कुराण, शरियत यांवर जिवापलीकडे प्रेम करण्याचा त्यांनी निर्धार व्यक्त केला आहे. अर्थातच त्यांना राष्ट्रवाद, समाजवाद, घटना वगैरे गोष्टी मानता येणार नाहीत. त्यांची निवड होऊन चुकली आहे. हिंदू समाजाने मात्र आपली निवड आता करायला हवी आणि एकदा का तुम्ही लोकशाही, समाजवाद, घटना यांची निवड केलीत की तुमचा इस्लामशी संघर्ष अपरिहार्य आहे. या संघर्षाचे परिणाम काय होतात याचे अनुभव आपण घेत आहोतच. तरीही ज्या कुणाला म्हणायचे असेल की, सर्व-धर्म-समभाव आपण स्वीकारला पाहिजे; तर त्यांचे रक्षण अल्लाही करू शकणार नाही, आकाशातील बापही करू शकणार नाही किंवा सर्वशक्तिमान प्रभूही करू शकणार नाही.

(२८ जून, १९८१)

-०-०-०-

२२

हिंदूंची वासलात कशी लागणार?

देशाच्या आजच्या परिस्थितीमुळे सर्वांनाच फार चिंता वाटते व सर्वत्र एक निराशाग्रस्तता दिसून येते. निराशाग्रस्त व्हावे, असे अकस्मात काहीही घडलेले नाही. जे काही घडत आले आहे, त्याचे एकमेव कारण स्वातंत्र्योत्तर काळात काँग्रेसचा एकछत्री कारभार हेच होय. लोकशाहीवादी नेहरूंच्या काळातदेखील भारताच्या प्रगतीचे चित्र फारसे समाधानकारक नव्हते. आता इंदिराजींच्या राजवटीत ते मुळीच समाधानकारक वाटत नाही. नेहरूकाळात लोकांचा राजकीय नेत्यांच्या प्रामाणिकपणावर विश्वास होता; आता तोही हरवला आहे, इतकेच! परंतु स्वातंत्र्य मिळूनही आपल्या सामाजिक, राजकीय आणि अर्थशास्त्रीय धोरणांना व्यावहारिक संगती अशी कधी नव्हतीच. या देशातील प्राप्त परिस्थिती, इथले लोकजीवन व साधनसंपत्ती यांचा विचार न करता आपण भलभलत्या घोषणांच्या मागे लागलो. त्यामुळे सार्वभौम देशाला आवश्यक असणारी स्वयंपूर्णता आपल्याला प्राप्त झालेली नाही.

आपल्या देशातील परंपरांचे ओझे कोणाही नेत्याच्या इच्छेने आपण फेकू शकत नाही. या देशात कोणकोणते परिवर्तन करता येईल व त्या परिवर्तनाचा वेग इथल्या नागरिकांना कसा झेपेल, यासंबंधीचा विचारही आपण केलेला नाही. परिणामी, आपली परिवर्तनाची स्वप्ने केवळ अपूर्ण राहिली आहेत असे नाही; तर त्या परिवर्तनाविरुद्ध एक प्रकारचा आकस निर्माण झालेला आहे.

कोणताही शहाणा व्यवस्थापक आपली तात्कालिक उद्दिष्टे आणि दीर्घकालीन उद्दिष्टे यांचा स्वतंत्रपणे विचार करतो. पण तशी विचार करण्याची आमच्या राजकर्त्यांना गरजच वाटली नाही.

कोणत्याही आक्रमणाला आपले लष्कर प्रतिकार करण्यासाठी समर्थ आहे, अशा वल्गना आपण कशासाठी करतो? आपल्यासारख्याच दुबळ्या असणाऱ्या पाकिस्तानशी व फार तर बांगलादेशाशी आपण युद्धात टिकू शकू; पण कोणत्याही आधुनिक राष्ट्राशी चार दिवसही युद्ध करण्याची हिंमत आपल्यात नाही. आताच्या खर्चिक युद्धशास्त्रात, भारतासारख्या दरिद्री देशास फार मोठी प्रगती करता येईल, असे कोणी मानीतही नाही. तथापि, नेत्यांच्या वाह्यात बडबडीमुळे आपल्या नागरिकांच्या मनात अकारण भ्रम निर्माण होतात. अन्नधान्याच्या बाबतीत स्वयंपूर्ण झाल्याच्या घोषणाही देऊन झाल्या; परंतु ती स्वयंपूर्णताही किती तकलादू आहे, याचा आपल्याला प्रत्यय येतोच आहे. आर्थिक आघाडीवरील आपल्या देशाची परिस्थिती चिंताजनक आहे, असे अलीकडे आपल्या पंतप्रधान म्हणू लागल्या आहेत. आपल्या देशाची जी स्थिती आहे, तिची वास्तविकता नेत्यांनी जनतेला सांगावयास हवी व आपल्या कुवतीनुसार आपल्या देशाचे चित्र आपण कसे बदलवू, याचे आश्वासनात्मक चित्र वेळोवेळी स्पष्ट केले पाहिजे; परंतु तसे केल्याचे जाणवत नाही. आपल्या देशाच्या प्रगतीची रास्त दिशा आपल्या नेतृत्वाला गसवलेली नाही, ही गोष्ट तर खरीच आहे; पण तसा काही प्रयत्न या देशात चालू आहे, ह्याबद्दलही शंका येतात.

आपल्या देशातील नानाविध गुंतागुंतीचे प्रश्न सोडविण्याचा प्रयत्न या देशातील नेतृत्व करत नाही, याचे मुख्य कारण त्यांची अपात्रता हे तर आहेच; पण हे सारे नेतृत्व जिद्द हरविलेले आहे. कोणत्या दिशेने जायचे, हे अद्याप ठरलेले नाही; त्यामुळे परस्परविरोधी अशा अनेक घोषणा आणि घटना या देशात होत आलेल्या आहेत.

काश्मीरसाठी स्वतंत्र घटना का, याचे तर्कशुद्ध कारण सरकारजवळ नाही. आसाममधील घुसखोरांचा प्रश्नही सरकारला गंभीर वाटतो, पण अजनूही हा प्रश्न असाच लोंबकळत पडला आहे. सरकारने कोणताही तोडगा या प्रश्नावर काढला तरी चालेल; पण यावर तोडगा काढण्याची सरकारची इच्छाच नसावी, हा नादानपणा नाही काय? भाषावार प्रांतरचना होऊन कित्येक वर्षे लोटली; पण भाषिक सीमावाद अजूनही या देशात शिल्लक असावेत, ही शरमेची गोष्ट आहे. बेरोजगारीच्या प्रश्नाबद्दल फार गंभीरपणे बोलले जाते व नवनवीन रोजगार

निर्माण करण्याच्या वल्गनाही केल्या जातात; पण हा प्रश्न निरुपयोगी शिक्षण-व्यवस्थेशी निगडित आहे, इकडे जाणीवपूर्णक दुर्लक्ष का करण्यात येते?

या देशातील बहुसंख्य नागरिक कृषिव्यवस्थेवर अजूनही अवलंबून आहेत आणि शेतकऱ्यांचे हित म्हणजे या देशाचे हित; असे असतानाही शेतकऱ्यांच्या समस्यांचे निराकरण करण्याचा दीर्घकालीन विचार या देशात का होऊ शकत नाही? या देशात परदेशी पैसा वेगवेगळ्या प्रकाराने येतो. त्या परदेशी पैशामुळे या देशातील शासनयंत्रणा अडचणीत सापडली आहे, हे अनेकवार सिद्ध होऊनसुद्धा आपले शासन त्याविरुद्ध उपाययोजना का करीत नाही? कागद, सिमेंट, ऊर्जा ह्या गोष्टी आपल्या देशाच्या गरजेच्या मानाने आपण आजवर पुरेशा निर्माण करू शकलो नाही; पण चैनीच्या गोष्टी मात्र प्रचंड प्रमाणावर उत्पादित होत आहेत, हे कसे? या कामी देशाचे किती तरी भांडवल अकारण गुंतून पडते आहे. सरकारने प्राथमिक गरजा भागविणाऱ्या कारखानदारीकडे लक्ष न देता असली चैनीची कारखानदारी या देशात का वाढू दिली? या देशातील कामगारविषयक कायदे, आणि कामगार, मालक, सरकार आणि ग्राहक यांचे परस्परसंबंध यासंबंधी दीर्घकालीन विचार न केल्यामुळे एक कायम स्वरूपाची उपद्रवी व्यवस्था या देशात उत्पन्न झाली आहे, इकडे सरकारचे लक्ष का जाऊ नये? कोणत्याही गोष्टीचे सरकारीकरण किंवा सहकारीकरण करण्याला आवश्यक असणारी नीतिमत्ता आणि देशभक्ती निर्माण न करता सरकारीकरणाचा धडाका सरकारने का चालविला आहे?

या व अशा अनेक समस्या देशात एका प्रकारची नैराश्यग्रस्तता आणीत आहेत. या समस्या सोडविण्यासाठी वेळ लागू शकेल, हे समजू शकते; पण त्याचे वेळापत्रक तर ठरविले पाहिजे? वेळापत्रकाच्या अभावी हे प्रश्न कधी सुटणारच नाहीत, असे वाटते. हे प्रश्न सोडविण्याची निकड आहे, हेही फारसे जाणवत नाही. व्यक्तीचा किंवा पक्षाचा तात्कालिक गौरव करण्यापलीकडे राजकीय पक्षांना काही उद्दिष्टेच नाहीत. सरकारच्या कोणत्याही धोरणावर कडाडून टीका करून ते सरकार लोकांत अप्रिय करण्याव्यतिरिक्त विरोधी पक्षांनाही काही उद्योग राहिलेले नाहीत. कोठल्या तरी संघर्षाचे भांडवल करून कुणाला तरी बदनाम करणे व आपला स्वार्थ साधून घेणे, हेच जर राजकीय पक्षांचे उद्दिष्ट असेल; तर राजकीय पक्ष या देशात काही बदल घडवून आणतील, अशी अपेक्षा करण्यात अर्थच नाही. लोक विश्वास गमावून बसलेले आहेत. त्यांना कोणावर विश्वास ठेवावा, हे कळत नाही, म्हणून ते कंटाळून सत्तेवरच विश्वास ठेवतात आणि

सत्ता तर या घटकेला सर्वार्थाने भ्रष्ट झालेली आहे. अलौकिक बुद्धी, प्रतिभा, परिश्रम, संघटनाकौशल्य यांपैकी कोणत्याही गुणाचे अस्तित्व आज जाणवत नाही. या देशाच्या भवितव्याबद्दल चिंता वाटते आहे, असा राजकीय पुढारीच दिसत नाही. कोणत्याही राजकीय पक्षाने, संस्थेने किंवा विचारवंताने या देशाची आगामी पन्नास वर्षे कशी जातील याचे अस्पष्टसे चित्रसुद्धा काढण्याचा प्रयत्न केलेला नाही. धर्मांधता, जातीयता, प्रांतीयता, व्यक्तित्ववाद, झुंडशाही हे समाजाचे वैरी मानण्याऐवजी याच दुर्गुणांच्या आश्रयाने आपले अस्तित्व टिकविण्याचा प्रयत्न सर्वत्र चालू आहे.

देश नावाच्या संकल्पनेचा आपण हळूहळू त्याग केला आहे. स्वधर्म, स्वभाषा, संस्कृती ह्या साऱ्या गोष्टी या घटकेला तरी दुय्यम दर्जाच्या होऊन बसल्या आहेत. आपल्या देशातील सर्व नागरिकांना एकत्र आणू शकेल, अशी कोणतीही विचारधारा आज अस्तित्वात नाही. दलितांवर अन्याय होत राहिल्यामुळे हा देशच आपला नव्हे, हे म्हणण्यापर्यंत त्यांच्यावर वेळ आली आहे व उघड-उघड धर्मांतर करून इथल्या राष्ट्रीयतेला त्यांनी आव्हान दिले आहे. मुसलमान समाज हा या भूमीशी कधीच एकरूप झालेला नाही. या देशातील हिंदू बांधवांपेक्षा त्यांना परदेशातील मुसलमान बांधव जवळचे वाटतात आणि हे उघड-उघड सांगण्याची हिंमत मुसलमानांचे धर्मनेते दाखवत असतात. दाक्षिणात्यांना उत्तरी वर्चस्वाबद्दल, हिंदी भाषेबद्दल आणि एकंदर भारतीय एकतेबद्दल फारशी आस्था नसावी, असे त्यांच्यांतील एकांतिक नेत्यांच्या चळवळीवरून अनुमान काढता येईल.

शीख समाजाला हिंदू समाज आपल्यावर अन्याय करतो आहे असे वाटते व त्यासाठी त्यांना स्वतंत्र खलिस्थान हवे आहे. नागालँड, मिझारोम आदी ईशान्य प्रदेशातील डोंगराळ प्रदेशात ख्रिश्चनांनी केलेल्या धर्मप्रसारामुळे स्वतंत्रतेचे व फुटीचे वातावरण निर्माण झाले आहे. त्यामुळे या देशातील सर्व जनता बांधून ठेवू शकेल, असे या घटकेला तरी काही दिसत नाही. राष्ट्रीयता, लोकशाही, समाजवाद या संकल्पनांवरही देशाची बांधणी करण्याची शक्यता दुरावलेली आहे.

धर्म किंवा उपासना-पद्धती ही ज्याची-त्याची खासगी गोष्ट असून या देशाच्या राजकारणावर धर्मकल्पनेचा परिणाम होता कामा नये, ह्याबद्दल कितीही वितंडवाद घालण्यात आला तरी प्रत्यक्षात धर्माचा आणि जातींचा विलक्षण परिणाम सर्वत्र दिसतो. सर्व समाजाचा एकमुखी पाठिंबा आहे, असे नेतृत्व आता

जवळपास संपुष्टात आले आहे. अशा वेळेला बहुसंख्याकांचे नेतृत्व म्हणजेच हिंदूंचे नेतृत्व प्रभावी व्हावयास हवे. तसेही होताना दिसत नाही. हिंदुत्व हेच राष्ट्रीयत्व असे मानणे प्रतिगामित्वाचे मानले जात असून अल्पसंख्याकांना वाटेल त्या उपायांनी संतुष्ट करून त्यांची मर्जी राखणे, हेच भारतीय राजकीय पक्षांचे पुरोगामित्वाचे लक्षण ठरू लागले आहे. चार देशभक्त मुसलमानांची उदाहरणे देऊन मुसलमान समाजाला राष्ट्रीय प्रवाहात सामील करून घेतले पाहिजे, अशी घोषणा दिली जाते. परंतु घोषणा देणाऱ्याला हे माहीत असते की, असले काहीही घडणार नाही. दलितांबाबत हिंदू समाजाने जी चूक केली आहे, त्याची लाज वाटून मुसलमान धर्मापेक्षा हिंदू धर्म अनेक अर्थांनी अधिक उदार व प्रगतिशील आहे, असे म्हणण्याची हिंमत आज हिंदू नेत्यांमध्ये राहिलेली नाही. मुसलमान स्वतंत्र राहण्याचे फायदे मिळवूनही प्रत्येक राजकीय पक्षात घुसलेले आहेत. अनेक वर्षांच्या अनुभवातून या देशातील नेतृत्वाने काहीही शहाणपण घेतलेले नाही.

या देशातील मुसलमानांची आणि ख्रिश्चनांची मते मिळाली नाहीत तरी चालतील, अशी भूमिका राजकीय पक्ष का घेऊ शकत नाहीत? इस्लामच्या लोकसंख्येचे बळ मुसलमानांना माहीत आहे, इतर धर्मांच्या मानाने त्यांचा धर्म अधिक संघटित आणि कडवा आहे याचेही मुसलमान नेत्यांना भान आहे. शिवाय त्यांच्या मदतीला मुसलमान राष्ट्रांतील संपत्तीही आली आहे. सात कोटी मुसलमान, त्याहून हिंदू समाजावर रुष्ट झालेले दलित, आखाती देशातून येणारा पैसा यांच्याशी मुकाबला कोण करणार आहे; तर जाती-जातींत विभागलेले हिंदू. हिंदू या विषम लढाईत टिकतील का? तर, त्याचे खरे आणि प्रामाणिक उत्तर नकारार्थी आहे.

हजारो वर्षे हिंदू धर्म टिकून राहिला आहे, तो अशा आघाताने नष्ट होणार नाही, असे ज्या मूर्ख धर्माभिमान्यांना वाटते; त्यांच्या हे ध्यानात येत नाही की, ज्या काळात हिंदू धर्म टिकला, त्या काळात एक तर लोकशाही नव्हती आणि मुसलमानी राष्ट्रांच्या जवळ आजच्यासारखा अफाट पैसा नव्हता. शिवाय हिंदू धर्मीयांची धर्मभावना त्या वेळी प्रबळ होती. तेव्हाचे राज्यकर्तेही हिंदू धर्माची कड घेण्यासाठी प्रसंगी नष्ट व्हायला तयार होते. आता त्यांपैकी काहीही राहिलेले नाही. आता हिंदू धर्माचे अर्धमृत कलेवर अजगरासारखे हात-पाय पसरून निर्जीव होऊन पडलेले आहे. त्याच्या आकारामुळे ते संपूर्णपणे नष्ट व्हायला वेळ लागेल पण ते नष्ट झाल्याशिवाय राहणार नाही. फार मोठा आकांत करून, फार

पूर्वयोजना करून हे नवे आक्रमण थोपविण्याचा यत्न केला नाही; तर या देशात आपणच लावलेल्या लोकशाहीच्या वेलीला जेव्हा इस्लाम-विजयाची फळे लागतील, त्या वेळेस आपण काहीच करू शकणार नाही.

आज हिंदू धर्माचे संघटन करू म्हटले तर केवळ मुसलमान व ख्रिश्चन एवढेच विरोध करतील असे नाही; तर आपले राज्यकर्तेही विरोध करतील, कारण त्यांना राज्य टिकवायचे आहे. आणि हिंदूंच्या मतांपेक्षा मुसलमानांच्या मतांवर ते टिकविणे सोपे आहे, असे त्यांना मनोमन वाटते. राज्यकर्त्यांचे राहो; पण या देशातील कम्युनिस्ट, समाजवादी व अन्य पुरोगामित्वाचा टिळा लावणारे सर्व पक्षोपपक्ष हिंदूंच्या पुनरुत्थानाला कडाडून विरोध करतील. शिवाय, सर्व जागतिक शक्ती हिंदू एकतेला विरोध करतील, तो निराळाच.

या सर्व विरोधापुढे आणि प्रतिकारापुढे येथील हिंदू संघटक कितपत टिकतील, हा विचार करण्यासारखा प्रश्न आहे. या हिंदू संघटकांतही खऱ्या हिंदू धर्माचे वैरी आहेतच. ह्या हिंदू संघटकांत बुरसटलेले व विज्ञानाशी वैर असणारे अनेक हिंदू आहेतच. त्यांना धर्मग्रंथ अपरिवर्तनीय वाटतात. मनुष्य-मनुष्यांत भेद करणारे चातुर्वर्ण्य त्यांना ईश्वरनिर्मित वाटते. कर्मविकापाचा सिद्धांत त्यांच्या डोक्यातून अजूनही जात नाही. मंत्र-तंत्र, भुते-खेते, ज्योतिषी-मांत्रिक, कर्मकांडे ही हिंदू धर्मातील कोळिष्टके त्यांना पवित्र वाटतात. ही माणसे हिंदू धर्माची खरी वैरी होत. हिंदू धर्म ह्यांनीच अडचणीत आणला. जाती-जातींतील श्रेष्ठ-कनिष्ठवाद यांनीच वाढीस लावला.

वैदिक धर्म हा पुरुषार्थी धर्म आहे. माणसांच्या गरजेनुसार धर्मपरिवर्तन होत गेले. जातिव्यवस्था मोडण्यासाठी आणि हिंसाचार थोपिवण्यासाठी बौद्ध मताचे सुंदर फूल हिंदू धर्मावर अवतीर्ण झाले. मानवाच्या अभिन्नतेवर विश्वास ठेवणारा भागवत संप्रदाय उदयास आला. आर्य-अनार्यांचे मनोमीलन घडवून आणणारा वैदिक धर्म आपले सर्वभक्ष्यत्व हळूहळू गमावू लागला. शक, हूण, तार्तार, बर्बर अशा परधर्मांतील टोळ्यांचे आक्रमण ज्याला लीलया पचविता आले; तोच हिंदू धर्म दलितांना सामान्य न्यायही देऊ शकला नाही. वर्णव्यवस्था मानणारा, पूर्वसुकृताची चिंता करणारा व मानवी समानता धिक्कारणारा हिंदू धर्म जर विनाशाच्या वाटेवर वाटचाल करीत असेल; तर त्या चुकीचे खापर दुसऱ्यावर फोडण्यात काहीच अर्थ नाही. कालोचित होत जाण्याचा आपला गुणधर्म हिंदू धर्माने गमावलेला असेल, तर तो धर्म मेलेलाच बरा.

म्हणून ज्या कोणाला हिंदू धर्मावर प्रेम करायचे असेल व तो धर्म टिकावा

असे वाटत असेल, त्याने प्रथम हिंदुत्वाच्या आधुनिकीकरणाचा आणि पारमार्थिक लोकशाहीचा विचार केला पाहिजे. हिंदू धर्मातील ज्या-ज्या घटकांवर अन्याय झाला किंवा आजही अन्याय होत आहे, त्या-त्या घटकांबाबत मोकळ्या मनाने काही नव्या भूमिका स्वीकारल्या पाहिजेत. हिंदू धर्म म्हणजे कर्मकांड नव्हे किंवा रूढाचारही नव्हे– तर ती एक उदात्त मानवाची संकल्पना आहे, यावर विश्वास असला; तरच हिंदू धर्माचे पुनरुत्थान शक्य आहे. खासगी आणि सार्वजनिक असे सवते सुभे धर्मकल्पनांबाबत मांडत राहणे, हा ढोंगीपणा आहे. धर्माच्या नावाखाली हिंदू धर्मात खूप गबाळा शिरला आहे, त्याचा बंदोबस्त केलाच पाहिजे. मूर्तिपूजेचे वाढते स्तोम थांबविले पाहिजे. ब्रह्म जाणणारा तो ब्राह्मण– ही ब्राह्मण्याची कल्पना आध्यात्मिक नसून ऐहिकाची आहे. म्हणून ज्ञानी, सेवाव्रती, त्यागी अशा माणसाला ब्राह्मण्य लाभते, ही भूमिका पत्करली पाहिजे. म्हणजे आंबेडकर, फुले, महर्षी शिंदे ह्या साऱ्या मंडळींच्या कार्यकर्तृत्वाचा अर्थ आपल्याला उमगला, असा त्याचा अर्थ होईल व नवा ब्राह्मण– नवे क्षत्रिय निर्माण होतील. ह्या नव्या ब्राह्मण धर्माची मग कुचेष्टा होणार नाही आणि अशा ब्राह्मण्याचा समाजाला धाकही वाटेल. देशाचे संरक्षण करणारी महार पलटण क्षात्रधर्माचे पालन करीत असते असे मनोमन वाटले, तरच जातिव्यवस्था मोडून काढता येईल.

पण असे काहीच होणार नसेल, तर केवळ हजारो वर्षे टिकून राहिला म्हणून हिंदू धर्म टिकविण्याचे कारण उरणार नाही. कमंडलूइतकेच खड्गाला, खड्गाइतकेच तागडीला आणि तागडीइतकेच नांगराला व कुदळीला महत्त्व आले; तर मग परकीय धर्मांचे हिंदू धर्माला भय वाटण्याचे कारण नाही. हिंदू धर्मात एक प्रचंड उपेक्षित वर्ग आहे आणि त्या वर्गाच्या शक्ती कित्येक वर्षांत आपण वापरलेल्या नाहीत. वेदग्रंथांच्या हत्याराने कुराणाचा आणि बायबलचा बंदोबस्त होणार नाही. आजवर उपेक्षित राहिलेल्या समाजाला आवाहन केले, तर तो समाज हिंदू धर्माचे रक्षण करायला समर्थ आहे. किंबहुना, तोच कदाचित हिंदू धर्माचे रक्षण करू शकेल. प्रसंगी तलवारीला तलवार भिडवावी लागली, तरीही नव्याने लखलखीत झालेल्या त्या समाजाची तलवार हिरव्या संकटाशी मुकाबला करू शकेल. मात्र तसे घडू शकले नाही, तर अगदी परमेश्वरनिर्मित असले तरी हिंदूंचे धर्मग्रंथ कुराणाशी मुकाबला करू शकणार नाहीत– हिंदू या देशातून नामशेष होतील.

(१६ ऑगस्ट, १९८१)

-०-०-०-

२३

लाक्षागृहात राहणारे हस्तिनापूर

कोणतीही वृत्तपत्रे उघडली की, अलीकडे भीती वाटू लागते; कारण अपघाताच्या, संहाराच्या, युद्धखोरीच्या, गोळीबाराच्या बातम्या त्यांत वाचाव्या लागतात. जीवनातल्या प्रत्येक क्षेत्रात आज अस्वस्थता आहे आणि कित्येक ठिकाणी उद्रेकाची केव्हाही शक्यता आहे. या देशातील कोणतीही यंत्रणा संपामुळे केव्हाही बंद होऊ शकते. जीवनावश्यक वस्तू केव्हाही गडप होऊ शकतात. वाटेल त्या गोष्टीचे भाव अकस्मात वाढविले जातात. सर्वत्र एक दहशतीचे आणि गुंडगिरीचे थैमान चालू आहे. प्रत्येकाच्या मागण्या योग्य असोत किंवा नसोत, उच्चरवाने मांडल्या जात आहेत.

पेट्रोलियम पदार्थ महाग होत गेल्यामुळे आपली अर्थव्यवस्था पार विस्कळीत झाली आहे. पंचेचाळीसशे कोटी रुपयांचे कर्ज मिळविण्यासाठी आपले अर्थमंत्री भिकेचा कटोरा घेऊन आंतरराष्ट्रीय नाणेनिधीकडे याचना करीत आहेत. आखाती राष्ट्रांना खूश करण्यासाठी केवळ तिथल्या नागरिकांनाच नव्हे; तर त्यांचे धर्मबंधू जे भारतीय मुसलमान, त्यांनाही हवे तसे वागू दिले जात आहे. नोकरशाही प्रचंड प्रमाणावर फुगली आहे आणि राजकीय क्रियाशून्यतेमुळे या देशाची कायदा व सुरक्षितता धोक्यात आली आहे. ती नोकरशाही राष्ट्रीय उत्पन्नाचा मोठा भाग खाऊन फस्त करीत आहे. जाती-जातींत आणि धर्मा-धर्मांत विलक्षण तणाव निर्माण झाले आहेत.

म्हणून देशाचा विचार करीत असताना कोणाही विचारी

आणि विवेकी माणसाला चिंता वाटली, तर ती रास्तच आहे. मनुष्यजात चिवट आहे आणि ती कोणत्याही परिस्थितीतून मार्ग काढून अस्तित्व टिकविते, यावर विश्वास असल्यामुळे या घडीच्या भयानक अवस्थेतही आशेला जागा आहे. परंतु आताची मानवाची मन:स्थिती गोंधळलेली आहे आणि पुन्हा एकदा या जगात नरसंहार घडणार, अशी रास्त भीती विचारवंतांना वाटू लागली आहे.

भारताभोवताली युद्धाचे ढग जमू लागले आहेत, अशी आवई इंदिराजींनी पूर्वीच उठवली होती. पाकिस्तानला अमेरिकेने आधुनिक लष्करी विमाने व तंत्रज्ञान पुरविले, यामुळे इंदिराजींचा जळफळाट झाला होता; पण अफगाणिस्तानात रशियन सैन्य आले, याबद्दल त्यांना चिंता वाटली नाही. इस्रायलने पॅलेस्टाईन मुक्ति-संघटनेच्या लष्करी केंद्रावर बाँबफेक केली, याबद्दल भारताने ताबडतोब निषेध व्यक्त केला; पण इराणमध्ये धर्मचांडाळांनी जो नरमेध चालविला आहे, त्याचा निषेध करण्याचे धारिष्ट्य भारत सरकारला नाही. आखाती देशात जे नवे धर्मवेड जागे होत आहे, त्याचे पर्यवसान जिथे जिथे मुसलमान समाज आहे तिथे तिथे होणार. भारत सरकारला हिंदुस्थानात घडत असलेल्या धर्मवेडाची चाहूल लागलेली नाही असे नाही, पण तिकडे काणाडोळा करणे त्यांना भाग आहे.

अमेरिका न्यूट्रॉन बाँब बनविणार, या घोषणेमुळे जागतिक युद्धाचा धोका जवळ आला आहे– अशी चिंता भारतीय मुत्सद्दी करू लागले आहेत. परंतु ही घोषणा केवळ धमकीवजा आहे, कारण यापूर्वीच अनेक राष्ट्रांत न्यूट्रॉन बाँबची निर्मिती होत आहे. युद्ध होणारच असेल; तर ते काही युरोपात, अमेरिकेत किंवा ऑस्ट्रेलियात होणार नाही– इजिप्तपासून हिंदुस्तानपर्यंतच्या भूभागातच युद्ध होणार आहे आणि याच भूखंडात नवी संहारक शस्त्रे वापरली जाणार आहेत. येथे संहारासाठी विपुल जागा व माणसे उपलब्ध आहेत. अमेरिका आणि रशिया यांनी पुरविलेल्या शस्त्रसाह्यामुळेच ही युद्धे घडणार आहेत. आखाती देशात जी नवी संपत्ति-केंद्रे निर्माण झाली आहेत, ती नष्ट करणे किंवा ताब्यात घेणे, हा या नवागत युद्धांचा उद्देश आहे. भारताची याबाबतची भूमिका स्पष्ट आहे– ती म्हणजे, रशियाला अनुकूल अशी भूमिका घेणे. जगातल्या बड्या राष्ट्रांच्या सत्तास्पर्धेत सामील होऊन आपला बकरा करून घेणे, हेच आजच्या भारतीय परराष्ट्रीय धोरणाचे सूत्र आहे.

खरोखरच जर जागतिक युद्ध झाले, तर भारतासारखा अशांत देश त्या युद्धाला समर्थपणे आणि एकत्रितपणे तोंड देऊ शकेल काय? आज जगातील

बहुतेक सर्व मोठ्या राष्ट्रांचा पैसा वेगवेगळ्या मार्गाने हिंदुस्थानात येतो आहे आणि त्या पैशाच्या जोरावर या देशात फुटीरता वाढविण्याचा प्रयत्न होतो आहे. बहुतेक सर्व राजकीय पक्षांना, अराजकी चळवळींना आज ठिकठिकाणांहून कुमक पोचविली जात आहे. केवळ मुसलमानांनाच आखाती देशातील पैसा मिळतो असे नाही, तर झारखंडसारख्या फुटीर चळवळीलाही प्रचंड प्रमाणावर तेथून आर्थिक मदत केली जात आहे.

हिंदुस्थान हा एक देश आहे, या भावनेचा हळूहळू लोप होत चाललेला आहे. मागे द्राविडीयन संस्कृतीच्या वेगळेपणामुळे स्वतंत्र राष्ट्राची मागणी डी. एम.के.ने केली, तेव्हा या देशातील सर्व पक्षोपक्षांनी त्या फुटीर मागणीला कडाडून विरोध केला होता. पण आज झारखंडांची, शिखीस्थानाची फुटीर मागणी तीव्रतेने अव्हेरली जात नाही. काश्मीरचा प्रश्न आपणहून आपणच गुंतागुंतीचा केला आहे आणि काश्मीरवर भारत सरकारऐवजी भारतीय लष्कराचे स्वामित्व आहे, हे अनेकदा सिद्ध झालेले आहे. ज्या क्षणी भारतात अराजक निर्माण होईल, त्या क्षणी काश्मीर हा सर्वांत अशांत विभाग असेल. कारण तिथले मुलकी शासन हे कडव्या मुसलमानांच्या हातात आहे. आसाममध्येही जवळपास तीच परिस्थिती आहे. परकीय नागरिकांनी तिथे एवढ्या मोठ्या प्रमाणावर आक्रमण केलेले आहे की, तेही मोठे उपद्रव-केंद्र होऊ शकेल. भारतात ठिकठिकाणी उपद्रवकेंद्रे आहेतच. जणू काही या घटकेला भारत हे एखादे लाक्षागृह झालेले आहे, ज्या लाक्षागृहाचा भडका केव्हाही होईल. असंघटित असा भारतीय समाज नुसता होरपळून निघेल.

या देशात सर्वांना जाणीवपूर्वक एकत्र आणणारी कोणतीही शक्ती उरलेली नाही. धर्म, राष्ट्रीयत्व, परंपरा ह्या सर्व गोष्टींची टवाळी करण्यात आपण गेली कित्येक वर्षे घालविली आहेत. अनेकांना हा देश आपला वाटतच नाही, अशी परिस्थिती आमच्या तथाकथित राष्ट्रीय पुढाऱ्यांनी निर्माण करून ठेवली आहे. पुढाऱ्यांतील व्यक्तिपूजेमुळे देशाचे रक्षण ही गोष्ट दुय्यम स्वरूपाची ठरून व्यक्ती, घराणे किंवा आपापल्या राजकीय संघटना यांनाच मोठेपणा प्राप्त झाला आहे. बरे, या राजकीय पक्षांना कोणतीही तत्त्वप्रणाली मान्य नाही. बहुतेक सर्व राजकीय पक्ष उद्योगपतींचे दास आहेत, झुंड कामगारशक्तीचे गुलाम आहेत आणि पुस्तकी तत्त्व बोलणारे पोपट आहेत. कोणाकडे आशेने पाहावे, अशी व्यक्ती या घटकेला तरी देशात नाही. केवळ दैवावर हवाला ठेवून या देशाची वाटचाल सुरू आहे.

मधू लिमये स्वतःला बृहस्पती मानतात आणि या देशातील परिस्थितीची नाडी आपल्याशिवाय कोणालाही कळत नाही, असे त्यांचे मत आहे. पक्ष मोडण्यात या माणसाचा जन्म गेला. आता कम्युनिस्ट सोडून डाव्या विचारांचा एक संघटित पक्ष करावा, या प्रयत्नात ते आहेत. या गृहस्थावर या देशातील कोणीही सुबुद्ध नागरिक विश्वास ठेवणार नाही, कारण त्यांच्या प्रामाणिकपणाबद्दल लोकांच्या मनात शंका आहेत. जनता, अरस काँग्रेस आणि लोकदल एकत्र येऊन एक विरोधी पक्ष निर्माण करण्याची त्यांची महत्त्वाकांक्षा, लोकदलात आपण सामील होणार नाही अशी घोषणा करून सर्वच नेत्यांनी धुळीला मिळविली आहे. केव्हा बोलावे व काय बोलावे याचे भान नसणारा हा अर्धवट वेडा माणूस शेख महंमदाच्या कुळातला आहे. बाई गर्भारशी आहे याची खात्रीही नसलेल्या माणसाने मुलाच्या विवाहासाठी मांडवाची व्यवस्था करावी तशी मधू लिमयांची ही आचरट घोषणा होती. वास्तविक, हे तीनही पक्ष म्हणजे पुरुषार्थ नसलेले विवाहोत्सुक तरुण आहेत. ते एकत्र आले किंवा वेगळे राहिले तरी कोणत्याही अपत्यसंभवाची शक्यता नाही.

बरे, हा विरोधी पक्ष तरी कशासाठी करायचा? देशात असे कोणते परिवर्तन घडविण्याची क्षमता या लोकांजवळ आहे? दैवयोगाने प्राप्त झालेली सत्ता ज्यांना टिकविता आली नाही; एवढेच नव्हे, तर लोकशाहीचा कोवळा अंकुर ज्यांनी गळ्याला नख लावून नष्ट करण्यात धन्यता मानली, त्या या देशबुडव्या लोकांवर विश्वास टाकायला भारतीय नागरिक काही मूर्ख नाहीत. खरे तर खऱ्या राष्ट्रप्रेमी माणसाचे मन आज बंड करून उठायला हवे. कसल्याही अटी न घालता एका समान कार्यक्रमावर या देशातील सर्वांनी एकत्र यायला हवे. त्याऐवजी डावे-उजवे, पुरोगामी-प्रतिगामी असे शब्दांचे घोळ घालण्यात ज्यांना अजूनही धन्यता वाटते; ते एकत्र आले काय किंवा न आले काय, देशाच्या परिस्थितीत काहीही फरक पडणार नाही. ज्या दुहेरी निष्ठांच्या नावाखाली या देशातील विरोधी पक्षांची एकजूट मोडली गेली, त्या दुहेरी निष्ठा आता अनेकपदरी होत आहेत. हे तीनही पक्ष एकत्र होण्याऐवजी जर ते इंदिरा काँग्रेसमध्ये सामील झाले, तर इंदिरा गांधींचा आणि इंदिरा काँग्रेस पक्षाचा विनाश ते अधिक लवकर करतील.

या देशाची वास्तव परिस्थिती आज कोणीही विचारात घेत नाही. एक सर्वपक्षीय शासन हाही आज त्यावर उतारा होऊ शकेल, असे वाटत नाही. कारण एकतेपेक्षा फुटीरता हा भारतीय गुणधर्म आहे. या देशाचा विनाश अटळ

आहे, कारण विनाशाचीच ओढ आपल्याला लागलेली दिसते. चारित्र्य, कर्तृत्व, क्रियाशीलता हे सारे गुणधर्म आपण मोडीत काढलेले आहेत. देश काय घोषणांनी घडतो? समाजवादी नाऱ्यांनी देशाचे संरक्षण होते? संघटनाशास्त्राचे पहिले गमक असे आहे की, सर्वांना सांधणारे एखादे सूत्र निर्माण करावे लागते. इंदिरा काँग्रेस पक्षाने हेच आपले सूत्र ठेवले आणि त्या सूत्रामुळे या देशातले अनेक स्वार्थांध लोक त्यांना एकत्र आणता आले. त्यांचे राज्य ते मजेत चालवीत आहेत. त्यांना विरोध करणारी कोणतीही शक्ती या देशात नाही, हे त्यांच्या लक्षात आलेले आहे; म्हणूनच त्यांचा उन्मत्त अडाणीपणा आपल्याला वाढलेला दिसतो आहे. या उन्मत्त अडाणीपणाला तोंड देण्यासाठी सामर्थ्यही नाही आणि शहाणपणाही नाही, अशी तीन माकडे एकत्र आली काय किंवा वेगवेगळी राहिली काय– आजच्या परिस्थितीत काहीही फरक पडणार नाही.

या देशात खऱ्याखुऱ्या अर्थाने तीनच राजकीय पक्ष आहेत. त्यातला इंदिरा काँग्रेस पक्ष हा तत्त्वहीन असला तरी लोकप्रिय आहे. आपापल्या स्वार्थासाठी का होईना, पण या पक्षात आज प्रचंड प्रमाणावर भरती झाली आहे. या पक्षाच्या राज्यकारभारावर जनता मनातून नाखूश असली तरीही या पक्षाला सत्ताभ्रष्ट करण्यास ती अजिबात उत्सुक नाही! या घटकेला तरी इंदिरा काँग्रेसचा पराभव करणे अलगपणे वा एकत्रपणे कोणालाही शक्य नाही. आज निवडणुका झाल्या तर भारतीय जनता पक्षाच्या व कम्युनिस्टांच्या काही जागा वाढवील, पण अन्य राजकीय पक्षांच्या शेपट्या छाटल्या जातील.

डाव्या कम्युनिस्टांनी आपले पाय आता पक्के रोवले आहेत. त्यांचे कार्यक्षेत्र मर्यादित असेल; पण जेथे ते आहे, तेथे इंदिरा गांधीसुद्धा त्यांचे काहीही वाकडे करू शकणार नाहीत. हा पक्ष या देशात नेमके काय आणील, हे लोकांना माहीत आहे. त्यामुळे ज्या कोणांच्या श्रद्धा डाव्या कम्युनिस्टांवर आहेत, ते मुळीच हतबल झालेले नाहीत. उलट, त्यांचा खरा प्रतिस्पर्धी जो भारतीय जनता पक्ष– त्याला बदनाम करण्याची प्रक्रिया अन्य विरोधी पक्ष करीत आहेत, याबद्दल डावे कम्युनिस्ट आनंदात आहेत. इंदिरा गांधींचा दिवसेंदिवस भ्रष्ट होत जाणारा कारभार त्यांच्या संभाव्य क्रांतीसाठी अनुकूल भूमी तयार करून देत आहे. इंदिरा गांधींच्या मृत्यूनंतर या देशात जे पक्षीय अराजक माजेल, त्या अराजकात डावा कम्युनिस्ट पक्ष आपली व्याप्ती अधिक वाढवेल. डाव्या कम्युनिस्ट पक्षाला कोणत्याही क्षणी लागेल ती मदत मिळू शकते, कारण त्यांचे लागेबांधे उघड आहेत. त्यांनी ते कधीही लपवून ठेवलेले नाहीत. या देशातील उद्याचे

संकट इंदिराजींच्या एकाधिकारशाहीचे नाही, तर ते आहे अराजकाचे आणि ह्या अराजकातून फायदा करून घेणाऱ्या डाव्या कम्युनिस्ट पक्षाला विरोध करणारी एकच शक्ती या देशात आहे आणि ती म्हणजे, भारतीय जनता पक्ष.

भारतीय जनता पक्ष ह्या देशात कोणत्या प्रकारचे राज्य आणील याची कल्पना आपल्याला सर्वांना करता येईल. भारतीय जनता पक्षाला लोकशाहीचे फार प्रेम आहे, असे नाही. त्यांनी गांधीवादी समाजवादाचा स्वीकार केलेला आहे म्हणजे नेमके काय, हे सांगणे दुरापास्त आहे. गांधीजींचे ग्रामस्वराज्याचे मार्ग त्यांना मान्य असावेत; पण समाजवाद मान्य करणे भारतीय पक्षाला कसे शक्य आहे? आणि समाजवाद जर खरोखरच त्यांना मान्य असेल, तर वेगळा पक्ष काढण्याचीही त्यांना गरज नव्हती. हिंदुत्व, राष्ट्रीयत्व, स्वावलंबी भारत, शक्तिसंपन्न भारत ही उघड-उघड दिसणारी भारतीय जनता पक्षाची वैशिष्ट्ये मुसलमानांच्या उपद्रवी चाळ्यांमुळे लोकांना अधिकाधिक आवडत जात आहेत. हिंदू संघटनेचे एरवी अवघड असणारे कार्य आजच्या मुस्लिमजगताच्या राजकारणामुळे सोपे होऊ लागले आहे. भगव्या झेंड्याचा द्वेष करणारी मंडळी हिरव्या संकटाला घाबरून भारतीय जनता पक्षाकडे थोड्या आशेने पाहू लागली आहेत. भारतीय जनता पक्षाला प्राप्त परिस्थितीत आपली संघटना वाढविण्यासाठी आज फार अनुकूलता आहे.

संघ, जनसंघ, भारतीय जनता पक्ष ह्यांच्या विचारसरणीत ज्या काही उणिवा आहेत; त्या दूर करण्याचे वास्तववादी चातुर्य दाखविण्याची आज वेळ आली आहे. आज हिंदू माणूस मनातल्या मनात विलक्षण अस्वस्थ आहे. आजपर्यंत अडगळीत टाकलेली दलित समाजाची शक्ती योग्य तो न्याय देऊन वापरता आली, तर भारतीय जनता पक्ष देशाचे आशास्थान ठरू शकेल. भारतीय जनता पक्षाला जातीय ठरविण्यासाठी अन्य सर्व राजकीय पक्षांनी शक्य तितके प्रयत्न केले. संघात, जनसंघात किंवा आजच्या भारतीय जनता पक्षात जातीयता नव्हती; पण वर्णवर्चस्व होते. खासगी जीवनात या संघटनांतील माणसे कालबाह्य अशी कर्मकांडे करतात. भट, भिक्षुक, बडवे, उपाध्याय, शंकराचार्य ह्या साऱ्या धर्मदलालांना या मंडळींकडून कळत-नकळत प्रतिष्ठा मिळाली होती आणि त्यामुळेच जातीय, प्रतिगामी अशा शिव्या देण्याची इतरांना संधी मिळाली. गोरक्षण, यज्ञयाग यांसारख्या गोष्टींचा अधूनमधून का होईना, पुरस्कार केल्यामुळे वर्णवर्चस्वाचा हिंदू धर्म भाजपला अभिप्रेत आहे, अशा गैरसमजाला खतपाणी मिळाले. ह्या सर्व संघटनांतील माणसांचे व्यक्तिगत जीवनसुद्धा

अतिकर्मनिष्ठ माणसासारखे असते.

पण समाजवादी किशोर पवार हरिनामाचा उत्सव करू शकतात, साधना कार्यालयात सत्यनारायण होऊ शकतो किंवा एस. एम. जोशी, नरहर कुरुंदकर यांच्या घरात मुला-नातवांची मुंज होते– ह्या हिंदू माणसांच्या परंपरागत धर्मभावनेचा काही निराळा आविष्कार भारतीय जनता पक्ष करून दाखवेल की नाही, हा खरा प्रश्न आहे. गेल्या पन्नास वर्षांत राष्ट्रीय पुनरुत्थानाच्या आशेने संघप्रणीत संघटनेला शेकडो नि:स्वार्थी आणि व्रती कार्यकर्ते मिळाले. विद्यार्थी परिषद, भारतीय कामगार संघ, वनवासी आश्रम, विश्व हिंदू परिषद ह्या व अशा शेकडो संस्थांचे जाळे संघाने ह्या देशाच्या कोनाकोपऱ्यांत निर्माण केलेले आहे. ह्या संघटनेबद्दल सर्वांच्या मनात कौतुक-भयमिश्रित आदर निर्माण झालेला आहे.

ह्या पक्षाला ज्या-ज्या शक्तींबरोबर झगडायचे आहे, त्याचे पुरेसे यथार्थ ज्ञानच त्या पक्षाला नाही. इंदिरा गांधींच्या नंतर जेव्हा या देशाचा राजकीय डोलारा कोसळेल, तेव्हा उत्पन्न होणारी कम्युनिस्ट वादळे भारतीय जनता पक्ष कसा थोपवील, यावरच पुढील दशकातील भारताचे भवितव्य अवलंबून आहे. मुसलमानांचे चाळे असेच वाढणार आहेत, ही गोष्ट भारतीय जनता पक्षाच्या दृष्टीने अनुकूल आहे. पण धर्मवेडाला धर्मवेडाने उत्तर देऊन चालणार नाही, कारण हिंदूंचे धर्मवेड जागेच होऊ शकत नाही. हिंदुत्व म्हणजे काय? वेद, उपनिषदे, पुराणे, स्मृती किंवा गीता ह्या ग्रंथांतून व्यक्त झालेला हा हिंदू धर्म नव्हे. ह्या ग्रंथाच्या पलीकडे असे एक विशाल राष्ट्रीयत्व आहे आणि त्या राष्ट्रीयत्वाचेच नाव हिंदुत्व आहे. केवळ उपासनापद्धती वेगळी आहे म्हणून ह्या हिंदुत्वाचे कोणाशी भांडण नाही, तर त्यांच्या अराष्ट्रीय वृत्तीशी भांडण आहे. श्रुती, स्मृती, पुराणे यांत असा जो काही हिंदू धर्म आहे; त्याने या देशातील बहुजन समुदायावर– विशेषत: दलित समाजावर– अन्याय केलेला आहे. त्या पुस्तकी हिंदू धर्माचा अंगीकार भाजपने केलेला नाही; तर विज्ञाननिष्ठ, सहिष्णू, सर्वसमावेशक अशा हिंदू समाजपद्धतीचा अंगीकार आम्ही केलेला आहे, अशा तऱ्हेचे आश्वासन भारतीय जनता पक्षाकडून कृतीतून मिळायला हवे. नवे विज्ञान, नवे आचार, नवे वाङ्मय, नवे संगीत आणि नवजागृतीची सर्व लक्षणे ही पुनरुत्थान झालेल्या हिंदू धर्माची अविभाज्य लक्षणे ठरली पाहिजेत. सर्वांना बरोबर घेऊन समानतेने चालणारा असा नवा हिंदू धर्म हा हिरव्या संकटावरचा जसा उतारा आहे, तसाच माणसाला पशू किंवा यंत्र बनविणाऱ्या लाल संकटावरही उतारा आहे. म्हणजेच मार्क्स, लेनिन, महंमद, येशू, बुद्ध ह्या साऱ्यांचा अभ्यास करणे अपरिहार्य होते.

ज्यांच्याशी मुकाबला करावयाचा, त्यांचेच ज्ञान नसले तर शस्त्रांची निवड करता येत नाही. तलवारीने बंदुकीशी युद्ध करता येत नाही. वेदमंत्रांनी मार्क्सच्या तत्त्वज्ञानाचा पराभव होत नाही. जे काही ह्या देशात घडले आहे, ती काळाची निशाणी आहे, म्हणून पुराणवस्तुसंग्रहालयात जपून ठेवावी; पण कालोचित नवे वेद, नवी उपनिषदे आणि नवी गीता निर्माण करण्याची हिंमत हवी. नचपेक्षा हिंदुत्व टिकणार नाही आणि राष्ट्रवादही टिकणार नाही.

(२३ ऑगस्ट, १९८१)

-०-०-०-

२४

भारतातील मुस्लिम मुजोरपणाचे स्वरूप

मीनाक्षीपुरम् आणि तदनंतर भारताच्या अनेक भागांतून धर्मांतराविषयीच्या बातम्या आज ऐकू येऊ लागल्या आहेत. धर्मांतराच्या मागचे उद्देश काही असोत किंवा कोणत्याही आमिषाने ही धर्मांतरे घडत असोत; एक गोष्ट नक्की की, भारताचे राष्ट्रीयत्व धोक्यात आल्याची ती चाहूल आहे. खरे तर गेली किती तरी वर्षे हिंदू धर्मावर चोरटे हल्ले होतच होते; परंतु जाणीवपूर्वक आणि हेतुपूर्वक होणारी आजची ही धर्मांतरे भारतीय जीवन ढवळून टाकण्यास समर्थ आहेत.

हिंदुस्थानात हिंदूंव्यतिरिक्त ज्या जमाती आहेत, त्या सर्व जमाती मूळच्या हिंदूच आहेत. परदेशांतून आलेले अस्सल मुसलमान किंवा अस्सल ख्रिश्चन यांची संख्या अर्थातच फार नगण्य आहे. आज इस्लाम आणि ख्रिश्चन यांची या देशात जी लोकसंख्या आहे, ती बाटलेल्या आणि बाटविलेल्या हिंदूंचीच आहे. मुसलमानी राज्य असताना मुसलमानांचे व ब्रिटिशांचे राज्य आल्यावर ख्रिश्चनांचे या देशात स्वागत झाले आणि सरकारी आश्रयानेच हे दोन्ही धर्म येथे पुष्ट होत गेले. कधी दडपशाहीने, तर कधी समृद्धीच्या आमिषाने ही बाटवाबाटवी झाली. होता-होता या बाटलेल्या हिंदूंची संख्या एवढी मोठी झाली की, ती बहुसंख्याक हिंदूंना भीतिदायक वाटू लागली. एकसंध हिंदुस्थान जगाच्या दृष्टीने घातक असे राष्ट्र होईल, या भीतीने इंग्रजांनी या देशाची फाळणी करविली आणि भारताच्या डोक्यावर एक असहिष्णू धर्मराष्ट्र

पाकिस्तानच्या रूपाने लादण्यात आले.

फाळणीच्या वेळेस लोकसंख्येची संपूर्ण अदलाबदल झाली असती तरीसुद्धा भूमी गमावली, पण उर्वरित हिंदुस्थानचे अखंडत्व तरी टिकविले– हे यश पदरात पडले असते. अगोदरच इस्लामचे काही वेगळेपण आहे, हे तत्त्व भारतीयांनी चिरडून टाकायला हवे होते आणि फाळणीची कल्पना ठेचून टाकायला हवी होती. फाळणीकाळात मुसलमानांनी जे क्रौर्य दाखविले व या देशातील नागरिकांना भयभीत करून टाकले, त्यामुळे या देशाला कायमची काळोखी आलेली आहे. पाकिस्तान स्वीकारायचे होते, तर धर्मराष्ट्रांचा अंगीकार करून मुसलमानांचा प्रश्न कायमचा सोडवायला हवा होता. पण तिथे आमच्या राज्यकर्त्यांचा फाजील उदारमतवाद आड आला. आम्ही धर्मातीत शासन करणार, अशी भूमिका घेतल्यामुळे मुसलमान बहुसंख्य असलेले सिंध, पूर्व पंजाब, वायव्य सरहद्द प्रांत आणि पश्चिम बंगाल हे प्रांत तर सोडावेच लागले व उरलेल्या भारतातील पाच कोटी मुसलमानांचे ओझे मात्र आपल्याला स्वीकारावे लागले. फाळणीकाळात घडलेल्या अत्याचारांमुळे हिंदूंनीही प्रतिकार करण्याची क्षमता नव्यानेच दाखविली आणि भयभीत झालेल्या मुसलमानांनी स्वातंत्र्यानंतरच्या काही काळात नम्रतेचे धोरण स्वीकारले. पण आता मुसलमानांनी ही नम्रता फेकून दिलेली आहे. उघडपणे त्यांनी एक जिहाद पुकारला आहे. कोणतेही मार्ग वापरून हा भरतखंड इस्लाममय करून टाकण्याची त्यांची प्रतिज्ञा आहे. हे खुद्द औरंगजेबाच्या काळात जमले नाही, ते इंदिराजींच्या काळात जमवू शकू, याबद्दल त्यांना खात्री वाटते. इस्लामविजयाची त्यांना खात्री वाटते याची कारणे खालीलप्रमाणे आहेत :

१. हिंदू समाज हा भेकड आहे. विवेक आणि संयम या नावांखाली तो आपल्या भेकडपणाला लपवू पाहतो आहे. हिंदू धर्मीयांची कितीही आगळीक केली, तरी ते चिडत नाहीत. रक्ताचा बदला ते रक्ताने घेत नाहीत. अल्पसंख्य मोगलांनी आणि तुर्कांनी या देशावर वर्षानुवर्षं राज्य केले आणि राणा प्रतापचा व शिवाजीचा अपवाद वगळला, तर या मुसलमानांना कोठेही प्रतिकार झाला नाही.

२. हिंदू हे जगण्याच्या लायकीचे लोक नाहीत, कारण मूर्तिपूजक आहेत. मूर्तिपूजकांना नष्ट करून टाकावे, अशी कुराणाची स्पष्ट आज्ञा आहे. मुसलमानांचे विचार आणि त्यांच्या धर्मप्रेरणा त्यांनी कधीही लपवून ठेवलेल्या नाहीत. असे असूनही मुसलमानांचा नि:पात करून टाकायला पाहिजे, असे हिंदूंना कधी वाटले नाही. याउलट, मुसलमानांचेच आपण हृदयपरिवर्तन करू शकू, असला

भ्रम भारतीय नेत्यांनी बाळगला आणि पाच-पंचवीस राष्ट्रीय मुसलमानांकडे बोट दाखवून मुसलमानांचे हृदयपरिवर्तन झाले, असा मूर्ख डांगोरा या नेत्यांनी पिटला. हिंदूंच्या संघटनेचे प्रयत्न हिंदूंचेच नेते हाणून पाडत असल्यामुळे मुसलमानांना कोणताही अडथळा उरलेला नाही.

३. गेल्या शतकात पेट्रोलियमचा शोध लागला आणि जगातील ७० टक्के क्रूड ऑईलचे सौदेबाजीचे साधन मुसलमानी राष्ट्रांना मिळण्याची व्यवस्था अल्लामियाँने केली. गेल्या युद्धानंतर पेट्रोलियम पदार्थांची गरज विलक्षण वाढली. पेट्रोलशिवाय सारी नवी वैज्ञानिक प्रगती अशक्य आहे, हे लक्षात आले. पेट्रोल देणे किंवा क्रूड ऑईलच्या बॅरलची किंमत सारखी वाढवीत राहणे, हा उद्योग या मुसलमानी राष्ट्रांनी चालविला आहे आणि जगापुढे अनेक यक्षप्रश्न निर्माण केले आहेत. गेल्या युद्धानंतर या आखाती राष्ट्रांना स्वातंत्र्य मिळाले आणि त्यांच्या हातात सौदेबाजीचे एक विलक्षण शस्त्र मिळाले. इराणने अमेरिकेसारख्या बलाढ्य आणि शक्तिशाली राष्ट्रालाही त्यांचे नागरिक ओलीस ठेवून अडचणीत आणले. त्या वेळेस केवळ अरबी राष्ट्रांना दुखवायचे नाही म्हणून जपान, जर्मनीसारख्या राष्ट्रांनी इराणच्या त्या बदमाशीचा निषेध केला नाही. ह्या सर्व प्रगतिशील राष्ट्राची प्रगती तूर्त तरी पेट्रोलवर अवलंबून आहे. हिंदुस्थानचीही परिस्थिती फारशी वेगळी नाही. पेट्रोल नाही म्हणजे विकास नाही, अशी भारताची आज परिस्थिती आहे. म्हणून मुसलमानांचे भारतातील वर्तन अक्षम्य आणि दंडार्ह असूनही भारत त्यांचे काहीही करू शकत नाही. आसाममधला घुसखोरांचा प्रश्नही आपल्याला याचमुळे सोडविता येत नाही. मुसलमानांनी या देशातील प्रत्येक प्रांतात वेगवेगळ्या पुंडगिरीचा आरंभ केला आहे आणि सार्वभौम भारत मुसलमानांपुढे शरण आहे. ही गोष्ट लक्षात आल्यामुळे इथले मुसलमान शिरजोर बनणे स्वाभाविक आहे, म्हणून जणू काही हिंदुस्थान ही आपल्याला अल्लाने दिलेली देणगी आहे, असे मुसलमानांनी निःसंकोचपणे मानल्यास त्यांची काही चूक नाही.

४. हिंदुस्थानातील मुस्लिम समाजाची त्यांच्या धर्मांधतेमुळे विलक्षण एकजूट आहे. विज्ञानयुगाची चाहूल लागली आणि माणूस इतर ग्रहांवर प्रत्यक्षात जाऊन येऊ लागला तरी कुराणात जे सांगितलेले नाही, ते असणार नाही किंवा घडणार नाही– ही भूमिका मुसलमानांनी कायम ठेवली आहे. एका मध्ययुगीन जंगली कालखंडातून मुसलमान समाज कधीच बाहेर पडला नाही. एका गावंढळ पुस्तकात जगाचे सर्व प्रश्न सोडविण्याची गुरुकिल्ली सापडेल, असे मानल्यामुळे मुसलमानी राष्ट्रे ही मागासलेली आहेत. ज्ञान आणि विज्ञान यांबद्दल त्यांना

आकस आहे. पण त्यामुळेच व जगातील कोठल्याही राष्ट्रात राहत असले तरी मुस्लिम धर्मीयांत एक अतूट नाते आहे. इस्लाम हे परमेश्वराने सांगितलेले तत्त्वज्ञान आहे आणि राष्ट्र किंवा देश ह्या मानवी कल्पना असल्यामुळे त्या त्यांना मान्यच नाहीत. परमेश्वराचा शब्द हा एकमेव निकष त्यांनी समोर ठेवलेला असल्यामुळे ते आपोआपच राष्ट्रद्रोही बनतात. कोणत्याही देशात मुसलमान असले, तरी ते त्या राष्ट्राला धोका देऊ शकतात. म्हणून कोणत्याही राष्ट्रात मुसलमानांना जगू देणे सोईचे नाही. हिंदुस्थानात मात्र असा विचार निर्माण होण्याची शक्यताच नाही. घटनेनेच मुसलमानांना येथे आपोआप संरक्षण मिळालेले आहे. उपासनास्वातंत्र्य व प्रचारस्वातंत्र्य या मूलभूत हक्कांमुळे इथला मुसलमान सुरक्षित आहे आणि त्याच्या धर्मप्रसाराला कायदेशीर आडकाठीही करता येत नाही.

५. हिंदुस्थान हा एक भिकारडा देश आहे आणि इथल्या दारिद्र्याचा प्रश्न एवढा गहन आहे की, कोणत्याही राष्ट्राकडून मदत मिळाली तरी भारत ती घ्यायला उत्सुक आहे. त्याचा परिणाम असा झालेला आहे की, प्रथम मिशनऱ्यांनी आणि आता मुसलमानांनी या देशात पैशाचा पाऊस पाडून इथल्या शासनकर्त्यांना आणि जनतेला पार मिंधे बनूवन टाकले आहे. या देशातील रुग्णसेवा, शाळा अशा किती तरी अत्यावश्यक सोई भारत सरकार करू शकत नाही. एवढेच नव्हे, तर अत्यंत दुर्गम भागात भारताचे शासनही चालत नाही. मानवी सेवेच्या नावाखाली धर्मप्रचाराचे कार्य येथे वर्षानुवर्षे चालले आहे. पूर्वी फक्त ख्रिश्चन ते काम करीत, आता मुसलमानही धर्मप्रसार करण्यासाठी नेटाने उभे आहेत. मुसलमानी राष्ट्रांत आज संपत्तीचे एक मोठे प्रचंड केंद्र निर्माण झाले आहे आणि त्या संपत्तीचे काय करावे, हा त्यांच्यापुढे एक प्रश्न आहे. ही संपत्ती आता भारतात येऊ लागली आहे. जेथे अल्पशा पारितोषिकासाठी किंवा क्षुद्र सन्मानासाठी सुसंस्कृत व सुविद्य नागरिक स्वतःला विकून घेतात, तिथे रोजच्या भाकरीची भ्रांत असणारे लोक मोहवश झाले तर त्यांना आपण कोणत्या तोंडाने दोष देणार? देहरक्षणानंतर धर्मरक्षणाचा विचार मनुष्य करतो आणि या देशातील तीस-चाळीस टक्के लोक नुसते अन्नासाठी वखवखलेले आहेत. आपण धर्म बदलला म्हणजे काय, याची त्यांना कल्पना नसते. अशी माणसे या नव्या आर्थिक निमंत्रणाला वश होतात. त्यांच्या लेखी हिंदू काय किंवा मुसलमान काय किंवा इंदिराजी काय किंवा खोमेनी काय– सारे सारखेच आहेत. त्यांच्या दिनक्रमात धर्मबदलाने काही फरक पडत नाही किंवा दिल्लीतील सत्तांतरानेही त्यांचे आयुष्य

बदलत नाही. भूक हा या देशाला एक शाप आहे आणि भूक भागविण्याला अन्य पर्यायही नाही. मुसलमान झाल्यामुळे आपला प्रश्न कायमचा सुटेल, असा भ्रम कोणालाही नाही; पण आजचे चार दिवस सुखाचे गेले, एवढ्यावरच ते लोक संतुष्ट आहेत.

६. लोकशाहीने मुसलमानांना भलतेच संरक्षण लाभले आहे. लोकशाही म्हणजे निवडणुका. दरडोई एक मत– हे तत्त्व स्वीकारले की, धर्मातीत राष्ट्राला डोक्यागणिक मत द्यावे लागते. त्या डोक्यावर शेंडी आहे, का डोक्याखाली दाढी आहे, हा विचार लोकशाहीला करता येत नाही. काँग्रेस, लोकदल, कम्युनिस्ट, भाजप अशा अनेक पक्षांत हिंदूंची मते विभागलेली आहेत. कारण तुलनात्मक दृष्ट्या हिंदूंना शिक्षणाचा आणि विज्ञानाचा थोडा अधिक लाभ झाला आहे. वेगवेगळ्या मतांना हिंदू धर्मात मोकळीक आहे. त्यामुळे लहान-मोठे पंथ, पक्ष, जाती अशा गटांत हिंदू समाज विभागलेला आहे. याउलट, मागासलेला मुसलमान समाज मुल्ला-मौलवींच्या धाकाखाली एकजुटीने वागतो आहे. परिणामी, त्यांची मते एकवटलेली आहेत. कोणत्याही निवडणुकीत मुसलमानांची मते कोणाला मिळणार, हे निश्चित असते. ही मते आपल्याला मिळावीत, असे प्रत्येक राजकीय पक्षाला वाटते; म्हणून मुसलमानांना वाटेल ती आश्वासने देणे व त्यांच्या धर्मात कसलाही हस्तक्षेप न करणे व पर्यायाने त्यांना मागासलेले ठेवणे हे प्रत्येक राजकीय पक्षाचे उद्दिष्ट आहे. मुसलमानही आपल्या हिताच्या पक्षाला किंवा व्यक्तीला निवडून आपल्या एकवटलेल्या मतांची किंमत वसूल केल्याशिवाय राहत नाहीत. समान नागरी कायदा लागू करण्याची आपल्यात हिंमत नाही. काश्मीरला वेगळा दर्जा देण्याचे घटनेतील कलम आपण बदलू शकत नाही. आसाममधील घुसखोरांना आपण थोपवू शकत नाही. मुसलमान दंगली करतात आणि दंगलीची चौकशी केल्यानंतर ते अपराधी ठरतात म्हणून कोणत्याही दंगलीचे प्रतिवृत्त सरकार प्रसिद्धच करीत नाही. मशिदीचा वापर गुंडगिरीसाठी होतो, ही गोष्ट आता अनेकदा सिद्ध झाली आहे; पण मुसलमानांना शिक्षा झाल्याचे ऐकिवात नाही. जणू काही या देशात मुसलमानांसाठी एक खास कायदा आहे, एक वेगळे संरक्षण आहे. अशा तऱ्हेने मुसलमानांना संरक्षण मिळते; मग मुसलमानांनी का शेफारू नये?

७. केरळातल्या अनेक स्त्रिया रोममध्ये विकल्या गेल्या किंवा आजही मुजोर अरब हिंदुस्थानातल्या गरीब स्त्रियांशी निकाह लावतात आणि मौजमजा करून त्यांना सोडून देतात याची दखलही घ्यावी, असे भारत सरकारला वाटत

नाही. एखादा दर्गा, मशीद, कबरस्तान नगरविकासाच्या आड आले किंवा धरणाच्या पाणलोट क्षेत्रात बुडत असले; तर मुसलमान त्यापायी दंगल करतात व विकास थांबवतात. समाजाचे नुकसान झाले तरी भारत सरकार ते सहन करते, पण मुसलमानांना ते दुखवीत नाही. कारण एखाद्या क्षुद्र दर्ग्यापायी दंगल घडून कोट्यवधी रुपयांच्या संपत्तीची धूळधाण करणे आणि मुसलमानांचा रोष ओढवून घेणे, ही गोष्ट निधर्मी शासनाला कशी परवडावी? जेव्हा मुसलमान हिंदू स्त्रियांशी लग्ने करतात, तेव्हा साधनशुचितावाले त्यांचा सत्कारही करतात. पण हिंदूंनी मुसलमान स्त्रियांशी लग्ने केली, अशी उदाहरणे किती? आणि असे कोणी लग्न केल्यास आमच्या पुरोगाम्यांना कौतुक करण्यासारखे काही त्यात वाटत नाही. आम्हा हिंदूंचा मानभंग काँग्रेसवाल्यांनी केला, तर तो निदान सत्ता राखण्यासाठी केला असे म्हणता येईल. आमचे समाजवादी हिंदूंना प्रतिगामी ठरवितात आणि हिंदू संघटकांचे पाय ओढतात, ते मात्र आपल्या जिव्हालौल्याची खाज पुरविण्यासाठी. आज धर्मांतरे होऊ लागली म्हणून काँग्रेसवाले आणि समाजवादीही सचिंत झाले आहेत, पण ही सारी त्यांच्या पापांचीच फळे आहेत. हिंदूंच्या दुर्गुणांवर प्रहार करतानाच त्यांनी मुसलमानांच्या दुर्गुणांवर प्रहार केले असते, तर मुसलमानांचे नाक इतके वर गेलेच नसते. आपला समाज विस्कळीत करायचा आणि दुसरे समाज मात्र तसेच एकसंध राहू द्यायचे, यासारखी घातक गोष्ट कोणतीच नाही.

८. येथील मुसलमानांना संकुचित आणि धर्मांध बनविण्याकामी या देशातील पुरोगामी आणि सुधारकांनी हातभार लावला आहे. हिंदू धर्मावर त्यांनी कडाडून हल्ले केले आणि हिंदूंचे सत्त्वहरण केले; मुसलमान धर्मात मात्र कोणत्याही सुधारणा होत नसतानाही जातीय मुसलमानांचे सहकार्य घेतले. त्यांची राष्ट्रीय मुसलमान म्हणूनही भलावण केली. मुस्लिम लीगसारख्या राष्ट्रद्रोही संघटनेशी मैत्री केली. आपण जातीय आणि प्रतिगामी राहण्यात मुसलमान समाजाचा फायदा आहे, हे जेव्हा मुसलमानांच्या लक्षात आले; तेव्हा तर मुसलमानांचे धर्मांध चाळे अधिकच वाढीला लागले. एक सुधारू पाहणारा समाज आणि दुसरा सुधारणा नाकारणारा समाज अशा विषम समाजाची आज देशात उभारणी झाली आहे.

सर्वसाधारणत: असे दिसते की, मुसलमानांना दुखविण्यापेक्षा मुसलमानांपुढे पडते खाऊन संघर्ष टाळावा, अशीच भारतीय शासनाची परंपरा आहे. गुन्हेगारीचे प्रमाण मुसलमानांत जास्त आहे. बाटलेला मुसलमान मुळातूनच दरिद्री आणि असंस्कृत वर्गातून आलेला असल्यामुळे त्याची प्रतिक्रिया नेहमी उग्र असते आणि प्रस्थापित सुरक्षित जीवन धोक्यात आणण्याची त्याला दिक्कत वाटत

नाही. आपल्या गुन्ह्याला वेळच्या वेळी आणि ताबडतोब सजा होईल, अशी जाणीव जोपर्यंत त्यांच्यात निर्माण करून दिली जात नाही तोपर्यंत मुसलमान या देशापुढे सदैव प्रश्न उत्पन्न करीत राहणार. हिंदू धर्मात असलेली वर्णव्यवस्था, जात-प्रांत-भाषा यांमुळे झालेले हिंदू समाजाचे विघटन आणि त्यामुळे होत गेलेल्या प्रतिकारशक्तीचा अभाव याचाही फायदा आज मुसलमान समाजाला होतो आहे. हिंदू धर्मातील वर्णव्यवस्था आणि जातिव्यवस्था मुळापासून उखडून टाकण्याचा उद्योग गेली पन्नास-पाऊणशे वर्षे चालू आहे. हे फार जुने दुखणे हव्या त्या वेगाने बरे होत नाही, म्हणून हिंदू धर्मातच एक फार मोठा असंतुष्ट वर्ग निर्माण झाला आहे. या समाजाच्या असंतोषाचा फायदा मुसलमान घेऊ पाहत आहेत. म्हणून मुसलमानांविरुद्ध आपली झुंजण्याची शक्ती वाढवीत असतानाच, असंतुष्ट अशा दलित आणि आदिवासी समाजाला दिलासा देण्याची जबाबदारी आपल्याला पूर्णपणाने पार पाडावी लागेल. दलितांवर वर्षानुवर्षं अन्याय करून उच्चवर्णीयांनी ज्या संस्कृतीचा टेंभा मिरविला; ती संस्कृती, तो धर्म आणि ते राष्ट्र त्या समाजाला आपले वाटतच नाही, या प्रश्नाला आपण काय उत्तर देणार? मुसलमान धर्मात फार उच्च तत्त्वे आहेत किंवा परमेश्वराजवळ जाण्याचा तो जवळचा मार्ग आहे, म्हणून काही दलित मुसलमान होत नाहीत; तर आढ्यतेवर आणि उच्च-नीचत्व कल्पनेवर सूड घेण्याची भावना या धर्मांतरामागे मुख्यत्वेकरून आहे. म्हणून दलितांबद्दलची आपली भूमिका सामंजस्याची आणि समजुतीचीच असली पाहिजे. त्यांच्यातील काही मूर्ख पुढारी काही आव्हाने-प्रतिआव्हानांची वल्गना करीत आहेत, त्यामुळे माथे फिरवून घेण्याची काही गरज नाही. ज्या आपल्या दलित बांधवांनी एवढा अपमान सोसून आजवर हिंदू धर्मात राहण्याचे पत्करले, ते आपला धर्म सहजासहजी सोडणार नाहीत. धर्म ही जर इतकी गमतीची आणि चेष्टेची गोष्ट असती, तर फार पूर्वीच त्यांनी हिंदू धर्माला तिलांजली दिली असती. म्हणून आपले भांडण नेमके काय आहे आणि कोणत्या शत्रूशी आपल्याला भांडायचे आहे, याचा विवेक आपण सोडता कामा नये.

हिंदू धर्मातील वैगुण्ये दूर करणे आणि न्यायाचे वातावरण निर्माण करणे, ही झाली रचनात्मक पातळी. त्याचबरोबर धर्मामुळे किंवा संयमाच्या नावाखाली षंढत्वाला मिळालेली प्रतिष्ठा मोडून काढली पाहिजे. शब्दाला उत्तर शब्द असेल, विचाराला उत्तर विचाराचेच असेल; पण तलवारीला तलवारीनेच उत्तर द्यावे लागते. आपण आजपर्यंत बचावात्मक भूमिका घेतल्या, इथेच सर्व चुकले. आपण केव्हाही, कोणत्याही लहानश्याही गुन्ह्याला क्षमा करणार नाही, अशी

जेव्हा मुसलमान समाजाची खात्री पटेल; तेव्हा त्यांचा मुजोरपणा आपोआप आटोक्यात येईल. पाकिस्तान आपल्या सामर्थ्याची टुरटुर करीत असे. त्याला उत्तर दिले ते हिंदुस्थानच्या बंदुकांनी आणि जवानांनी. मुसलमानांचा पराभव होऊ शकतो, हे त्यांना जसे समजणे आवश्यक आहे तसे ते भारतीय समाजालाही समजणे आवश्यक आहे. पाकिस्तानबरोबरच्या लढाईत आमचे पुष्कळ लष्करी साहित्य आणि देशभक्त जवान आम्हाला गमवावे लागले व एक चौरस मैलसुद्धा जमीन आमच्या पदरात पडली नाही म्हणून हळहळणारे लोक पुष्कळ आहेत. पण त्यांच्या हे कधीच लक्षात आले नाही की, लष्करी साहित्य जमवता येते आणि या प्रचंड लोकसंख्येतून जवानांचीही भरती करता येते; पण या देशाला ताठ कणा आहे, हे आम्हाला पाकिस्तानच्या युद्धामुळे समजले. आम्ही सारे नुकसान भरून पावलो. कारण जगात साऱ्या गोष्टी दुसऱ्याला देता येतात किंवा दुसऱ्याच्या लुबाडून आणता येतात; पण जिद्द मात्र ज्याची त्यालाच निर्माण करावी लागते.

इंदिरा सरकारचे धोरण कितीही पळपुटेपणाचे किंवा पक्षपातीपणाचे असो; पण मुसलमानी आडदांडपणामुळे जागे होऊ लागलेले हिंदुत्व हेच या देशाचे खरे शस्त्र आहे व इंदिराजींना ते धडा शिकवण्यास समर्थ आहे. मुसलमानांनी आणखी थोडा आडदांडपणा करावा, अशीच आमची अल्लाजवळ प्रार्थना आहे. एरवी आमचे झोपलेले शंकराचार्य जागे कसे होणार? हा झोपलेला समाज पेटणार तरी कसा? इंदिरा गांधी आज आहेत आणि उद्या नाहीत, पण हा देश अनंत काळ राहणार आहे. येथील माणसे याच भूमीत राष्ट्रध्वजासमोर नतमस्तक होणार आहेत. या नागरिकांना आपल्या भवितव्याची चिंता वाटू लागली, तर याहून आम्हाला आणखी काय हवे? अखेरीस या निवालेल्या राखेतून अंगार फुटतील, तेव्हा रासवटांच्या टोळधाडी जळून जातील. मग सैन्य वापरायला नको किंवा पोलीस बंदोबस्ताचीही गरज नाही. या देशाच्या प्रत्येक हिंदूच्या मनात एक सशस्त्र सैनिक तळपती समशेर घेऊन उभा राहील. समशेरीने युद्धे करता येतात, पण ही समशेर धरणारे हात खऱ्या अर्थाने युद्ध करतात आणि जर हे युद्ध आपण जिंकणार असू, तर ते मशिदीत किंवा देवळात नाही– मोहोल्ल्यात किंवा गल्लीत नाही– ही युद्धभूमी सारा भारतवर्ष असेल आणि 'लढ के लिया पाकिस्तान' अशी गर्वोक्ती काढणाऱ्या पाकिस्तानच्या भूमीवरही असेल.

(६ सप्टेंबर, १९८१)

-०-०-०-

२५

बेइमान लोकांना कोणता धडा देणार?

मीनाक्षीपुरम येथे घडलेल्या धर्मांतराच्या निमित्ताने हिंदू धर्मातील सर्व घटक हिंदू धर्मरक्षणाचा विचार करू लागले, ही एक चांगली गोष्ट झाली. आपले आश्रम सोडून शंकराचार्यही तेथे धावत गेले, हे बहुतांशी प्रथमच घडले असावे. धर्मांतराचे निमित्त झाले आणि त्यामुळे आपण डोळसपणे काही प्रश्नांची चौकशी करू लागलो. विश्व हिंदू परिषदेने 'हिंदू जनजागरण अभियानाचा' एक सार्वत्रिक कार्यक्रम हाती घेतला आणि ह्या कार्यक्रमात काँग्रेसजन हिंदू-रक्षणार्थ चाललेल्या ह्या चळवळीत प्रथम सामील झाले. हेही कदाचित प्रथमच घडले असावे. राजकीय पक्षोपपक्षांची विचारधारा कोणतीही असली तरी हिंदूंच्या रक्षणार्थ संघटित झाल्यावाचून हिंदूंना गत्यंतर नाही, ह्या विचाराला उजाळा आलेला आहे. हिंदू धर्मावर चहूबाजूंनी आलेले संकट सावरण्याचा उपाय म्हणून होत असलेल्या ह्या जन-जागरणात निष्क्रिय साधु-संत, मठाधिकारी, अध्यात्ममार्गी यांना सामील करून घेतल्यामुळे हिंदू धर्मीयांचे खरेखुरे समर्थ संघटन न होता, हिंदू संघटनेला चुकीची दिशा लागण्याची शक्यता आहे.

सदाचाराचे रक्षण शक्तीनेच करावे लागते. हिंसेचा प्रतिकार हिंसेनेच करावा लागतो व गुंडगिरीला त्याच मार्गाने उत्तर द्यावे लागते, हा व्यवहारवाद आम्ही सोडून दिल्यामुळे हिंदू धर्मावर संकटांची परंपरा कोसळली आहे. हिंदू धर्मातील जातिव्यवस्था, वर्णव्यवस्था आणि मायावाद यांमुळे आम्ही हिंदू संघटितपणे

एकत्र येऊन आमच्या आक्रमकांविरुद्ध कधीही प्रतिकार करू शकलो नाही. ज्या दलितबांधवांना हिंदू समाजाने काहीही दिले नाही, त्या समाजाने हिंदू धर्माचे रक्षण कशासाठी करावयाचे? ज्या देव-देवतांच्या नावाखाली दलितांवर अन्याय केले गेले, त्या देव-देवतांची प्रतिष्ठा त्या समाजाने का सांभाळावी? दलित समाजाला म्हणूनच ईसाई आणि मुसलमान धर्मांचे आक्रमण हा धोका वाटतच नाही. उलटपक्षी, सवर्णीयांची बरी खोड मोडली जात आहे, म्हणून एका परीने त्यांना सूडाचे समाधान लाभत आहे. ज्या धर्माने आपल्याला सतत अवमानित ठेवले; त्या धर्माबद्दल दलित, आदिवासी, भटक्या जमाती ह्या सर्व तळागाळांतील उपेक्षित जाती-जमातींना कसलेही प्रेम वाटणे शक्य नाही. शंकराचार्यांच्या पीठावरून अजूनही चातुर्वर्ण्याची तरफादारी केली जात असेल, तर ते शंकराचार्य ह्या सर्व उपेक्षित धर्मबांधवांना आपले धर्मगुरू कसे काय वाटतील? म्हणूनच ह्या धर्मजागराच्या प्रक्रियेत आजपर्यंत समाजाबाहेर ठेवल्या गेलेल्या सर्व जाती-जमातींना सामील करून घेतल्याशिवाय हिंदू संघटनेला अर्थ राहणार नाही. हिंदू एकता ही आता केवळ शाब्दिक घोषणा राहता कामा नये, तर त्या एकतेचे दृश्य फल आजपर्यंतच्या अवमानित समाजाला दिसले पाहिजे.

हिंदुत्वाचा नवा आविष्कार व्यक्त केल्यावाचून हिंदू संघटन हे कदापिही शक्य नाही. परंपरागत धर्ममार्तंडांनी आणि देव-धर्माचा व्यापार करणाऱ्यांनी हिंदूंच्या फुटीरतेचे कळत-नकळत समर्थन केले आहे. सुख-दुःख हे दैवाधीन आहे असे जर धर्मग्रंथ सांगत असतील, तर त्या धर्मग्रंथांचा धर्मरक्षणासाठी काडीचाही उपयोग नाही. माणसाने निर्माण केलेली दुःखे, उच्च-नीचता, वर्णभेद, विषमता ही माणसानेच दुरुस्त केली पाहिजेत. ती दूर करण्याची सामाजिक प्रक्रिया थोपविणाऱ्या तथाकथित अध्यात्मवादी लोकांनीच हिंदू धर्माचे विलक्षण नुकसान केलेले आहे.

हरिजन वस्तीत जाऊन राहिल्याने हरिजनांच्या परिस्थितीत काहीही बदल होत नाही. दयाबुद्धीने समतेचे तत्त्व प्रस्थापित होत नाही. संतांच्या वाङ्मयातील समतेची चार-दोन वाक्ये समता प्रस्थापित करण्यासाठी अपुरी आहेत. समतेचे भूतदयावादी तत्त्वज्ञान जर कोणाला असमाधानकारक वाटत असेल, तर नव्या मानवी हक्कांचे समर्थन आपण केले पाहिजे. ती क्रिया आज देवा-धर्माचा बाजार करणाऱ्या किंवा ज्ञानेश्वरीचे पारायण करणाऱ्या कोणाच्याही हातून होणे शक्य नाही. सावरकरांचा विज्ञाननिष्ठ परिवर्तनवादी हिंदुत्ववाद हेच ह्या नव्या जनजागरणाचे सूत्र असले पाहिजे आणि ह्या नव्या हिंदुत्ववादाला नुसते तात्त्विक अधिष्ठान

असून उपयोगाचे नाही, तर त्याला शक्तीचीही जोड द्यावी लागेल. देव आणि देवालये यांचे रक्षण सदाचाराने आणि अहिंसेने होत नाही, तर त्यासाठी पुरुषार्थी वैदिक धर्माला पुनरुज्जीवित केले पाहिजे.

कोणाही चार मुसलमान गुंडांनी देव-देवतांची चेष्टा करावी व दंग्यांच्या भीतीने हिंदू समाजाला भयभीत करावे– अशा परिस्थितीत हिंदूंना शंकराचार्यांचा, ज्ञानेश्वरांचा, तुकारामबुवांचा आधार वाटत नाही; तर अशा वेळेस बलशाली शिवाजीचा त्यांना आधार वाटतो. आपल्याला केव्हाही बलशाली हातांचे संरक्षण मिळेल अशी जर खात्री असेल, तरच हिंदुत्वाचा ध्वज आपल्या घरावर लावण्याची हिंदूंना हिंमत होईल. हिंदुस्थानात ज्या-ज्या ठिकाणी मुसलमानांनी उपद्रवस्थळे निर्माण केलेली आहेत, तेथे त्या उपद्रवी शक्तींना आवर घालू शकणारी हिंदूंची तेवढीच बलवान सेना निर्माण झाली आणि वेळच्या वेळी व जागच्या जागीच त्यांनी प्रतिकार केला; तरच हळूहळू भित्रा हिंदू समाज स्वयंप्रेरणेने प्रतिकारार्थ सिद्ध होईल. सभा-संमेलने, कीर्तने-प्रवचने, घोषणा ह्यांपेक्षा हिंदुत्वाने भारलेला आणि प्रतिकारार्थ सज्ज झालेला बलदंड हिंदू युवक हेच हिंदू समाजाचे आश्रयस्थान आहे. कायद्याने जे शस्त्र वापरता येईल, ते शस्त्र हिंदूंनी यापुढे जवळ बाळगले पाहिजे. पोलीस किंवा लष्कर आपल्या मदतीला येईल म्हणून वाट पाहण्यापेक्षा स्वबळावरच आक्रमणाचा प्रतिकार केला पाहिजे. वर्षानुवर्षांची दुबळी वृत्ती सोडून देऊन 'ठोशास ठोसा' ह्या मंत्राचा हिंदू समाजाने आधार घेतला, तरच ह्यापुढे आपण परधर्मीयांच्या आक्रमणाला पायबंद घालू शकू.

गीतेत श्रीकृष्णाने चातुर्वर्ण्याचा पुरस्कार केला, म्हणून गीतेवर बहिष्कार घालताना श्रीकृष्णाने युद्ध-सन्मुख होण्याचा केलेला उपदेश विसरण्याचे कारण नाही. रक्तपात आणि वित्तहानी होईल, ह्या भयाने प्रत्येक लहान-मोठ्या संग्रमात आपण अर्जुनाप्रमाणे निष्क्रिय होऊन बसलो. या निष्क्रियतेमुळे वित्तहानी तर टळली नाहीच, पण रक्तपातही चुकला नाही. आणि तो चुकतही नाही. उलटपक्षी, अधिक रक्तपात होऊ नये अशी जर इच्छा असेल, तर धर्मयुद्ध अपरिहार्य असते. आपण ह्या कामी हयगय केली, संयमाचे व विवेकाचे गोडवे गायले आणि परिणाम असा झाला की; एक भेकड समाज म्हणून हिंदू धर्म ओळखला जाऊ लागला. आपल्या आया-बहिणी मुसलमानांनी आपल्या बिछान्यात ओढून नेल्या, त्यानेही आपले रक्त उसळले नाही. आपली सुपीक भूमी हिरव्या ध्वजाखाली मुसलमानांनी खेचून नेली व तिथल्या सर्व मूर्तिपूजकांना हाकलून लावले, तरीही आपले डोळे उघडले नाहीत. मुसलमान आपले देशबांधव आहेत, त्यांच्याशी

क्रौर्याने कसे वागावे?– असला वांझ उपदेश आपण करीत राहिलो आणि त्याच्या परिणामी आपल्याला अडविणारे ह्या देशात कोणीही नाही, असे मुसलमानांना वाटू लागले.

आज उघड-उघडपणे अल्पसंख्य असूनही मुसलमान माजल्यासारखे वागतात आणि त्यांना भारतीय शासनाची, कायद्याची व बहुसंख्य हिंदूंची भीती वाटत नाही, याचे एकमेव कारण हिंदूंनी तशी भीती कधी निर्माणच केली नाही. त्यामुळेच भारताचे इस्लामी राष्ट्रात रूपांतर करण्याची महत्त्वाकांक्षा मुल्ला-मौलवी बोलून दाखवू लागले. मुसलमान समाजाची मुजोरी ही आपल्या दुर्बलतेत आहे. पूर्वपरंपरेचा अभिमान, देवा-धर्माची महती किंवा आपल्या धर्माचे सहिष्णुपण ह्या कोणत्याही गोष्टीचा हे मुसलमानी आक्रमण थोपविण्याच्या कामी उपयोग नाही. देव-देवतांची प्रतिष्ठासुद्धा माणसांच्या हाती असते आणि परंपरा म्हणजे पराभवाचा इतिहास नसावा. एवढे प्रचंड संख्याबळ असूनसुद्धा ज्याला अल्पसंख्य लोकांचे भय वाटते, असा फक्त भारतीय हिंदू समाज आहे. हिंदू जनजागरणात आपल्या धर्माचे औदार्य आणि सहिष्णुता याचे गुणगान गाण्याचे आपण प्रथम बंद केले पाहिजे. हिंदू धर्माचे औदार्य आणि सहिष्णुता ही फक्त हिंदू समाजापुरतीच राखीव बाब मानली पाहिजे. परधर्मीयांशी वागताना सहिष्णुतेचे वा सर्व-धर्म-समभावाचे थोतांड आपण जमिनीत पुरून टाकले पाहिजे. क्रूर जंगली श्वापदांशी मुकाबला करताना ज्याप्रमाणे आपण त्या प्राण्यांना विवेक वा अहिंसा समजावून सांगत नाही, तीच गोष्ट जंगलीपणाने वागू पाहणाऱ्या प्रत्येक व्यक्तीसंदर्भात आपण वापरली पाहिजे. जे आक्रमण होते आहे, ते थोपविण्याचा मार्ग शांत वृत्ती आणि संयमाच्या पुरस्कारातून जाणारा नव्हे. जसा शत्रू, तशी शस्त्रे; जसे आव्हान, तसे प्रतिआव्हान– हेच सूत्र ह्या साऱ्या जनजागरणाच्या मागे असले पाहिजे.

जाती-जातींत वैमनस्य आणणे, हा कायद्यानुसार गुन्हा आहे. पण अशा कायद्याचीही आता फारशी पर्वा करण्याचे कारण नाही. कारण हिंदूंनी आपणहून वैमनस्य निर्माण केलेले नाही. दंगे किंवा घातपाती चळवळीही हिंदू करीत नाहीत. दुसऱ्या धर्माच्या देव-देवतांची हिंदूंनी कुचेष्टाही केलेली नाही. हिंदू आजवर सबुरीने वागले आणि त्यांनी कायद्यांचे पालन केले, हा काय गुन्हा झाला? फाळणीने आम्ही धडा शिकलो नाही; उलट फाळणीमुळे आम्ही नालायक आहोत व स्वत:चे संरक्षण करू शकत नाही, असाच कबुलीजबाब दिला. आता ती चूक आम्ही दुरुस्त करण्याचे ठरविले तर आम्हीच कायदा मोडतो, अशी

भूमिका सरकारला घेता येईल काय? आणि असे सरकार हिंदूंनी टिकून द्यावे काय?

आम्ही सर्व हिंदू-हिंदू म्हणून एकत्र आलो, तर कोणते सरकार अशा तऱ्हेने एका धर्माला मन:पूत स्वातंत्र्य देईल आणि दुसऱ्या धर्माला सतत अवमानित ठेवील? भारतात जे-जे दंगे झाले, ते-ते सारे दंगे मुसलमानांनी जाणूनबुजून हिंदूंना उपद्रव देण्याच्या हेतूने केले. आजच्या लोकशाही सरकारजवळ मुसलमानांच्या सर्व देशद्रोही आणि समाजद्रोही गुन्ह्यांचे पुरावे आहेत. मुसलमानांच्या उपद्रवी चाळ्यांना संरक्षण देण्याच्या अभिवचनावर मुसलमानांची एकगठ्ठा मते मिळवून जे सरकार अस्तित्वात येते, त्या सरकारलाच आपण प्रश्न विचारला पाहिजे की; ज्या देशातील शासनात गुन्हेगारांना शिक्षा करण्याचे सामर्थ्य नाही, त्या देशात गुन्हेगारांना शिक्षा करण्याचे काम नागरिकांनी स्वत:च्या हातात घेतले तर त्यात नागरिकांची काय चूक आहे? ज्या लोकशाहीत बहुसंख्य लोकांना दुय्यम नागरिकत्व प्राप्त होते, ती लोकशाही आम्हाला काही काळ बासनात गुंडाळून ठेवावी लागेल. जे लोक सभ्यता आणि न्याय यांचे पालन करीत नाहीत, त्यांचे लोकशाही अधिकार आम्हाला काढूनही घ्यावे लागतील.

मुसलमान धर्माला लोकशाही मूल्ये कधीच मान्य नव्हती आणि आजही नाहीत. कोणत्याही मुसलमान राष्ट्रात आज लोकशाही नांदत नाही आणि ती नांदणारही नाही. एका मध्ययुगीन प्रेषिताच्या शब्दावर जेथे सारी समाजव्यवस्था अवलंबून असते, तेथे लोकशाही राहणारच कशी? म्हणून मुसलमान लोकशाहीचे कट्टर विरोधक आहेत. पाच-पन्नास चांगल्या मुसलमानांकडे पाहून साऱ्या मुसलमान समाजाबद्दल उदार भूमिका घेण्यात अर्थ नाही. मुसलमान धर्मात कोणतीही सुधारणा करण्याचा ब्रिटिशांना अधिकार होता; पण सार्वभौम भारतीय सत्तेला मात्र तो नाही. मुसलमानांनी कोठेही दर्गा बांधावा, मशीद बांधावी, तेथे दारूगोळा व शस्त्रास्त्रे जमा करावीत आणि जवळपासच्या हिंदूंना भयभीत करावे, हे अनेकदा सिद्ध होऊनही आमचे सरकार तिकडे दुर्लक्ष करते. मुसलमानी वृत्तपत्रांतून हिंदूंच्या खच्चीकरणाचा प्रचार सतत केला जातो. पण त्यावर सरकार बंदी आणत नाही. मात्र हिंदू वृत्तपत्रकाराने जरा कोठे हिंदू धर्मीयांना सावध केले की, त्याच्यावर खटल्यांची मालिका सुरू होते. आपल्याच देशात आपण चोर ठरावे, असे आज घडते आहे. आपल्या सरकारला त्या गोष्टीची शरम वाटत नाही. मुसलमानांनी असेच धर्मांध आणि मागासलेले राहावे, म्हणजे त्यांची एकगठ्ठा मते आपल्याला मिळतील, म्हणून मुल्ला-मौलवींचे अनुरंजन चालू आहे.

बेइमान लोकांना कोणता धडा देणार? / १४५

काँग्रेसच्या ह्या लाजिवाण्या लांगुलचालनामुळे प्रथम पाकिस्तान निर्माण झाले आणि आता काश्मीर व आसाम हे दोन्ही प्रांत गेल्यासारखेच आहेत. बांगलादेशभोवतालच्या सर्व भारतीय भूमीत मुसलमानांचे प्रमाण वाढते आहे. हिंदुस्थानातही परकीय संपत्तीच्या बळावर ठिकठिकाणी मुस्लिम बहुसंख्येचे प्रदेश निर्माण होत आहेत. आमची लोकशाही आमचा गळा घोटणारच की काय, अशी आम्हाला भीती वाटते. मुसलमानांच्या ह्या धर्मांध वृत्तीमुळे आम्हाला अजिबात नको असलेला चुकीचा हिंदुत्ववाद येथे वाढीला लागण्याची शक्यता आहे. एखाद-दुसऱ्या मुसलमानाशी आमचे वैर नाही किंवा पुस्तकांच्या कपाटात ठेवले गेले तर कुराणाशीही आमचे वैर नाही. पण आज पंधराशे वर्षांनंतर कुराणातल्या आज्ञा जशाच्या तशा ह्या देशात राबवणाऱ्यांशी आमचे वैर आहे. आमच्या देव-देवतांबद्दल, धर्मग्रंथांबद्दल जर इस्लामियांना नफरत वाटते तर आम्हालाही महंमद आणि कुराण यांच्याबद्दल नफरत वाटली तर त्यात चूक काहीच नाही.

हिंदू धर्मात अनेक दोष आहेत आणि ते आम्ही सुधारूही, पण हिंदू धर्मापेक्षा अधिक घातक व अनुदार धर्म आम्ही या देशात वाढू देणार नाही. आजच्या विज्ञानयुगात आम्हाला आमच्या धर्मकल्पनेतील कोळिष्टके झाडून काढायची आहेत आणि उपयुक्त असेल तेवढाच धर्म टिकवायचा आहे. अशा वेळेला मध्ययुगीन, एकांतिक, अनुदार धर्मकल्पना आम्हाला मोडूनच काढाव्या लागतील– मग त्या आमच्या धर्मात असोत किंवा मुसलमान धर्मातल्या असोत. त्यासाठी आम्हाला कोणी जातीय म्हटले किंवा प्रतिगामी म्हणून हिणवले, तरी त्याची पर्वा करण्याचे कारण नाही.

तथाकथित समाजवादी म्हणवून घेणारे ते आमचे कट्टर शत्रू आहेत. ते आमचा तेजोभंग सदैव करतात. आमच्यात भांडणे लावून देतात आणि परधर्मीयांना मात्र शब्दाने न दुखवता उलट आंजारतात-गोंजारतात. हे अस्तनीतले निखारे आपण दूर ठेवले पाहिजेत. प्रबोधनच करावयाचे आहे ना? तर मग आधी, तुमची हिंमत असेल तर ते धर्मांध मुसलमानांचे करा. हिंदू धर्मात क्षीण असली तरी प्रबोधनाची क्रिया चालू झाली आहे. हिंदू धर्मातील दुर्गुणांचा बीमोड करण्यासाठी आम्ही शासनाचे बळ वापरू शकतो; पण मुसलमानांचे प्रबोधन कोण करणार? प्रबोधन करू पाहणाऱ्याला ते काफर ठरवून कापूनच काढतात. नालायक शासन त्यांच्या धर्माला स्पर्शही करू शकत नाही. आखाती राष्ट्रातून येणारी नवनिर्मित संपत्ती त्यांचे धर्मवेड जागे ठेवण्यासाठी वापरली जात आहे. अशा परिस्थितीत हिंदूंनी आपला मानभंग करणाऱ्या तथाकथित समाजवाद्यांचे हार घालून स्वागत

करायचे की काय? कुणावरही अन्याय न करणाऱ्या नव्या शुद्ध हिंदू धर्माची निर्मिती करू इच्छिणाऱ्या सुधारकाची भूमिका आम्हाला समजू शकते; पण ज्यांना कोणत्याच स्वरूपाचा धर्म नको, अशा लोकांनी फक्त आमच्याच धर्माची उठाठेव करावी, ही गोष्ट आता खपवून घेतली जाणार नाही. आपला बुद्धिभेद करणारे हे आपले पहिले शत्रू होत. हिंदूंचे संघटन यांच्यामुळेच घडवून आणणे कठीण होते. हे कसली कपाळाची सुधारणा करणार? यांच्या घरात परजातीतली मुलगी येत नाही किंवा परजातीत जात नाही. हे हरिनाम सप्ताह करणार, मुंजी करणार, सत्यनारायण करणार आणि तरीही हिंदू संघटनेच्या नावाने बोटे मोडत फिरणार.

सुधारणा ही यांची प्रेरणा नाही, तर सुधारणेची भाषा हा यांच्या पोटाचा व्यवसाय आहे. धर्माच्या नावावर पोट जाळणारे मठाधिपती, बडवे, उपाध्ये, महंत आणि बुवा हे जसे खऱ्या अर्थाने धर्माचे शत्रू; त्याच अर्थाने सुधारणेच्या नावाखाली स्वत:ची टिमकी वाजवणारे आणि स्वत:चे पोट भरणारेही खऱ्या धर्माचे शत्रूच असतात. मुसलमान धर्मातील स्त्रियांचा आक्रोश यांना ऐकू येत नाही– मुसलमानांनी केलेले रक्तपात यांना दिसत नाहीत; जे दिसते ते फक्त हिंदूंचे वैगुण्य. उघड-उघड स्वार्थी आणि धर्मांध माणसांशी मुकाबला करणे सोपे असते, कारण तेथे फक्त शक्तीचा व जागृतीचा प्रश्न असतो. पण आपल्यातच वावरणारे आणि आपलाच उच्छेद करू पाहणारे हे समाजद्रोही कधी मार्क्सचा, कधी फुल्यांचा, कधी माओचा, तर कधी आंबेडकरांचा कासोटा धरून कलहाचे राजकारण करतात; त्यांना थोपविणे अडचणीचे होते. आंबेडकर, फुले ही जणू काही यांच्या बापजाद्यांचीच मिरासदारी आहे! अनेक शतकांचा अन्याय सोसूनही आंबेडकरांनी अविवेकाने मुसलमानी धर्माचा का स्वीकार केला नाही, हे समजण्याची अक्कल जशी आमच्या शंकराचार्यांना नाही तशीच ह्या भोंगळ समाजवाद्यांमध्येही नाही. फुल्यांनी हिंदू धर्मातील वैगुण्यांवर प्रहार केले; पण ह्या जगाचा कोणी नियंता आहे, ही गोष्ट मान्य केली.

प्रयत्नवादाचा पुरस्कार करणाऱ्या ह्या थोर पुरुषांना तथाकथित पुरोगाम्यांनी बदनाम केले आहे. ह्या सर्वांचा लढा हिंदू धर्मातील वैगुण्यांवर होता, ब्राह्मणी अहंकाराविरुद्ध होता; पण म्हणून ह्यांपैकी कोणीही ह्या देशाच्या मातीचे इमान सोडले नव्हते. रशियात थंडीची लाट आली तर इथल्या समाजवाद्यांना हुडहुडी भरते; तशी काही आंबेडकर, फुल्यांना भरत नव्हती. आमचे दुर्दैव असे आहे की, हिंदूंच्याच जिवावर मोठे झालेले हे तथाकथित समाजवादी पुढारी आमच्या

वंशक्षयाला कारणीभूत होत आहेत. एखादा मुसलमान-हिंदू दंगा झाला की, हिंदूंना दोष देण्यात यांचा पुढाकार असतो. मुसलमानांनी दंगा केला तर तो आर्थिक कारणांमुळे केला, असेही म्हणायला हे निर्लज्ज लोक कमी करत नाहीत. अत्याचार– मग तो सवर्णीयांनी हरिजनांवर केलेला असो किंवा मुसलमानांनी दुबळ्या हिंदूंवर केलेला असो– तो निंद्यच मानायला नको काय? सवर्णीयांवर जितक्या त्वेषाने हे लोक तुटून पडतात, त्याच्या शतांशही त्वेष ते मुसलमान गुंडाबद्दल दाखवत नाहीत. येत्या पाच-दहा वर्षांच्या काळात मुसलमानांचा मुजोरपणा जसा आपल्याला ठेचून टाकावा लागेल, तसाच समाजवाद्यांचा घरभेदीपणाही मोडून टाकावा लागेल.

मात्र, हे करत असताना हिंदू धर्माची आहे ही परिस्थिती ताबडतोब सुधारण्याचे उत्तरदायित्व हिंदू संघटकांवर आहे आणि हिंदू समाज संघटित करत असताना केवळ आपल्या धर्माचा पुरातनपणा किंवा धर्मग्रंथातील माणुसकीची उदात्त वचने आपल्या कामी येणार नाहीत; धर्म ही रोजच्या आचरणात येणारी बाब आहे आणि आपले आचरण कसे आहे, यावरच हिंदू संघटन अवलंबून आहे. ज्या-ज्या धर्मग्रंथांतून आणि धर्मपीठांतून विषमतेचा, उच्च-नीचत्वाचा पुरस्कार केला असेल; ते धर्मग्रंथ आता मोडीत काढले पाहिजेत. धर्ममार्तंडांची पर्वा न करता परधर्मांत गेलेल्या आपल्या बांधवांना स्वधर्मात घेण्याची चळवळ शिवाजीमहाराजांनी तीन-साडेतीनशे वर्षांपूर्वी सुरू केली, तिचा अन्वयार्थही आपण समजावून घेतला पाहिजे. शुद्धिकृताला सन्मानही दिला पाहिजे. 'अस्पृश्यता ही जर देवाला मान्य असेल तर त्या देवालाही मी मानणार नाही', ह्या लोकमान्यांच्या उद्‌गारातील मर्म आपण ध्यानी घेतले पाहिजे. मी हिंदू आहे, याचा मला अभिमान वाटतो– असे ज्या वेळेस ह्या देशातील अस्पृश्यांना वाटू लागेल आणि सारा दलित समाज हिंदुरक्षणार्थ उभा राहील, तेव्हा मुसलमानांची सारी अहंता एका क्षणात नष्ट करता येईल. हिंदू कोणाला म्हणावे आणि हिंदुत्व कशासाठी मानावे याचे स्पष्ट आणि कालोचित उत्तर आपल्याजवळ असेल, तरच ह्या देशावरच्या हिरव्या संकटाचे निवारण ताबडतोब होईल.

भोळसट लोकांना लुबाडण्यासाठी वापरले जाणारे हिंदुत्व हेच मुसलमान धर्माचे सामर्थ्य आहे आणि त्या सामर्थ्याला आपण मुळापासून तोडले पाहिजे. उघड-उघडपणे पाकिस्तानचा जयजयकार करणाऱ्या कोणाही माणसाला ह्या देशात जगू देता कामा नये. पाकिस्तान ही हिंदुस्तानला झालेली एक कायमची जखम आहे. पाकिस्तानचा जयजयकार म्हणजे आमच्या जखमेवर मीठ चोळण्यासारखे

आहे. ज्यांना पाकिस्तान प्रिय असेल, त्यांनी खुशाल पाकिस्तानात जावे. ज्या कोणाला मूर्तिपूजकांच्या देशात राहायचे नसेल, त्यांना चारी दिशा मोकळ्या आहेत. ह्या देशात जे-जे उदात्त, मंगल आणि भव्य आहे; त्याच्याशी वैर करणाऱ्या कोणालाही ह्या भूमीत जगण्याचा अधिकार नाही. राम-कृष्ण तुम्हाला पूजनीय वाटत नसतील तर हवी तर त्यांची पूजा करू नका, कारण नास्तिकांनाही आम्ही ह्या देशात जगू देतो. पण राम-कृष्ण, व्यास-वाल्मीकी, कालिदास-भवभूती, भास्कराचार्य-पाणिनि, शिवाजी-प्रताप, टिळक-गांधी, सावरकर-आंबेडकर ह्या साऱ्यांचा अवमान करण्याचा कोणालाही अधिकार मिळणार नाही आणि जे कोणी आमच्या उदात्त जीवनावर अमंगल घाण आणून ओततील, त्यांचे हात मुळापासून तोडण्याचाही आम्हाला स्वयंसिद्ध हक्क आहे.

जेव्हा ह्या जगात कोणताच धर्म नव्हता, तेव्हा आम्ही एका सर्वसाक्षी परमेश्वराचा शोध लावला. सूर्य, अग्नी आणि वरुण यांची उपासना केली. ग्रंथ रचले, साम्राज्ये निर्माण केली, राजकुले निर्माण केली. तलवारीच्या जोरावर नव्हे, तर प्रेमाच्या बळावर अरबस्तानापासून ते इंडोनेशियापर्यंत वैदिक धर्माची परंपरा निर्माण केली. तेव्हाचा आमचा देव दगड-धोंड्यांत किंवा तांब्या-लोखंडात अडकलेला नव्हता, म्हणून कोणाला त्या देवाचे मूर्तिभंजन करता आले नाही. त्या देवाला आम्ही 'मित्र' मानले. ह्या देशात निर्माण झालेल्या संस्कृतीतूनच उच्छिष्ट घेऊन अनेक धर्म उदयाला आले आणि आपल्या मातृदैवतावर त्यांनी प्रहार केला. एका गोंधळलेल्या अंधाऱ्या कालखंडात त्यांना जय मिळाला. पण नवा प्रकाश, नवे विज्ञान यांच्या झोतात उजळलेला नवा वैदिक धर्म येथे येणाऱ्या-जाणाऱ्याचे आता भोंगळपणे स्वागत करणार नाही. कारण येथे आलेले आणि ह्याच देशातील नद्यांचे पाणी व मातीचे अन्न खाऊन माजलेले लोक ह्या देशाची मानखंडना करीत आहेत. जेथून ते आले, तेथे त्यांनी परत तरी जावे किंवा जे इथले मूळचे होते, त्यांनी इथल्या उदात्त परंपरांचा अभिमान तरी सांगावा.

(१४ फेब्रुवारी, १९८२)

-०-०-०-

२६

मुसलमान धर्माचे स्वरूप

विश्व हिंदू परिषदेने जरी अलीकडे जनजागरण केले, तरी 'सोबत'ने गेली कित्येक वर्षे हे कार्य चालू ठेवलेलेच आहे. जोपर्यंत आपण अस्वस्थ आणि असंतुष्ट असणाऱ्या दलित समाजाचे प्रश्न सोडवू शकत नाही, तोपर्यंत हिंदू म्हणून आपण एकसंध होणे अशक्य आहे. मुसलमानांचे अनुरंजन का होते याची कारणमीमांसा तपासली तर सहजच लक्षात येईल का मुसलमान अधिक मागासलेले राहावेत अशी जाणीवपूर्वक योजना इंग्रजांनी केली आणि तीच काँग्रेस सरकारनेही कायम ठेवली आहे. अलिगड यथे स्थापन झालेले मुस्लिम विद्यापीठ मुसलमानांना अधिक धर्मांध बनविण्यासाठी उपयुक्त होत गेले, तरीही त्याचे स्वातंत्र्य कायम राखण्यात आले आहे. टिळकांचे सहकारी व चाहते असणारे जीना हे गांधींच्या बोटचेप्या धोरणामुळे अधिक अहंकारी आणि कडवे बनले व अखेरीस पाकिस्तानचे निर्माते झाले. मानवतेची भूमिका गांधींना महात्मा होण्यास उपयोगी पडली असेल; परंतु हिंदूंच्या हिताचा विचार केला, तर गांधीजी हिंदूंच्या विनाशाला कारणीभूत झाले, असेच दुर्दैवाने म्हणावे लागेल.

मुसलमान समाजात कोणतेही परिवर्तन गांधीजी करू शकले नाहीत. नौखालीत अत्याचार झाले, तेथे गांधी धावून गेले आणि त्यांनी ते थांबवले, असे म्हटले जाते; पण इतिहासाला काही ही गोष्ट मंजूर नाही. जेवढे शक्य होते-तेवढ्या प्रमाणात मुसलमानांना संतुष्ट करण्याचा त्यांनी प्रयत्न केला; पण बहुसंख्य मुसलमानांनी

गांधींना आपला नेता असे कधीच मानले नाही. खिलाफत चळवळीचा आणि भारताचा काहीही संबंध नव्हता. गांधींमुळे आपण त्यात ओढले गेलो. अफगाणिस्तानच्या अमीराचे राज्य भारतावर आले तरी मला चालेल, असे गांधीजी म्हणत होते; पण हिंदूंना ते चालले असते काय? एवढेच काय, नेहरू-पटेल यांना तरी ते चालले असते काय?

पाकिस्तान निर्माण झाल्यानंतर काही काळ भारतातील मुसलमान घाबरून शांत राहिले. पण जेव्हा त्यांच्या लक्षात आले की, फाळणीचा रक्तरंजित इतिहास आता विसरला गेला आहे; तेव्हा त्यांच्या संघटना पुन्हा जोर करू लागल्या. मुस्लिम लीग हळूहळू आपले पाय पुन्हा पसरू लागली. केरळमध्ये मुस्लिम बहुसंख्येचा मल्लापुरम हा एक जिल्हा निर्माण झाला. समाजपरिवर्तनासाठी नवनवीन कायदे भारतीय संविधान करू लागले; त्या वेळेस मुसलमानांच्या कायद्यात कोणताही फरक केला जाणार नाही, हे आश्वासन मुसलमानांना दिले गेले. मुसलमानांना 'वंदे मातरम्' हे ऐतिहासिक क्रांतिगीत त्यातील मूर्तिपूजक भावनेमुळे मान्य नाही, एवढ्यासाठी राष्ट्रगीत म्हणून ते नाकारून त्याऐवजी 'जन गण मन' हे नवेच राष्ट्रगीत शोधण्यात आले. काश्मीरला मुसलमानांसाठी खास दर्जा देण्यात आला आहे आणि बिगरकाश्मिरी लोकांना काश्मीरमध्ये मालमत्ता करण्यास प्रतिबंध करण्यात आला. काश्मीर स्वतंत्र करण्याची आकांक्षा बाळगणारा शेख अब्दुल्ला पुढे काश्मीरचा मुख्य प्रधानही झाला. मुसलमानांच्या स्वतंत्र अस्तित्वाला वेळोवेळी खत-पाणी घालण्यात आले. मुसलमानांना उर्दूचे महत्त्व कमी होऊ द्यायचे नव्हते. कारण उर्दूत अरबी व फारसी शब्दांचे वैपुल्य आहे आणि त्यायोगे मुसलमानांना अरबस्तान-इराण या परंपरेशी नाते जोडता येते. म्हणून संस्कृतनिष्ठ हिंदीबरोबर इंग्रजीलाही राष्ट्रभाषेची मान्यता देऊन त्यांचे समाधान करावे लागले. उत्तर प्रदेश आणि बिहार ह्या राज्यांत आज उर्दू भाषेला राजभाषा म्हणून मान्यताही मिळाली आहे. काही प्रांतांत मुसलमान फारच थोड्या प्रमाणात असले, तरी सरकारी पातळीवर उर्दू शिक्षणाची व्यवस्था करावी लागली. मुंबई सरकारने 'लोकराज्य' हे सरकारी नियतकालिक उर्दूतून काढायला आरंभ केला. थोडक्यात, मुसलमानांचे अवाजवी लाड वाढत गेले आहेत.

हिंदूंच्या उपासनेत देवपूजेसाठी वाद्याचा गजर करण्याची प्रथा आहे. प्रत्येक कोर्टात हिंदूंचा तो हक्क मान्य केलेला असताना मशिदीसमोरून सवाद्य मिरवणूक काढण्याची परवानगी सरकारी अधिकारी देत नाहीत. मशिदीतून मात्र आसपासच्या हिंदूंना उपद्रव होईल अशा तऱ्हेने भल्या पहाटेच बांग दिली जाते

आणि आता तर प्रचंड आवाज करणारे लाऊडस्पीकर्स लावून भल्या पहाटेस हिंदूंना मुसलमानी धर्मप्रार्थना ऐकाव्या लागतात. हिंदूंनी ह्या गोष्टीला प्रतिकार केला की, ते जातीय ठरविले जातात. मुसलमानांनी दंगली केल्या, तर त्यांत मुसलमानांना पकडण्याचा देखावा केला जातो, खटलेही दाखल केले जातात; पण ह्या खटल्यांत मुसलमानांना शिक्षा सहसा होत नाहीत. हिंदूंच्या मिरवणुकांवर अनेक तऱ्हेने बंदी घालण्यात येते; पण मुसलमानांची ईद मात्र त्यांना मनमोकळेपणाने गाजवता येते. सरकारी किंवा निमसरकारी जागांवर सामुदायिक नमाज पढला जातो व त्याला एरवी लागते त्या परवानगीची गरज नसते.

मुसलमान समाज आपल्याविरुद्ध तक्रार करेल व आपण रोषास बळी पडू, यामुळे सरकारी अधिकारी बहुतेक वेळा मुसलमानांच्या बाजूने निर्णय देतात. एखादा मुसलमानांचा पीर किंवा दर्गा रहदारीला किंवा विकासाला अडथळा आणत असेल, तर तो हलविण्याची हिंमत आपल्या शासनात नसते. तेवढ्यासाठी कित्येक प्रकल्प अडचणीत सापडतात. हिंदूंच्या अनेक मंदिरांच्या ठिकाणी मुसलमानी राजवटीत मशिदी उभ्या केल्या गेल्या. पण आपली मंदिरे पुन्हा ताब्यात घेण्यास हिंदू समाज असमर्थ आहे. गेल्या तीस-पस्तीस वर्षांच्या वाटचालीत अल्पसंख्य मुसलमान समाजाची मग्रुरी वाढत चालली आहे.

मुसलमान समाजाजवळ एखाद्या गोष्टीचा कायमचा पाठपुरावा करण्याची यंत्रणा आहे. मुसलमान कोणत्याही पक्षात काम करीत असोत, ते आपला धर्म कधीही विसरत नाहीत. अगदी समाजवादी मानले जाणारे मुसलमानसुद्धा, त्यांच्या धर्माचा प्रश्न निर्माण झाला की, कडवट होतात, एकत्र येतात व जात्यंध भूमिका घेतात आणि अशा वेळेला आमच्यांतलेच काही घरभेदे मुसलमानांचे समर्थन करण्यासाठी पुढे येतात. किशोर पवार हे समाजवादी पक्षाचे कार्यकर्ते. त्यांनी हरिनामपाठाचा सोहळा घडवून आणला, तेव्हा समाजवादी पक्षातले लोकच त्यांच्यावर तुटून पडतात. पण मारूफखान, हॅरिस यांसारखे मुसलमान जेव्हा मुसलमान धर्मजागरण करतात; तेव्हा समाजवादी लोक तोंडाला कुलूप लावून बसतात व त्यांच्या पैगंबरयात्रेने धुल्ला करण्यात धन्यता मानतात.

धर्मातीत राज्य ही कल्पना मान्य करायचीच असेल, तर ती सर्व धर्मीयांना लागू करण्याचा आटोकाट प्रयत्न केला पाहिजे. पण जोपर्यंत मुसलमान धर्मात कोणताही बदल होत नाही तोपर्यंत इतरांनी धर्म सोडून द्यावा, हा आग्रहच मुळी पायावर धोंडा मारून घेण्यासारखा आहे. दुर्दैवाने हिंदूंना समान असे कर्मकांड नाही आणि हिंदू धर्म म्हणजे कालबाह्य झालेल्या रूढी– अशी परिस्थिती

असल्यामुळे हिंदूंना सार्वजनिकरीत्या करता येण्याजोगा असा धर्माचारच नाही. धर्माच्या नावाखाली जो काही आचार हिंदू लोक करतात, त्याला बरेचसे उत्सवी स्वरूप आले आहे. हिंदूंच्या काही गटांना हिंदूंचे धर्माचरण अन्यायाचे आणि अत्याचाराचे वाटण्याची शक्यता आहे. हिंदू धर्म सुधारण्यासाठी महावीर, बुद्ध, बसवेश्वर, नानक आदी बंडखोरांनी वेगवेगळ्या पंथांची स्थापना केली. त्यामुळे हिंदूंचे सार्वत्रिक आवाहन संपुष्टात आले. मुसलमानांत काही लहान-मोठी बंडे झाली, पण त्या बंडांच्या खुणा आता फक्त शिया आणि सुन्नी या द्वेषातच शिल्लक आहेत. बाकीची सर्व बंडे मोडून काढण्यात आली आणि मुसलमान समाज एकजिनसी झाला आहे. कोणताही नवा विचार सांगण्यास मुसलमान धर्मात बंदी आहे. त्यामुळे मुसलमान धर्माचे आवाहन सोपे, सुटसुटीत राहिले आहे. हिंदू जनजागरणात मुसलमान धर्माची चिकित्सा म्हणूनच अपरिहार्य आहे.

ज्या समाजामुळे हिंदू समाजाला अवमानित स्थितीत राहावे लागते, त्या समाजाची जडण-घडण कशी आहे, हे समजून घेतले; तरच मुसलमानांना प्रत्युत्तर देणे शक्य होईल. इस्लाम हा परकीय भूमीत रुजलेला एक धर्म आहे आणि तेथून तो तलवारीच्या जोरावर भारतात आलेला आहे. ह्या देशात इस्लामच्या अनुयायांची जी संख्या वाढलेली आहे, ती काही महंमदाची शिकवण लोकांनी स्वखुशीने पत्करली म्हणून नव्हे; त्यात मोठ्या प्रमाणात जबरदस्ती होती, कत्तलीचे भय होते, नोकरी व मानमरातब यांचा मोह होता आणि हिंदू धर्मातील जातिव्यवस्थाही त्याला कारणीभूत होती. हिंदू धर्माने अव्हेरलेल्या दलित समाजातूनच बहुतांशी ही धर्मांतरे झालेली असल्यामुळे इथला मुसलमान हा हिंदू धर्माचा द्वेष्टा बनण्यास मदत झाली. हिंदू धर्माने जो अन्याय केला, त्या धर्माचा सूड उगविण्याची आकांक्षा इथल्या मुसलमानांच्या अंत:करणात निर्माण झालेली आहे आणि सूडभावनेला महंमदाची शिकवणसुद्धा साह्यभूत झालेली आहे. त्यात आता एक नवी भर पडलेली आहे. ती म्हणजे, आखाती राष्ट्रांतील संपत्ती. जगातील अन्य मुसलमानांपेक्षा भारतातील मुसलमान हे अधिक दुष्ट, मागासलेले व सूडग्रस्त आहेत. पाकिस्तान किंवा बांगलादेश येथे फाळणीनंतर राहिलेले हिंदू नामशेष होत गेले. हिंदूंचा शेजार मुसलमान धर्माला मान्य नाही. तो तसा मान्य का नाही, हे पाहण्यासाठी कुराणाचा ग्रंथ पाहण्याची गरज आहे.

कुराणाचा अन्वयार्थ लावण्याचा 'सोबत'ने पूर्वीही प्रयत्न केलेला आहे. तरीही तो उद्योग पुन: पुन्हा करणे भाग आहे. एक तर हिंदू समाज हा अत्यंत विसराळू आहे. त्याचा जागृतीचा काळ फार थोडा असतो, त्यामुळे पुन: पुन्हा

ओरडून सांगावे, तेव्हा त्याच्या डोक्यात प्रकाश पडतो. अशा वेळेस आमचे सरकार आडवे येतेच. धर्मा-धर्मांत कलह लावणारे जातीय लेखन म्हणून आमच्या लेखनाची संभावना होते. आमच्यावर अनेक खटले भरले गेले. न्यायालये अजून स्वतंत्र आहेत, त्यामुळे अशा खटल्यांतून आमची सुटका झाली. हिंदू-मुसलमान संबंध, कुराणाचा अन्वयार्थ व महंमदाच्या अघोरी आज्ञा यांबद्दल जेव्हा जेव्हा आम्ही लिहिले; तेव्हा तेव्हा सरकारने खटले भरले. सत्य आमच्या बाजूला असल्यामुळे न्यायालयाने आम्हाला त्या सर्व खटल्यांतून निर्दोष म्हणून सोडले. कोणत्याही खटल्यात सरकारला आमचे लेखन जातीय होते, असे सिद्ध करता आले नाही.

विनोबांनी कुराणावर एक खोटे पुस्तक लिहिले आहे. ते धादांत खोटे आणि लबाडीने भरलेले आहे. खरे तर ईश्वर आणि अल्ला या दोघांना एकाच पातळीवर आणणे, हाच गुन्हा आहे. ही परमेश्वराची दोन रूपे नाहीत, कारण ईश्वर हा दयाघन आहे. तो मानवी चुकांना क्षमा करतो. पण कुराणातील अल्ला त्याच्या आज्ञा ऐकल्या नाहीत तर अशी जबरदस्त शिक्षा करतो की, त्यामुळे माणसाचे अस्तित्वच संपुष्टात येते. धर्माच्या नावावर हिंदूंनीही अन्याय केले आहेत; पण ते अन्याय करण्यासाठी हिंदूंना देवांचा पाठिंबा नाही. वेदांत मूर्तिपूजा नाही, जातिसंस्था नाही; उलटपक्षी निसर्गातील उदात्त आणि रम्य-भीषण स्वरूपालाच परमेश्वराचे स्वरूप दिले गेले आहे. सूर्य, चंद्र, अग्नी, वरुण यांसारख्या मानवाला जाणवणाऱ्या आणि मानवाला उपयुक्त असणाऱ्या निसर्गालाच वेदाने ईश्वराचे रूप दिले. परंतु हे परमेश्वराचे व मानवाचे असलेले नाते तुटून ह्या देशात येणाऱ्या किंवा असणाऱ्या प्रत्येक मानवसमूहाला संतुष्ट करून त्याचा स्वीकार करण्यासाठी अनेक देव-देवतांची आपल्या धर्मात गर्दी होत गेली. या प्रत्येक देवाच्या उपासनेमुळे लहान-मोठे पंथ निर्माण होत गेले. सर्वसमावेशकता हाच एक हिंदू धर्माचा अवगुण झाला, कारण सर्वांना एकत्र बांधून ठेवणारा वैदिक धर्म अस्तंगत होत गेला.

मुसलमान धर्माची बाब निराळी आहे. हा एकाच माणसाने निर्माण केलेला धर्म आहे. एकाच माणसाच्या बुद्धीतून निर्माण झालेला कुराण हा ग्रंथ या धर्मावर नियंत्रण ठेवतो. कोणत्याही परकीय कल्पनेचा विनाश किंवा त्याचा स्वाहाकार ही इस्लामची प्रेरणा आहे. त्यामुळे त्यात मतमतांतरे नाहीत. सहाव्या-सातव्या शतकात निर्माण झालेला हा धर्मग्रंथ हे त्यापूर्वीच्या आणि त्यानंतरच्या निर्माण झालेल्या मानवाच्या सर्व प्रश्नांवर असणारे एकच उत्तर आहे. जे कुराणात नाही

ते जगात नाही– अशी मुसलमानांची श्रद्धा आहे, म्हणून मुसलमानी माणूस हा अजून सहाव्या-सातव्या शतकात वावरतो आहे. आधुनिक जगात निर्माण झालेल्या कोणत्याही प्रश्नाला इस्लामजवळ उत्तर नाही. लोकशाही, समाजवाद, स्त्रीस्वातंत्र्य, कुटुंबनियोजन असल्या कोणत्याही परिवर्तनाला इस्लामी जगतात म्हणूनच थारा मिळत नाही. घाण्याला जुंपलेल्या बैलाप्रमाणे तो फक्त कुराणाभोवती फिरत राहतो. त्याला बाहेरचे जग दिसतच नाही किंवा दिसू दिले जात नाही. कोणी दुसरीकडे पाहण्याचा प्रयत्न केला, तर कुराणाच्या आज्ञेने त्याचे डोळे फोडून टाकले जातात.

कुराणाची आज्ञा तरी काय आहे, हे पाहण्यासाठी इस्लामचा प्रेषित महंमद पैगंबर याचे चरित्र तपासले पाहिजे. महंमद पैगंबराच्या जन्मापूर्वी अरबस्थानात टोळ्यांची छोटी-छोटी राज्ये होती. या अरबी लोकांत ख्रिश्चन, ज्यू, बौद्ध, हिंदू आणि स्थानिक मूर्तिपूजक असे विविध स्तरांतील लोक होते, ही गोष्ट आता अनेक संशोधकांनी सिद्ध केलेली आहे. महायान बौद्ध पंथीयांचा आणि शैव हिंदूंचा अरबस्तानावर फार मोठा प्रभाव होता. काबाचे मंदिर हेही पूर्वी शंकराचे मंदिर होते. महंमद पैगंबर हा ज्या कुरेशी टोळीत जन्माला आला, ती टोळी काबा मंदिराची पुजारी आणि मूर्तिपूजक होती, हेही लक्षात ठेवले पाहिजे. मूर्तिपूजकांच्या घरात जन्मास आलेल्या प्रेषिताने ज्या धर्माची पुढे स्थापना केली, तो धर्म मात्र हिंदू किंवा बौद्ध धर्माशी मिळता-जुळता नाही; तर ख्रिश्चन आणि ज्यू धर्माशी नाते सांगू लागला.

महंमद पैगंबराच्या बालपणाविषयी फारशी माहिती मिळत नाही किंवा कुणी अनुमानाने सांगायचा यत्न केला तरी तो कुणी विश्वसनीय मानत नाही. इ. स. ५७१ मध्ये पैगंबराचा जन्म झाला. वडील तर आधीच मृत्यू पावलेले. आजोबाही त्याच सुमारास मृत्युमुखी पडलेले आणि ६ व्या वर्षी आईचे छत्र हरपले. अशा परिस्थितीत त्याचा चुलता अबू तालीब याने त्याचे पालन-पोषण केले. त्याने पुढे इस्लामचा स्वीकार कधीही केला नाही, तरी आपल्या पुतण्याबद्दल त्याला मनस्वी प्रेम वाटत होते. वयाच्या पंचविसाव्या वर्षी चाळीस वर्षे वयाच्या प्रौढ श्रीमंत 'खदिजा' नावाच्या विधवा स्त्रीशी महंमदाने लग्न केले. ही त्याची सर्वांत लाडकी बायको. महंमदाची एकुलती एक मुलगी फातिमा ही ह्या खदिजाचीच मुलगी. खदिजाच्या मृत्यूपर्यंत महंमदाने दुसरे लग्न केले नाही. जी अन्य लग्ने झाली, ती महंमदाने स्वत:ला प्रेषित म्हणून घोषणा केल्यानंतर. नंतरच्या विवाहित स्त्रियांपैकी हाफशा आणि आयेशा ह्या त्याच्या बायका. या महत्त्वाच्या लग्नाच्या

वेळी प्रेषित महंमदाचे वय बावन्न वर्षांचे आणि आयेशाचे वय फक्त नऊ वर्षांचे होते, हे लक्षात ठेवले पाहिजे. पन्नास वर्षांच्या नाना फडणीसाने ९ वर्षांच्या कोवळ्या कुमारिकेशी लग्न केल्याबद्दल त्याला लंपट ठरविणाऱ्या जब्बार पटेलांनी ते ज्या इस्लाम धर्माचे आहेत, त्या धर्माच्या प्रेषिताच्या ह्या लग्नाची याद ठेवावी.

महंमदाने शालेय किंवा तत्कालीन कोणत्याही पद्धतीने शिक्षण घेतलेले नव्हते. तो अशिक्षित होता, अडाणी होता आणि एक सर्वसामान्य माणूस होता, हे मुसलमान धर्मपंडित आवर्जून सांगतात. सर्वसामान्य कोणताही धर्म आपल्या धर्मगुरूच्या बुद्धिवैभवाची साक्ष देत असतो. शंकराचार्य बाराव्या वर्षी प्रकांडपंडित होते; भगवान बुद्धांना वयाच्या पाचव्या वर्षीच चवदा विद्या, चौसष्ट कला आणि छपन्न लिप्या माहीत होत्या. महंमद हा स्वत: विचारवंत नाही व सामान्य माणूस आहे, हे मुसलमान धर्मपंडित जे आग्रहाने सांगत असतात; याचे एकच कारण की, महंमदाने सांगितलेले तत्त्वज्ञान हे त्याचे स्वत:चे नाही, हे त्यांना सिद्ध करावयाचे असते. कुराणाचे दिव्य तत्त्वज्ञान महंमद पैगंबर स्वत:च्या अकलेने सांगूच शकणार नसल्यामुळे जे काही त्यांनी सांगितले आहे, ते केवळ परमेश्वराच्या प्रेरणेनेच सांगितले आहे, हे इस्लाम धर्मगरूंना सिद्ध करणे आवश्यक वाटते. आपल्या बुद्धीने काही सांगावे, एवढी प्रगल्भ बुद्धी महंमदाजवळ नव्हती. कुराणातील प्रत्येक वाक्य ही परमेश्वराची शब्दरचना आहे, असे इस्लामी धर्मपंडित मानतात. महंमद पैगंबर हा केवळ निमित्त आहे आणि त्याने सांगितलेला शब्द हा परमेश्वराच्या आज्ञेचा भाग शब्दश: त्याच्या मुखातून बाहेर पडलेला आहे. परमेश्वरानेच एखादी गोष्ट सांगितलेली आहे, हे मान्य केल्यावर मानवाला त्यात बदल करण्याचा अधिकार नाही, हा निष्कर्ष इस्लामी धर्मपंडित आपोआपच काढतात.

बुद्ध, भगवान कृष्ण, व्यास किंवा श्रीमद् शंकराचार्य यांना परमेश्वराने बुद्धी दिली. त्यामुळे त्यांनी परमेश्वराच्या म्हणून सांगितलेल्या आज्ञा ह्या सर्वथा परमेश्वराच्या असू शकत नाहीत; तर मानवी बुद्धीची मर्यादा आणि परमेश्वरी शब्दांचा अर्थ लावण्याची कुवत यामुळे परमेश्वराचा शुद्ध शब्द म्हणून त्यांपैकी कुणाच्या शब्दाला इस्लामी धर्मपंडितांच्या मते किंमत नाही. महंमद अडाणी असल्यामुळे त्याने स्वत:ची बुद्धी वापरलेली नाही आणि जे काही त्याच्या तोंडातून बाहेर पडले, ते शुद्ध स्वरूपातील परमेश्वराचे शब्द होत.

वयाच्या चाळीस वर्षांपर्यंत महंमद हा एक केवळ प्रापंचिक माणूस होता. त्याला कसलीही महत्त्वाकांक्षा नव्हती. आपल्यापेक्षा वयाने खूप मोठ्या असलेल्या स्त्रीबरोबर त्याने निष्ठेने संसार केला. चाळिसाव्या वर्षी म्हणजे इ. स. ६१०

मध्ये परमेश्वराने पाठवलेला एक देवदूत महंमदाला भेटला आणि त्या देवदूताने असे सांगितले, 'तू परमेश्वराचा प्रेषित आहेस'. देवदूताच्या ह्या संदेशाने सामान्य समजला जाणारा महंमद एकदम धर्मसंस्थापक बनला आणि मग त्याने धर्मप्रचाराला सुरुवात केली. त्याच्या पहिल्या पत्नीचा म्हणजे खदिजाचा नातेवाईक अली आणि अबू बकर हे त्याचे वरिष्ठ दर्जाचे दोन अनुयायी– बाकीचे सारे अनुयायी गुलाम किंवा कनिष्ठ जातीचे होते. मक्केत धर्मप्रसार करीत असताना त्याचा छळ होणे स्वाभाविक होते, तरीही त्याने सारा धर्मप्रसार शांतपणे चालू ठेवला.

मक्केत असेपर्यंत महंमदाने इस्लाम हा परिपूर्ण धर्म आहे व आपण अखेरचे प्रेषित आहोत, अशी कडवी भूमिका घेतली नाही. महंमदाने ही शेवटची जी टोकाची भूमिका घेतली, ती मदिनेच्या विजययात्रेनंतर. तोपर्यंत त्याने आपल्या धर्मप्रसाराचा पगडा बऱ्याच लोकांच्या मनावर ठसविला होता. अखेरचे प्रेषित आहोत, ही भूमिका महंमदाने घेतल्यामुळे कुराण हा आपोआपच शेवटचा धर्मग्रंथ ठरला. मुसलमान धर्मपंडित ह्या घटनेचा एका विशिष्ट दृष्टीने अन्वयार्थ लावतात. ते म्हणतात, माणूस हा अत्यंत विसराळू आणि कृतघ्न असल्यामुळे परमेश्वराला पुन: पुन्हा नवे प्रेषित पाठवावे लागले. परंतु इतके प्रेषित पाठवूनसुद्धा माणसात पुरेशी सुधारणा होऊ शकली नाही. प्रत्येक जाती-जमातीसाठी, देशासाठी वा भाषेसाठी अनेक प्रेषित पाठवूनसुद्धा मुर्दाड माणसांची सुधारणा होत नाही, हे पाहून एकेका राष्ट्रासाठी किंवा वंशासाठी प्रेषित न पाठवता परमेश्वराने अखिल मानवजातीसाठी एक अखेरचा प्रेषित पाठवला आणि हा शेवटचा प्रेषित म्हणजे महंमद पैगंबर होय. तत्पूर्वीच्या अनेक प्रेषितांनी आणलेले परमेश्वराचे संदेश संदिग्ध असल्यामुळे त्यात माणसाने हवे तसे बदल केले. काही संदेश उलटे-सुलटे केले, काही वेळेस स्वार्थासाठी किंवा काही वेळेस अज्ञानापोटी ह्या संदेशात हवे तसे चुकीचे बदल होत गेल्यामुळे परमेश्वराची शुद्ध स्वरूपातील आज्ञा शिल्लक राहिलीच नाही. महंमद पैगंबर हा अखेरचा प्रेषित असल्यामुळे आपले संदेश शुद्ध राहावेत, अशी परमेश्वरानेच स्वत:च काळजी घेतली. पवित्र कुराणात नवे काही घातले जाणार नाही किंवा असलेले काही गाळले जाणार नाही, कारण पवित्र कुराण हा परमेश्वराचा शेवटचा संपूर्ण व शुद्ध उपदेश आहे.

मोझेस आणि येशू यांच्या ज्यू व ख्रिश्चन धर्मातील अनेक चालीरीती महंमदाने इस्लाम धर्मामध्ये स्वीकारल्या, असा आक्षेप घेणाऱ्या टीकाकारांना इस्लामी धर्मपंडितांचे असे उत्तर आहे की, परमेश्वर आरंभापासून कुराणामध्ये सांगितलेल्याच आज्ञा प्रेषिताकरवी जगाला सांगत होता. मोझेस आणि येशू हे

दोघेही इस्लामी तत्त्वज्ञानाचेच प्रेषित होते; परंतु परमेश्वरी आज्ञांचे त्यांना नीट आकलन झालेले नाही. परमेश्वरी आज्ञा त्यांना नीट ऐकू गेलेल्या नसतील. ज्यू किंवा ख्रिश्चन धर्म हा इस्लामचाच एक भाग आहे; परंतु परमेश्वराच्या आज्ञांत भेसळ झाल्यामुळे परमेश्वराला एक शेवटचा प्रेषित धाडणे भाग पडले आणि या प्रेषिताने मोझेस किंवा येशू यांच्या सर्व चुका दुरुस्त करून परमेश्वराच्या शेवटच्या आज्ञा कुराणात आणून रुजवल्या. म्हणून ज्यूंची व ख्रिश्चनांची धर्ममंदिरे मुसलमान धर्मशास्त्रानुसार आपोआपच मुसलमानांच्या मालकीची होतात. पॅलेस्टाईनमधून ज्यूंना हाकलण्याचा प्रकार हा इस्लामी धर्मानुसार न्याय्य आहे, कारण सारे जग इस्लामच्या आधिपत्याखाली आहे. ज्यू किंवा ख्रिश्चन ह्यांना स्वतंत्र अस्तित्वच नाही. मोझेस किंवा येशू हे मुळात इस्लामचेच प्रेषित असल्यामुळे पैगंबराच्या अखेरच्या आज्ञेविरुद्ध त्यांना वागताच येत नाही. 'तोराह' ह्या धर्मग्रंथात मोझेसचा व 'बायबल'मध्ये येशूचा अशुद्ध उपदेश आहे. 'तोराह' व 'बायबल' ही परमेश्वरी आज्ञेची भ्रष्ट रूपे असल्यामुळे व त्यांच्या शुद्ध रूपाचा अंतर्भाव कुराणात झालेला असल्यामुळे ज्यू किंवा ख्रिश्चन यांनाही कुराणाच्या आज्ञेविरुद्ध वागण्याचे हक्क राहत नाहीत. प्रेषित महंमद हा शेवटचा प्रेषित म्हणजेच 'खातमुलनबुवत' आणि कुराण ही परमेश्वराची शेवटची धर्माज्ञा 'दिने कामील', अशी धर्मपंडितांनी भूमिका घेतल्यामुळे इस्लाम ह्या परिपूर्ण धर्मात कोणताही बदल किंवा सुधारणा अशक्य आहेत.

आपल्याला वाटते की, हिंदू धर्म जर इतका पुरातन आहे, तर ते इस्लामचे भ्रष्ट रूप कसे असू शकेल? यावर मुसलमानांनी एक सोपा तोडगा शोधून काढला आहे. महंमदाच्या जन्मापूर्वी निर्माण झालेले 'वेद' किंवा त्यापूर्वीचे सर्व धर्मविचार हे अज्ञानातून निर्माण झाले आहेत. वेद, उपनिषदे, बुद्धाचा धम्म, महावीराचा जैन धर्म किंवा तत्सम धर्मविचार सांगणाऱ्या प्रेषितांनी इस्लामचीच भूमिका मांडली; पण परमेश्वरी आज्ञेचे आकलन न झाल्यामुळे त्यांनी ती भ्रष्ट स्वरूपात मांडली. महंमद पैगंबराच्या पूर्वी परमेश्वराच्या नावाखाली जे-जे सांगण्याचे यत्न झाले, ते-ते सारे गैरमाहितीवर किंवा अज्ञानावर आधारित असल्यामुळे ते टाकाऊ आहेत. महंमद पैगंबराचा जन्म झाला, त्या दिवशी अखेरचा प्रेषित निर्माण झाला आणि शुद्ध स्वरूपात परमेश्वरी आज्ञा कुराणातून माणसाला मिळाल्या. महंमदाच्या जन्मानंतर निर्माण झालेले ज्ञानेश्वर, चक्रधर, रामानुज, वल्लभ, नानक, बसवेश्वर हे सगळे प्रेषित नाहीतच; पण संतसुद्धा असू शकत नाहीत, कारण त्यांचा कुराणावर म्हणजेच परमेश्वराच्या अखेरच्या आज्ञांवर

विश्वास नाही.

कुराणानंतर कोणताही नवा धर्म अस्तित्वात येऊच शकत नाही, ह्या ठाम भूमिकेमुळे जे-जे कुराणाविरुद्ध किंवा कुराणाबाहेरचे सांगण्याचा प्रयत्न करतील, ते-ते नास्तिक व धर्मद्रोही म्हणजेच काफर असतात. शेवटच्या प्रेषिताला न मानणारा कोणीही संत असूच शकत नाही, अशी निर्धाराची भूमिका आहे. म्हणून मुसलमानांचे जेव्हा अन्य धर्ममतांशी भांडण होते, तेव्हा तो दोन धर्ममतांतील झगडा नसतो; तर परमेश्वराच्या एकनिष्ठ उपासकांनी खरा परमेश्वर न मानणाऱ्या धर्मबुडव्या लोकांशी केलेला लढा असतो. अशा लढ्यात कुराणाची आज्ञा न मानणारे अर्थातच धर्मद्रोही असतात व त्यामुळे अर्थातच ते वधास पात्र असतात. अखेरचा प्रेषित व अखेरच्या धर्माज्ञा ही भूमिका महंमदाने मदिनेत गेल्यानंतर घेतली आणि तशी भूमिका घेतल्याबरोबर इस्लामला वेगळाच कडवेपणा प्राप्त झाला.

(७ मार्च, १९८२)

-०-०-०-

२७

राष्ट्रीयता मुसलमानांना शिकवा– एकात्मता हिंदूंना

'राष्ट्रीय एकात्मता परिषद' या नावाखाली गेले काही दिवस बरीच धूमधाम चालू होती. अर्थात ही चळवळ प्रतिक्रियात्मक आहे, हे उघडच आहे. विश्व हिंदू परिषदेने भारतभर जे हिंदू जनजागरण केले आणि त्याला जो भव्य प्रतिसाद मिळाला, त्यामुळे मुख्यत्वेकरून समाजवाद्यांच्या पोटात दुखावे, हे अगदी स्वाभाविकच आहे. 'राष्ट्रीय एकात्मता परिषद' अशा भव्य नावाखाली कोणी असेच जनजागरण केले आणि लोकांना भारतीयत्व व एकात्मता या दोन्हीही गोष्टींचे शिक्षण दिले, तर कुणाचाही विरोध असण्याचे कारण नाही; पण जी काही भाषणाची प्रतिवृत्ते वृत्तपत्रांतून वाचायला मिळाली, त्यावरून या सर्व मंडळींच्या मनात भारतीय एकात्मतेपेक्षा विश्व हिंदू परिषदेच्या अभूतपूर्व यशाबद्दल मत्सर वाटत असावा, असे दिसते. कुणाच्याही कोंबड्याच्या आरवण्याने सूर्य उगवला तरी आम्हाला त्याचा आनंदच आहे. असूयेतून असला तरी परिणाम देशहिताचा असेल, तर केवळ समाजवाद्यांनी चळवळ केली म्हणून तिला विरोध करणे बरोबर नाही. उलट, ज्याला-ज्याला जमेल त्याने-त्याने या भारतीय एकात्मता परिषदेत भाग घ्यावा आणि भारतीयत्व व एकात्मता या दोन्हीही गोष्टींचे विश्लेषण करावे.

अलीकडच्या सभांतून अन्य पक्षांतील वक्ते दिसत आहेत आणि ते वक्ते विश्व हिंदू परिषदेच्या कार्यातही सामील झाले होते. विश्व हिंदू परिषदेने केलेल्या जनजागरणाचा समाजवाद्यांवर झालेला

हा सुपरिणाम म्हणायला पाहिजे. भारतीय एकात्मतेला कुणाचाही विरोध नाही आणि असता कामा नये. याच व्यासपीठावरून काही सुज्ञ मुसलमानसुद्धा बंडखोरीची भाषा बोलू लागले आहेत व आपल्या धर्मान्धतेबाबत आवाज उठवू लागले आहेत, ही गोष्ट कौतुकाची आहे. जब्बार पटेल यांच्या बोलण्यातही कुटुंबनियोजन, समान नागरी कायदा, या निश्चित भूमिका ऐकायला मिळाल्या, हे आम्हाला आनंददायक वाटते. आम्ही या परिषदेचे मन:पूर्वक स्वागत करतो.

भारतीय एकात्मतेत हिंदुत्वाची किंवा हिंदुराष्ट्रवादाची कल्पना समाविष्ट आहे, याचे भान मात्र विसरता कामा नये. हिंदू या शब्दानेही बिचकून जाण्याचे कारण नाही. मुसलमान हा एक बंदिस्त आणि प्रेषिताच्या धर्मग्रंथावर आधारलेला धर्म आहे आणि हिंदू ही या देशातील जीवनव्यवहाराची पद्धत आहे. हिंदू विरुद्ध मुसलमान असे मुळी या संघर्षचे स्वरूपच नाही. ते तसे स्वरूप आले आहे त्याचे कारण, इस्लामची मूर्तिपूजकांविरुद्ध असलेली भूमिका होय. वास्तविक, या देशातील मुसलमान हेही हिंदूच आहेत. या देशात जी काही परंपरा आहे, ती या देशातील प्रत्येक नागरिकाने आपली मानली पाहिजे. हिंदू असोत वा अन्य भारतीय नागरिक असोत; त्या सर्वांच्या अंगांतून वाहणारे रक्त समानच आहे. काही थोडे इराणी, तुराणी, अफगाणी लोक सोडले; तर उरलेले सर्व मुसलमान व ख्रिश्चन हे व्यास-वाल्मीकी, पाणिनी-याज्ञवल्क्य, राम-कृष्ण या साऱ्यांचेच वारस आहेत.

या देशात जे चांगले आणि वाईट घडले, ते सर्व आम्ही सर्वांनी मिळून घडविले आहे. आपण वेगळे आहोत, अशी मुसलमानांनी भूमिका घेतली व इथल्या परंपरांशी वैर केले, म्हणून भारतीय एकात्मतेला तडा गेला. भारतातील अनेक उपासनापद्धतींत इस्लामची आणखी एक उपासनापद्धत वाढली म्हणून फारसे काही बिघडले नसते. धर्म ही जर खासगी बाब राहिली असती, तर धर्माला कुणाचा विरोध झाला नसता. परंतु धर्म जेव्हा उपद्रवाचे साधन होऊन बसते, तेव्हा एकात्मतेला तडा जातो.

पारशी, शीख, बौद्ध, जैन, लिंगायत या सर्व वेगळ्याच उपासनापद्धती आहेत. त्या जशा येथील जीवनाशी समरस होऊन गेल्या व आपले स्वतंत्र अस्तित्व टिकवूनसुद्धा त्यांनी भारतीयत्व स्वीकारले, म्हणून तर त्यांच्याशी वैरभाव उत्पन्न झाला नाही. मिशनऱ्यांनी इंग्रजी राज्य असताना जी धर्मांतरे घडवून आणली, त्यामुळे भारतीय एकात्मतेला तडा गेला. याचे जागते उदाहरण म्हणजे आसाममधील टोळ्यांचे प्रदेश होत. पण भारतीय ख्रिस्ती आता पुष्कळच

शहाणपण शिकले आहेत. त्यामुळे ख्रिश्चन आणि हिंदू धर्मांत जो काही संघर्ष होऊ पाहत होता, त्याला आळा बसला आहे. आपण प्रथम भारतीय आहोत; मग ख्रिश्चन आहोत, असे मानून ते जर भारताचा एक अविभाज्य घटक म्हणून नांदणार असतील; तर प्रश्नच मिटला. परकीय मदत रोखली, तर ख्रिस्ती धर्मांतराचा प्रश्न सोडविता येईल.

भारतासारख्या गरीब देशात लोकांना साह्यकारी होऊन त्यांची सेवा करून आपखुशीने धर्मांतरे झाली, तर त्याला रोखण्याची घटनेत तरतूद नाही; परंतु अज्ञानाने, जबरदस्तीने वा प्रलोभनाने जेव्हा धर्मांतरे होतात व त्यांतून संघर्ष निर्माण होतात, तेव्हाच मतभेद सुरू होतात.

परंतु इस्लामचे तसे नाही. इस्लाममध्ये इस्लामविरोधी धर्म-पंथांना नष्ट करून टाकण्याच्या आज्ञा असल्यामुळे तो भारतीय राष्ट्रप्रवाहाशी एकरूप होऊ शकलेला नाही. पाकिस्तानची निर्मिती हा इस्लामच्या अराष्ट्रीयतेचा पुरावा आहे. 'पाकिस्तान जला दो' या घोषणेने भारतीय मुसलमानांना राग येण्याचे काय कारण? पाकिस्तान हे भारतापासून अलग झालेले राष्ट्र. पाकिस्तानने भारतावर दोनदा युद्धे लादली व आपल्या देशावर आर्थिक अरिष्ट आणले. पाकिस्तानातील आणि भारतातील मुस्लिम वृत्तपत्रे सातत्याने भारतीय समाजावर असभ्यपणाने हल्ले करीत असतात. पाकिस्तानविरुद्ध हिंदुस्थान या हॉकी किंवा क्रिकेट खेळात पाकिस्तान यशस्वी होते, तेव्हा येथील मुसलमानांना आनंदोत्सव साजरा करावा असे का वाटते? थोडक्यात, भारतीय एकात्मता ही मुख्यत्वे करून येथील मुसलमानांनी स्वीकारण्याची बाब आहे.

राष्ट्रीय एकात्मता परिषदेत मुसलमानांचा सहभाग फार थोडा दिसतो आणि त्या सभांतून मुसलमानांच्या अराष्ट्रीय वृत्तीवर फार थोडा वेळ बोलले जाते. या सभासुद्धा बहुतेक वेळा हिंदू वस्तीवरच होतात आणि मुसलमान अशा सभांना फारसे उपस्थितही नसतात. राष्ट्रीय एकात्मता परिषदेत मुख्यत्वेकरून आसाममधील परिस्थिती, समान नागरी कायदा, मुसलमान स्त्रियांचे दास्य, मुसलमान धर्मगुरूंचा वाढता प्रभाव, काश्मीरला दिला गेलेला वेगळा दर्जा या गोष्टींवर चर्चा होण्याची आवश्यकता आहे. तसे घडताना मात्र दिसत नाही.

हिंदू धर्मात उणिवा नाहीत, असे मुळीच नाही. त्या आहेत; पण त्या दूर करण्याचा प्रयत्न गेली शंभर वर्षे चालू आहे व त्याचे काही दृश्य परिणाम दिसू लागले आहेत. ही प्रगती असमाधानकारक आहे; ही गोष्ट मान्य करूनसुद्धा हिंदू अंधश्रद्धांवर, जातिव्यवस्थेवर व कर्मविपाकाच्या सिद्धांतावर मोठ्या प्रमाणावर

हिंदू सुधारक हल्ले चढवीत आहेत. राष्ट्रीय एकात्मता परिषदेने हिंदू धर्मातील उणिवांवर बोट ठेवलेच पाहिजे; पण जो समाज अगदी मागासलेला आहे, त्या मुसलमान समाजावर अधिक लक्ष केंद्रित केले पाहिजे. याउलट, मुस्लिम जातीयवादाला कळत-नकळत संरक्षणच मिळत आहे. सुधारणेच्या एका पातळीवर हिंदू आणि मुसलमान आल्यानंतर साऱ्याच सुधारणांचा वेग वाढण्याची शक्यता आहे, पण तसा प्रयत्न आजपर्यंत झालाच नाही. 'मुसलमान समाजातील आगरकर' असा ज्यांचा मी मागे उल्लेख केला होता, त्या कै. हमीद दलवाई यांचा प्रयत्न क्षीण असला तरी फारच उपयुक्त होता व आहेही. जळगावची रझिया पटेल हिने जे स्त्री-स्वातंत्र्याचे बंड उभे केले आहे, त्यामुळे मुसलमान धर्माची बंदिस्त कवाडे उघडण्याची शक्यता आहे.

भारतीय एकात्मता परिषदेत या व अशा घटनांची नोंद काळजीपूर्वक व्हायला हवी. धर्ममतांचे चिरेबंदी वाडे कोसळल्याशिवाय एकात्मता शक्य नाही. मुसलमान हा प्रथम मुसलमान असतो, मग तो अन्य श्रद्धांचा विचार करतो. इतर भारतीय मुसलमानांना जगातील मुसलमान जवळचे वाटतात. इस्लामचे भारतीयीकरण होणे आवश्यक आहे. ते भारतीयत्व नाइलाजाने मानतात. सोईनुसार ते लोकशाहीवादी होतात. घटनेचा आणि संविधानाचा उपयोग ते धर्मप्रसारार्थ करतात; पण ते राष्ट्रीय प्रवाहाशी एकरूप होऊ इच्छित नाहीत, हे त्यांच्याच उद्गारांवरून व लेखनावरून सिद्ध करता येण्यासारखे आहे. मुसलमान धर्माचे सत्यस्वरूप सांगितले की, आम्हाला मात्र जातीयवादी ठरविण्यात येते.

वास्तविक, मुसलमानांनी या राष्ट्रीय जीवनप्रवाहात एकरूप व्हावे, याशिवाय आमच्या मनात दुसरी कोणतीही भावना नाही. दुसऱ्या धर्मावर टीका करीत असताना आमचा हिंदू समाजही विस्कळीत आहे, याचेही आम्हाला भान आहे. जितक्या तीव्र प्रमाणात मुसलमानांच्या धर्मांधतेचा तिरस्कार केला पाहिजे, तितक्याच किंवा त्याहूनही अधिक तीव्र प्रमाणात आम्ही जाती-वर्ण-व्यवस्थेचा निषेध करीत आहोत. आमची ही दुहेरी लढाई आहे. स्वतःच्या देहातील रोगाचा बंदोबस्त करून आमच्या मुसलमान धर्मबांधवांच्या असाध्य रोगावरही आम्हाला इलाज योजिला पाहिजे. ही दुहेरी लढाई एकाच वेळेस करणे आवश्यक आहे. पण वेगवेगळ्या कारणांसाठी मुसलमानांच्या उपद्रवी चाळ्यांकडे राजकीय पक्ष दुर्दैवाने दुर्लक्ष करीत आहेत. मुसलमानांच्या या धर्मांध चाळ्यांमुळे प्रतिक्रिया म्हणून हिंदू जर अधिक धर्मांध झाले, तर त्याची जबाबदारी तथाकथित पुरोगाम्यांवरच पडते.

हिंदूंसाठी एक भाषा आणि मुसलमानांसाठी दुसरी भाषा, असा प्रकार ही

मंडळी करीत असल्यामुळे यांच्या प्रामाणिकपणाबद्दल शंका येत राहते. म्हणून राष्ट्रीयत्व मुसलमानांना शिकवा आणि एकात्मता हिंदूंना शिकवा, असे म्हणण्याची वेळ आमच्यावर आली आहे. आर्थिक समानता आणण्याचा प्रयत्न करीत असताना धार्मिक समानता कशी येईल व अल्पसंख्याकांच्या नावाखाली मुसलमानांना जे अवाजवी महत्त्व दिले गेले आहे, ते कसे नष्ट होईल याचा प्रथम विचार केला पाहिजे. कम्युनिस्ट किंवा समाजवादी मंडळी धर्म मानीत नाहीत; पण या देशात अजूनही धर्माचा विलक्षण प्रभाव आहे. धर्माचा गुंता सोडविण्याच्या कामात म्हणूनच ही मंडळी अयशस्वी होतात. आपल्याला रोग झालेलाच नाही, असे म्हटल्याने रोग बरा होत नाही; त्यापेक्षा आपला रोग प्रामाणिकपणाने कबूल करणे व त्यावर नियमितपणे औषध घेणे, हाच रोग बरा करण्याचा एकमेव मार्ग आहे. कम्युनिस्टांना हे सांगून काही उपयोग नाही, कारण जगाच्या राजकारणात ते दंग आहेत. पण समाजवाद्यांना हे कळूनसुद्धा त्यांनीही स्वत:ला पुस्तकी पांडित्यात गुंतवून घेतले आहे.

हिंदू समाजाने ग्रंथप्रामाण्याने आपला विनाश ओढवून घेतला. मुसलमानांनी तर कुराणाच्या तुरुंगात आपल्याला बंदिस्त करून घेऊन मागास राहण्याची प्रतिज्ञाच केली आहे. त्याप्रमाणे एका वर्गविग्रहाच्या सिद्धांतावर जगातील सारे प्रश्न सोडविण्याची आकांक्षा समाजवादी करीत असतात. माणूस हा एक सतत बदलणारा प्राणी आहे. त्याच्या गरजा बदलत असतात. नव्या बदलणाऱ्या परिस्थितीशी जमवून घ्यायला हिंदू समाजाला जसे अडचणीचे झाले, तीच गत समाजवाद्यांची होते आहे. म्हणून राष्ट्रीय एकात्मता परिषद हा एक सापळा न होता, नवा रस्ता शोधण्यासाठी केलेला प्रयत्न व्हायला पाहिजे.

असूयेने पेटलेल्या आणि स्वत:च्या कोंडाळ्यात बसून जागतिक क्रांतीच्या गप्पा मारणाऱ्या समाजवाद्यांकडून काहीच होणे शक्य नाही. असे असले, तरी राष्ट्रीय एकात्मता परिषदेला आमच्या सर्व शुभेच्छा आहेत. कारण हिंदूंना जरी त्यामुळे फारसा दिलासा मिळाला नाही, तरी मुसलमानांत निर्माण होऊ पाहणाऱ्या बंडखोरांना तरी थोडे संरक्षण मिळेल.

(४ एप्रिल, १९८२)

-०-०-०-

२८

हिंदूंची प्रतिष्ठा, म्हणजेच देशाची प्रतिष्ठा

स्वातंत्र्यानंतरच्या आपल्या आजपर्यंतच्या वाटचालीत आपण काय काय गमावले, याचा हिशेब मांडणे आवश्यक आहे. स्वातंत्र्याचे स्वप्न पाहत असताना या देशातील हुतात्म्यांनी आणि देशभक्तांनी या देशाचे कोणते चित्र नजरेसमोर आणले होते आणि आज प्रत्यक्ष कोणते चित्र दिसते, याचाही विचार केला पाहिजे. उद्दिष्टांत चूक असेल तर दोष देता येणार नाही, कारण उत्साहाच्या भरात आपण काही तरी निर्णय घेऊन कामाला लागलो होतो. उद्दिष्टे बरोबर होती, रस्ताही बरोबर होता; पण साधनांची कमतरता व नियोजनाचा अभाव ही जर आजच्या अवस्थेला कारणीभूत झाली असतील, तर मात्र आपल्यासारखे करंटे आपणच ठरू.

आपल्या देशातील स्वातंत्र्य-चळवळीत जे चळवळे लोक होते, त्यांच्याच हातांत स्वातंत्र्यानंतर सत्तेच्या जागा गेल्या. ज्यांचा त्याग अधिक, त्यांना अधिक मानाचे पद– हे त्या क्षणी स्वाभाविक होते. कृतज्ञता व्यक्त करण्याचा समाजापुढे तो एकच मार्ग होता. गांधीजींच्या चळवळीत जसे देशातले विख्यात कायदेपंडित, अर्थशास्त्रज्ञ, नामांकित धन्वंतरी होते; तसेच काही दांभिक आणि स्वार्थी लोकही शिरले होते. अशा माणसांनी सत्ता येताच महत्त्वाच्या सत्तांच्या जागी आपली वर्णी लावून घेतली.

वरवर पाहता असे दिसते की, काँग्रेसच्या चळवळीत असणाऱ्या लोकांच्या हातांतच स्वतंत्र भारत घडविण्याचे कार्य गेले; परंतु प्रत्यक्षात मात्र तसे घडले नाही. या देशातील राजसत्ता

हळूहळू धनिकांच्या, गुन्हेगारांच्या किंवा जागतिक राजकीय टोळ्यांच्या हाती गेली. गांधी असेपर्यंत आणि गांधींनंतर पंडित नेहरू असेपर्यंत त्या दोघांच्याही नैतिकतेचा प्रभाव राजकारणावर होता. तेव्हाही प्रतापसिंग कैरॉं, अतुल्य घोष, रविचरण शुक्ल, मावळंकर, स. का. पाटील यांसारख्या लोकांच्या हातांत काँग्रेस संघटनेची सूत्रे होती. हे सारे थैलीशहा परकीय भांडवलदारांचे उघड-उघड हस्तक बनले आणि या देशात समाजवादाच्या नावाखाली एक निर्लज्ज भांडवलशाही नांदू लागली.

या देशातील गरीब व अर्धशिक्षित जनतेचे कल्याण करणारी स्वप्ने हळूहळू विरघळत गेली. उद्योगधंद्यांची वाढ करताना शासनाचा वरचष्मा असण्याऐवजी उद्योगपतींचा वरचष्मा वाढू लागला. या कालखंडात भारतातील लोकशाही उद्योगपतींनी विकत घेतली. स्मगलिंग, काळाबाजार किंवा गुन्हेगारी जग यांचे प्रभुत्व वाढू लागले. राजकीय पुढारी, सरकारी अधिकारी आणि उद्योगपती यांचे संगनमत झाले. परिणाम असा झाला की, काँग्रेस पक्षाची आर्थिक शक्ती जबरदस्त वाढली आणि काँग्रेसशी मुकाबला करण्याच्या नादात काँग्रेस पक्षाने जे-जे केले, ते-ते करण्याचा मोह भारतातील अन्य पक्षांनाही झाला. भारतीय राजकारणावर धनसत्तेची पक्कड विलक्षण वाढली. सर्वसामान्य लोकप्रतिनिधींची निवडणूक इतकी महाग झाला की, प्रामाणिक माणसे निवडून येणे अशक्य झाले.

आज आपल्याला ज्या काही प्रश्नांची चिंता वाटते, ते प्रश्न गुंतागुंतीचे आहेतच; परंतु त्यांची गुंतागुंत मुख्यत्वेकरून आपल्या उद्दिष्टांतच गफलत झाल्यामुळे झाली आहे. आपली उद्दिष्टे जर ठरलेली असती आणि त्या उद्दिष्टांची जर आपण प्रत्येक पंचवार्षिक योजनेच्या अखेरीस तपासणी केली असती; तर आपल्या लक्षात आले असते की, आपली उद्दिष्टे आता फसली आहेत. कामगारांसाठी, आदिवासींसाठी, शेतकऱ्यांसाठी किंवा सर्वसामान्य माणसांसाठी जे-जे कायदे आपण केले; त्या कायद्यांन्वये त्यांच्या हातांत जेवढे मिळाले त्यापेक्षा अन्य कायदे करून आपण अधिक काढून घेतले.

जेव्हा जेव्हा कोणत्याही उपायाने सर्वसामान्य माणसाच्या हातात एक रुपया पडतो, तेव्हा महागाईमुळे वा अन्य कारणांमुळे त्याच्या हातातील तो रुपया तर काढून घेतला जातोच; पण त्याच्याजवळ जे काही असते, त्यातलाही काही भाग काढून घेतला जातो. प्रत्यक्षात आपण काही दिले, अशी जाहिरात जेव्हा राज्यकर्ते करतात; तेव्हा त्यांनी काही दिलेले तर नसतेच, परंतु सर्वसामान्य माणसाचा जीवनकलह अधिक बिकट केलेला असतो. देशाचा विकास याचा

खरा अर्थ सर्वसामान्य माणसाच्या सुखात वाढ– असा करायचा असेल, तर देशाचा विकास झालेलाच नाही. उलटपक्षी, या देशातला माणूस आज अतिशय अगतिक झाला आहे आणि या अगतिकतेपोटी तो दैववादी झालेला आहे. समाजवाद, विज्ञानयुग, निधर्मी राज्य या साऱ्या संकल्पनांचे रूपांतर जर प्रवाहपतित दैववादी समाजात होत असेल, तर आपले मुळातच कोठे तरी चुकले आहे, असे आपण समजले पाहिजे.

ही चूक सापडली, तर त्यावर काही उपाययोजनाही करता येईल. दुर्दैवाने आपली चूक झाली आहे, असे शासनकर्त्यांना वाटतच नाही. खरी-खोटी आकडेवारी देऊन किती लोकांना रोजगार उपलब्ध झाला, किती जमीन पाण्याखाली आली किंवा किती कारखाने निघाले, हे आपल्याला वारंवार सांगण्यात येते. विकासाचे आपले जे काही प्रयत्न चालू आहेत, त्या सर्वांचे रहस्य कशात आहे? सरकारचे बजेटचे आकडे मोठे झाले यात आहे, का नवनवीन कारखाने आपण काढू शकलो, यात आहे? न्यायालयाच्या, लोकभवनांच्या, पंचतारांकित हॉटेलांच्या भव्य इमारती पाहून सर्वसामान्य माणसांचे पोट भरत नाही. अमेरिका किंवा रशिया या देशांकडे पाहून आपल्या विकासाची दिशा ठरविणे चूक आहे.

दीडशे वर्षे गुलामगिरीत राहिलेल्या– खरे तर दीड हजार वर्षे गुलामगिरी मनोवृत्तीत वाढलेल्यो– सर्वसामान्य माणसाची स्वातंत्र्यलालसा जागी झाली आहे काय? त्याच्या दुःखांचा परिहार झाला आहे काय? त्याला आपले जीवन सुरक्षित वाटते काय? जो कोणता व्यवसाय तो करतो, तो व्यवसाय त्याला धडपणे करता येतो काय? सर्वच प्रश्नांचे उत्तर नकारार्थी आहे. मग या देशातील तथाकथित स्वातंत्र्याला किंवा विकासाला नागरिकांच्या दृष्टीने काय किंमत आहे? आपण विकासाचे केंद्रस्थान राष्ट्रीय संपत्तीतील वाढ, हे मानले आहे. राष्ट्रीय संपत्तीत वाढ होत राहणे, हे अपरिहार्य आहे; पण राष्ट्रीय संपत्तीत वाढ होत असताना व्यक्तीचीही सांपत्तिक स्थिती सुधारण्याचे– विशेषतः ज्या बहुसंख्य समाजावर लक्ष्मी रुसून गेली होती, तिला या नवागत संपत्तीचा स्पर्श घडू देणे आवश्यक होते. हे घडलेले नाही याचे कारण विकासाचे केंद्र या देशातील माणूस आहे, याचेच आपल्याला विस्मरण झाले आहे.

या देशात समानमूल्ये आहेत ती हिंदुत्वात. धर्म, भाषा, प्रांतीयत्व आणि जीवनव्यवहार यांत ठिकठिकाणी फरक असूनही हा बाह्यतः विघटित असणारा समाज एका आध्यात्मिक लोकशाहीने एकरूप झालेला होता. देवाची व धर्माची रूपे अनंत असली, तरी त्यामागे सर्वांना गुंतवून टाकणारे एक सूत्र होते. हिंदू हा

धर्म नसून येथील समाजाची ती जीवनपद्धती आहे. हिंदू समजल्या जाणाऱ्या धर्मात वर्णव्यवस्था आहे, जातिव्यवस्था आहे व उच्च-नीच भाव आहे; असे असूनही आजचा सीमाबद्ध भारत कोठे तरी अंतर्यामी एकरूप आहे.

मार्क्स आणि फ्रॉईड.यांच्या तत्त्वज्ञानांमुळे जगात जे वादळ उठले, त्या वादळाने इथला समाजही झोडपला गेला. जातिव्यवस्था अधिकच तापदायक वाटू लागली. या देशातील एकत्वाला तडे जाऊ लागले. मुसलमानांचे आडदांड वागणे, राजाश्रयाखाली माजलेल्या ख्रिश्चनांचे अराष्ट्रीय धोरण आणि नवशिक्षित माणसांत जातिव्यवस्थेमुळे आलेला उद्वेग– या साऱ्यांचा परिणाम या देशाचे अभंगत्व मोडण्यात झाला आहे. या सर्व प्रश्नांना प्रथम तोंड दिल्याशिवाय कोणताही विकास होऊ शकणार नाही किंवा झाला तरी त्याची फळे आपल्याला खाता येणार नाहीत. इथल्या माणसाच्या अंत:करणातून परंपरांची जळमटे काढून टाकल्याशिवाय आणि त्याला एकत्वाची दीक्षा दिल्याशिवाय या देशात काहीही घडू शकणार नाही.

लोकशाही आपल्याला हवी आहे, पण या लोकशहीने विघटनाची आणखी एक क्रिया सुरू केली आहे. जात किंवा धर्म यांच्या बळावर निवडणुका लढणे सोपे जाते आणि निवडणुकांशिवाय लोकशाहीचा डोलारा उभाच राहू शकत नाही. अल्पसंख्याकांची मते मिळविण्याची प्रत्येक पक्षाला आकांक्षा आहे. मग या आकांक्षांतूनच अल्पसंख्याकांबाबत लाड सुरू होतात. त्यांच्या योग्यतेपेक्षा त्यांना अधिक देऊ करून त्यांना प्रसन्न करून घेतले जाते. स्वार्थातून उत्पन्न झालेली ही हातमिळवणी या देशाचे अधिक विघटन करते. कारण त्यामुळे जात, धर्म, पंथ अधिकाधिक घट्ट होतात. लोकशाही माध्यमातून साधनसंपत्तीची लूट करण्यासाठी लहान-मोठ्या टोळ्या उत्पन्न होतात आणि त्या टोळ्या राजकीय सौदेबाजी करू लागतात. या सौदेबाजीमुळेच माणसाचे महत्त्व कमी होऊन टोळ्यांचे महत्त्व वाढले आहे.

पन्नास वर्षांपूर्वी भारतदेश जेवढा एकसंध होता, तेवढा तो आज राहिलेला नाही आणि आहे याच पद्धतीने आपण राज्यकारभार करणार असू, तर आहे ती अभंगताही नष्ट होऊन जाईल. पाकिस्ताननिर्मितीमुळे इथल्या मुसलमानांना प्रतिशोधाची भीती वाटू लागली होती. पण हिंदू म्हणून हिंदू समाज एकत्र येऊ शकत नाही, हे लक्षात आल्याबरोबर त्यांनी अपराधीपणाची जाणीव सोडून दिली आणि आज ते भारतीय लोकशाहीला एका उन्मत्त अवस्थेत धोका होऊ पाहत आहेत.

परकीय देशांतून कितीही पैसा आला तरी हिंदू समाज एकसंध झाला, तर

कोणाही अल्पसंख्य गटाचे या देशाला भय वाटणार नाही. पण हिंदू समाज संघटित करण्यात काही अडचणी आहेत. त्यांतली सर्वांत महत्त्वाची अडचण म्हणजे येथील जातिव्यवस्था. या जातिव्यवस्थेवर कठोर प्रहार करण्यासाठी कॉंग्रेसने कोणतीही पावले उचलली नाहीत. समाज विस्कळीत राहिला तर मुसलमान-ख्रिश्चनांच्या बळावर इथल्या लोकशाहीतून आपण सहज विजयी होऊ, असे धोरण कॉंग्रेसने स्वीकारले आहे. बहुसंख्याकाची एकजूट करण्यापेक्षा अल्पसंख्याकांचे लाड करणे कॉंग्रेसला अधिक सोईस्कर वाटते. हिंदू संघटनेचा जे कुणी प्रयत्न करतात, त्यांच्याविरुद्ध म्हणूनच सदैव आरडाओरड होते.

या प्रश्नाला आणखी एक बाजू आहे, तीही ते आपण विचारात घेतली पाहिजे. कम्युनिस्टांना, समाजवाद्यांना आणि तथाकथित पुरोगाम्यांना धर्माचे अस्तित्व मान्य नाही; म्हणून तेही हिंदू-संघटनेला उघड-उघड विरोध करतात. हिंदूंनी संघटना केली, तर त्यांच्या लेखी प्रतिगामित्व; पण मुसलमानांनी जिहाद पुकारला, तरीही त्यांना तो टोचत नाही. कम्युनिस्ट हे जगातल्या सर्व भागांत काम करू इच्छितात. मुसलमानी राष्ट्रांतही त्यांना काम करायचे आहे. तेव्हाही मुसलमानांना न आवडणारे हिंदू-संघटन त्यांना आवडणे शक्य नाही. वास्तविक, हिंदू-संघटन हे बहुतांशी प्रतिक्रियात्मक आहे. मुसलमानांचे चाळे वाढले की, हिंदू-संघटनेला वेग येतो; एरवी हिंदू समाज झोपलेला असतो. झोपणे ही त्याची नैसर्गिक अवस्था आहे आणि जागृती हाच अपवाद आहे. मुसलमानांच्या धर्मांध चाळ्यांना कॉंग्रेस पक्षाचे साह्य असतेच, पण त्याहीपेक्षा कम्युनिस्ट नि समाजवादी मंडळींचे अधिक साह्य होते.

धार्मिक पायावर मुसलमानांच्या असलेल्या चळवळी थोपवण्याचे सामर्थ्य कम्युनिस्टांमध्येही नाही किंवा कॉंग्रेसमध्येही नाही. मुसलमानांच्या साऱ्या चळवळींचे केंद्र हिंदुस्थानाबाहेर आहे. निधर्मीपणाचा जाच मुसलमानांना किंवा ख्रिश्चनांना अजिबात होत नाही; तो जाच होतो फक्त हिंदू समाजाला. हिंदू आणि मुसलमान यांच्यात एक अलिखित धर्मसंग्राम चालला आहे. या धर्मसंग्रामात कॉंग्रेसमध्ये असणारे सर्व हिंदू हे सामान्यत: मुसलमानांच्या बाजूचे असतात आणि सर्व कम्युनिस्ट, समाजवादी हेही पर्यायाने हिंदूंच्या विरोधात असतात. या देशातील विकासाचे जे केंद्र, ते म्हणजे माणूस– मुख्यत्वेकरून बहुसंख्य हिंदूच. विकासाचे वाटप करताना धर्म लक्षात घेतला नाही, तरी प्रत्यक्षात विकासाचा फायदा हा हिंदू समाजालाच अधिक प्रमाणात मिळणार. आपल्या राजकीय चळवळींची जी गोची झालेली आहे, ती याच प्रश्नावर झालेली आहे.

केवळ आर्थिक स्थितीवर सवलती द्याव्यात अशी जी सवर्णांची मागणी आहे, त्यातील लबाडी आणि धर्माचा विचार न करता विकासाची वाटणी करावी ही मागणी– या दोन्हीही सारख्याच लबाडीच्या आहेत. आर्थिक दुर्बलता ही जशी जातीने निर्माण झाली, तशी समाजाची काही दुखणी अल्पसंख्याकांच्या धर्मांध चाळ्यांमुळे चालू आहेत. केवळ माणूसपण लक्षात घेऊन सर्व सामाजिक सुविधांचे वाटप करण्याचे ठरले, तर आमचा त्याला मुळीच विरोध नाही. कारण प्रामाणिकपणे केलेले वाटप बहुसंख्य हिंदूंच्या फायद्याचेच ठरेल. मुसलमानी जगातून येणारा पैसा हा प्रथम सरकारच्या हाती येईल आणि त्याचे यथायोग्य वाटप सर्व समाजात होईल.

आज भारतीय समाजात राहून इथल्या सेक्युलर स्टेटचे सर्व फायदे मुसलमान समाज लुबाडत आहे, पण याशिवाय देशाबाहेरून येणारे फायदेही तो समाज लुबाडीत आहे. काँग्रेस सरकारचे शबल राजकारणही त्यांच्या फायद्याचे आहे. तथाकथित पुरोगामी असणाऱ्या अन्य राजकीय पक्षांचे साह्यही त्यांना होत असते. म्हणूनच ही सारी वाटणी अन्यायकारक आहे. जे हिंदू समाजाच्या नैसर्गिक हक्काने त्यांना मिळायला हवे, तेही त्यांना मिळू न देण्यासाठी या देशात एक षड्यंत्र निर्माण झाले आहे.

या देशातला कोणताही सत्ताधीश केवळ हिंदूंच्या मतांवरच निवडून आलेला आहे. असे असूनही हिंदूंना सदैव अवमानित वाटेल अशा तऱ्हेचे त्याचे वर्तन चालू असते. शेख अब्दुल्लाचे उन्मत्त आवाहन भारतीय सरकारला कधीच ठेचता आले नाही. आसामी नागरिकांना आसाममध्येच अल्पसंख्य करून टाकण्याचे जे कारस्थान रचले जात आहे, त्या कारस्थानालाही भारतीय सरकारला आवरता आले नाही. मुसलमानी वृत्तपत्रांत जे काही प्रसिद्ध होते, ते कोणतेही सार्वभौम सरकार सहन करू शकणार नाही. मुसलमान गुन्हेगारांचे प्रमाण जास्त आहे. या गुन्हेगारांनाही यथायोग्य शासन मिळू शकले नाही. मुसलमानांना चुचकारण्यासाठी जात्यंध आणि धर्मवेड्या मुसलमानांनाही वेळोवेळी संरक्षण द्यावे लागले आहे.

केवळ सत्ता टिकवण्यासाठीच हे सारे चालले आहे असे म्हणण्यापेक्षा, या देशाचे बलस्थान काय आहे याचाच राज्यकर्त्यांना पत्ता नाही, असे म्हटले पाहिजे. या देशातले बलस्थान हिंदू हेच आहे आणि हिंदू हेच राहणार आहे. आज क्षणिक लाभासाठी ज्या काही तडजोडी केल्या जातात, त्यांचे पर्यवसान एका प्रचंड रक्तपातात होणार, हे अगदी उघड-उघड दिसते आहे. मुसलमानांना इथली घटना, कायदा, न्यायालय या कशाचेही भय नाही. कारण अल्लापेक्षा या

सर्व गोष्टी दुय्यम आहेत. मात्र जे काही रक्तरंजित युद्धा पुन्हा या देशात घडेल तेव्हा जे-जे हिंदूंच्या खच्चीकरणाला जबाबदार आहेत, त्या-त्या सर्वांचे हिशेब चुकवावेच लागतील. आज हिंदू एकत्र येऊ नयेत, यासाठी प्रयत्नपूर्वक धडपड चालू आहे. धर्म म्हणून हिंदू धर्माची आम्हाला चिंता करण्याचे कारण नाही. कारण जो अस्तित्वातच नाही, तो नष्ट होणार नाही. पण बहुसंख्याकांची जी जीवनपद्धती आहे, तिच्यावर हल्ला करणाऱ्याला इथला समाज आत्मसंरक्षणासाठी उत्तर देत असेल, तर कोणत्याही कायद्याने त्याला शिक्षा होऊ शकणार नाही.

जात, धर्म, लिंग यांचा विचार न करता या देशातील भाग्याचे वाटप केले पाहिजे आणि ते जर केले, तर आपोआपच बहुसंख्याकांची प्रतिष्ठा शिल्लक राहते. हिंदू धर्मातील जाती-जातींत भांडणे लावण्याचा उपद्व्याप करणाऱ्यांनी हे लक्षात ठेवावे की, हिंदू-मुसलमानांचे जे काही व्हायचे असेल ते योग्य वेळी होईलच; पण हिंदू-संघटनेच्या आजच्या क्रियेला जे कोणी अडथळा आणतील, त्यांना पहिल्यांदाच संपवावे लागेल. हे हिंदू-संघटन काळाची गरज आहे. इथल्या सामान्य माणसाची ही आर्त किंकाळी आहे. शब्दांच्या आतषबाजीत सत्य झाकण्याचा प्रयत्न केला तरी सत्य एकच उरते– ते म्हणजे, भारतीय प्रतिष्ठा म्हणजे हिंदूंची प्रतिष्ठा. भारतात जे-जे राहतात, त्यांनी या हिंदू परंपरेशी वैर केले नाही; तर त्यांना भारतीय भाग्यात न्याय्य वाटा मिळेलच.

(११ जुलै, १९८२)

-०-०-०-

२१

हा देश हिंदूंचाच आहे– हिंदूंचाच राहणार आहे!

या देशास स्वातंत्र्य मिळाले, ते काही केवळ काँग्रेस पक्षाने मिळविलेले नाही; आलेले स्वातंत्र्य या देशातील प्रत्येक नागरिकाच्या मालकीचे आहे, असे सर्वसामान्य माणसाला वाटत नाही. स्वातंत्र्य आणणारे हिंदूच होते. क्रांतिकारकांच्या किंवा देशभक्तांच्या नावातही चुकून एखाद-दुसरे नाव मुसलमानांचे, ख्रिश्चनांचे दिसते. सर्वसामान्यत: मुसलमान आणि ख्रिश्चन हे इंग्रज सरकारशी सहकार्य करणारे आणि स्वातंत्र्यविरोधीच होते. जे कोणी थोडेसे मुसलमान या भूमीला आपला देश मानत होते, तेही हळूहळू जातीयवादी झाले आणि पाकिस्ताननिर्मितीच्या वेळेस त्यांनी स्वतंत्र इस्लामी राष्ट्राची उघड-उघड मागणी केली. पाकिस्तान देऊन टाकण्यात आपल्या नेत्यांची शबलता व्यक्त झाली आणि मुसलमानांच्या दंग्यांना घाबरून सिंधी, पंजाबी आणि बंगाली लोकांचे आपण अकारण बलिदान दिले. देशाच्या कृत्रिम फाळण्या मनुष्य-जातीला घातक ठरलेल्या आहेत. आमच्या राष्ट्रीय नेत्यांची त्या वेळेस व्यावहारिक शहाणपणा न दाखविल्यामुळे लोकसंख्येची अदलाबदल केली गेली नाही. परिणाम असा झाला की, पूर्वेस व पश्चिमेस इस्लामी राष्ट्र निर्माण झाले आणि लोकशाहीच्या संरक्षण- कवचात खुद्द भारतातही तिसरे मुसलमानी राष्ट्र उदयास आले.

हा प्रश्न गुंतागुंतीचा करण्याचे मुख्य दायित्व महात्मा गांधी आणि नेहरू यांच्यावर आहे. हिंदू आणि मुसलमान ऐक्याच्या भाबड्या कल्पनांमुळे या देशावर एक कायमचे संकट निर्माण

झाले आहे. आपण धर्माला महत्त्व द्यायचे नाही असे ठरविले, तरी मुसलमानांनी ते कधीच मानलेले नाही. इस्लामने दुराग्रही असावे आणि फक्त हिंदूंना औदार्याची दीक्षा द्यावी, या मूर्खपणातूनच हिंदू-मुसलमान प्रश्नांचा गुंता झालेला आहे. मुसलमान धर्म सुधारण्याची किंवा त्यांच्या धर्मवेडात हस्तक्षेप करण्याची आमच्या शासनामध्ये ताकद नाही. निधर्मी-पणाच्या भोंगळ तत्त्वज्ञानामुळे हिंदू समाजातील हिंदुत्वाचे आवाहनही दुर्बल होत चाललेले आहे. या देशातील सर्वच नागरिकांना समान न्याय लावण्याची ज्या शासनाला हिंमत नाही, त्या शासनाची धर्मनिरपेक्षता कवडीकिमतीची असते.

इथल्या बहुसंख्य नागरिकांची अस्मिता अशा तऱ्हेने खच्ची करून टाकल्यामुळे इथल्या साऱ्या समाजाचा नैतिक कणा नष्ट झालेला आहे. हिंदू धर्माचा पुनरुच्चार ही एकच गोष्ट या देशाला एकत्र सांधणारी आहे, इकडे दुर्लक्ष केल्यामुळे मूळचा विस्कळीत असणारा हिंदू समाज आज अधिकच विस्कळीत झाला आहे. आपण जर माणूस हे केंद्रस्थान मानले असते, तर हिंदू समाजाला नवे अवसान आपोआपच मिळाले असते. देशाचा विकास म्हणजे मुखत्वे करून बहुसंख्याकांचा विकास. इस्लामची उपासना, येशूची प्रार्थना करणाऱ्यांना येथे विकासाची पुरेशी संधी मिळालीच असती; फक्त आपण या हिंदू समाजाचाच एक अविभाज्य भाग आहोत, हे त्यांना मानावे लागले असते. या देशातील साहित्य, पराक्रमी पुरुषांचा वारसा, मूर्तिकला, संगीतकला आणि सोईनुसार घडत आलेली जीवनपद्धती पत्करूनही उपासना-स्वातंत्र्य मिळाले असते.

पण मुसलमानांनी इथल्या परंपरेशी उघड-उघड वैर स्वीकारलेले आहे. इथले ज्ञानग्रंथ जाळून टाकण्यात त्यांनी भूषण मानले. इथल्या पराक्रमी पुरुषांच्या मूर्ती त्यांनी छिन्नविच्छिन्न केल्या. इथले प्रासाद, शाळा किंवा मंदिरे यांची क्रूरपणाने विल्हेवाट लावली. मुसलमान नसणाऱ्यांच्या विरुद्ध त्यांच्या मनात घृणा आहे. मूर्तिपूजकांना किंवा अन्य उपासकांना नष्ट करून टाकण्याची त्यांची प्रतिज्ञा आहे. माणसा-माणसांत हिंदू धर्माने फरक केला, त्याचे प्रायश्चित्त त्याने भोगले. आज माणसा-माणसांतील फरक निपटून टाकण्याचे प्रयत्न हिंदू समाजाने चालविले आहेत. माणसा-माणसांतील फरक मान्य करणारे धर्मग्रंथ हिंदू समाजाने फेकून दिलेले आहेत, परंतु या घटकेला मुसलमान धर्म मात्र माणसा-माणसांतील फरक पोटतिडकीने मानताना दिसतो. जो मुसलमान नाही, अशा कोणाही माणसाला दुय्यम नागरिक म्हणून वागवण्याची मुसलमान धर्माची प्रतिज्ञा आहे. हिंदूंनी ग्रंथप्रामाण्य सोडले, पण मुसलमानांनी ते कवटाळून ठेवले आहे.

हा देश हिंदूंचाच आहे– हिंदूंचाच राहणार आहे! / १७३

आपण जर माणूस हा विकासाचे केंद्र आहे असे गृहीत धरले आहे, तर माणसा-माणसांत फरक करणाऱ्या मुसलमान धर्माला या देशातून हद्दपार करण्यावाचून काही उपायच नाही. एक तर अल्लाच्या आज्ञा कालबाह्य म्हणून त्यांनी मोडीत काढल्या पाहिजेत आणि कुराणाचा अधिकार नाकारला पाहिजे; नाही तर हिंदुस्थानात राहण्याचा अधिकार सोडला पाहिजे. हिंदूंचे मंदिर हे खरोखरीच प्रार्थनास्थान असते व तेथे माणसाच्या पारमार्थिक सुख-दुःखांचाच विचार होतो. पण मुसलमानांचे प्रार्थनास्थान हे धार्मिक उपद्रवांचे केंद्रस्थान होते.

म्हणून आपल्या राजकीय उद्दिष्टांत सामान्य माणूस हेच विकासाचे केंद्रस्थान मानले पाहिजे आणि विकास म्हणजे जीवनावश्यक वस्तूंचा पुरवठा ही क्षुद्र कल्पना सोडली पाहिजे. माणसाला अन्न, वस्त्र, निवारा या तिन्ही गोष्टींची निकड आहे व त्या पुरविण्याचे लोकशासनाचे कर्तव्यही आहे; पण एवढ्यावरच विकासाचे कार्य थांबत नाही. माणसांचा अहंकारही फुलवावा लागतो. समाजाला काही भूतकाळ असतो आणि त्यातील काही चांगल्या खुणा त्याला बळ देत असतात. समाजाला स्वप्ने पाहण्याचे शिक्षणही द्यावे लागते. भूतकाळ आणि भविष्यकाळ याच्या सीमारेषेवर असणारा वर्तमानकाळ जो-जो प्रश्न निर्माण करील, त्या-त्या प्रश्नाला सामोरे जाण्याची शक्ती त्यामुळेच मिळत असते. आपल्या हिंदू समाजाच्या इतिहासात काही चुका जरूर घडलेल्या आहेत; पण केवळ त्या चुकांमुळे समाजाचा साराच इतिहास नाकारण्याचे कारण नाही. त्या चुका दुरुस्त करता येण्याजोग्या आहेत.

आपली वैज्ञानिक प्रगती, प्रगत राष्ट्रांनाही भुरळ घालील असे साहित्य, अनेक विद्या आणि कला हा आपला वारसा आहे. आपली ग्रामसंस्था ही अत्यंत प्रगत आणि उच्च अभिरुचीची होती. जातीयता, वर्णद्वेष आणि उच्च-नीचत्व या साऱ्यांची बिळे बुजवल्यानंतर आपला उरलेला इतिहास आणि परंपरा अभिमानास्पद आहेत. ज्यांना भूतकाळ नसतो, त्यांना भविष्य-काळही नसतो. भारतीय समाज हा काही भटक्या लोकांचा समाज नाही. या देशात असामान्य आणि प्रतिभावंत लोकांची फार मोठी परंपरा आहे. येथे फार मोठी राजकुळे नांदत होती. सत्यासाठी, धर्मासाठी व या भूमीच्या रक्षणासाठी सर्व जाती-जमातींचे रक्त एकत्र झालेले आहे आणि त्या रक्ताचे नाव हिंदू असे आहे.

खऱ्या धर्माच्या अज्ञानामुळे परधर्मात गेलेल्या लोकांचा आपण स्वीकार करू शकलो नाही. उपासनापद्धती बदलली म्हणजे राष्ट्रीयत्व बदलले, असे या समाजाने पूर्वी मानलेले नव्हते. शीख, जैन, बौद्ध यांनी वैदिक परंपरा नाकारल्या,

म्हणून या भूमीशी कधी वैर केले नाही. त्यांनी हिंदुस्थान हीच आपली पितृभूमी आणि मातृभूमी मानली. जे-जे कोणी भरतखंडाला आपली पितृभूमी व मातृभूमी मानीत असतील, ते-ते सर्व हिंदूच होत आणि म्हणून या देशावर अधिकार सांगणारा प्रत्येक नागरिक हा फक्त हिंदूच असू शकतो.

या देशाची घटना जेव्हा लिहिली गेली आणि कायदा जेव्हा घडवला गेला, तेव्हा इथला नागरिक कोण ते ठरवण्यात आपण ढिसाळपणा केला. विकासाचे केंद्रच ठरवण्यात आपण चुका केल्या कारणाने या देशात दगड, लोखंड आणि सिमेंट यांचा विकास झाला; पण माणसाचा विकास झालाच नाही. आता आपण ती चूक दुरुस्त केली पाहिजे. हे अखेरीस हिंदूंचेच राज्य आहे आणि हिंदूंचेच राहणार आहे, या निर्णयाला आपण घट्ट चिकटून राहिले पाहिजे.

जे-जे कोणी या देशातील खऱ्या-खऱ्या नागरिकाच्या स्वातंत्र्याविरुद्ध बोलत राहतील, चळवळी करतील किंवा जिहाद पुकारतील; त्यांना या देशाचे शत्रू मानून त्यांचा नि:पात करावा लागेल. या भूमीच्या रक्षणासाठी जेव्हा पाकिस्ताना-बरोबर, चीनबरोबर किंवा अन्य कोणाही राष्ट्राबरोबर युद्ध सुरू होईल; तेव्हा जे लोक स्वतंत्र भारतासाठी कडवेपणाने लढायला उभे राहणार नाहीत, ते सर्व आपण देशद्रोही मानले पाहिजेत. हे देशद्रोही केवळ मुसलमानच असतील, असे नव्हे. प्रसंगी धर्मांध ख्रिश्चन आणि रशिया व चीन यांच्याच तालावर चालणारे कम्युनिस्ट, अमेरिकन साम्राज्यवाद्यांशी दोस्ती करणारे आणि लोकशाहीच्या नावाने गळा काढणारे लोकही असू शकतील. प्रत्येकाचा पूर्वेतिहास आणि आजची वागणूक पाहूनच त्या-त्या व्यक्तीविरुद्ध निर्णय घ्यावा लागेल.

या देशाचा भाग्यकाल पुन्हा यायला हवा असेल, तर ते भाग्य आणणारे फक्त हिंदूच असतील किंवा हिंदुत्वावर खरेखुरे प्रेम करणारे अन्य उपासना करणारे नागरिकही असतील. परलोकातील भाग्यासाठी ज्यांना वाटेल त्यांनी कुराण, बायबल, अवेस्ता, त्रिपीटक, ग्रंथसाहिब अशा कोणत्याही ग्रंथाचा अवलंब करावा; पण या इहलोकातील भाग्यप्राप्तीसाठी प्रत्येकाला हिंदुत्वाची गीता गावीच लागेल. म्हणून आपल्या साऱ्या शासनाचे उद्दिष्ट इथल्या बहुसंख्य माणसांशी जुळलेले पाहिजे. अल्पसंख्याकांना इथे प्रतिष्ठेने जगता येईल; पण बहुसंख्याकांचा अपमान करून त्यांना प्रतिष्ठा मिळणे तर राहोच, पण जगूही देता कामा नये.

(११ जुलै, १९८२)

-०-०-०-

३०

मरताना - हिंदू म्हणूनच मरून घ्या!

काश्मीरचे पुनर्वसन विधेयक कायदेशीररीत्या आता अस्तित्वात आले आहे. सुप्रीम कोर्टाने त्याला स्थगिती देण्याबाबत नकार दर्शवून जो कायदेशीर मुद्दा निर्माण केला आहे, त्याचा परिणाम अधिकाधिक स्वायत्त होऊ शकणाऱ्या प्रांतांना मिळू शकेल. या प्रश्नातली खरी कोंडी अशी आहे की, पाकिस्तानव्याप्त काश्मिरी प्रदेश हा आपण भारताचा एक अविभाज्य भाग मानतो व तशी वारंवार घोषणाही करतो. घटना निर्माण झाली, त्या वेळेस काश्मीरचा हा भाग प्रत्यक्ष भारतीय स्वामित्वाखाली होता; त्यामुळे काश्मीरव्याप्त प्रदेशातील नागरिक तात्त्विकदृष्ट्या भारताचे नागरिक होते. या भारतीय असणाऱ्या नागरिकांना काश्मीरमध्ये म्हणजेच भारतात प्रवेश द्यायचा किंवा नाही, हा आपल्यापुढील प्रश्न आहे. ज्या प्रदेशाचे शासन पाकिस्तानकडे आहे, तिथले नागरिक भारतीय घटनेच्या आधारे आणि आता राज्य पुनर्वसन विधेयकामुळे भारताचे नागरिक बनू शकणार.

आजपर्यंत शेकडो ठिकाणांहून निर्वासितांच्या नावाखाली भारतात मुसलमान घुसताहेत. आसामचा गंभीर प्रश्न त्यांच्यामुळेच निर्माण झाला. भारतावर ह्या अधिक लोकसंख्येचे बोजे वाढतात, एवढेच काही या संकटाचे स्वरूप नव्हे. हा बोजा वाढवून ह्या देशात अस्थिरता निर्माण करणे, अवाजवी हक्क मागत राहणे आणि एक ना एक दिवस भारत इस्लाममय करून टाकणे, ही मुसलमान समाजाची उघड-उघड मागणी आहे. पाच-पन्नास चांगल्या

मुसलमानांच्या अनुभवातून साऱ्या मुसलमान समाजाचे चित्र व्यक्त होत नाही. मुसलमान धर्माचे सामूहिक स्वरूप, कुराणातील आज्ञा, त्या आज्ञांचा मुल्ला-मौलवींनी लावलेला अर्थ, मुसलमानांचे धर्मवेड आणि एकंदर मुसलमानांची वाढलेली सौदेबाजीची शक्ती– यामुळे भारतात नव्याने प्रवेश मिळालेल्या कोणाही मुसलमानाचे भय हिंदू समाजाला वाटणारच. हे विधेयक मंजूर होऊ नये म्हणून राष्ट्राध्यक्ष, पंतप्रधान, राज्यपाल व सर्व पक्षांतील पुढारी यांनी प्रयत्न केले; पण त्याचा काहीही उपयोग झालेला नाही. या विधेयकाची अंमलबजावणी कदाचित काही काळ लांबेल, पण ते अस्तित्वात आल्यासारखेच आहे.

सुप्रीम कोर्टाकडे या प्रकरणी सल्ला मागितला, तर सुप्रीम कोर्ट तरी काय करणार? सुप्रीम कोर्ट फार तर घटनेचा अन्वयार्थ लावील. घटनेतल्या तरतुदी नष्ट करण्याचा अधिकार काही सुप्रीम कोर्टाचा नाही. सुप्रीम कोर्ट देशहिताचा विचार करण्याएवेजी फक्त घटनेच्या संरक्षणाचा विचार करू शकते. जी बाब सुप्रीम कोर्टाच्या अखत्यारीतलीच नाही, ती बाब सुप्रीम कोर्टाकडे सल्ल्यासाठी पाठवून राष्ट्राध्यक्षांसकट सर्वांनी आपली जबाबदारी झटकली आहे. वास्तविक, हा प्रश्न निर्माण व्हायला हेच राजकारणी पुरुष कारणीभूत आहेत. काश्मीर हे भारतापासून एक वेगळे राष्ट्र आहे, असे घटनेमध्ये काश्मीरच्या खास हक्कांची तरतूद करणारे दीडशहाणे मनोमन मानीत होते. काश्मीरसाठी ज्या वेगळ्या तरतुदी घटनेमध्ये केल्या गेलेल्या आहेत; त्यांमुळे भारतीय नागरिकाला काश्मीरमध्ये मालमत्ता करता येत नाही, पण काश्मिरी नागरिकाला मात्र भारतातील कुठलीही सुविधा भोगता येते.

काश्मीर हे एक स्वतंत्र राष्ट्र आहे आणि त्याचे भारताशी झालेले सामिलीकरण काही विशेष हक्कांवर आधारित आहे, अशी शेख अब्दुल्लांची सततची मागणी होती. पाकिस्तान काश्मीर गिळू लागले, तेव्हा नाइलाजाने काश्मीरचे भारतात सामिलीकरण झाले आणि त्या सामिलीकरणाच्या अवस्थेत शेख अब्दुल्लाने स्वतंत्र अस्तित्व मान्य करून घेऊन काश्मीरसाठी वेगळा दर्जा मिळवलेला आहे. पुढे शेख अब्दुल्लांनी भारतविरोधी भूमिका वेळोवेळी घेतल्या, म्हणून त्यांना दीर्घकाळ बंदिवासात ठेवावे लागले. युनोतील काश्मीर प्रश्नात आपली बाजू बळकट व्हावी म्हणून शेख अब्दुल्लांना मुक्त करणे नेहरूंना भाग पडले. त्यानंतर शेख अब्दुल्लांनी पूर्वीचेच धोरण अवलंबिलेले होते.

फारूक अब्दुला हा शेख अब्दुल्लाचा केवळ मुलगाच नव्हे, तर शेख अब्दुल्लाच्या राजकीय स्वप्नांचाही वारसदार आहे. काश्मीरव्याप्त पाकिस्तानी

प्रदेशातील निर्वासित भारतीय नागरिक होण्यात फारूकचा फायदा आहे, ही गोष्ट तर उघडच आहे. कोणत्याही उपायाने भारतातील मुसलमानांची संख्या वाढवणे, हे मुसलमानांच्या राजकीय धोरणातील सातत्याचे सूत्र आहे. घटनात्मक तरतुदींचा फायदा घेऊन किंवा कधी कधी आक्रमक भूमिका घेऊन मुसलमान आपले घोडे रेटत असतात. या घटनांमुळे आपले पंतप्रधान किती अगतिक झाले आहेत, याचा नवा पुरावा म्हणजे 'सीमेवरील जम्मू-काश्मीर राज्यात कोणीही यावे आणि नागरिक बनावे, हे योग्य नाही' असे त्यांनी जाहीर केले. या त्यांच्या बोटचेप्या भूमिकेमुळे या प्रश्नातील नैतिकता हरवली आहे. या विधेयकाला अशा धोरणामुळे मर्यादित का होईना, मान्यता मिळते आणि एकदा चंचुप्रवेश झाला की, मुसलमान काय करू शकतात याचे उत्तम उदाहरण आसामात घडले आहे.

पाकिस्तानव्याप्त काश्मिरी प्रदेश हा भारताचा एक अविभाज्य भाग आहे, असे आपण मानतो; पण काश्मिरी लोक असे मुळीच मानीत नाहीत. अर्थात काश्मिरी लोक या शब्दप्रयोगातून काश्मिरी मुसलमानच मला अभिप्रेत आहेत. काश्मीरमध्ये हिंदू नाक मुठीत धरून शेख अब्दुल्लाच्या आणि आता त्याच्या मुलाच्या राजवटीत दिवस काढीत आहेत, ही गोष्ट काश्मीरमध्ये स्वत: जाऊन पाहणाऱ्याला सहज दिसून येईल. एके काळी गरीब असलेला मुसलमान आता पुरेसा उन्मत्त झाला आहे.

केवळ पर्यटकांच्या पैशावर चालणारे हे राज्य पर्यटकांतही हिंदू पर्यटक आणि अन्य पर्यटक असा भेद करू लागलेले आहे. पाकिस्तानकडून काश्मीर मुक्त करण्याच्या प्रयत्नात जे भारतीय जवान कामाला आले, त्यांचे एक स्मारक बारामुल्लाच्या जवळपास आहे. तेथे जाऊ देण्याससुद्धा खळखळ करण्यात येते. कारण पाकिस्तानच्या पराभवाचे म्हणजेच मुसलमानांच्या पराभवाचे ते स्मारक असे मानले जाते. गैरमार्गाने संपत्ती जमवली, म्हणून भारत सरकारचे जे प्राप्तिकर अधिकारी छापा घालण्यासाठी श्रीनगरला गेले, त्यांना दहशतीने काश्मीरबाहेर पिटाळण्यात आले. काश्मीरमध्ये जर भारतीय सेना नसती, तर मुसलमानांच्या प्रथेप्रमाणे तेथे हिंदूंची नावनिशाणीही उरली नसती. भारताला लोकशाही मूल्ये सोडता येत नाहीत म्हणून कोणतीही यथार्थ मूल्ये स्वीकारता येत नाहीत, त्यामुळे शेख अब्दुल्ला आणि युवराज फारूक यांना वाटेल तसे वागण्याची मुभा मिळते.

इस्लामला मुळातच लोकशाही, सर्व-धर्म-समभाव आणि देशबंधुत्व मान्य नाही. तेव्हा काश्मीरमध्ये होणारे हिंदूंचे खच्चीकरण व मुसलमानांचे बलसंवर्धन

उघड्या डोळ्यांनी पाहण्यावाचून भारतीय सरकार काही करू शकत नाही. काश्मीरमध्ये कोणत्याच पक्षाला मान्यता नाही; मग भारतातील सर्वच पक्षांनी एक समान भूमिका घेऊन या विधेयकाच्या निषेधात मुंबई, दिल्ली, कलकत्ता येथे निषेधसभा घेण्याऐवजी श्रीनगर येथे जाऊन सत्याग्रहाचे पर्व का उभे करू नये? काश्मिरी मुसलमानांची राष्ट्रनिष्ठा किती तकलादू आहे, हे तपासून घेण्याची ही सुसंधी आहे; त्याचप्रमाणे भारतातील मुसलमान किती राष्ट्रद्रोही आहेत, हेही सिद्ध होऊ शकेल.

जी गोष्ट देशहिताची नाही, त्याविरुद्ध सर्वंकष लढा उभा करण्याची ताकद आपल्या राजकीय नेतृत्वात उरलेली आहे का? आपण भ्रमिष्ट मानवतावादात आज अडकून पडलो आहेत. बैरूत येथे मुसलमानांचे हत्याकांड झाले की, आम्ही कळवळून गळा काढतो; पण पाकिस्ताननिर्मितीच्या वेळी जाऊ द्याच– पण आजही मोरादाबाद, मीरत येथे मुसलमान हत्याकांड घडवून आणतात, त्या हत्याकांडाचा आपण निषेध करू शकत नाही. उलट, शासक म्हणून आपली जबाबदारी झटकण्यासाठी या दंगलीत संघाचा हात आहे, असे नादान विधान करण्यात आमचे राजकीय पुढारी धन्यता मानतात. संघ किंवा संघप्रणीत संस्था ह्या दंगलीच्या बळावर मोठ्या झालेल्या नाहीत; तर इंदिरा काँग्रेसच्या मुस्लिम अनुनयातून हिंदू समाजाला जी असुरक्षितता जाणवू लागली आहे, तीच हिंदूंच्या संघटनांतून व्यक्त होत आहे. जर संघाला किंवा हिंदुत्ववाद्यांना खरोखरच दंगली करावयाच्या असतील, तर मुसलमान संघटित आहेत, अशी ठिकाणे ते गाढवा-सारखी निवडतील का? आपल्या नालायकीचे खापर कोणावर तरी फोडायचे, म्हणून तथाकथित पुरोगाम्यांना संघासारखे लक्ष्य वापरण्याची सवय लागली आहे.

स्वातंत्र्यानंतर हिंदू-मुसलमान संबंधांत भारतीय सरकारने जी-जी भूमिका घेतली आहे, ती हिंदू समाजाचा मनोभंग करणारी आणि मुसलमान समाजाचा अहंकार वाढवणारी आहे. याचा परिणाम म्हणून हिंदू जर उद्या खरोखर आक्रमक बनले, तर कोणता अनर्थ ओढवेल, हे सांगायलाच नको. इंदिरा काँग्रेस ही कितीही देखावा केला, तरी बहुसंख्याकांचेच प्रतिनिधित्व करत आहे, या गोष्टीचे स्मरण त्यांना करून देण्याची आवश्यकता निर्माण झाली आहे. पी. एल. ओ. बद्दल कळवळ्याने बोलणाऱ्या भारतीय शासनाने स्वत:च्या प्रदेशात अल्पसंख्य होण्याची भीती असणाऱ्या आसामींच्या प्रश्नावर न्याय्य भूमिका घेऊ नये, याची खरोखरीच शरम वाटायला हवी. कोणताही हक्क नसताना बेकायदारित्या

बांगलादेशमधील नागरिक– विशेषत: मुसलमान– हे आसाम हा जणू काही मुक्त प्रदेश आहे, असे समजून येत राहिलेले आहेत. तिकडे काणाडोळा करून काश्मीरव्याप्त पाकिस्तानी प्रदेशातून येणाऱ्या मुसलमानांबद्दल चिंता व्यक्त करणे, हा मानभावीपणा आहे.

घटनेतील तरतुदींचा फायदा राष्ट्रद्रोह्यांना मिळावा, अशी उत्तम व्यवस्था आपण करून ठेवली आहे. या देशात मुसलमानी काश्मीरला वेगळा दर्जा, मुसलमानांसाठी वेगळा कायदा, मशिदीत शस्त्रास्त्रे गोळा करणाऱ्या मुल्ला-मौलवींना विशेष संरक्षण, कायदा व शासन न मानणाऱ्या अकालींना क्षमा– हे कोणत्या प्रकारचे राजकारण चालले आहे, हे खरोखरीच समजत नाही.

जरा कोठे डोके वर काढायला लागलेल्या भारताने ओझी तरी किती घ्यावीत? नालायक राज्यकर्त्यांच्या शबल धोरणांमुळे आज हे सारे प्रश्न आपल्यापुढे उभे होत आहेत. सदोदित हिंदूंचाच मुखभंग करीत राहणारे समाजवादीही या प्रश्नावर अस्वस्थ झालेले दिसत नाहीत. कम्युनिस्ट तर हा देश केव्हा एकदा खड्ड्यात जाईल, ही कुंडली मांडून बसले आहेत. त्या अवस्थेतून चेंगीझखानाच्या क्रूरतेने खैबर-खिंडीतून अफगाणिस्तान मार्गे रशियन फौजा केव्हाही हिंदुस्थानात येऊ शकतात. काँग्रेस पुढाऱ्यांबद्दल काही बोलायलाच नको, कारण त्यांना मुळी आपली घरे भरण्यातच आयुष्याची इतिकर्तव्यता दिसते. हा देश टिकला, तर जमा केलेल्या संपत्तीचा उपभोग घेता येईल, म्हणून तरी देश टिकवला पाहिजे, एवढाही साधा विचार त्यांच्याजवळ नाही. इंदिराजींनंतर भावी पंतप्रधान कोण आणि भोसल्यांच्यानंतर महाराष्ट्राचा मुख्यमंत्री कोण, हे प्रश्न त्यांना सर्वांत जटिल वाटतात. वेगवेगळ्या पातळीवर आपला देश कुरतडला जातो आहे, त्याचे भान कुणाला नाही. असे भान कुणी दाखवायला गेले, तर सगळेच जण त्याच्याविरुद्ध एकदम गिल्ला करतात; कारण त्यांचे आजचे विलासी, भ्रष्ट आणि स्वार्थी जीवनक्रम धोक्यात येण्याची त्यांना भीती वाटते.

शेवटी असे म्हणावेसे वाटते की– बाबांनो, कोणीही पंतप्रधान व्हा, कुणीही मुख्यमंत्री व्हा आणि हिंदूंना लुटण्याचे नानाविध मार्ग शोधून काढा; पण निदान आमची लूट हिंदूच करताहेत, एवढा तरी आनंद आमच्यासाठी शिल्लक ठेवा. देशाचे तारू सुरक्षित अशा किनाऱ्याला लागत नाही. सगळीकडे अशांतता, असंतोष व सावळागोंधळ माजलेला आहे. एकाच चारित्र्यशून्य व्यक्तीच्या हाती देशाची सूत्रे सोपवली की, हे असेच व्हायचे. दुर्दैवी भारताची चिंता करण्याचे आम्ही आता सोडून दिले आहे. जेव्हा कधी या देशातील झोपलेल्या हिंदूंना जाग

येईल, त्या दिवसापर्यंत काहीच करता येण्यासारखे नाही. पण स्वत:ची घरे भरताना किंवा स्वत:च्या थोर (!) वंशाचे संकीर्तन करताना आमचे हिंदुत्व हिरावून घेऊ नका. हिंदू राहिले, तरच हिंदुस्थान राहणार आणि हिंदुस्थान राहिले, तरच तिरंगा ध्वज फडकत राहणार. या तिरंग्यातील पांढरा रंग मलिन होत चाललेला आहे. हिरव्या रंगाचे आक्रमण वाढताना दिसते आहे. तुमच्याजवळ पुरुषार्थ नाही किंवा गांधीजींच्या अहिंसेचे बळही नाही. तुमचे शस्त्र म्हणजे अनुनय. तुमचे शस्त्र म्हणजे अलिप्तपणा. एकाच स्त्रीने दोन पुरुषांना झुलवत ठेवावे, तसे तुम्ही अमेरिका आणि रशियाला झुलवत ठेवणार. यार म्हणून प्यार असे अवघड प्रेम मुसलमानांवर करत राहणार. आम्ही ते उघड्या डोळ्यांनी पाहत तरी राहायचे किंवा त्याला प्रतिकार करायचा आणि हिंदू पोलिसांच्या गोळ्या खाऊन मरून जायचे. काय करावे या अवस्थेत?

(५ डिसेंबर, १९८२)

- ०-०-०-

३१

तळजाई : संघटित हिंदुशक्तीचे विराट दर्शन

पुणे-सातारा मार्गावर पुण्याच्याच परिसरात सहकारनगरला अगदी खेटून तळजाईची टेकडी आहे. या टेकडीचे आणि या तळजाईदेवीचे नाव पुण्यातसुद्धा फार थोड्या लोकांना ठाऊक असेल. पण गेल्या आठवड्यात 'तळजाई' हा शब्द पुण्याच्या घराघरांतून उच्चारला जात होता. संक्रांतीपासूनचे तीन दिवस हजारो नागरिकांचे थवेच्या थवे या तळजाईच्या दिशेने चालले होते. त्यांत स्त्रिया होत्या, पुरुष होते, लहान मुले होती आणि म्हातारेकोतारेही होते. सायकली, स्कूटर्स, रिक्षा, बसेस– सगळी लहान-मोठी वेगवेगळी वाहने केवळ त्या एकाच दिशेने धावत होती. पुण्यातले सगळे मार्ग जणू काही त्या एकाच मार्गाला येऊन मिळत होते. माणसे सतत टेकडी चढत होती आणि उतरत होती. एरवी निर्जन आणि नि:स्तब्ध असलेल्या या टेकडीवर जणू काही एक प्रचंड यात्रा भरली होती. होय, यात्राच! पण शिस्तबद्ध आणि आखीव-रेखीव यात्रा. त्या तीन-चार दिवसांत लहान-थोर नागरिकांच्या तोंडी 'तळजाई' याखेरीज दुसरा शब्द नव्हता. अवघे पुणे शहर या मंत्राने भारून गेल्यासारखे दिसत होते.

तळजाईच्या या विस्तीर्ण पठारावर असे घडले होते तरी काय? कोणी एखादे शंकराचार्य, एखाद्या पवित्र धर्मपीठाचे मठाधिपती या पठारावर वास्तव्यासाठी आले होते काय? का देशाच्या पंतप्रधानांची 'पूर्वनियोजित' अशी एखादी विराट सभा त्या ठिकाणी

होती? का आपल्या वायुसेनेची लोकांना आकर्षित करणारी अद्‌भुत प्रात्यक्षिके त्या ठिकाणी दाखविली जात होती? छे: छे! यांतले काहीच त्या ठिकाणी नव्हते. मग काय होते? तळजाईच्या त्या विशाल पठारावर राष्ट्रीय स्वयंसेवक संघाचे महाराष्ट्र प्रांताचे शिबिर भरले होते. साधे शिबिर नव्हे, महाशिबिर! पस्तीस हजार संघस्वयंसेवक महाराष्ट्राच्या कानाकोपऱ्यांतून त्या ठिकाणी गोळा झाले होते. हे स्वयंसेवक लहान-मोठ्या शहरांतले होते, खेड्यांतले होते, दूरदूरच्या आदिवासी आणि वनवासी भागातीलही होते. शहरांतले डॉक्टर, वकील, प्राध्यापक असे पांढरपेशे त्यांत होते आणि खेड्यांतले शेतकरी, शेतमजूरही होते. शहरांतले गिरणीकामगार जसे त्यात होते, तसे खेड्यांतील हरिजन वस्तीतलेही स्वयंसेवक त्यांत होते. नाना जातींचे, नाना पंथांचे स्वयंसेवकही त्यांत होते. सोळा-अठरा वर्षांचे किशोर जसे होते तसे पाऊणशेच्या पुढे गेलेले 'स्थविर'ही होते. फार काय, स्वत:च्या हिंदुत्वाची लाज न वाटणारा असा एखादा मुसलमान किंवा ख्रिश्चन स्वयंसेवकही त्यात होता.

आपले सगळे जातिभेद, पंथभेद विसरून 'हिंदू सारा एक' या एकाच मंत्राने प्रेरित होऊन हे हजारो स्वयंसेवक त्या ठिकाणी गोळा झाले होते. त्यांच्या वास्तव्याने तो परिसर अगदी गजबजून गेला होता. तळजाईचे ते पठार तसे विस्तीर्ण आहे. पण पस्तीस हजार स्वयंसेवकांच्या वास्तव्याने हे प्रचंड पठारही लहान झाले होते. संघाच्या शिस्तबद्ध, टापटिपीच्या कार्यक्रमांनी हा जड परिसर सजीवच झाला होता. सहस्रावधी स्वयंसेवकांच्या मुखांनी त्या मुक्या पठारालाही जणू वाचा फुटली होती आणि तोही 'हिंदू सारा एक' हा आजचा तारक मंत्र मोठमोठ्यांदा गर्जत होता. साऱ्या महाराष्ट्रात त्याचे प्रतिध्वनी उमटत होते. हे विलोभनीय दृश्य ज्यांनी पाहिले, ते खरोखरच भाग्यवान!

संघाच्या या शिबिरात काय नव्हते? त्यात मनाला स्तिमित करणारा प्रचंडपणा होता. काटेकोर व्यवस्था होती. संघाने आजपर्यंत केलेले समाजसेवा उलगडून दाखवणारे कलापूर्ण प्रदर्शन होते. याच्या प्रचंडपणाचे कौतुक करावे, की याच्या कलात्मकतेची प्रशंसा करावी, असा मनाला संभ्रम पडावा– असे भव्य व्यासपीठ किंवा पृथ्वीपीठ होते. त्यात सर्व सोयी होत्या. क्वचित गैरसोयही झाली असेल– पण त्या सगळ्या हसतमुखाने सहन करणारे शिस्तबद्ध स्वयंसेवक त्या ठिकाणी होते. या शिबिराचा कणन् कण अनुशासनाने भारलेला होता; आणि केवळ कोरडी शिस्तच नव्हती, एकमेकांबद्दलच्या स्नेहभावनेने सगळे वातावरण आर्द्र झाले होते. 'आम्ही हिंदू आहोत. आमच्या गौरवशाली इतिहासाचा

आम्हाला अभिमान आहे. आमच्या ध्येयवादाने आणि त्यागाने आजची सगळी संकटे आम्ही नाहीशी करू आणि पुन्हा हे प्राचीन हिंदुराष्ट्र आम्ही नव्याने घडवू'– हा निर्धार त्या उत्साही आणि हसतमुख संघस्वयंसेवकांच्या मुखांवर कुणालाही सहज वाचता यावा इतका स्पष्ट होता. जणू या निर्धाराचे प्रतीक म्हणून तो भगवा ध्वज उंच आकाशात मोठ्या दिमाखाने डुलत होता. या ध्वजाच्या साक्षीने सहस्रावधी कंठांतून उमटलेला 'परम वैभवं नेतुमेतत्स्वराष्ट्रं' हा गंभीर घोष ज्यांना ऐकावयास मिळाला, ते श्रोते-प्रेक्षक खरोखरच धन्य होत!

–आणि शेवटच्या दिवशी पुणे शहराच्या मार्गामार्गावरून निघालेले ते प्रचंड संचलन! पूर्ण गणवेषात, हातात दंड घेऊन, शिस्तबद्ध पावले टाकीत आणि हिंदुत्वाची जयगीते गात हे हजारो स्वयंसेवक संचलन करीत जाताना ज्या नागरिकांनी पाहिले असतील, त्यांच्या डोळ्यांचे पारणे फिटले असेल. खरोखरीच नयनाभिराम असेच ते दृश्य होते. हिंदू माणसे एवढ्या मोठ्या संख्येने कधी एकत्र जमल्याचे कोणास ठाऊक नाही. आपली सगळी उच्च-नीचता, जातिभेद, विषमता, गरिबी-श्रीमंती विसरून हिंदूंचा हा समुदाय एवढ्या संख्येने एकत्र येईल, असे इतिहासालाही कधी वाटले नसेल; नाहीच. इतिहासाने असा देखावा कधी पाहिलाच नाही!

गेल्या हजार वर्षांच्या इतिहासात आम्ही पाहिली ती फक्त भाऊबंदकी आणि दारुण वैर. पृथ्वीराजाचा नाश व्हावा म्हणून जयचंदाने गझनीच्या सुलतानाला बोलावणे धाडावे आणि त्या परक्या म्लेंच्छांनी दोघांचाही काटा काढावा, हेच सत्य इतिहासाने पाहिले. परकीय सुलतानाने अठरा वेळा स्वाऱ्या करूनही हिंदूंना एकदा तरी सोमनाथाचे पवित्र मंदिर वाचवता आले काय? आपल्याच विजयनगरच्या हिंदू साम्राजाच्या विनाश याच दुबळ्या हिंदूंनी आपल्या डोळ्यांनी पाहिला नाही काय? शिवाजीराजांच्या हिंदू सिंहासनाला विरोध करणारे हिंदू त्यांच्याच सग्यासोयऱ्यांपैकी नव्हते काय? पानिपतच्या रणक्षेत्रात मराठे कोंडीत सापडले; तेव्हा भोवतालच्या जाट, राजपूत, शीख अशा हिंदू बांधवांनी त्यांची होणारी ससेहोलपट निर्विकारपणे पाहिली– अशीच इतिहासाची साक्ष आहे ना? की काही वेगळी आहे? आपले सगळे भाषाभेद, जातिभेद, आचारभेद विसरून सगळा हिंदू समाज एकाच ध्वजाखाली गोळा झाला– असे अपवादात्मक तरी प्रसंग इतिहास नावाच्या ग्रंथात सापडतात काय? हिंदू समाजाचा गेल्या हजार-दीडहजार वर्षांचा इतिहास हा फुटीरतेचा इतिहास आहे. फुटीरतेचा आणि जातिनिष्ठेचा. उच्च-नीचतेचा आणि भाऊबंदकीचा. देशद्रोहाचा आणि किळसवाण्या स्वार्थाचा.

लाचारपणाचा आणि दुबळेपणाचा. इतिहासाची साक्ष यापेक्षा काही वेगळी आहे काय?

पण राष्ट्रीय स्वयंसेवक संघाने या देशात नवा इतिहास घडवला. डॉक्टर केशव बळीराम हेडगेवार या नावाचा प्रतिभाशाली लोकोत्तर पुरुष या हिंदू समाजाच्या भाग्याने आपल्या देशात जन्माला आला. हिंदू समाजाचे दुबळेपण आणि करंटेपण पाहून या महापुरुषाचे अंतःकरण कळवळले. 'बुडती हे जन न देखवे डोळा' अशी तुकारामासारखी त्यांच्या मनाची स्थिती झाली. सन १९२५ मध्ये विजयादशमीच्या सुमुहूर्तावर 'राष्ट्रीय स्वयंसेवक संघ' हा नवा संजीवनी मंत्र त्यांनी नागपूरला मोहित्यांच्या वाड्यात उच्चारला. मोहित्यांच्या वाड्यातील करंगळीएवढी धार असलेली संघाची ही गंगोत्री आता विशाल महासागरात रूपांतरित झाली आहे. आज काश्मीरपासून कन्याकुमारीपर्यंत आणि सिंधुसागरापासून गंगासागरापर्यंत सर्व देशभर एका ध्वजाखाली संघाचे लाखो स्वयंसेवक एकत्र जमतात आणि 'भारतमाता की जय' असा जयघोष करतात, हे दृश्य अनुपमेय आहे, अभूतपूर्व आहे; यात काय संशय!

राष्ट्रीय स्वयंसेवक संघाचे पुण्यातील हे प्रचंड संचलन डोळे भरून पाहत असताना आम्हाला डॉक्टर हेडगेवार, गोळवलकरगुरुजी आणि स्वातंत्र्यवीर सावरकर यांची आठवण येत होती. 'हिंदुत्व हेच राष्ट्रीयत्व' हा मंत्र उच्चारून डॉक्टरांनी संघकार्याची मुहूर्तमेढ रोवली. हा देश, हे हिंदुराष्ट्र 'याचि देही याचि डोळा' स्वतंत्र झालेले पाहावयास मिळावे, ही त्यांची आंतरिक इच्छा होती; पण ते न पाहताच त्यांनी देह ठेवला. देश स्वतंत्र झाला खरा, पण दोन तुकडे होऊन आणि तो 'हिंदुराष्ट्र' तर झालाच नाही. जे प्रांत मुसलमान बहुसंख्य, ते आपोआपच पाकिस्तानात गेले आणि उरलेला देश हा पुन्हा एक प्रचंड धर्मशाळा बनला. स्वातंत्र्यानंतरची गेली पस्तीस वर्षे ही कशाची साक्ष देत आहेत? राष्ट्रद्रोही मुसलमान आणि ख्रिश्चन यांच्या कारवायांनी सबंध देश पोखरून निघाला आहे. आसाममध्ये चाळीस लाख घुसखोरांनी ठाण मांडले आहे. ते राज्य यापुढे भारतात राहील की नाही याची शंका वाटू लागली आहे. मणिपूर, मिझोराम, नागालँड या सीमेवरच्या राज्यांना ख्रिश्चन मिशनऱ्यांनी राष्ट्रभावनेपासून दूर-दूर नेण्याचा खटाटोप सतत चालू ठेवला आहे.

पंजाबात खलिस्तानची भाषा सुरू आहे आणि दक्षिणेतील तमिळनाडूचे स्वतंत्र द्रविडीस्तान करण्याची स्वप्ने द्र. मु. क. आणि अण्णा द्र. मु. क. इत्यादी प्रादेशिक पक्ष अजूनही चोरटेपणाने पाहत आहेत. अरब देशातील पेट्रोडॉलर्सचा

प्रचंड ओघ हिंदुस्थानच्या दिशेने वाहत आहे आणि या देशातील बहुसंख्य हिंदू हे अल्पसंख्य कसे होतील याचे कट रचले जात आहेत. 'हिंदुराष्ट्र' कुठले घेऊन बसलात? शे-दोनशे वर्षांनी 'हिंदू' नावाचा समाजच या देशात उरणार नाही, अशी भयानक परिस्थिती आज उत्पन्न झाली आहे. मीनाक्षीपुरमचे सामुदायिक धर्मांतर ही घटना कशाची द्योतक आहे? अशा सर्व बाजूंनी संकटाने वेढलेल्या हिंदू हिंदू समाजाला आज कोणाचा बरे आधार आहे? अल्पसंख्याकांचे वाटेल ते लाड पुरवणारे निर्लज्ज सरकार आणि स्वाभिमानशून्य सत्त्वहीन पुढारी हिंदू समाजाला मातीत घालवयास निघाले आहेत. ज्यांनी रक्षक व्हावयाचे, तेच भक्षक झाले आहेत. मग हिंदू समाजाने कोणाच्या तोंडाकडे पाहावे? विश्वास वाटावा, आशा वाटावी, अशी कोणती शक्ती या देशात आहे? राष्ट्रीय स्वयंसेवक संघ हेच त्याचे उत्तर नाही काय?

डॉक्टर हेडगेवार यांनी संघाचे हे लहानसे रोपटे मोहित्यांच्या वाड्यात रुजवले, त्याचा वेलू आता गगनाकडे गेला आहे. संघाचे एके काळचे हे इवलेसे रोप आता विशाल वटवृक्ष होऊन भक्कमपणे उभे राहिले, ही घटना हिंदुमनाला संतोष देणारी ठरणार नाही? एक भ्रष्ट काँग्रेसवाले आणि करंटे समाजवादी सोडले, तर सर्व हिंदुमात्रांची मने उचंबळून आणणारी ही आनंददायक घटना आहे. या वटवृक्षाची सावली आता सर्व भारतभर पसरली आहे. देशाच्या फाळणीच्या वेळी प्रचंड रक्तपात आणि अत्याचार झाले. त्या वेळी असहाय आणि हताश सिंधी-पंजाबी हिंदूंच्या साह्यार्थ संघच धावला. आंध्रातील प्रलयकारी वादळात आणि मोर्वीच्या जलप्रलयात हीच सावली हिंदू समाजाला उपयोगी पडली. काश्मीरमधल्या अल्पसंख्य हिंदूंना, गिरिकुहरांतील वनवासींना, उपेक्षित आदिवासींना आज संघच दिलासा देत आहे. दुबळ्या हिंदू समाजावर कुणीही हल्ला करावा आणि हिंदूंनी फक्त मारच खावा, अशी आजवरची प्रथा होती; पण ही स्थिती आता बदललेली आहे. राष्ट्रीय स्वयंसेवक संघ हा हिंदू समाजाचा खड्‌गहस्त झाला आहे. आता हिंदू कधीही मार खाणार नाहीत. आता ते प्रत्येक अन्यायाचा आणि आक्रमणाचा तिखट प्रतिकार करतील. हिंदू समाज यापुढेही अस्तित्वात राहील– एवढेच नव्हे, तर आपले पूर्ववैभव प्राप्त करून सन्मानानेच जिणे जगेल, हा विश्वास संघाने समाजाला दिला आहे.

स्वातंत्र्यवीर सावरकरांनी समाजाला जागे करण्यासाठी प्रयत्नांची शर्थ केली; पण हा अभागी समाज तेव्हा जागा झाला नाही! मी म्हणजे अखेरची किंचाळी आहे, असे काव्यमय पण हताश उद्गार त्यांना काढावे लागले.

पुण्याच्याच एका भाषणात ते एकदा म्हणाले होते, ''कदाचित, स्वकीयांच्या वरदानापेक्षा परकीयांच्या शापानेच हतभागी हिंदू समाजाचा उद्धार व्हावा, अशीच नियतीची इच्छा असेल!'' सावरकरांची ती भविष्यवाणी तंतोतंत खरी ठरली. परकीयांच्या शापानेच हा हिंदू समाज आता खडबडून जागा झाला आहे आणि संघाच्या रूपाने आपल्या उद्धाराची वाट तो चालतो आहे. मुंबईत भरलेल्या मराठी साहित्य संमेलनाच्या अध्यक्षपदावरून बोलताना भाषणाच्या अखेरीस सावरकर म्हणाले, ''यापुढे लेखण्या मोडा आणि बंदुका हातात घ्या. खांद्यावर नव्यातली नवी बंदूक टाकून राष्ट्राच्या मार्गामार्गावर संचलन करणारे सहस्त्रावधी तरुण यापुढे दिसले पाहिजेत; तरच या हिंदुराष्ट्राचा तरणोपाय आहे, केवळ विड्याची पानेच चघळत राहणाऱ्या आणि तमाशातील तबलेच झडत राहिलेल्या दुसऱ्या बाजीरावाचे ब्रह्मावर्त या राष्ट्राने बनावे, हे मला पाहवत नाही!''

आज सावरकर असते तर? सहस्त्रावधी संघस्वयंसेवकांच्या जयघोषाने कोंदून उठलेले ते तळजाईचे पठार पाहून आणि शिस्तबद्ध पावले टाकीत चाललेले ते प्रचंड संचलन पाहून त्यांच्या डोळ्यांतून खरोखर आनंदाश्रू ओघळले असते!

(३० जानेवारी, १९८३)

-०-०-०-

३२

हिंदू धर्माचा पुनर्विचार

हिंदू धर्माच्या पुनर्विचारासंबंधी गेल्या काही अंकांत जे काही विचार मी मांडले, त्याचा हेतू हिंदू धर्माचे स्वरूप स्वच्छ व्हावे व काही घटकांना जो उपद्रव होतो तो थांबावा, एवढाच नव्हता; तर सावरकरांनी आपल्या घणाघाती लेखणीने हिंदू धर्मात अकारण घुसलेल्या अनेक मूर्ख समजुतींवर, वर्णश्रेष्ठत्व व जातिव्यवस्थेवर जो हल्ला केला, तिकडे लक्ष वेधावे– हा होता. त्या विचारांचे महत्त्व जेवढे समजावयास हवे तेवढे हिंदू समाजाला समजले नाही, ही दुर्दैवाची गोष्ट आहे. महात्मा गांधींच्या मायाजालामुळे हिंदू धर्माचे एक भाबडे सोईस्कर स्वरूप इथल्या जनतेला रुचले आणि धर्माच्या साह्याने समाजाला लुटण्याची साधने ज्यांच्या हातांत होती, त्यांना पर्यायाने गांधीजींचे साह्य होत होते. सर्व धर्मांचे मिळून एक सबगोलंकारी विक्षिप्त स्वरूप त्यांच्या मनात निर्माण झाले होते, कारण त्यांना महात्मा व्हावयाचे होते. आधुनिक काळातील ख्रिस्त आणि बौद्ध होण्याची त्यांची महत्त्वाकांक्षा होती. त्यामुळे त्यांना आंबेडकर समजू शकले नाहीत किंवा सावरकर समजावून घेण्याची त्यांना आवश्यकता वाटली नाही. जेव्हा मनुष्यजातीचा आपण विचार करतो, तेव्हा धर्म ही संकल्पना पारमार्थिक कल्याणाचा विषय बनते; पण जेव्हा एखाद्या पुरातन राष्ट्राच्या संदर्भात पुरातन धर्माचा विचार करावयाचा असतो, तेव्हा धर्माला केवळ परमार्थाचे साधन म्हणून वापरता येत नाही, तर ते ऐहिक उत्कर्षाचे साधन म्हणूनही वापरावे लागते.

हिंदू धर्मात व्यापकता होती, सहिष्णुता होती, सर्वसमावेशकता होती. पण ह्या साऱ्या भूतकाळातील गोष्टी. ज्या हिंदू समाजाचे गांधीजी नेतृत्व करणार होते, त्या हिंदू समाजाचे एकरूपत्व नव्याने सिद्ध झाल्याखेरीज मानवतेची वरची पायरी हिंदू समाज कधीच गाठू शकणार नाही इकडे त्यांनी जाणीवपूर्वक दुर्लक्ष केले. ते आपल्याला हिंदुस्थानातील सर्वधर्मीयांचे नेते मानत; पण जीनांनी त्यांचा उल्लेख फक्त हिंदूंचे नेते असाच केला आणि तो बरोबरही होता. मुसलमानांचा नेता बिगरमुसलमान असूच शकत नाही, ही साधी गोष्ट इस्लामचा अभ्यास करणाऱ्याच्या लक्षात यावयास हवी. एकाच वेळी हिंदू धर्माची व इस्लामची शिकवण स्वीकारता येणे शक्य नाही. हे ज्ञान लोकमानसाचे ज्ञान असणाऱ्या महात्माजींना होऊ नये याचे आश्चर्य वाटते. असे असताना या देशाने एकमेव नेता म्हणून गांधींचा स्वीकार केला, ही वस्तुस्थिती आहे. आपल्या मतासाठी ख्रिस्त वधस्तंभावर चढला, तसेच गांधीजीही जवळपास मृत्यूला सामोरे गेले. ख्रिस्ताची करुणा, दया आणि इतरांसाठी दुःख सहन करण्याची असीम शक्ती त्यांना सतत मोह घालीत होती. 'अन टु दि लास्ट' या रस्किनच्या पुस्तकाचा व बायबलचा त्यांच्यावर फार प्रभाव पडल्याने त्यांनीच मान्य केले आहे. पण ख्रिस्ताने एक स्वतंत्र तत्त्वज्ञान निर्माण केले आणि गांधीजींनी मात्र अनेक परस्परविसंगत तत्त्वज्ञानांचा मेळ घालण्याचा यत्न केला. मुसलमान धर्माचे खरे स्वरूप समजून घेण्याचे त्यांनी नाकारले, का त्यांना ते समजलेच नाही? सावरकरांनाही ते आरंभी समजले होते, असे वाटत नाही. त्यांच्या क्रांतिपर्वात त्यांचे हिंदुत्वाचे तत्त्वज्ञान आढळत नाही. अंदमानातील वास्तव्यात त्यांच्या राष्ट्रीयत्वाचे हिंदुत्वात रूपांतर झाले. त्यांना मुसलमानांच्या एकजुटीचे रहस्य समजले आणि मग इस्लामच्या अभ्यासातून इस्लामच्या खऱ्याखुऱ्या शक्तीचे ज्ञान त्यांना होत गेले असावे.

मुसलमानी धर्माचा प्रसार मुख्यत्वे शस्त्रबळानेच झाला, हे इंग्रज इतिहासकार वारंवार नमूद करतात. ख्रिश्चन धर्माचा प्रसार काही सेवेतून, काही व्यापारी लबाडीतून, काही फसवणुकीतून वा जबरदस्तीतून झाला; तरीही ख्रिश्चन धर्मातील काही तत्त्वे आकर्षक वाटावीत अशी असल्यामुळे नीलकंठशास्त्री गोऱ्हे, रेव्हरंड टिळक यांसारख्या पंडित ब्राह्मणांनाही त्या धर्माचा मोह पडला होता, हे विसरून चालणार नाही. या देशातील सुधारकांनाही या धर्माचा मोह पडला होता आणि काही धर्मांतरे झालीही. अविकसित देशांत ख्रिश्चनांनी जबरदस्तीने धर्मांतरे केली, अनेकांचा छळ केला, रेडइंडियन या अमेरिकेतील मूळ रहिवाशांचा नायनाट

केला. ह्या साऱ्या गोष्टी इतिहासात नमूद केल्या असल्या तरी ख्रिश्चनांच्या धर्माला एक सुसंस्कृतपणाची झालर चिकटलेली आहे, म्हणून मुसलमानांइतक्या उग्र प्रमाणात ख्रिश्चनांच्या धार्मिळ चळवळी झाल्या नाहीत व इंग्रज अमलानंतर तर त्यांना गुप्त चळवळीचे रूप आले आहे.

एक गोष्ट सावरकरांच्या ध्यानात आली की, दुबळा धर्म आताच्या जगात टिकाव धरू शकणार नाही. एवढेच नव्हे- तर ज्या धर्मात उच्च-नीचता, अस्पृश्यता आहे; तो धर्म ख्रिश्चन वा इस्लाम धर्मापुढे टिकाव धरू शकणार नाही. त्यांचा हिंदुत्वावरचा हल्ला हा आत्मरक्षणासाठी आहे, याचा विसर पडू देता कामा नये. हिंदू धर्मात जर काही महत्त्वाचे परिवर्तन घडवून आणले नाही तर हिंदू धर्माचे अस्तित्वच संपून जाईल, हे ध्यानात आलेले सावरकर हे आधुनिक शंकराचार्य होते. शंकराचार्यांनी वैदिक धर्मावर आलेले गंडांतर एके काळी परतवले खरे, पण त्या क्रियेतून हिंदू धर्माचे उदार वैभव हरवून गेले आणि ग्रंथप्रामाण्याची अतोनात वाढ झाली. शिवाय विरक्तीचे, निवृत्तीचे तत्त्वज्ञान वाढीला लागून इहवादाकडे पाठ फिरवली गेली. हिंदू धर्मातील अपसमज, कर्मकांडे, खुळे आचारधर्म हे नुसते कालबाह्य झालेले नाहीत; तर ते नव्या अन्यायाला जन्म देत आहेत आणि त्यामुळे हिंदू धर्मातील फार मोठा घटक अपमानास्पद स्थितीत जगत आहे, ही जाणीव झाल्यामुळेच सावरकरांनी आपल्या तिखट शब्दांनी सनातनी हिंदू धर्मावर कडाडून हल्ले केले. हिंदू धर्माच्या शत्रूनेसुद्धा केली नाही, एवढ्या कडक शब्दांत सावरकरांनी हिंदू धर्माची चिरफाड केली आहे. न्याय व समता यांवर आधारलेल्या हिंदू एकतेचे स्तोत्र त्यांनी गायले.

सावरकरांचे हिंदुत्व लढाऊ आहे, परंतु या लढाऊ हिंदुत्वामुळे परधर्मीयांपेक्षा स्वधर्मीय जखमी झाले. धर्माचा ठेका घेतलेले आणि धर्म ही आपली खासगी मालमत्ता मानणारे हिंदू पुढारी सावरकरांच्या घणाघाती आघाताने दुखावले गेले. हिंदुत्वापासून अतिशय दूर गेलेले; ख्रिस्त, महंमद, बुद्ध यांच्या प्रेमात पडलेले आणि जगाच्या कल्याणाची चिंता वाहणारे व केवळ हिंदूच न राहिलेले गांधी हे त्या हिंदूंना अधिक जवळचे वाटले, कारण त्यांनी हिंदुत्वावर कोठेच प्रहार केला नव्हता. गीतेचे ते भक्त होते, कृष्णाचे उपासक होते, रामराज्याची त्यांना आकांक्षा होती. प्रार्थना उपासना, मौन, ब्रह्मचर्य, आश्रम या साऱ्या ऋषीला शोभणाऱ्या गोष्टींचे नाटक ते वठवीत होते. 'सत्यापरता धर्म नाही' हा त्यांचा घोष होता. थोडक्यात, जुन्या सनातनी हिंदुधर्मीयाला दुखवावे, असे त्यांच्या वर्तनात काही

नव्हते. ते स्वत: अस्पृश्यता मानीत नव्हते. भंगी वस्तीत राहत होते व साधेपणा, व्रतस्थपणा, संन्यस्तपणाचा आचारधर्म पाळीत होते. मग हिंदूंनी त्यांना आपला पुढारी मानणे स्वाभाविकच होते. हिंदुत्वाची घडी न मोडणारे आणि तरीही मानवतावादाचा पुरस्कार करणारे साधू-संत या देशात अनेक होऊन गेले आहेत. त्याच कोटीला महात्माजी जाऊन पोहोचले. गांधीजींना रक्तपात मान्य नव्हता, सशस्त्र क्रांती मान्य नव्हती. त्यामुळे त्यांचे अनुयायी होण्यात काहीच धोका नव्हता. स्वदेशी वापरण्याचा आग्रह तर लोकमान्य टिळकांनी सुरू केला. क्रांतिकारकांना गुप्तपणे उत्तेजन दिले तरी प्रगटपणे टिळकांनीही बहिष्काराचे, सत्याग्रहाचे आणि कायदेशीर लढ्याचेच मार्ग वापरले. गांधीजींच्या राजकारणात सर्वस्वाचा त्याग करून टाकण्याची कल्पना नव्हती; तर जमेल तेवढा सोईनुसार त्याग केला तरी चालेल, अशी सवलत ठेवल्याने परंपरावादी हिंदूंना धर्म सांभाळता आला व देशभक्तीही करता आली.

सावरकर हे प्रकरण फार महाग पडणारे होते. स्वातंत्र्य मिळाल्यानंतर सशस्त्र क्रांतीचा मार्ग आता संपला, असे त्यांनी जाहीर केले. तोपर्यंत 'साधनानाम् अनेकता' हेच त्यांच्या राजकारणाचे सूत्र होते. लढाऊ हिंदुत्व, सर्वस्वाचा त्याग, परंपरागत रूढींचा त्याग अशा समाजाला एकदम न पेलणाऱ्या अनेक गोष्टी त्यांनी तीव्र भाषेत सांगितल्या. टिळकांचे चातुर्य सावरकरांजवळ नव्हते, हे तर उघडच आहे. पण गांधीजींची व्यापारी वृत्तीही त्यांच्याजवळ नव्हती. विकत घेणाऱ्याला कोणता माल हवा किंवा कोणता माल आपण त्यांच्या गळयात मारू शकू, हे चातुर्य बनिया महात्माजींजवळ होते, म्हणून त्यांना सनातन्यांचे मुकुटमणी पंडित मदनमोहन मालवीय जवळचे होते आणि धर्म ही खऱ्या अर्थाने अफू आहे, असे मानणारे साम्यवादीसुद्धा वश झाले. या देशात धर्म ही अफू खऱ्या अर्थाने कोणी मानली नाही– अगदी कम्युनिस्टांनीसुद्धा. कर्मकांडांत अखंड बुडालेल्या इंदिराजींना डांगे पाठिंबा देतात याचे आपल्याला मुळीच आश्चर्य वाटता कामा नये. समाजवाद्यांत असणारे मुसलमान हे मुसलमानांचा प्रश्न निघाला की, प्रथम मुसलमान असतात आणि मग जमले तर समाजवादी राहतात, हे परवा खासदार शहाबुद्दीन व त्यांचे सहकारी तसेच निहाल अहमद यांनी दाखवून दिले आहे. धर्म नको असे म्हणणाऱ्यांना खरे तर धर्माचा व्यापार नको असतो. अंधश्रद्धा नको असते, मध्यस्थ नको असतात आणि धर्माच्या नावावर फसवणूक होते, ती नको असते. धर्म हवाच असतो; निदान धर्माला ते मोडीत घालायला निघत नाहीत.

गांधीजींचा आतला आवाज कुणाला खुपला नाही, हे लक्षात घेतले पाहिजे. आतला आवाज काय किंवा दैवी वरदान काय, या साऱ्या गोष्टींचा संबंध धर्मप्रेरणांशीच असतो. आज निधर्मी समजल्या जाणाऱ्या शासनाच्या प्रत्येक व्यवहारात धर्म आहेच. बहुसंख्य आमदार-खासदार शपथ घेताना काय शपथ घेतात? न्यायालयात साक्षीदार गीतेवर व कुराणावर हात ठेवून खरे बोलण्याची शपथ घेतात. या देशातील सर्व राष्ट्रीय बांधकामांचे उद्‌घाटन समंत्रक पूजाविधीने होते. कित्येक समारंभात सर्व धर्मगुरू येऊन आशीर्वाद देऊन जातात. या देशातील सर्व पक्षांचे निवडणुकीतील उमदेवार आपल्या प्रचाराचा नारळ मंदिरात जाऊन देवासमोर फोडतात आणि आशीर्वाद मागतात. जनाब अंतुले तर हिंदू समाजाला संतुष्ट करण्यासाठी हरिहरेश्वराच्या मंदिरात जाऊन आपल्या प्रचारयात्रेचा आरंभ करीत असत. बहुसंख्य आमदार-खासदार आणि आमच्या पंतप्रधान महत्त्वाचे सर्व राजकीय निर्णय ज्योतिष्यांनी काढून दिलेल्या मुहूर्तावर घेतात, हे सारे आपण नाकारणार आहोत का? काही मूठभर समाजवादी व कम्युनिस्ट सोडले (तेही गुपचूप मुंजी लावतात, हरिपाठ करतात, मुहूर्त पाहतात किंवा बायकोकडून महापूजा करवितात); तर बाकी सारा समाज, जग विज्ञानयुगात पोहोचलेले असूनसुद्धा देववाद आणि दैववाद मानताना दिसते. आजारातून जयप्रकाशजी लवकर बरे व्हावेत म्हणून कऱ्हाडच्या साहित्य संमेलनात दुर्गाबाई भागवतांच्या आवाहनानुसार यशवंतराव चव्हाण, पु. ल. देशपांडे, तर्कतीर्थ लक्ष्मणशास्त्री जोशी यांसकट दहा सहस्त्र लोकांनी परमेश्वराजवळ प्रार्थन केली. ही सारी वस्तुस्थिती नाकारून बुद्धिप्रामाण्य म्हणून जर धर्म नाकारावयाचा असेल, तर खुशाल नाकारावा.

व्यक्तिश: मला परमेश्वराची, आराधनेची-उपासनेची कधीच गरज वाटली नाही व मी ती केली नाही. पण या देशातील तमाम जनतेला ती गरज वाटते आहे, त्याला काय करणार? ती नियमित करणे, दुसऱ्याला कमीत कमी उपद्रवकारक करणे; त्यातील डामडौल, संपत्तीचा नाश, वाया जाणारा वेळ कमी करणे, एवढेच आपल्या हातात आहे. याचाच अर्थ, ज्याला आपण धर्म मानतो, त्या धर्माचे स्वरूप बदलण्याचा जो सावरकरांचा हट्ट होता; तो आपण स्वीकारला पाहिजे. धर्म शब्द उच्चारला म्हणजे शिसारी येण्यासारखे त्यात काही नाही. धर्म म्हणजे पाच-दहा मिनिटे देवापुढे नाक घासणे नव्हे किंवा कोठल्या तरी पुस्तकात कोणी तरी लिहून ठेवलेल्या आज्ञा पाळणेही नव्हे. स्वत:ला, परिवाराला, शेजाऱ्याला, समाजाला, देशाला शक्य झाले तर मानवसमूहाला– सुखदायक वाटेल अशी

चोवीस तास जी वर्तणूक आपण करतो, तेच धर्माचे खरे स्वरूप आहे. ज्या धर्मात प्रत्येक गुन्ह्याला फक्त प्रायश्चित्त आहे आणि शिक्षा नाही, तो धर्म विनाशाच्या मार्गावर जाणारच. गुन्हा केल्याची जाणीव व त्यासाठी भोगावी लागणारी क्षुद्र शिक्षा एवढीच समाजधारणेसाठी पुरत नाही. समाज चालविण्यासाठी निर्माण झालेले कायदे आणि परस्परव्यवहारसंबंध यांचा मान राखण्यासाठी गुन्हेगारांस कडक शिक्षा ही झालीच पाहिजे. कोणत्याही पापी मार्गाने पैसे मिळवावेत व देवळाचा जीर्णोद्धार करून पापमुक्त व्हावे, अशा तऱ्हेचा धर्म म्हणजे इन्कम-टॅक्स चुकवून अधिकाऱ्याला लाच देण्याचाच प्रकार होय. ख्रिश्चन धर्मात कन्फेशन (पापांचा कबुलीजबाब) देण्याची एक सोय आहे. पूर्वी आपल्या धर्मात यज्ञकर्म करू इच्छिणाऱ्या पती-पत्नीला आपल्या पापाचा कबुलीजबाब देऊन शुद्ध व्हावे लागे. पण अलीकडे धर्माचे स्वरूप इतके पालटले आहे की, कोणत्याही पापाचे पुण्यात रूपांतर करण्याची सोय धर्म करू लागला आहे. तेव्हा पापाच्या तत्त्वज्ञानाला मुळातच नख लावले पाहिजे.

धर्माचे शुद्धीकरण किंवा धर्मसंकल्पनेचा पुनर्विचार हे काम खरे तर तत्त्वज्ञान्यांनी करावयास पाहिजे. कोणी काही करावे आणि त्याला हिंदू धर्मात आधार आहे असे म्हणावे, याला कोणी लोक सहिष्णुता असे नाव देतात. पण हा तमाशा थांबवला पाहिजे. मनुष्यमात्राचे स्वातंत्र्य कायम ठेवूनही त्याच्या कृतीवर, विचारावर आणि आयुष्याच्या दृष्टिकोनावर काही नियंत्रण ठेवण्याची गरज निर्माण झाली आहे. देव माणसाइतका क्षुद्र, खादाड, लाचखोर, हपापलेला असा कधी असू शकेल काय? केवळ वंशपरंपरेने कोणी पुजारी आणि उपाध्याय झाला म्हणून देवापर्यंत पोहोचण्यासाठी त्याचा उपयोग होऊ शकेल काय? स्वच्छतागृहाची स्वच्छता ठेवण्यासाठी माणसे नेमलेली असतात; त्यांचे काम फक्त स्वच्छता ठेवण्याचे असते. देहाची शुद्धी ज्याची-त्यालाच करावी लागते.

सावरकरांनी हिंदुत्वाचा जो आक्रोश केला, त्याचे भान यायला जवळपास चाळीस वर्षे उलटावी लागली; पण तोपर्यंत सिंध, पंजाब आणि बंगालमधील हिंदूंना रक्त सांडावे लागले. आजही काश्मीर आणि आसामात रक्ताच्या नद्या वाहत आहेत. त्या वाहत राहणार आहेत. याचे कारण, अजूनही हिंदू समाजाला खऱ्या अर्थाने जाग आलेली नाही. आपण एकसंध झाले पाहिजे, अशी अंत:करणपूर्वक जाणीव आजही फारशी जाणवत नाही. अधून-मधून कधीमधी शहाणपणा येतो; पण संकटाचे स्वरूप सौम्य झाले की, पुन्हा ये, रे माझ्या मागल्या! सावरकरांवर टीका करण्यासाठी का होईना, पण निदान सावरकरांचा आक्रोश का होता तो

समजून घेण्यासाठी तरी सावरकर वाचायला हवेत.

सावरकरांनी उच्चारलेले शब्द केवळ मुखाद्वारे उच्चारलेले नाहीत, तर वेळोवेळी हिंदू समाजाने मारलेल्या त्या किंचाळ्या आहेत. हिंदू स्त्रियांवर जेव्हा बलात्कार झाले, तेव्हा शेवटचा टाहो त्यांनी फोडला. तो टाहो त्या शब्दांतून प्रतीत होतो. सिंधू नदीच्या तीरावरून जिवाच्या भीतीने पळत सुटलेल्या भयग्रस्त निर्वासितांच्या त्या किंचाळ्या आहेत. मोगल जनानखान्यात जबरदस्तीने खेचल्या गेलेल्या हिंदू स्त्रियांचे ते हुंदके आहेत. नकार दिलेल्यांचे ते जोहार आहेत. भग्न केल्या गेलेल्या देव-देवतांनी दुबळ्या भक्तांकडे पाहून गाळलेले ते अश्रू आहेत. हजारो वर्षे प्राणपणाने जतन करून ठेवलेल्या नालंदा व तक्षशिला या ग्रंथशाळांतील शेकडो ग्रंथांची ती धूम्रवलये आहेत. हे सावरकरांचे शब्द नाहीतच, ते हिंदुमनाच्या रक्ताचे ठिबकणारे थेंब आहेत. जन्मभर एकाकी जळत राहिलेल्या आणि नादान समाजाने विझविलेल्या एका यज्ञकुंडाची ती समाप्ती आहे. एवढ्याने काय झाले; अजून खूप काही व्हावयाचे आहे. एक जराजर्जर काया अखेरपर्यंत कुडीत आत्मा रोखून ठेवून हिंदूंच्या आत्मगौरवाच्या आरोळीची वाट पाहत होती, ती जराजर्जर काया भस्मीभूत झाली आहे. पण त्या राखेतही सूर्याचे तेज दडलेले आहे. आपले डोळे दिपत असतील तर आपण करंटे आहोत, एवढेच. पण अजूनही सूर्यासमान भासणारे दोन डोळे हिंदूंच्या गर्जनेची, विजयाची वाट पाहत आहेत!

(२० मार्च, १९८३)

-०-०-०-

३३

हिंदुराष्ट्रवादाची निर्मिती मुस्लिम धर्मवेडातून

हिंदुस्थान, भारत किंवा आर्यावर्त हा कधी काळी एक देश असावा किंवा नसला, तरी यापुढे तो एक सुदृढ असा देश राहावा, असे या देशातील सर्व विचारवंतांना मन:पूर्वक वाटत आले आहे. आज 'हिंदुस्थान' नावाने ओळखल्या जाणाऱ्या भूखंडावर इंग्रजी राज्यापूर्वी कधीही एकमेव अशी अधिसत्ता नव्हती. पराक्रमी आणि कर्तबगार सम्राटांच्या मांडलिकत्वाखाली वेगवेगळी राज्ये अस्तित्वात होती. चंद्रगुप्ताचे, विक्रमादित्याचे, अकबराचे– अशी मोठी साम्राज्ये जरी देशात असली; तरीही या देशात सर्वसमावेशक अशी एकच सत्ता कधीच नांदली नाही. इंग्रजांनी प्रथमच ब्रह्मदेशा-पासून ते अफगाणिस्तानापर्यंत आणि तिबेट-नेपाळपासून ते सिलोनपर्यंत एका छत्राखाली हा देश आणून दिल्लीहून या भूखंडाचा राज्यकारभार केला. या सर्व भूखंडात प्रथमच एक न्यायदानपद्धती अस्तित्वात आली आणि संरक्षण, व्यापार, टपाल, वाहतूक तसेच सर्व सुविधा सार्वत्रिक व निर्धोकपणे चालू झाल्या. पाश्चिमात्य संस्कार सर्वांनाच नवे असल्यामुळे जात, धर्म-पंथ, भाषा, रीतिरिवाज ह्यांत विखुरलेल्या भारतीय उपखंडाचे एक राष्ट्र सिद्ध होऊ लागले. शंभर वर्षांच्या कालखंडात इंग्रजी शिक्षणपद्धतीने पाश्चिमात्य समाजपद्धतीबद्दल आणि विज्ञानाबद्दल एक प्रकारचे विलक्षण कुतूहल निर्माण झाले व राष्ट्रीय अहंतेचा उगम झाला. राष्ट्रीय काँग्रेस निर्माण झाल्यापासून तर राष्ट्रीय शिक्षण, राष्ट्रीय जीवनपद्धती, राष्ट्रीय समाजरचना किंवा राष्ट्रधर्म या कल्पनेला

अधिकाधिक आकार आला.

यापूर्वी या भरतखंडात सामंजस्याचा एक वेगळा प्रकार रूढ होता. राष्ट्र-कल्पना नसली तरी विलक्षण सहिष्णुतेच्या बळावर आर्य-अनार्यांचा सुखद संकर झालेला हिंदू धर्म हाच येथील मुख्य राष्ट्रीय प्रवाह होता. त्यामुळे राजकीय दृष्ट्या जरी ही भूमी राष्ट्र म्हणून यापूर्वी कधी एकात्म झालेली नसली, तरी पारमार्थिक दृष्ट्या या देशात एक राष्ट्र-कल्पना निर्माण झालेली होती. बद्रीकेदारपासून ते कन्याकुमारीपर्यंत आणि जगन्नाथपुरीपासून द्वारकेपर्यंत या देशातील प्रवासी तीर्थाटनासाठी भारतात मुक्तपणाने संचार करीत असत व त्यांना भाषेची किंवा राज्यांच्या सीमांची कधीही अडचण निर्माण झाली नाही. कुणाचेही आणि कुठेही राज्य असले तरी पारमार्थिकांना संचारबंदी नव्हती. एवढेच नव्हे, तर पारमार्थिकांचा योगक्षेम परक्या भू-प्रदेशात जाऊनही सुरळीत चालू शकत असे. नेपाळच्या पशुपतेश्वराच्या मंदिरातील पुजारी हा दक्षिणी ब्राह्मण असे व स्थानिक लोकांना ते आक्रमण वाटत नसे. लोकव्यवहार हा गुंतागुंतीचा नसे. स्थानिक पातळीवर स्वायत्तता असे. बलुतेदारीपद्धतीमुळे ग्रामीण अर्थव्यवस्था भक्कम व व्यावसायिक हमी देणारी होती आणि कोणत्याही राजाचा त्या प्रथेत हस्तक्षेप होत नसे. तशा अर्थाने या प्रचंड भूखंडात दळणवळणाची फारशी साधने नसतानाही दूरदूरच्या ठिकाणांहून महत्त्वाची पत्रे पोचत, हुंड्या वटवल्या जात व सर्व ठिकाणच्या बाजारपेठा उपभोग्य वस्तूंनी संपन्न असत. सर्वसामान्यत: पंचक्रोशीत विवाह ठरविले जात असले, तरी दूरदूरही विवाहसंबंध ठरविले जात होते आणि परक्या प्रदेशात जाऊन स्थायिक होण्यात, राज्ये करण्यात, व्यापारी पेठा चालविण्यात किंवा गुरुकुले काढण्यात कोणालाही धोका वाटत नसे. सर्वसामान्यत: करभाराची पद्धती ठरलेली असे. राजाला वा राज्यप्रतिनिधीला योग्य तो करभार दिला की, ग्रामसंस्था सुरक्षित राहत असत.

अशा या भारत खंडाला युरोपात निर्माण झालेल्या राष्ट्रवादाचा राजकीय अर्थ जरी प्राप्त झालेला नसला, तरी इथे 'राष्ट्र' नामक संकल्पना अस्तित्वात असली पाहिजे. कारण सिंधू नदीपलीकडे राहणाऱ्या सर्वच लोकांना 'हिंदू' या नावाने ओळखण्याची प्रथा होती. राज्यक्रांत्या झाल्या, राज्याच्या नव्या सीमा ठरल्या किंवा नव्या साम्राज्याच्या रचना झाल्या तरी फार खंत करून घेण्याची या समाजाची प्रथा नसावी. त्यामुळे या देशात अनेक महत्त्वाच्या घटना घडल्या, आक्रमणे झाली, लढाया झाल्या; तरीही समाजाचा खालचा मूळ स्तर फारसा बदलला नाही.

या स्तरावर पहिला हल्ला झाला तो मुसलमानांच्या आक्रमणामुळे; दुसरा

हल्ला झाला तो ख्रिस्ती मिशनऱ्यांच्या धर्मांतरामुळे, तिसरा झाला तो इंग्रजी कायद्यांवर आधारित असणाऱ्या राज्यपद्धतीने व चौथा हल्ला झाला तो विज्ञानामुळे. क्रमानेच विचार करायचा झाला तर मुसलमानी आक्रमण हे केवळ एका राजसत्तेचे किंवा धर्मसत्तेचे आक्रमण नव्हते; ते आक्रमण होते एका नव्या राष्ट्रवादाचे. या राष्ट्रवादाची उभारणी भौगोलिक सीमेवर आधारलेली नसून धर्ममतावर आधारलेली आहे. ते धर्ममत नाकारणाऱ्यांविरुद्ध मुसलमान प्राणांतिक लढा उभा करतात. या लढ्याला कुराणाचा, हदिसचा, जगातील मुसलमान राष्ट्रांचा आणि इस्लाममधील पाप-पुण्यविषयक कल्पनांचा पाठिंबा असतो. मुसलमानी समाजात अन्य धर्मीय राहू शकत नाहीत, कारण मुसलमानांच्या धर्मशास्त्रानुसार बिगरमुसलमानांना जगण्याचा अधिकार नाही. एक तर आपण मुसलमानांचा नि:पात केला पाहिजे किंवा हिंदू धर्माचा त्याग करून मुसलमान झाले पाहिजे.

भारतातील सारा मुसलमान समाज जबरदस्तीने बाटविलेला किंवा बाटविलेल्या लोकांच्या प्रजेपासून उत्पन्न झालेला आहे. खऱ्या अर्थाने तो मुसलमानही नाही आणि हिंदूही नाही. जगातील मुसलमान लोक भारतीय मुसलमानांना कमअस्सल मानतात, म्हणून भारतीय मुसलमानांना हिंदू धर्माचा अधिक द्वेष केल्यावाचून गत्यंतर नसते. हिंदुराष्ट्रवादाचा उगमच मुळी मुसलमानांच्या अतिरेकी धर्मवेडातून झालेला आहे, ही गोष्ट लक्षात न घेता हिंदुराष्ट्रवाद्यांना जातीय म्हटले जाते. 'हिंदुराष्ट्रवाद' अशी स्वतंत्र संकल्पना असूच शकत नाही, कारण हिंदू धर्मात अशा तऱ्हेची प्रेरणाच नाही. ही प्रेरणाच मुळी आम्हाला मुसलमानांनी पुरवलेली आहे. जेव्हा प्रतिक्रियेला जातीय असे म्हणतात, तेव्हा मूळची क्रिया किती जातीय असते याचा आपण विचार केला पाहिजे.

मुसलमान राष्ट्रवादी होऊच शकत नाहीत, कारण राष्ट्र ही कल्पनाच त्यांना मान्य नाही; इस्लामी जग ही कल्पना त्यांना मान्य आहे. जेथे जेथे मुसलमान असेल, तिथला तिथला मुसलमान या इस्लामी जगाचा भाग असतो. कोणाही मुसलमानाला आपल्या सर्व निष्ठा इस्लामी जगाला द्याव्या लागतात. हिंदुराष्ट्रवाद हा शब्द आपल्याला नको असेल, तर आपण भारतीय राष्ट्रवाद ही संकल्पना स्वीकारू या! त्याने परिस्थितीत काहीच फरक पडत नाही. पण त्या भारतीय राष्ट्रवादालाही मुसलमान समाज स्वत:च्या सुरक्षिततेपुरतीच किंमत देईल. या देशातील कालमानाने प्रगत झालेल्या कोणत्याच कल्पना मुसलमान समाज स्वीकारू शकत नाही. राष्ट्रवादाच्या निर्मितीत हीच अडथळा आणणारी गोष्ट आहे. व्यक्तिगत एखाद्या मुसलमानाला जातीय किंवा धर्मांध म्हणून भागण्यासारखे

नाही, याचे कारण त्याचा काहीच दोष नसताना आपण त्याला दोषी ठरवीत असतो. जो काही दोष आहे, तो कुराणाच्या आज्ञांत किंवा कुराणाच्या आज्ञांचा अन्वयार्थ लावणाऱ्या मुल्ला-मौल्लवींचा. म्हणून संपूर्ण भारतीय समाज एकसंध होण्याची मुळीच शक्यता नाही.

सावरकरांनी हिंदुराष्ट्रवादाचे जे तत्त्वज्ञान उभे केले आहे, ते व्यक्तिगत मुसलमानांविरुद्ध नाही, तर ते कुराणाच्या अनैतिक व कालविरोधी आज्ञांच्या विरुद्ध आहे. मुळातच हिंदुराष्ट्रवाद ही प्रतिक्रिया आहे, हे लक्षात घेऊन आपण या प्रश्नाकडे पाहिले पाहिजे. हिंदूंना एरवी संघटना करण्याचे कारणच काय होते? संघटित झाल्याशिवाय धर्मवेड्या समाजाचा प्रतिकार करता येत नाही, म्हणून संघटित होणे भाग आहे आणि हे संघटन हिंदू नामक एका अमूर्त व सर्वमान्य कल्पनेभोवतीच होऊ शकेल, असे त्यांचे तर्कशुद्ध प्रतिपादन आहे. हे हिंदुत्व कोणत्या धर्मग्रंथाने सुचविलेले नाही किंवा कोणा व्यक्तीने लादलेले नाही. आर्य, अनार्य, शक, हूण, बर्बर, आदिवासी अशा अनेक संस्कृतींच्या समन्वयाने आपोआप सिद्ध होत आलेली जी जीवनपद्धती– तिलाच सावरकरप्रणीत हिंदुत्व असे म्हणतात.

ख्रिस्ती प्रथम या देशात आले; मग त्यांनी या देशात व्यापार आणला व त्याबरोबर धर्मोपदेशकही आले. अखेरीस त्यांनी येथील राज्यव्यवहारही ताब्यात घेतला. भारतीय जीवनपद्धतीत कालमानाने काही दोष निर्माण झाले होते, त्याचा ख्रिस्ती धर्मोपदेशकांनी फायदा उठवला आणि हिंदू धर्म हा कालबाह्य झालेला धर्म आहे, हे सांगण्यास सुरुवात केली. पाश्चिमात्यांची विज्ञाननिष्ठा आणि शस्त्रबळ त्यांच्या पाठीशी होते. राजसत्तेचा पाठिंबाही या धर्मोपदेशकांना मिळाला. दलित आणि आदिवासी अशा अडाणी समाजाला उपकृत करून त्यांनी प्रथम धर्मांतरे घडवून आणली. कुठे जबरदस्ती तर कुठे आमिष, तर कुठे हिंदू धर्मातील वैगुण्यांवर प्रहार– या मार्गाने त्यांनी या देशात बस्तान बसविले. शिक्षण व रुग्णसेवा या दोन सेवांच्या मार्गांनी त्यांनी सहानुभूती निर्माण केली. भारतीय भाषांचा अभ्यास केला. समाजपरिस्थितीचे अवलोकन केले.

आरंभी-आरंभी उच्चवर्णीयांतील काही लोकही त्यांना मिळणाऱ्या सन्मानामुळे, करुणेच्या तत्त्वज्ञानामुळे किंवा अन्य काही कारणांमुळे धर्मोपदेशकांच्या जाळ्यात सापडले. इंग्रजी राज्य आणि ख्रिस्ती धर्म या देशाचा उद्धार करण्यासाठी परमेश्वराने पाठविलेले वरदान आहे, असे या देशातील बुद्धिवादी म्हणू लागले. इंग्रजांची विद्या, वैज्ञानिक सामर्थ्य, दरारा आणि कायद्यांवरील विश्वास यांमुळे भारतीय समाज पराभूत मनोवृत्तीने त्या सर्वच गोष्टींचे स्वागत करू लागला.

त्यामुळे धर्मांतराला एक मोठी प्रतिष्ठा आली. पण धर्म बदलल्याने आध्यात्मिक उन्नती होत नाहीच; तर या भूमीबद्दल अप्रीतीही निर्माण होते व आपल्या निष्ठा आपण दुसऱ्या राजकीय शक्तींना विकू लागतो, हे कळण्यासाठीसुद्धा बरीच वर्षे लागली. सुधारणावादी आणि राष्ट्रवादी अशा या दोन शक्तींचा झगडा सुधारणा विरुद्ध परंपरा असा आहे, असे दाखवण्याचा प्रयत्न केला जातो; पण हा प्रयत्न खोटा होता, हे आता काळाने सिद्ध केले आहे. ख्रिस्ती धर्महीं उच्च प्रतीचा नाही किंवा इंग्रजी राज्य हेही वरदान नव्हते, हेही काळानेच पुढे पटवून दिले. पण त्यामुळे राष्ट्रघातक शक्ती या काळात उदयाला आल्या. आसाम, झारखंड किंवा आदिवासी क्षेत्रे येथे आज अराष्ट्रीय उद्रेक झाले; त्याला तेथे घडलेली धर्मांतरे हीच कारणीभूत झाली आहेत. दक्षिणेत ख्रिश्चनांचे प्रमाण खूप मोठे आहे– विशेषत: केरळमध्ये. दक्षिणेत इंग्रजीचा पुरस्कार ज्या अभिनिवेशाने केला जातो, त्यालाही ख्रिश्चनीकरणाने खूप मदत झालेली आहे.

मोगलांच्या राज्यात, मराठ्यांच्या राज्यात आणि नंतर पेशव्यांच्या राज्यात राज्याची लहर हाच शेवटचा कायदा होता. या देशातील सर्व कायदा मुख्यत्वेकरून धर्मग्रंथांवरून निर्माण झालेला असल्यामुळे त्यात मानवी न्यायापेक्षा पाप-पुण्याचा विचार जास्त केलेला होता. कालबाह्य झालेले धर्मग्रंथ हेच जर समाजधारणा करणारे आधार ठरू लागले, तर ती राज्यव्यवस्था लोकांच्या अप्रीतीचा विषय बनत जाणार, हे उघडच होते. एके काळी समाजाच्या नियमनासाठी केलेली समाजरचना आधुनिक काळाला जशीच्या तशी उपयोगी पडणार नाही, हे समजण्याचे प्रवाहीपण भारतीय समाज हरवून बसला होता. इंग्रजांनी सर्वांसाठी एक समान कायदा निर्माण केला. त्यामुळे ज्या लोकांवर पूर्वी त्या धर्माधिष्ठित कायद्यामुळे अन्याय होत होता, त्यांना दिलासा मिळाला. ते धर्मविरोधी, सवर्णविरोधी– एवढेच नव्हे, तर नेटिव्हांच्या स्वातंत्र्याच्या मागणीच्याही विरोधी होणे शक्य होते. कारण या देशात त्यांना प्रथमच वस्तुनिष्ठ न्याय मिळत होता. प्रत्येकाला ज्ञान मिळविण्याचा अधिकार प्राप्त झालेला होता. इंग्रजी राज्याने या देशात नव्याने जर काही आणले असेल, तर ते म्हणजे सामाजिक समतेला आवश्यक असणारी समाजव्यवस्था.

राष्ट्रवादी विचारसरणीला आपल्याच समाजातून विरोध व्हावा, हे दुर्दैव तर खरेच; पण ते स्वाभाविक होते याचा विसर पडू देऊ नये. ज्या राष्ट्रनिर्मितीत आपल्याला बरोबरीचा वाटा नाही, ती राष्ट्रनिर्मिती हवीच कशाला– असा प्रश्न अनेकांना पडणे शक्य होते. राष्ट्रवादी विचारसरणीला इंग्रजांचा विरोध असणे क्रमप्राप्त होते, कारण त्यातून इंग्रजी राजसत्तेला पर्याय निघत होता. मुसलमान

आणि ख्रिश्चन यांचा राष्ट्रवादाला विरोध असणे, हेही समजण्यासारखे होते आणि मुसलमानांना तर 'राष्ट्र' ही संकल्पनाच मंजूर नव्हती. पण भारतीय समाजातील उपेक्षित असणाऱ्या फार मोठ्या समाजाला राष्ट्रवादाची महती पटली नाही, कारण त्यांच्यावर होणाऱ्या अन्यायाचे परिमार्जन करण्याची स्पष्ट तरतूद त्या काळातील राष्ट्रवादात नव्हती. ही तरतूद सावरकरांनी प्रथम केली आणि म्हणूनच हिंदुराष्ट्रवादाचे खरेखुरे उद्गाते सावरकरच ठरतात. समाजातील सर्व स्तबकांना योग्य तो न्याय दिल्याशिवाय राष्ट्रवाद हे नुसते मृगजळच आहे, या सिद्धांतावरच त्यांचा राष्ट्रवाद आणि म्हणूनच त्यांची सामाजिक सुधारणा घट्ट पायावर उभी होती.

राष्ट्रवादाच्या प्रगतीला आणखी एक अडथळा निर्माण झाला तो विज्ञानयुगाचा. या विज्ञानयुगाने प्रथम जर काही केले असेल, तर अनेक जातींचे रोजगार उद्ध्वस्त केले. विज्ञानाने केवळ यंत्रे आणली नाहीत, तर या देशातील ग्राम-व्यवस्था व समाजव्यवस्था पार उद्ध्वस्त करून टाकली. राष्ट्रवादाची संकल्पना शिस्तबद्ध रीतीने समाजाच्या गळी उतरावयाची असेल, तर विज्ञानाने निर्माण केलेल्या या पोकळीवर इलाज योजणे आवश्यक होते. विज्ञानाचा स्वीकार करण्यावाचून तर गत्यंतरच नव्हते आणि विज्ञानाचा स्वीकार केल्यानंतर व्यवसायनिष्ठ जाती उद्ध्वस्त करणेही आवश्यक होते. याचे कारण त्यात केवळ उच्च-नीचता नव्हती, तर जातिनिहाय व्यवसाय वाटून दिलेले होते. काप गेले आणि भोके राहिली– अशी जातींची अवस्था झाली होती. शिवाय व्यवसायांच्या गुणवत्तेनुसार जातींनाही उच्च-नीचता प्राप्त झाली होती. व्यवसायाची हमी गेली आणि उच्च-नीचता तेवढी जातीला चिकटली. त्यामुळे जात जास्तच उपद्रवकारक होऊन बसली. ही निरुपयोगी झालेली जातिव्यवस्था मोडल्यावाचून हिंदुराष्ट्रवादाला अर्थच उरणार नव्हता. जात्युच्छेदक समाजरचनेची थोडी आक्रस्ताळी वाटणारी भूमिका सावरकरांनी का मांडली, हे यामुळेच स्पष्ट होईल.

समाजात कोणतीही गोष्ट योग्य त्या कारणाशिवाय टिकत नाही आणि जाती टिकविण्यासाठी आता कोणतीही कारणे शिल्लक नव्हती. कोणताही व्यवसाय कोणीही करावा, अशी कायद्याने मुभा होतीच आणि परिस्थितीनेही गरज निर्माण केली. टाटा-किर्लोस्कर लोहार झाले, वैद्य चांभार झाले, गरवारे रंगारी आणि मांग झाले, खरात-कसबे ब्राह्मण झाले, गाडगीळ-पेठे सराफ झाले. राष्ट्रवादाच्या मार्गातील जातींचा एक अडसूर दूर केल्याशिवाय राष्ट्रवाद उभाच राहू शकत नव्हता. विज्ञानाने केवळ याच गोष्टी आणल्या नाहीत; तर बुद्धिवादाची एक नवी आरोळी दिली– जे तर्काच्या कसोटीवर टिकत नाही, ते फेकून दिले

पाहिजे; मग ती जातिसंस्था असो, परंपरागत कृषिविद्या असो किंवा धर्मग्रंथातील आज्ञा असोत. मनुष्याला जे-जे उपकारक ते-ते इहवादी म्हणून स्वीकारणीय, ही भूमिका घेतल्यानंतरच 'राष्ट्रवाद' नावाची संकल्पना या देशात उभी राहू शकते.

आज भारतीय राष्ट्रवादाची जी संकल्पना मांडली जाते, तिचे स्वरूप राजकीय आहे. इंग्रजांच्या गुलामगिरीतून मुक्तता करून घेण्यासाठी जो एक सामुदायिक आकांत केला गेला, त्यातून ती कल्पना सिद्ध होत गेली. वायव्य सरहद्द प्रांतातील गफारखानांपासून बंगालमधील क्रांतिकारकांपर्यंत किंवा काश्मीरपासून कन्याकुमारीपर्यंत सर्व भारतीयांना इंग्रजांच्या गुलामगिरीतून मुक्त व्हायचे होते. इंडियन नॅशनल काँग्रेसने राजकीय आकांक्षा शिस्तबद्ध केली आणि लोकमान्य टिळकांनी इंग्रजांच्या कृपेवर जगणाऱ्या मवाळांच्या हातातून काँग्रेसला मुक्त करून असंतोषाचा वणवा पेटवला. या असंतोषाच्या जनकाचेच राजकीय शिष्यत्व खऱ्याखुऱ्या अर्थाने गांधीजींनी स्वीकारले आणि साऱ्या भारतभर जागृती केली. गांधीजींनी लहान-लहान उपक्रमांतून भारतातील कोनाकोपऱ्यांत असणाऱ्या नागरिकांना देशभक्तीची संधी दिली आणि एक राष्ट्रीय आकांक्षा निर्माण केली. स्वातंत्र्योत्सुक समाज निर्माण झाल्याकारणाने आज ना उद्या स्वातंत्र्य येणे अपरिहार्य होते. इंग्रजांच्या एकछत्री अमलाखाली असणारा मुलूख त्यामुळे स्वतंत्र झाला आणि एका राजकीय राष्ट्राची निर्मिती झाली. हे होत असतानाच अनैसर्गिक पद्धतीने भारताची फाळणी झाली. दोन स्वतंत्र राष्ट्रे निर्माण झाली. एकाने लोकशाही, समाजवाद, सेक्युलॅरिझम ही तत्त्वे स्वीकारली आणि दुसऱ्याने इस्लामी जगाची कल्पना स्वीकारली. दोन परस्परविरोधी गोष्टी शेजारी-शेजारी नांदण्याच्या अनैसर्गिक घटनेतून हिंदू-मुसलमान संबंधांचा प्रश्न चिघळला आहे आणि धर्मराष्ट्राशी निधर्मी राष्ट्र मुकाबला करू शकत नसल्यामुळे हिंदुराष्ट्रवाद पुन्हा एकदा पुनरुज्जीवित झाला आहे.

आता या नव्या राजकीय, सांस्कृतिक हिंदुराष्ट्रवादाच्या कल्पनेत धर्माची परंपरागत कल्पना नाही, हे विसरून चालणार नाही. तथापि, मुस्लिम धर्मवेडाने प्रेरित झालेली पाकिस्तानसारखी राष्ट्रे किंवा एकूण मुसलमानी जग यांच्या विरोधात हिंदुराष्ट्रवाद उभा राहिला असल्यामुळे हिंदुराष्ट्रवादावरही परंपरावादी धर्मवादाचा आरोप केला जातो. हिंदू धर्मवाद या संकल्पनेत वेद-उपनिषदे, स्मृती, पुराणे यांनी नियमित केलेला चातुर्वर्ण्य, पुनर्जन्म अणि पूर्वसुकृताचा सिद्धांत गृहीत धरलेलाच नाही. हिंदुराष्ट्रवादामध्ये गृहीत आहेत त्या गोष्टी म्हणजे भौगोलिकता, एकता, सर्वांना आदरणीय असतील तेवढ्याच परंपरा आणि विद्या-कला या भूमीचे वैभव व एकूण हिंदू या नावाने ओळखल्या जाणाऱ्या जीवनपद्धतीतील

औदार्य. नव्या विज्ञानयुगाची व समतेच्या तत्त्वज्ञानाची राष्ट्रवादाला जोड दिली की, जगातील कोणत्याही उदार भूमिकेपेक्षा ही भूमिका उदार होईल. हा राष्ट्रवाद द्वेषावर आधारलेला नाही. तो माणसा-माणसांत फरक करायचा अधिकार देत नाही. मानवी विकासाच्या आड येणाऱ्या प्रत्येक गोष्टीवर नियंत्रण ठेवण्याच्या समष्टी जीवनाचा अधिकार तो मान्य करतो. आक्षेप घ्यावा, असे ह्यात काहीही नाही.

हिंदू शब्दाने बिचकून जाऊन हिंदुराष्ट्रवादाला विरोध करणारे जे लोक आहेत, त्यांनी हे लक्षात ठेवले पाहिजे की, जे हिंदू समाजाच्या अस्तित्वावरच उठलेले आहेत त्यांना शह देऊ शकेल अशी एकमेव संकल्पना आपल्याजवळ आहे– ती म्हणजे हिंदुत्व! सर्वांनाच स्वीकारणीय वाटेल असा तो एकमेव धागा आहे. राष्ट्रनिर्मितीसाठी ज्या-ज्या संकल्पना आवश्यक आहेत– त्यांत सलग भूखंड, इतिहास, समान समाजरचना, समान सुख-दुःखांची जाणीव, भाषा, संस्कृती अशा अनेक गोष्टी असल्या तरी त्यामुळे राष्ट्र बनतेच असे नाही. युरोपमधील वेगवेगळ्या राष्ट्रांतून हाकलले गेलेले, नशिबाचा शोध घेणारे, वेगवेगळ्या प्रवृत्तींचे लोक अमेरिकेच्या भूखंडात एकत्र झाले. त्यांचे एक राष्ट्र कशामुळे झाले? इंग्लंडबरोबर अमेरिकेचा जो संघर्ष झाला, ह्यातून जे युद्ध पेटले; त्यामुळे अमेरिकेला आपल्या स्वतंत्र अस्तित्वाची चाहूल लागली. समान उद्दिष्टांसाठी एकत्र येणे, ही जेव्हा गरजेची गोष्ट बनते; तेव्हा आपोआपच लहान-सहान मतभेद दूर होतात. अमेरिकेने विज्ञानाचे आणि समृद्धीचे जे अपूर्व भांडार निर्माण केले, त्याचा इतिहास फार जुना नाही. अमेरिका आज जगातील एक शक्तिसंपन्न राष्ट्र आहे. विविधता राखूनही एकता निर्माण करण्याचे त्यांनी जे अपूर्व कृत्य केले, तसेच प्रादेशिकता टिकवूनही राष्ट्रीयता टिकविण्याचे अद्‌भुत कृत्य आपल्याला करावे लागेल.

अजून मानवता हे मृगजळ आहे, राष्ट्रीयता हे सत्य आहे. इंग्लंड, जपान, रशिया आपले हितसंबंध पाहतात आणि मग जगाची चिंता करतात. फॉकलंड बेटासारखे जवळपास निर्मनुष्य आणि हजारो मैलांवर असलेले बेट राखण्याचा इंग्लंड अजूनही का प्रयत्न करते? रशियाने आपले राष्ट्र संपन्न राखण्यासाठी आपल्या अंकित परावलंबी राष्ट्रांची किती लूट केली आहे, हे उघडकीला आले आहे. गेले महायुद्ध तर आपापल्या राष्ट्राच्या सीमा वाढविण्यासाठीच लढले गेले. इस्राईलच्या नागरिकांना सोडविण्यासाठी ते चिमुकले राष्ट्र 'ऑपरेशन अॅन्टबी'सारखा महापराक्रम करते, हेही आपण पाहू शकतो. आपल्या देशावर बांगलादेशाने काही परचक्र आणलेले नव्हते; पण तेथून आलेल्या निर्वासितांनी

आपल्या देशात गंभीर परिस्थिती निर्माण केली, म्हणून आपल्याला युद्ध करावे लागले.

पुढारलेले असो किंवा मागासलेले असो– प्रत्येक राष्ट्र आपला राष्ट्रीय अहंकार प्रथम जपते आणि जेव्हा जमेल तेव्हा मानवतेची चिंता करते. राष्ट्रावर परचक्र येते म्हणजे काय, राष्ट्राची मानहानी होते म्हणजे काय– हे सारे जर्मनी, फ्रान्स, इटली, इंग्लंड, बाल्कन राष्ट्रे या देशांसारखे आपल्याला कधी कळलेलेच नाही. स्वातंत्र्याचेच मोल आपल्याला समजलेले नसल्यामुळे राष्ट्राच्या प्रतिष्ठेचे मोलही आपल्याला समजणे शक्य नाही. फारसा मोठा लढा न करतानाही आपल्याला स्वातंत्र्य मिळाले. व्हिएटनामसारखा सर्वनाश होऊन जर आपल्याला स्वातंत्र्य मिळाले असते; तर कदाचित शेतकऱ्याला, कामगाराला, कर्मचाऱ्याला– प्रत्येकाला स्वातंत्र्याची महती कळती असती.

आज जो हिंदुराष्ट्रवाद शिकविण्याची धडपड चालू आहे, ही संकल्पना मुळात हिंदू समाजाला नवी आहे. कम्युनिस्ट राष्ट्रे आपली राष्ट्रे शाबूत ठेवून इतर राष्ट्रांत कम्युनिझमचा प्रचार करतात, कारण अखेरीस त्यांनाही इस्लामी जगाप्रमाणे कम्युनिस्ट जग निर्माण करायचे आहे. आपल्यापुरता सुखी आणि समृद्ध समाज निर्माण करणाऱ्या स्वतंत्र राष्ट्रात ते हस्तक्षेप करतात, अराजक निर्माण करतात, बंड घडवून आणतात आणि अखेरीस त्या देशाला रशियाला विकून टाकतात. कम्युनिझमचा अर्थही फारसा माहीत नसलेले, पुढारीपणासाठी हपापलेले इथले कम्युनिस्ट दुसऱ्या राष्ट्रांना आपला देश विकायलाही तयार असतात. कम्युनिझम ही जर एक जीवनपद्धती किंवा सामाजिक व्यवस्था असेल, तर आपापल्या भूखंडातील स्थानिक परिस्थितीनुसार आपापले तत्त्वज्ञान निर्माण करून त्याचा प्रसार करण्याने कोणतेही राष्ट्र धोक्यात येणार नाही.

काँग्रेसने ४२ चा स्वातंत्र्यलढा चालू केला, त्याला कम्युनिस्टांनी विरोध केला, याचे कारण कम्युनिस्टांचा बाप स्टॅलिन त्या वेळेस हिटलरबरोबरच्या लढाईत गुंतलेला होता आणि इंग्लंड त्याच्या युद्धात साह्य करीत होते; मग इंग्लंड अडचणीत येऊन कसे चालेल? लगेच ते लोकयुद्ध झाले. रशियन स्वातंत्र्य टिकावे, यासाठी भारतीय स्वातंत्र्ययुद्धाला नाट लावण्याचा प्रयत्न कम्युनिस्टांनी तेव्हा केला. त्याचप्रमाणे तथाकथित समाजवादी राष्ट्रवादाला विरोध करतात. हिटलर, मुसोलिनी, टोजो, फ्रँको, सालाझार यांच्यामुळे एके काळी राष्ट्रवाद हा शब्द हुकूमशाहीचे प्रतीक बनलेला होता किंवा आजही काही राष्ट्रांत अनेक हुकूमशहा राष्ट्रवादाचा आधार घेऊन हुकूमशाहीचे समर्थन करतात. पण

राष्ट्रवाद ही संकल्पना कोणाची मिरासदारी नाही. शुद्ध लोकशाही पायावर राष्ट्रवादाची उभारणी करता येते, त्याचप्रमाणे समाजवादी अर्थव्यवस्थेचेही राष्ट्रवादाला वावडे असण्याचे कारण नाही.

आपल्या देशात तर कोणत्याच वादाला तसा अर्थ नाही. माणसांना कर्तव्य शिकविण्याची गरज असताना केवळ हक्ककल्पनेवर आधारित समाजसरचना आणण्याचा प्रयत्न करणे, म्हणजे सर्व सामाजिक प्रगती रोखून धरण्यासारखे होय. काम करण्यासाठी माणसाच्या मागे दंडा घेऊन उभे राहणे, ही झाली कम्युनिस्ट राज्यपद्धती व या पद्धतीविरुद्ध उभे राहणाऱ्याला तिथली दंडशक्ती नामशेष करून टाकते, हा झाला तिचा आविष्कार. राष्ट्रवादी विचारसरणी माणसाला उद्योगी बनवते, शेजाऱ्याच्या हक्कांविषयी जागृत राहण्यास शिकवते आणि सामूहिक जीवनाचा हव्यास निर्माण करते. दंडशक्तीपेक्षा वातावरणनिर्मिती आणि कायदेशीर हक्कापेक्षा जबाबदारीची जाणीव या दोन्ही गोष्टींमुळेच येथील प्रचंड लोकसंख्येला कामाला लावता येईल. आपल्या देशातील दारिद्र्याचे एकमेव कारण येथील भांडवली समाजव्यवस्था हे नाही, तर उद्योगप्रियतेचा अभाव हेही एक कारण आहे आणि समाजवादी पोपटपंचीत या कारणाचे निराकरण नाही.

राष्ट्रवादी शक्ती जेथे जेथे जागृत झालेल्या आहेत आणि त्या शक्ती जे प्रकल्प अंगावर घेतात; ते प्रकल्प विनाकुरकुर, विनाजबरदस्ती, केवळ सामूहिक स्वेच्छेने व उत्साहाने उभे राहताना दिसतात. दिव्य-भव्य असे काही घडविण्याची आकांक्षा समूहाकडून उत्तेजनाने पुरी करून घेता येते. समूहाचे मानसशास्त्र या समाजाकडून हरवत चालले होते; पण ते राष्ट्रवादाच्या नव्या प्रेरणेतून या देशाला लाभले, तर आपल्या देशापुढच्या गंभीर समस्या आपण परकीय मदतीशिवाय सोडवू शकू. कुणावर जुलूम-जबरदस्ती न करता लोकमानसात परिवर्तन घडवून आणण्याचे सामर्थ्य अन्य कोणत्या संकल्पनेत आहे?

राष्ट्र म्हणून जगण्यात सोय तर आहेच, पण एकजूट झालेल्या शक्तीची आज देशाला आवश्यकताही आहे. सतत परावलंबी आणि दुबळे राष्ट्र म्हणून जगणे एवढ्या प्रचंड लोकसंख्येला शक्य होणार नाही. निश्चित असा कोणी मार्ग सुचविला आणि त्यामागे बळ उभे करण्याची क्षमता असली, तर कोणताही मार्ग वापरून पाहायला हरकत नाही. पण राष्ट्र म्हणून एकजूट करण्यात कोणत्याही विचारसरणीचा व्यत्यय येणार नाही, हे आपण लक्षात ठेवले पाहिजे.

(१९ जून, १९८३)

- ०-०-०-

३४

काही कोकरे, एक मेंढपाळ व त्याची धनगरी कुत्री

अलीकडे अगदी लहानसहान कारणावरून दलित आणि सवर्ण यांच्यांत बेबनाव उत्पन्न होऊन दंगली होऊ लागल्या आहेत. अशा दंगली झाल्या की, पुढाऱ्यांचे सहसा काहीच नुकसान होत नाही, कारण पुढारी जमावाला दंगल करण्यासाठी उद्युक्त करून दुसरीकडे दंगल पेटविण्यासाठी निघून जातात आणि गुंडांच्या व पोलिसांच्या तावडीत सर्वसामान्य जनता सापडते. ज्यांना कोणताच धंदा नाही; किंबहुना, लुटालूट हाच ज्यांचा धंदा आहे, ते लोक या संधीचा फायदा घेतात. काही ठिकाणी तर गुंडांची एक टोळी दुसऱ्या गुंडांच्या टोळीवर किंवा टोळीतील माणसांवर सूड उगवून घेते. ह्यात दलितांचा एक पक्ष असल्याकारणाने सरकारला कडक उपाय योजता येत नाही. कारण छडीमार किंवा गोळीबार करून दंगल आटोक्यात आणण्याचा प्रयत्न केला म्हणजे, मेलेले वा जखमी झालेले गुंड हुतात्मे ठरतात आणि त्यांना पुन्हा नव्या दंगली करता येतात.

अशा तऱ्हेचा दंगली करण्याचा एक नवाच उद्योग नाशिक, सोलापूर, मालेगाव, इचलकरंजी अशा अनेक गावांत सुरू झाला आहे. गुंडांना धाक बसवू शकतील अशा ज्या चांगल्या संघटना असतात, त्या संघटनांच्या कार्यकर्त्यांना पोलीस इतक्या क्रूरपणाने वागवतात की, त्यामुळे समाजातील प्रतिकारशक्तीही हळूहळू लोपत चालली आहे. इचलकरंजीत हिंदू एकता आंदोलनाच्या काही कार्यकर्त्यांना पोलिसांनी घराघरांत शिरून ठोकून काढले आणि

त्या ठोकाठोकीत त्यांची बायका-मुलेही सुटली नाहीत. राज्यमंत्री आवाडे यांच्या संरक्षणाखाली असणारा एक दलित जातीतील गुंड त्याच वेळेस या कार्यकर्त्यांच्या घरांतील लुटालुटीत पोलिसांच्या देखत उघड-उघडपणे सामील झाला होता. त्याच्याविरुद्ध केलेल्या तक्रारी पोलिसांनी नोंदवून घेतलेल्या नाहीत आणि हे ज्याच्या डोळ्यांसमोर चालले, त्या इन्स्पेक्टर सावंत याची चौकशी करून झालेली बदली आवाडे यांच्या प्रयत्नामुळे तीन वेळा रद्द करण्यात आली. हिंदू एकता आंदोलनाच्या कार्यकर्त्यांना तुरुंगात डांबणे, मारपीट करणे, तडीपार करणे हे उद्योग इचलकरंजी, कोल्हापूर येथील पोलीस खाते करीत आहे. या पोलीस खात्याच्या वागणुकीविरुद्ध हायकोर्टाने ताशेरे झाडले आणि हिंदू एकता आंदोलनातील कार्यकर्त्यांची मुक्तता केली, म्हणून पोलीसांना यात काहीही शरम वाटलेली दिसत नाही.

खुद्द मंत्र्यांच्या गावात गुंडांनी धुमाकूळ घालावा आणि पोलीसांनी त्यांनाच साह्य करून निरपराध कार्यकर्त्यांना हैराण करीत राहावे, यापेक्षा लांछनास्पद गोष्ट कोणती असू शकेल? असे ऐकतो की, कोल्हापूरचे डी. एस. पी. श्री. नरवणे साहेब यांनी तर प्रतिज्ञा केली आहे की, हिंदू-एकताची नावनिशाणी मी कोल्हापुरात उरू देणार नाही. नरवणे काय किंवा सावंत काय, यांच्या अंगावर शासनाचे खाकी कपडे आहेत म्हणूनच त्यांची ही उद्दाम भाषा चालू शकते. इचलकरंजीतून एक लाख पंचाहत्तर हजार रुपयांचा हप्ता पोलीसांना मिळतो, असे म्हणतात– खरे खोटे देव जाणे. हा आकडा कदाचित कमीही असेल किंवा जास्तीही. पण कायद्याचे रखवालदार समजले जाणारे पोलीस जेव्हा गुन्हेगारांचे मित्र बनतात, तेव्हा लोकांचा कायद्यावरील विश्वास उडाला आणि लोकांनी कायदा हातांत घेतला, तर आपण लोकांना कसा काय दोष देणार?

कायदा हा न्यायाच्या प्रस्थापनेसाठी असतो. न्यायालये पोलीसांच्या या वागणुकीवर उघड-उघड ताशेरे मारत असतानाही जे महाराष्ट्र राज्याचे गृह खाते झोपी जाते, त्या गृह खात्याची थोरवी तरी काय वर्णन करावी? एकट्या इचलकरंजीतच नव्हे, तर महाराष्ट्रातील महत्त्वाच्या सर्व औद्योगिक नगरांत गुंडांची आणि पोलीसांची हातमिळवणी झाली आहे. जोपर्यंत पोलीसांचा काराभार सुधारण्याची क्षमता शासनात नाही तोपर्यंत मुख्यमंत्रिपदावर कोण आहे, याबद्दलही कुणालाही फारशी चिंता करण्याचे कारण नाही. मुख्यमंत्र्यांविरुद्धच जेथे कट-कारस्थाने होतात, तेथे सर्वसामान्य नागरिकांना या कट-कारस्थानांची झळ लागणारच. इंदिरा काँग्रेसच्या बैठकीत, निरीक्षकांच्या देखत जेथे शिवीगाळ चालते, प्रसंगी अंगावर चालून

जातात तेथे तेथे त्या पक्षाच्या शासनाची संस्कृती लक्षात यायला हरकत नाही.

हिंदू आणि मुसलमानसंबंध हा तर एक नाजूक विषय आहे. मुसलमानांनाच तेवढ्या भावना असतात व हिंदू तेवढे भावनाशून्य असतात, हे सरकारने एकदा पक्के ठरवून टाकले आहे. मुसलमानांचे नाजूक आणि कोवळे हृदय दुखविले जाऊ नये म्हणून पराकाष्ठा करण्याची इंदिरा काँग्रेसची नीती आहे. हिंदूंची बाजू घेणे हे जातीय आणि मुसलमानांची बाजू घेणे हे पुरोगामी–ही व्याख्या आता रूढ झाली आहे. हिंदूंची मते काय आपल्याला मिळतीलच आणि नाही मिळाली तरी चालतील. हिंदू जातीवार विभागलेले आहेत व म्हणून ते आपापसांत लढत असतात. मुसलमान एकसंध आहेत व त्यांच्या मतांची इंदिरा काँग्रेसला तर गरज आहे. म्हणून ते कायमचे प्रतिगामी राहिले पाहिजेत व त्यांच्या मतांची फाटाफूट होता कामा नये याविषयी सरकार जागृत असते. क्रूर बोहरा धर्मगुरू विरुद्ध श्री. असगर अली आणि पै. नोमन कॉन्ट्रॅक्टर यांनी बंड केले. पण म्हणून सरकारने त्या शूर बंडखोरांची बाजू घेतली नाही. मुसलमान धर्मातील कालबाह्य रूढींविरुद्ध पै. हमीद दलवाई, सय्यदभाई, हुसेन जमादार, रझिया पटेल यांनी आक्रोश केला, तर तो सरकारला ऐकूच जात नाही.

मुसलमान उघड-उघड दंगली करतात, त्यांच्या मशिदीत बेकायदा शस्त्रे सापडतात, ते राष्ट्रविरोधी घोषणा करतात, उर्दू वृत्तपत्रे तर पाकिस्तानची खुशामत करतात, तरीही सरकार त्याकडे काणाडोळा करते. पण जर का हिंदूंनी काही संघटना केली, तर सरकार त्यांच्यामागे हात धुऊन लागते. हा देश नेमका कुणाचा आहे, हेच नेमके कळेनासे झाले आहे. 'महंमदाने पलायन केले' या वाक्यातील पलायन शब्द मुसलमानांना खटकल्याबरोबर सरकारने तो इतिहासाच्या पुस्तकातील धडाच रद्द करून टाकला. काबाचे मंदिर हे शिवमंदिर होते, असे ऐतिहासिक दृष्ट्या इंग्रजी ग्रंथांच्या आधारे 'श्री' साप्ताहिकाने प्रसिद्ध केले. त्याबरोबर सरकारने मुसलमानांना संतुष्ट करण्यासाठी हजारो प्रतीच जप्त करून टाकल्या. पुढे सरकारच्या या कृत्याबद्दल कोर्टाने तीव्र नापसंती व्यक्त करून जप्तीबद्दल सरकारला जोडे मारले, म्हणून गृह खाते शहाणे होईल म्हणता की काय? झोपलेल्याला जागे करता येते, पण झोपेचे सोंग घेतलेल्याला गदागदा हलवूनही जागे करता येत नाही.

आसाममध्ये मुसलमानांची बाजू घेऊन सरकारने हिंदूंचा नरसंहार केला; कारण मुसलमान सशस्त्र होते, संघटित होते आणि त्यांना इंदिरा गांधींचे व पैशाचे पाठबळ होते. तसेच हिंदू हे हिंदू झेंड्याखाली एकत्र येऊ शकत नाहीत.

काही कोकरे, एक मेंढपाळ व त्याची धनगरी कुत्री / २०७

त्यांना ना-आई ना-बाप अशी त्यांची स्थिती झालेली आहे. याउलट पंजाबमध्ये शीख धर्मवेडे आहेत, सशस्त्र आहेत आणि त्यांना अमेरिकेचे व पाकिस्तानचे पाठबळ आहे, म्हणून ते दिवसाढवळ्या पोलीस अधिकाऱ्याचे खून करू शकतात आणि गुरुद्वारांत गुन्हेगारांना आश्रय देऊ शकतात. याचा अर्थ असा तर नव्हे की, दुर्बल माणसांना या देशात न्याय मिळणार नाही? उन्मत्त झाल्याशिवाय आपल्या शब्दांना सरकारजवळ किंमत नाही, असे जर नागरिक समजू लागले; तर त्याची अखेर कशात होईल? काश्मीरमध्ये इंदिरा काँग्रेसच्या कार्यकर्त्यांवरच जेव्हा प्राणघातक हल्ले झाले आणि तेही नॅशनल काँग्रेसच्या कट्टर मुस्लिमांकडून, तेव्हा इंदिराजींना न्याय आणि नीती आठवली. आसामात हिंदूंच्या जेव्हा कत्तली झाल्या, तेव्हा त्यांची न्याय आणि नीती कुठे गेली होती?

दलित आणि सवर्ण यांच्या दंगलींनासुद्धा वेगवेगळ्या शक्ती उत्तेजन देताना दिसतात. हिंदू एकसंध होता कामा नयेत, ही यामागची प्रेरणा आहे. हिंदूंतील जाती-जमाती एकत्र आणण्याचा जे कोणी प्रयत्न करतात; ते त्यांचे प्रयत्न हाणून पाडण्याचा प्रयत्न इंदिरा काँग्रेस, कम्युनिस्ट, समाजवादी, मुसलमान एकमताने करीत आहेत. दलितांची दंगल झाली की, कोणतीही चौकशी न करता प्रथम राष्ट्रवादी कार्यकर्त्यांना छळायला आरंभ होतो– जणू काही ते दलितांचे शत्रू आहेत. एक सामंजस्याची जाणीव नव्याने निर्माण होत असताना दलितांना अशा तऱ्हेने चळवळी करायला उद्युक्त करणे व त्यांच्या द्वेषाची धार वाढवीत राहणे, हा वास्तविक देशद्रोह मानला पाहिजे. हा देशद्रोह आज उघडपणे करण्यात येत आहे.

शिवाजीच्या पुतळ्याला जोड्यांची माळ घालणे किंवा हिंदूंच्या देव-दैवतांवर गलिच्छ आरोप करणे, या गोष्टींमुळे दलितांचा उद्धार कसा काय होऊ शकतो, हे मला समजलेले नाही. पुढारीपणासाठी आसुसलेले सुशिक्षित दलित भाषणबाजीत आता एवढे प्रवीण झाले आहेत की, आपल्या चळवळीचे उद्दिष्टच ते विसरत चालले आहेत. आर्थिक आणि सामाजिक समतेच्या प्रस्थापनेसाठी त्यांची चळवळ आहे, असे आम्ही समजत होतो आणि म्हणून कोणत्याही मर्यादेपर्यंत त्यांच्याबरोबर सहकार्य केले पाहिजे, अशी आमची भूमिका होती. परंतु या उद्देशा-ऐवजी केवळ सूड घेण्याची त्यांची प्रवृत्ती असेल, तर दलितांवरील अन्याय दूर केले पाहिजेत असे ज्यांना वाटते, ते तरी या सूडाच्या चळवळीत कसे सामील होणार?

सूडातून फक्त विध्वंस निर्माण होतो, कुठलीच रचना निर्माण होत नाही. आपल्याला जर आंबेडकरांबद्दल आदर असेल आणि सर्वांनी असा आदर बाळगावा अशी इच्छा असेल; तर आपणही दुसऱ्यांच्या आदरणीय गोष्टींबद्दल

गलिच्छ उद्‌गार काढून आपले कार्य कसे साधेल याचा विचार हे आंबेडकरवादी कसे करत नाहीत, हेच समजत नाही. आंबेडकर फक्त आपल्या जातीचे पुढारी आहेत, अशा चुकीच्या अभिनिवेशातून भलतेच तणाव निर्माण झाले आहेत. एका विशिष्ट अवस्थेनंतर कोणताही पुढारी त्या-त्या जातीचा राहत नाही, तर त्याला सार्वत्रिक रूप प्राप्त होते.

शिवाजीमहाराजांचा पुतळा बेकायदारीत्या बसविला तसाच आंबेडकरांचा पुतळा आपण बेकायदारीत्या बसवू, अशी भूमिका नाशिकच्या दलितांनी घेतली. परवानगी न घेता बसवलेले पुतळे हलवले ते शिवाजीमहाराजांचे आणि आंबेडकरांचे –दोघांचेही. तेव्हा त्यात पक्षपात नव्हता. मग त्या दंगलीचे कारण काय? कोणतीही नगरपालिका योग्य त्या कायदेशीर तरतुदी करून आंबेडकरांचा पुतळा बसविण्यात अभिमानच बाळगेल. असे असताना केवळ झुंडशक्तीने कोणी दंगली माजवू लागले, तर शासन नावाच्या संघटनेने काय करायचे? कुणालाही, कोठेही आंबेडकरांचा पुतळा बसवायची परवानगी द्यायची काय किंवा कोणी बसविला तर तिकडे दुर्लक्ष करायचे की, काय? का कायद्याची प्रतिष्ठा राखण्यासाठी सर्वांनाच समान न्याय लावून सर्व गोष्टी पूर्वस्थितीला आणायच्या?

एक नवे गुंडगिरीचे तत्त्वज्ञान नव्या दलित नेतृत्वात निर्माण होऊ लागलेले आहे. आम्ही कायदाच मानणार नाही किंवा कोणत्याच नियमांचे बंधन पाळणार नाही, अशा उद्दाम प्रवृत्तीला समाजातून प्रतिकार होऊ लागतो. या प्रतिकारातून संघर्ष निर्माण होतात आणि जरा कुठे समाज एकसंध होऊ पाहत असतो, त्या परिवर्तनाच्या चळवळीत फार मोठा अडथळा निर्माण होतो. दलित नेत्यांना परिवर्तन हवे आहे, असे वाटत नाही. दलितांची नव्हे, एकूण भारतीय समाजाची त्यांना चिंता असावी, असेही दिसत नाही. पुढारीपणा टिकविण्यासाठी आणि मिरविण्यासाठी असे आततायीपणाचे मार्ग अवलंबून त्यांचे चार दिवस सुखात जातील, एवढेच! असले नेतृत्व फार काळ टिकतही नाही. कोणत्याही वैचारिक पातळीवर हे नेतृत्व उभे नसते किंवा सामाजिक परिवर्तनासाठी संघटना बांधण्याचाही त्यांच्यात वकूब नसतो. आपापसांतील दुही आणि मत्सर हे तर दलित नेतृत्वाच्या पाचवीलाच पुजलेले आहे. घटनेने आणि कायद्याने ज्या सोई-सवलती त्यांना उपलब्ध झाल्या आहेत, त्या भोगण्याचीसुद्धा क्षमता दलित समाजात उत्पन्न करण्याची पात्रता या पुढाऱ्यांनी दाखविलेली नाही. थोडे बोलता येते वा थोडे लिहिता, एवढेच जर सामाजिक परिवर्तनाला पुरेसे असते; तर दलितांचा गुंतागुंतीचा हा प्रश्न केव्हाच सुटला नसता काय?

काही कोकरे, एक मेंढपाळ व त्याची धनगरी कुत्री / २०९

मराठवाडा विद्यापीठाला डॉक्टर आंबेडकरांचे नाव द्यावे, ही मागणी मान्य करायला खरोखरीच काही हरकत नव्हती. त्या मागणीचा पुरस्कार 'सोबत'नेही पूर्वी केलेला आहे. पण नामांतराच्या या चळवळीत दलित पुढाऱ्यांचे हे पितळ उघडे पडले. वास्तविक, सर्व दलितांना एकत्र आणण्यासाठी ही चळवळ किती तरी उपयोगी पडली असती; पण तेथेही दलित पुढाऱ्यांत एकवाक्यता नव्हती. चौघांची तोंडे चार दिशांना– अशी तर स्थिती होतीच; पण ही मागणी करीत असताना काही नेत्यांची भाषणे इतकी प्रक्षोभक होती की, या माणसांची संस्कृती म्हणजे जर आंबेडकरसंस्कृती असेल, तर त्यात आंबेडकर नावाची प्रतिष्ठा ती काय? विद्रोहाबरोबर रचना, संतापाबरोबरच सहयोग आणि चळवळीबरोबर वैचारिक बैठक यांच्या अभावी या चळवळीचे सारे तेज हरवून गेले आहे. एकदा विधानसभेत ठराव मंजूर झालेला असताना पुन्हा विधान परिषदेत नामांतराचा ठराव फेटाळून घेण्याची काय गरज होती? हीच ती सुप्रसिद्ध समाजवादी बुद्धी. विधानसभेतील मंजुरीमुळे चळवळीला लोकमान्यतेचे वरदान आलेच होते; आता विधान परिषदेमध्ये तो ठराव फेटाळल्यामुळे लोकमान्यतेचे ते वलयही आता नष्ट झाले आहे.

नैराश्यग्रस्त मने, उद्ध्वस्त घरे आणि परस्परांचे शत्रू झालेले दलित नेतृत्व एवढीच बाकी नामांतराच्या चळवळीतून मागे उरली आहे. भावना भडकविणे सोपे असते– विशेषत: असंतुष्ट समाजाच्या भावना भडकविणे फारच सोपे असते– पण उद्दीपित समाजाला दिशा दाखविणे, हे फक्त दूरदृष्टी असणाऱ्या नेत्यांनाच जमते. आपले खरे मित्र कोण, खरे शत्रू कोण याचा हिशेबही दलित चळवळीला करावा लागेल. जे आपल्या सुरात सूर मिसळतात आणि आपल्या असंतोषाचा फायदा उठवितात, ते आपले खरे मित्र नव्हेत. आपल्या चळवळीला पूरक असे साह्य करू शकणारे व त्यासाठी काही किंमत देऊ इच्छिणारे हेच आपले खरे मित्र असू शकतात. आम्ही एकट्याच्याच बळावर हा लढा जिंकू, या भाषेतही काही फार अर्थ नाही. कारण दलित समाजाची दु:खे जरी एक असली तरी जाती-जातींत तोही समाज विखुरलेला आहे. प्रत्येक जाती-जमातीला आपला स्वत:चा पुढारी हवा आहे आणि स्वत:च्या जमातीचे हित पाहत-पाहतच जमेल तेवढेच दलित चळवळीला त्यांचे सहकार्य राहील.

ज्या कुणाला दलित प्रश्न सोडविणे हा भारतीय समाजाच्या अस्तित्वाचा लढा वाटतो, तेच फक्त दलित चळवळीचे खरे मित्र असू शकतात. ज्यांना जागतिक लढे लढायचे असतील त्यांना ते खुशाल लढू देत, पण दलित प्रश्न

हा केवळ भारतीय प्रश्न आहे आणि तो येथील परिस्थितीनुसार सोडवावा लागेल. कधी समजूत, कधी लढाई, कधी पेचप्रसंग– अशी सर्वच हत्यारे या लढाईत वापरावी लागतील. हिंदू समाजाने आपला फार छळ केला म्हणून ज्या कोणाला मुसलमान समाजाबद्दल प्रेम निर्माण झाले असेल, त्यांनी हे लक्षात ठेवले पाहिजे की, मुसलमान धर्मात छळाच्या अधिकच भयंकर पद्धती आहेत. त्यांच्याइतका क्रूर धर्म पृथ्वीवर दुसरा कोणताही नाही. आणि, ज्या समतेच्या विचारासाठी बाबासाहेब आंबेडकरांनी बौद्ध धर्माचा स्वीकार केला, ती समता मुसलमान धर्मात अजिबात नाही. आंबेडकरांनी जगातील सर्व धर्मांचा विचार करूनच बौद्ध धर्माचा स्वीकार केला आणि तो बौद्ध धर्मसुद्धा बुद्धाने सांगितलेला नव्हे, तर त्यांनी लावलेला बौद्ध तत्त्वज्ञानाचा अन्वयार्थ. डॉक्टर आंबेडकरांची मुसलमान धर्माबद्दलची मते मुळातून वाचली पाहिजेत. मुसलमान धर्माचा स्वीकार करणे ऐहिक लाभाचा विचार करता त्यांच्या फायद्याचे होते; मग त्यांनी ते का केले नसेल, याचाही विचार करणे आवश्यक आहे.

या साऱ्या देशातील अशांत परिस्थितीत सरकारने आपले डोके ठिकाणावर ठेवलेले नाही. हिंदू-मुसलमान संबंधांत ते पक्षपाती आहे. दलितांच्या प्रश्नांबाबत ते बेपर्वा आहे. शिखांच्या प्रश्नाबाबत ते हादरलेले आहे. याचे कारण हे सरकार निधर्मी आणि सर्व-धर्म-समभावी नाही. या सरकारचा धर्म एकच आहे– तो म्हणजे, सत्ता. या धर्माच्या शंकराचार्य आहेत इंदिराजी. तेव्हा त्या लावतील तोच या धर्माचा अर्थ होतो. जम्मूमध्ये त्या अस्सल हिंदू होतात. काश्मीर खोऱ्यात त्या लोकशाहीवादी होतात. आसाममध्ये नरराक्षस होतात. इचलकरंजी, मालेगावसारख्या ठिकाणी त्या इदी अमीन होतात. कोणताही प्रश्न सोडविण्याचा त्यांचा मार्ग सोपा आहे. तो म्हणजे, इंदिरा पक्षाच्या सत्तेला धक्का लागला की, त्या-त्या वेळेस आवश्यक असणारे कोणते तरी सोईचे रूप त्या धारण करतात. आपल्याला त्यांचे नेमके रूप कळत नाही, हे केवळ आपले अज्ञान आहे. आपण ज्ञानी असावे, स्वाभिमानी असावे, अशी या देशात कोणाचीच इच्छा नाही. या देशात मेंढरे राहतात आणि त्यांना योग्य दिशेने वळवून नेणाऱ्या मेंढपाळाचे काम त्या करतात. ठिकठिकाणी धनगरी कुत्री नेमलेली आहेत, ती कळपाला दिशा देतात. चुकले कोकरू बाहेर जाऊ देत नाहीत. स्वत:चा बळी जाऊ देऊन ते लांडग्यापासून कळपाचे व मेंढपाळाचे रक्षण करतात.

(३ जुलै, १९८३)

-०-०-०-

३५

लोकशाहीचे पर्व संपुष्टात आले, तर मग?

आसाम प्रश्नाबाबत एक नवे आंदोलन आता सुरू होत आहे.

आसाम प्रश्नाचा गुंता वाढला आहे; त्याला बहुतेक सर्व राजकीय पक्ष, विचारवंत, पत्रकार, गांधीवादी आणि उदासीन आसामी जनता हेच कारणीभूत आहेत. आसामचा प्रश्न हा गेल्या दहा-पंधरा वर्षांत निर्माण झालेला आहे, असा गैरसमज करून देण्यात येतो. फार तर काही लोक म्हणतात त्याप्रमाणे फाळणीनंतर आलेल्या निर्वासितांच्या प्रश्नानंतर या प्रश्नांचा गुंता वाढू लागला, असे म्हटले जाते; परंतु ही गोष्ट तितकीशी खरी नाही. जवळपास गेली शंभर वर्षे हा प्रश्न हळूहळू गंभीर होत चाललेलाच आहे; पण इकडे गंभीरपणे लक्ष द्यावे, असे कोणालाही वाटलेले नाही. आसाम हा इतका दूरवरचा, डोंगराळ आणि मागासलेला प्रदेश होता की, हा प्रदेश आपला म्हणावा व या प्रदेशाशी आपले एकत्वाचे संबंध ठेवावेत, असे गंभीरपणे कुणाला वाटलेच नाही. भारत हे एक राष्ट्र असे म्हणणाऱ्यालासुद्धा गंभीरपणे तसे कधी वाटले नव्हते.

हा मुख्यत्वेकरून टोळीवाल्यांचा प्रदेश. प्रत्येक टोळी वेगवेगळी, तिची भाषा आणि संस्कृती वेगवेगळी, दळणवळणाची साधने जवळपास नाहीत– अशा परिस्थितीमध्ये फक्त शिकारी किंवा निसर्गसौंदर्य पाहू इच्छिणारे प्रवासी यांच्याशिवाय आसामात कोण जाणार होते? ख्रिस्ती मिशनऱ्यांनी मात्र या भागात फार

पूर्वी प्रवेश करून घेतला आणि तिथल्या टोळीवाल्यांना ख्रिश्चन धर्माची दीक्षा दिली. या टोळीवाल्यांपर्यंत भारतीय संस्कृती, हिंदू धर्म किंवा देव-देवतांचे प्राबल्य फारसे पोहोचले नव्हते. पुराणांतील काही अपवादात्मक उदाहरणे सोडली, तर आसाम विभागात एखादे बलिष्ठ साम्राज्य होते किंवा भारतीय संस्कृतीचा चिवट धागा तेथे अस्तित्वात होता, असे म्हणणे अवघड आहे.

जोपर्यंत हिंदुस्थान अखंड होता तोपर्यंत हिंदुस्थानचा प्रचंड भूभाग या सर्वच प्रदेशाशी चिकटलेला असल्यामुळे बंगालशी तरी आसामचे निकटचे संबंध होते. पाकिस्तान निर्माण झाल्याबरोबर एका अगदी चिंचोळ्या पट्टीने आसामचा प्रदेश भारताशी जोडलेल्या अवस्थेत राहिलेला आहे. त्यामुळे मुळातच अलग असलेला हा भूप्रदेश अधिकच दुरावला. मिशनऱ्यांच्या कारवायांमुळे तेथील काही टोळ्या आपल्याला भारताचा भाग मानेनाश्याच झाल्या होत्या. नागालँडमध्ये सशस्त्र प्रतिकारही केला गेला आणि फिझोसारखा तेथील नेता आपल्या स्वतंत्र राष्ट्राची मागणी करू लागल्यामुळे त्याला परागंदाही व्हावे लागले.

धर्माचा जो चिवट धागा काश्मीरपासून कन्याकुमारीपर्यंत आणि द्वारकेपासून कलकत्त्यापर्यंत सिद्ध झालेला आहे, तसा चिवट धागा आसामी प्रदेशाशी केव्हाच निर्माण झालेला नव्हता. त्याचाच फायदा ख्रिस्ती मिशनऱ्यांनी घेतला. त्याचप्रमाणे तेथील काही टोळ्या ब्रह्मदेशाच्याही काही भागांत आहेत, तर काही चिनी प्रदेशाच्या सीमेपलीकडेही आहेत. त्यामुळे या प्रदेशाला वांशिक सीमा अशी कधी नव्हतीच. किमान भौगोलिक एकता राखण्याच्या कामाकरिता आपण कसलीही काळजी घेतली नव्हती. इंग्रजांनी लष्कराच्या बळावर सर्व आसामी प्रदेश आपल्या अधिकारक्षेत्रात ठेवलेला होता, तो वारसाहक्काने स्वतंत्र भारताकडे आला. आसामचा भूप्रदेश पाकिस्तानला मिळावा, अशी पाकिस्तानची मागणी होती. पण बांगलादेश आणि टोळीवाल्यांचे प्रदेश यांच्यांमध्ये बंगाली बहुभाषक असणाऱ्या हिंदूंची वस्ती आल्याकारणाने आसाम भारताच्या स्वाधीन राहिला.

त्यानंतर तरी सावधगिरी म्हणून सर्व आसामी प्रदेशात समान भाषा, समान व्यवस्थापन आणि समान सांस्कृतिक जीवन निर्माण करण्याचा जाणीवपूर्वक प्रयत्न भारताने करायला हवा होता. परंतु नेहरू हे स्वप्नात वावरणारे गृहस्थ असल्यामुळे वेगवेगळ्या टोळ्यांची वेगवेगळी राज्ये निर्माण करून त्यांनी या प्रश्नाचा गुंता अधिकच वाढवला. आज आसामी प्रदेशातील सारीच राज्ये ही तुटीची आहेत. भारत सरकारला कोट्यवधी रुपये या राज्यांवर खर्च करावे

लोकशाहीचे पर्व संपुष्टात आले, तर मग? / २१३

लागतात. मध्यवर्ती शासनाखाली हा प्रदेश जर वीस-पंचवीस वर्षे ठेवला असता आणि सर्व टोळ्यांचे प्रतिनिधी असणाऱ्या कौन्सिलकरवी जर राज्यकारभार केला असता, तर आज तेथे जे भिन्न-भिन्न गुंतागुंतीचे प्रश्न निर्माण झाले आहेत, ते झालेच नसते.

काश्मीरप्रमाणेच सारा आसामी मुलूख हा एक धगधगता प्रदेश आहे. चीन, ब्रह्मदेश, बांगलादेश, नेपाळ या राज्यांच्या सीमा या प्रदेशाला लागून आहेत. कितीही कठोर उपाय योजले तरी सर्व सीमा सीलबंद करणे आणि घुसखोरी संपूर्णपणे थांबविणे, ही गोष्ट जवळपास अशक्य आहे. जेव्हा वांशिक सारखेपण असते, तेव्हा तर परकीय माणसे ओळखून काढणे अधिकच कठीण असते. हा सारा प्रदेश दुर्गम आहे– वस्ती विरळ आहे. म्हणण्यासारखे कोणतेही मोठे उद्योगधंदे तेथे नव्हते तोपर्यंत या प्रदेशाची गंभीरपणे कोणी दखलही घेतली नाही. पण बांगलादेशाची निर्मिती, क्रूड ऑईलचा लागलेला शोध, चीनने मध्यंतरी केलेले आक्रमण, टोळीवाल्यांचे एकमेकांतील वैमनस्य, मुळात असलेल्या बंगाल्यांनी बांगलादेशातून व बंगालमधून बोलावलेले निर्वासित आणि मुसलमान घुसखोर या साऱ्या प्रश्नांमुळे आसामचा प्रश्न आज गंभीर झालेला दिसत आहे.

मुळात आसामी प्रदेशातील सर्वच लोक तेथील हवामानामुळे आणि उद्योगहीनतेमुळे आळशी आणि कामचुकार म्हणून प्रसिद्ध आहेत. पूर्वी तर तेथे शिक्षणाचा प्रसारही फारसा नव्हता. आसामीया भाषक हे त्यांतल्या त्यात जास्त प्रगत आणि स्वाभिमानी लोक आहेत. तेच आज आसामी लढा लढवत आहेत. एकूण आसामच्या लोकसंख्येच्या मानाने बाहेरून आलेले, बंगालमधील निर्वासित, बांगलादेशमधील घुसखोर, नेपाळमधील मजूर या साऱ्यांचे प्रमाण आता इतके वाढलेले आहे की, त्यामुळे लोकशाहीनुसार चालणारी आपली राज्यव्यवस्था आता बिगरआसामीयांच्या हातांत जाण्याची शक्यता निर्माण झाली आहे आणि जो काही संघर्ष आज निर्माण झालेला आहे, तो त्यातून निर्माण झालेला आहे. मुळातच आसाममध्ये जे-जे उद्योगधंदे आहेत, तेथेही आसामी माणसापेक्षा बंगाली मजुरांची संख्या जास्त होती, पण तेव्हा त्यांना राजकीय आकांक्षा नव्हती.

फक्रुद्दीन अली अहमद या एका धर्मांध मुसलमानाच्या प्रेरणेतूनच बंगालमधून अधिकाधिक मुसलमान आसामकडे यायला आरंभ झाला. हे आलेले मुसलमान कायमच्या निवासासाठी आलेले होते. यांनी सरकारी जमिनी बळकावल्या. सरकारने त्यांना कायदेशीर मान्यता दिली. यांतील अनेक मुसलमान आर्थिक दृष्ट्या सुस्थितीतले होते. त्यांनी अनेक उद्योगधंदे चालवले. शिवाय ते येताना शस्त्रास्त्रेही

घेऊन आलेले होते. आसाम जिंकणे हे इस्लामचे स्वप्न आहे, ही गोष्ट गुप्त राहिलेली नाही. ज्या मुजिबुर रहेमानचा आपण वारंवार गौरवाने उल्लेख करतो, त्यानेही आसाम प्रदेश हा बांगलादेशाचाच भाग आहे, असे वारंवार उघड-उघड म्हटलेले आहे. मुसलमानांचे याबाबतीत पद्धतशीर प्रयत्न चालू आहेत. हिंदू एक तर उदासीन असतात आणि जेव्हा कार्यप्रवृत्त होतात, तेव्हा गांधीजींच्या मार्गाने जाऊ पाहतात.

मुसलमानांचे हृदयपरिवर्तन ही एक अशक्यप्राय गोष्ट आहे, हा धडा आपण शिकतो आहोत. त्यातूनच भारतात हिंदुराष्ट्राची चळवळ नावारूपाला येते आहे. आसामी जनतेला अजून हा धडा शिकायचा आहे. मरायचे किंवा मुसलमान व्हायचे– असे दोन पर्याय अन्य धर्मीयांच्यापुढे इस्लाम ठेवतो. ज्यांना मरायचे नसते आणि मुसलमानही व्हायचे नसते, त्यांना स्वत:चा तिसरा पर्याय शोधून काढावा लागतो; आणि तो पर्याय असतो लढायचा. हिंदुत्वाचा अभिमान नसणाऱ्यांनाही शेवटी मुसलमानांविरुद्ध शस्त्रच उपसावे लागेल, कारण इस्लामला फक्त शस्त्राचीच भाषा समजते.

गेली चार वर्षे आसामी जनता घुसखोरांविरुद्ध प्राणपणाने लढत आहे. गांधीजींना अनुसरून जे-जे अहिंसक मार्ग वापरणे शक्य होते ते-ते सर्व आसू आणि गणसंग्राम या संघटनांनी वापरलेले आहेत. लोकशाहीचा इतका प्रदीर्घ लढा केवळ विद्यार्थी संघटनेने लढवल्याचे हे बहुतेक एकमेव उदाहरण असावे. त्यांनी आपल्या लढ्याचे उद्दिष्ट घुसखोरांना हाकलणे, एवढ्यापुरतेच मर्यादित ठेवले असल्यामुळे फाळणीपूर्वी जे मुसलमान आसाममध्ये स्थायिक झालेले आहेत, त्यांना हाकलून देण्याची त्यांची मुळीच इच्छा नाही. त्यानंतर आलेले– मग ते कोणीही असोत– त्यांना घुसखोर ठरवावे, अशी त्यांची मागणी असल्यामुळे या घटकेला तरी आसामलढा हा हिंदू-मुस्लिम संघर्षाचा भाग नाही. घुसखोर मुसलमान आहेत तसे हिंदूही आहेत आणि नेपाळी हिंदूही आहेत. त्यांच्याविरुद्ध लढणाऱ्यांत आसामी भाषक जसे आहेत तसे पूर्वी स्थायिक झालेले मुसलमानही आहेत.

लढ्याचे हे स्वरूप दीर्घकाळ चालू राहील, असे वाटत नाही; कारण मुसलमानांना इस्लामी जगताची हाक लवकर पोचते. राष्ट्र, प्रांत, भाषा या साऱ्या गोष्टी त्यांच्या लेखी दुय्यम आहेत. इंदिरा गांधींचा पवित्रा असा आहे की, आसू आणि गणसंग्राम या संघटनांतील मुसलमान आज ना उद्या आंदोलनातून बाहेर पडतील आणि मुसलमानांबद्दलचा अनुभवही तसाच आहे तोपर्यंत आसामचा

प्रश्न त्या सोडविणार नाहीत. एकदा केवळ हिंदूच त्या आंदोलनात आहेत असे सिद्ध करता आले की, मग हे आंदोलन जातीय आहे म्हणून बदनाम करणे त्यांना सोपे जाणार आहे. एकदा या भूमिकेपर्यंत इंदिराजी आल्या की, मग– कम्युनिस्ट, समाजवादी व तथाकथित पुरोगामी यांचा पाठिंबा घेऊन तिथल्या हिंदूंना चेचून काढणे त्यांना सोपे जाईल. आज आसाममध्ये लष्कर ज्या प्रकाराने अत्याचार करीत आहे, तो अत्याचार बैरूत येथे घडलेल्या इस्रायली अत्याचारापेक्षा कोणत्याही प्रकारे कमी नाही. पण आसाममधील वार्ता भारतातील अन्य भाषकांना कळू नयेत, यासाठी सर्व सावधगिरीचे उपाय इंदिराजी वापरीत आहेत.

बंगाल आणि आसाम यांच्या सीमा चिकटलेल्या आहेत, मध्ये बांगलादेशाची पाचर मारलेली आहे. त्यामुळे घुसखोरीचा प्रश्न केवळ आसामपुरता मर्यादित नाही, तर तो बंगाल या प्रांतातही सुरू झालेला आहे. एक तर ज्योती बसूंना उघडपणे धर्माचे नाव घेऊन मुसलमान घुसखोरांविरुद्ध भूमिका घेता येत नाही, कारण ते पडले कम्युनिस्ट. शिवाय चीनच्या राजकीय आकांक्षा तेलसमृद्ध आसाम गिळंकृत करण्यावरच आधारलेली असल्यामुळे आसामवर संकट कोसळले तरी ज्योती बसूंना दुःख होण्याचे कारण नाही. आधीच स्थायिक झालेल्या बंगाली भाषकांचे आसामवर वर्चस्व होते आणि आता घुसखोरीमुळे तेथे गेलेल्या हिंदू व मुसलमान अशा बंगाली भाषकांचे महत्त्व तेथे वाढणार आहे. कम्युनिस्ट असले तरी ज्योती बसू हे बंगाली भाषेचे अभिमानी आहेतच. बंगाली भाषेचे आणखी एक राज्य निर्माण झाले, तर त्यांना नको आहे, असे थोडेच आहे? कम्युनिस्ट विचारसरणीची छाप असणारे अनेक कार्यकर्ते आपोआपच या घुसखोरांत घुसलेले असल्यामुळे बंगालप्रमाणेच आसामातील सर्व भाग आपण कम्युनिस्टधार्जिणे करू, हीही त्यांच्या मनात महत्त्वाकांक्षा आहे. आसाममधून कलकत्ता ते पेकिंग असा एक राजरस्ताच त्यांच्या ताब्यात येणार आहे.

हिंदुस्थानच्या सीमा आता संकोचत चालल्या आहेत, यात शंकाच नाही. नेपाळ व भूतान येथील भारतीय प्रभाव ओसरत चालला आहे. काश्मीर हे केवळ लष्कराच्या ताब्यात असल्यामुळेच भारताच्या ताब्यात राहिलेले राज्य आहे. हरियाणामध्ये फुटीर वृत्ती वाढीला लागलेली आहे. जेथे जेथे भारतीय वंशाचे लोक यापूर्वी गेले, ते त्या-त्या देशातून आता सारे हळूहळू हाकलले जात आहेत आणि त्यांचाही लोंढा भारताकडे वळणार आहे. भारताचे भविष्य अनेक गोष्टींमुळे झाकोळले गेले आहे. कणखर आणि निश्चयी नेतृत्वाचा अभाव हे खरे आपल्या दुर्दैवाचे कारण आहे. पस्तीस वर्षे होत आली तरी खऱ्या अर्थाने स्वतंत्र आणि

सार्वभौम असा देश आपण निर्माण करू शकलो नाही. परकीय मदत ही आपल्याला आपल्या हक्काची गोष्ट वाटते; आणि म्हणून, स्वावलंबी झालेच पाहिजे याबाबत आपला आग्रह नाही. पराधीन नेते आणि पराधीन प्रजा यांच्या नशिबात जे यायचे, ते येणारच आहे.

आपले भविष्य घडविण्याची जिद्द ज्या कुणाच्या मनात आज असेल, त्यांना अनेक गुळमुळीत शब्दांचा आणि जीवनपद्धतींचा त्याग करावा लागणार आहे. लोकशाही हे आपण एक मूल्य मानले आहे आणि त्याची जपणूक करण्यातून एक भ्रष्ट व स्वाभिमानशून्य शासन आपण निर्माण करीत आहोत. हे शासन कोणत्याही प्रश्नाच्या मुळाशी जायची हिंमतच दाखवत नाही. आपण बांगलादेश स्वतंत्र होण्यासाठी मदत केली, त्या वेळेसच बांगलादेशाच्या भूमीतून निर्वासित होऊन आलेल्या निर्वासितांसाठी आपण जादा भूमीची मागणी करायला हवी होती. आपण जिंकूनसुद्धा या लढाईत हरलो आहोत. बांगलादेश व पाकिस्तान हे दोन्हीही वखवखलेले भिकारी देश आपल्या देशापुढे सतत समस्या उभ्या करणार आणि परकीय पाठिंब्याच्या बळावर सदैव युद्धस्थितीत राहणार. शिवाय त्यांच्या हातात एक मोठे शस्त्र आहे– ते म्हणजे, या देशातील बारा-पंधरा कोटी धर्मांध मुसलमान की, जे मुसलमान सदैव इस्लाम विश्वविजयाची स्वप्ने पाहत राहणार.

त्यांच्याजवळ आणखी एक शस्त्र आहे. ते म्हणजे, इथले कम्युनिस्ट आणि समाजवादी की– जे धर्म आणि जात उपद्रवकारक होत असली तरीही त्यांचा स्वतंत्रपणे विचार करू शकत नाहीत. चीन आणि रशिया यांनी आपल्या राष्ट्रातील इस्लामची अहंता ज्याप्रमाणे कठोरपणे काबूत ठेवली, तेवढा कठोरपणाही ते भारतीय शासनाला करू देणार नाहीत. कारण हा देश सुस्थितीत राहावा, संपन्न व्हावा आणि जगातील एक महत्त्वाची शक्ती बनावी; यापेक्षा या देशात अराजक माजावे, अस्वस्थता नांदावी, असे त्यांना मन:पूर्वक वाटते. कारण तसे केले, तरच कम्युनिस्ट साम्राज्याचा विस्तार करणे त्यांना सोपे जाणार आहे. रशिया आणि चीन हे स्वतंत्रपणे आपल्या राष्ट्राचा विचार करू शकतात आणि तसा त्यांनी केलेला इथल्या कम्युनिस्टांना चालतो. पण भारताने भारत हे राष्ट्र आहे असा विचार करणे मात्र इथल्या कम्युनिस्टांना मानवत नाही. कारण राष्ट्रीय अहंता निर्माण झाली की, यांच्या कम्युनिस्ट साम्राज्याला आपोआपच शह बसतो. म्हणून राष्ट्रवादी जे कोणीही असतील, ते-ते त्यांच्या लेखी भांडवलदारांचे हस्तक असतात. कम्युनिस्टांचे सारे डावपेच रशियाच्या, चीनच्या हितसंबंधांशी

गुंतलेले असतात. त्यांची प्रतिक्रिया म्हणून अमेरिकन पैसाही येत राहतो. इस्लामी जगातून पैशाचे लोट वाहत येतात आणि मुळातच भ्रष्ट झालेले इथले समाजजीवन हे अधिकच भ्रष्ट करून टाकतात.

आसामचा प्रश्न हा आसामपुरता मर्यादित नाही, तर तो खऱ्या अर्थाने एक राष्ट्रीय प्रश्न आहे. अर्थात राष्ट्र नावाची संकल्पना मान्य केली, तरच! हा विस्कळीत समाज एकरूप व्हावा, त्याची शक्ती एकवटावी, क्षुल्लक मतभेद नष्ट व्हावेत आणि पुनर्निर्माणाचे कार्य येथे सुरू व्हावे– असे या देशात किती लोकांना खरोखरीच वाटते? सारेच प्रश्न एकमेकांत गुंतलेले आहेत. एक सोडवायला जावे, तर दुसरा संहारक बनून अंगावर चाल करून येतो. आजचे नेतृत्व केवळ भ्रष्ट आहे, एककल्ली आहे किंवा घराणेशाहीला उत्तेजन देणारे आहे, हे माझ्या लेखी दुय्यम स्वरूपाचे आरोप आहेत. खरा आरोप आहे, तो– ज्यांच्याजवळ काही घडवण्याची योजनाच नाही, अशी माणसे आज अधिकारावर आहेत– हा.

कधी कधी असे वाटते की, खरोखरच या देशावर विलक्षण स्वरूपाचे संकट यावे, खूप मोठा नरसंहार व्हावा, हा देश आगीत होरपळून निघावा; तरच इथे काही घडण्याची जिद्द निर्माण होईल. खऱ्या अर्थाने येथे युद्धही घडले नाही, मग स्वातंत्र्ययुद्ध कुठले घडणार? या संहारमय जाळपोळीत काही चांगलेही जळेल, पण काही नवे उगवण्याचीही शक्यता आहे. या राजकीय पक्षांकडून किंवा आजच्या राजकीय नेतृत्वाकडून कसल्याच अपेक्षा बाळगाव्यात, असे कोणतेच चित्र समोर दिसत नाही. काळ कोणासाठीही थांबत नसतो, हीही गोष्ट खरीच आहे. वरवर शांत दिसणारा, झोपलेला, सुखासीन बनलेला, भ्रष्ट झालेला हा समाज अंतर्यामी दुःखीच आहे. गरज आहे ती त्याला जखमा करण्याची– प्रहार करण्याची. स्वसंरक्षणासाठी तरी हा हातात तलवार घेईल का नाही? का नुसताच बळी जाणाऱ्या कोकराप्रमाणे मरायला तयार होईल?

मानवी मनामध्ये असणाऱ्या संघर्षावर माझा विश्वास आहे. समाजाला कधी कधी पडता काळ असतो. त्या कालखंडातून आपण आज चाललेलो असलो, तरी एका प्रचंड विनाशाची आपल्याला तयारी करायला हवी. राजकीय पक्ष, राजकीय नेते, भ्रष्ट समाजव्यवस्था यांत समुजतीने काही बदल होण्यासारखा नाही; तो विश्वास उडत चालला आहे. आसामच्या आंदोलकांना जसे सांगावेसे वाटते तसेच आता सर्वांनाच सांगण्याची वेळ आली आहे. शिशुपालाचे शंभर अपराध आता भरलेले आहेत. लोकशाहीचे सर्व मार्ग वापरून झालेले आहेत. आपल्याकडून आपण चुकलेलो नाही. आपल्या हातून अविवेकाने, कदाचित

सात्त्विक संतापाने किंवा कदाचित अगतिकतेने उग्र मार्ग वापरले गेले तरी त्यात आपल्यावर मुळीच दोष येणार नाही. अर्थात उग्र मार्गांचीही साधना करावी लागेल. परंतु आता पूर्वीचे समजुतीचे मार्ग संपले आहेत. सत्तेला जेव्हा हादरा बसतो, तेव्हा सत्ता शहाणी होते आणि सत्तेला हादरा कशामुळे बसतो याची जाणत्यांनी विवंचना करण्याचे कारण नाही. स्थितप्रज्ञ कृष्णानेसुद्धा अखेरीस सुदर्शन चक्राने शिशुपालाचा वध केला, कृष्णाने कंसाचा वध केला, रामाने रावणाचा वध केला आणि शिवाजीने अफझलखानाचा कोथळा बाहेर काढला. इतिहास आणि पुराणे यांचा अभ्यास मनोरंजनासाठी करायचा नसतो, तर योग्य वेळी थोरांनी घालून दिलेल्या उदाहरणांचा कित्ता गिरवण्यासाठी करायचा असतो.

(४ सप्टेंबर, १९८३)

-०-०-०-

३६

'संघ : काल-आज-उद्या' – एक पुनर्विचार

राष्ट्रीय स्वयंसेवक संघ ही हिंदुस्थानातील स्वयंसेवी अशी सर्वांत मोठी संघटना आहे. बाळासाहेब देवरस सरसंघचालक होईपर्यंत संघाचे अधिकृत असे कोणतेही प्रसिद्धिसाहित्य उपलब्ध नव्हते आणि आजही जे आहे, तेही संघविचार समजून घ्यायला फारसे उपयुक्त आहे, असे नाही. डॉ. हेडगेवार यांच्या प्रेरणेनुसार संघ प्रसिद्धीबाबत सदैव उदासीन राहिला, पण डॉ. हेडगेवारांच्या काळापेक्षा आज काळ पुष्कळच बदलल्यामुळे, त्या काळात आवश्यक असणारी प्रसिद्धि-विन्मुखता आज फारच गैरसोईची झालेली आहे. प्रसिद्धीमुळे व्यक्तिमाहात्म्य वाढते आणि प्रत्यक्ष कार्यापेक्षा जाहिरातबाजीकडे लक्ष दिले जाते, असे आरंभी-आरंभी संघसंचालकांचे जे मत होते; ते इतर पक्ष आणि संघटना यांकडे पाहून त्या काळात खरे होते, असे म्हणायला दिक्कत वाटत नाही. डॉ. हेडगेवारांच्या कालखंडात संघाचा विस्तार एवढा अफाट नव्हता आणि मुख्यत्वेकरून कार्यकर्ते घडवण्याचेच कार्य त्या वेळेस चालू होते. विनम्र, समर्पित वृत्तीचे कार्यकर्ते ही तेव्हा संघाची निकड होती आणि म्हणून कठोर शिस्तपालन, संघशाखेवरची दैनंदिन उपस्थिती, संसारविन्मुखता अशा संन्यस्त वृत्तीच्या देशभक्तांची एक मोठी फौज डॉ. हेडगेवारांनी तयार केली.

तिचा जास्तीत जास्त उपयोग करून गुरुजींच्या कालखंडात संघाचा प्रचंड विस्तार करण्यात आला. प्रत्यक्ष राजकारणात उतरण्यासाठी काही संघ कार्यकर्त्यांना मोकळे करण्यात येऊन

जनसंघाची स्थापनाही त्याच कालखंडात झाली. हिंदू धर्माचा व्यापक प्रसार, संरक्षण आणि संवर्धन हे संघाच्या उद्दिष्टांपैकी एक असल्याकारणाने विश्व हिंदू परिषदेचीही स्थापना करण्यात आली.

वीस-वीस वर्षे संघात संस्कार घेतलेले कार्यकर्ते वेगवेगळ्या क्षेत्रांत काम करू लागले; तेव्हा संघाने आपल्या कार्याची व्याप्ती वाढविण्यासाठी सर्वच क्षेत्रांत वेगवेगळ्या संघटना उभ्या केल्या व त्यांसाठी संघाच्या दैनंदिन कार्यातून अनेक प्रशिक्षित कार्यकर्ते मोकळे केले. जीवनाची अनेक क्षेत्रे व्यापावयास आरंभ केला. भारतीय कामगार संघ, विद्यार्थी परिषद, आदिवासी कल्याण केंद्रे– या व अशा विविध तऱ्हेच्या लहान-मोठ्या संस्थांचे जाळे हळूहळू पसरण्यास सुरुवात झाली आणि भारतीय समाजाचे असे एकही क्षेत्र आज राहिले नाही की, जेथे संघाचा संस्कार घेतलेल्या कार्यकर्त्यांनी ते व्यापलेले नाही. आज असे सर्वसामान्यत: म्हणता येईल की, भारतातील सर्व सामाजिक संस्थांत आवाज उठवू शकेल अशी एक प्रचंड यंत्रणा संघाने निर्माण केली आहे. अर्थात, या नवनिर्मित संस्थांतून संघाचा संस्कार न घेतलेले असेही अनेक लोक सामील झालेले आहेत. अन्य पक्षांची जी राखीव कुरणे होती, त्यांवर आक्रमण झाल्यामुळे संघाबद्दल राग वाढीला लागला.

ही गोष्ट खरी आहे की, संघ जरी या संस्थांचे कार्य आतून नियंत्रित करीत असला तरी ते नियंत्रण केवळ धोरणविषयक असते. त्या संघटनेच्या कार्यक्रमात हस्तक्षेप करणे संघाला शक्यही नाही आणि तशी संघाला आवश्यकताही वाटत नाही. त्या संस्थांचे अंतर्गत कार्य स्वायत्तपणे चालू राहावे, असे संघाला वाटते. तसे नसेल, तर त्या क्षेत्रात काम करताना अडचणीचे होत जाईल याची संघचालकांना कल्पना आहे. मध्य प्रदेशात जेव्हा भारतीय जनता पक्षाचे सकलेचा हे मुख्यमंत्री होते, तेव्हा भारतीय मजदूर संघाच्या सरकारी नोकरांना त्या सरकारविरुद्ध संप पुकारता आला नसता. कामगार संघटनांचे कार्य कामगार संघटनांच्या तत्त्वांवर व्हावे, याला संघाचा विरोध नसावा. फक्त देशातील अराजकतेला किंवा विघटनाला कामगार संघटनांनी जबाबदार होऊ नये, एवढीच संघाची भूमिका असावी. तसेच स्वातंत्र्य अन्य क्षेत्रांत वावरणाऱ्या सर्व संस्थांना दिले गेलेले आहे आणि त्यात सहसा हस्तक्षेप केला जात नाही.

खरे तर संघाच्या स्थापनेपासूनच संघ ही गुप्त संघटना आहे आणि तेथे मुसलमानांचा द्वेष शिकविला जातो, असे आरोप त्याच्यावर केले गेलेले आहेत; पण या आरोपांना कोणत्याही स्वरूपाचा पुरावा कोणीही दिलेला नाही.

ज्या अर्थी वरिष्ठांच्या आज्ञा बिनतक्रार पाळल्या जातात; त्या अर्थी संघ ही लष्करी संघटना आहे, असा निष्कर्ष काढणेही मूर्खपणाचे ठरेल. संघचालकांविरुद्ध धोरणविषयक भूमिका कुणी मांडत नाही किंवा इतरांप्रमाणे संघातील लहान-मोठे नेते अफाट वक्तृत्व करत नाहीत, म्हणून तेथे गुप्त कट शिजत असावेत, असा निष्कर्ष काढणेही बावळटपणाचे ठरेल. हिंदूंचे संघटन करणे, त्यांना बलशाली बनवणे व हिंदू समाजरचनेतील दोष दूर करून त्या समाजाची एकसंध उभारणी करणे– ह्याच गोष्टीची मुसलमान समाजाला भीती वाटते, त्याला संघ काय करणार?

हिंदू समाज विस्कळीत असल्यामुळे आणि धर्माचा चुकीचा अर्थ लावून अहिंसा व विज्ञान या दोन्ही गोष्टींचा त्याग केल्यामुळे मुसलमानांच्या पाशवी हल्ल्याचे हिंदू दीर्घकाळ बळी ठरले. हिंदूंच्या देव-देवतांचे, मालमत्तेचे, स्त्रियांचे– सर्व तऱ्हेचे हरण आणि विध्वंसन मुसलमान समाजाने वर्षानुवर्षं केले; ते पाप स्वतंत्र झालेल्या हिंदुस्थानात आठवू लागले असेल. त्याचप्रमाणे केवळ दहशतीच्या बळावर भेकड हिंदू पुढाऱ्यांच्या हातून हिंदुस्थानची फाळणी करून घेण्यात मुसलमान यशस्वी झाले व आजही जातीय दंगलींच्या रूपाने मूर्तिपूजकांचा द्वेष इस्लामी धर्मग्रंथाच्या आधाराने मुसलमान करतात, हेही त्यांना आठवत असेल. स्वतंत्र झालेल्या या देशात हिंदू बहुसंख्य आहेत आणि जर उद्या संघटित झालेल्या स्वाभिमानी हिंदूंचे राष्ट्र येथे अस्तित्वात आले; तर आपण केलेल्या सर्व पापांचा सूड घेतल्यावाचून हिंदू राहणार नाहीत, यामुळे मुसलमानांना भयगंड निर्माण झालेला आहे. पण त्यात हिंदूंचा दोष काहीही नाही किंवा संघाचा दोष तर मुळीच नाही.

जेथे जेथे अन्याय होतो आहे तेथे तेथे हिंदू प्रतिकार करू लागले आहेत, ही गोष्ट खरी आणि त्या प्रतिकारामागची प्रेरणा संघ आहे, हीही गोष्ट खरी आहे. पण मुसलमान समाजाने जर भयगंड सोडला आणि भयगंडातून निर्माण झालेली अत्याचाराची प्रवृत्ती नष्ट केली, तर संघापासून त्यांना काहीही धोका नाही. कारण हिंदुत्वाच्या संकल्पनेतच द्वेष ही भावना बसत नाही.

संघ आज जे हिंदू संघटनेचे कार्य करतो आहे, ते हिंदूंच्या मानसशास्त्रावर आधारलेले आहे. हिंदुत्वातली कोणतीही शाखा किंवा उपशाखा द्वेषभावनेने वर्धिष्णु झालेली नाही. एखाद्या समाजाचा प्रकृतिधर्मच तसा असतो. हिंदू धर्मात असणारी उदासीनता त्याला कारणीभूत असते. पण वैदिक धर्माच्या काळची आक्रमक शक्ती हिंदू समाज केव्हाच घालवून बसला आहे. ती जशीच्या तशी

निर्माण करणे, ही जवळपास अशक्य गोष्ट आहे. कारण हिंदू समाज हा जातिग्रस्त व वर्णग्रस्त आहे आणि म्हणूनच दुबळा झालेला आहे. त्याला संघटित करणे व वैयक्तिक किंवा जातिवाचक स्वार्थापासून परावृत्त करणे, हे काम आज संघापुढे दिसते.

संघाने अस्पृश्यतेबाबत आक्रस्ताळी भाषा वापरली नसली किंवा पुरोगामित्व मिळविण्यासाठी दलितांची शाब्दिक कड घेण्याचा देखावा केलेला नसला, तरी मुळात संघाचे प्रेरणास्थानच जर सावरकरांचे सामाजिक तत्त्वज्ञान आहे आणि हिंदू समाजाचे समानतेवर आधारलेले एकरूपत्व हेच जर संघाचे एकमेव उद्दिष्ट आहे; तर संघाला वर्णव्यवस्था आणि जातिव्यवस्थेविरुद्ध उभे राहण्यावाचून गत्यंतरच नाही. पण ज्यांना संघटना बांधायची असते, त्यांना शब्दांचे नगारे वाजविण्यापेक्षा हळूहळू कृतीने लोकांची मने साफ करावी लागतात, दुरावा दूर करावा लागतो आणि एकाचे दोन करीत कोट्यवधी हिंदूंना समानतेच्या झेंड्याखाली आणावे लागते. सावरकरांचे सामाजिक तत्त्वज्ञान हे विज्ञाननिष्ठ आहे; पण त्यांचा आक्रमक युक्तिवाद हा समाजाच्या गळी उतरविण्याची ताकद त्या जळजळीत शब्दांत नव्हती. कोरडे ओढले म्हणजे माणसे शहाणी होत नाहीत किंवा झाली असे दाखवीत असली, तर ते शहाणपण कायमचे टिकत नाही.

मन ही मुळात फार नाजूक आणि संवेदनाक्षम गोष्ट असल्यामुळे टिकाऊ असे मनातील बदल फार काळजीपूर्वक करावे लागतात. हे काम करणे, हा एक दीर्घकालीन प्रयत्न आहे. यासाठी लोकमानसशास्त्र समजण्याची आवश्यकता आहे. लोकमान्य टिळक आणि महात्मा गांधी यांना ते भान होते. लोकांना चुचकारून लोक नवा विचार स्वीकारतात, हे आपल्या अनुभवाला आलेले आहे. आज शंभर वर्षांपेक्षा अधिक प्रबोधनाची चळवळ झाल्यानंतर; लोकहितवादी, फुले, आगरकर, शिंदे, शाहूमहाराज, आंबेडकर, सावरकर ह्यांसारखी अनेक माणसे खर्ची पडल्यानंतरही त्यांच्या विचारांपैकी फारच थोडे विचार समाज ग्रहण करू शकला याचे कारण शब्दांपेक्षा कृतींशी आणि समजूतदारपणाशी आचाराचा संबंध जास्त असतो, हे आहे. समाजाची दुखणी दूर व्हायला हवीत, याबद्दल कुणाच्याही मनात संदेह नाही. प्रश्न असतो तो वेगाचा आणि तो वेग आपल्या इच्छेवर अवलंबून नसून समाजाच्या घडणशक्तीवर अवलंबून असतो. ही समाजाची घडणशक्तीच वाढविण्यासाठी प्रयत्न करायला हवे होते, त्याऐवजी नुसती वादावादीची धुमश्चक्री महाराष्ट्रात घडली.

जी माणसे प्रत्यक्ष कंबर बांधून कामाला लागली, त्यांच्याच हातून काही ना काही सामाजिक चळवळी झाल्या; हे महाराष्ट्राच्या इतिहासाकडे पाहिले म्हणजे लक्षात येते. कुणी स्त्रियांना, तर कुणी बहुजन समाजाला शिक्षणाच्या सुविधा प्राप्त करून दिल्या. शाळा काढल्या, बोर्डिंगे काढली, कुणी आश्रमशाळा काढल्या, विधवाश्रम काढले किंवा स्त्रियांचे प्रश्न सोडविण्यासाठी प्रत्यक्ष कृतीला आरंभ केला, कुणी लहानसहान उद्योगधंदे काढले, कुणी शेतकऱ्यांच्या प्रश्नाला प्रत्यक्ष वाचा फोडली व शेतकऱ्यांच्या संघटना बांधल्या. कुणी ज्ञानकोशासारखे प्रकल्प उभे केले, तर कुणी मराठ्यांच्या संस्कृतीची आणि इतिहासाची साधनसामग्री गोळा केली. लहान-मोठी वाचनालये निघाली आणि जेणेकरून लहानांतल्या लहान माणसाला ज्यापासून वंचित करण्यात आले होते, ते ज्ञान द्यायला व उत्कर्षाची संधी मिळेल तेथे तो करायला आरंभ केला. गेल्या शतकाच्या अखेरीस आणि या शतकाच्या आरंभी महाराष्ट्रातील संस्थाजीवन फुलून आले आणि महाराष्ट्राच्या एकीकरणाला आरंभ झाला.

कुणी तरी विचार मांडलेच पाहिजेत, हे खरे आहे. ते ज्यांनी मांडले, त्यांच्या प्रामाणिकपणाविषयी आदर व्यक्त करून असे म्हणावेसे वाटते की; त्यांच्या विचारांचे कृतीत रूपांतर करण्याची जबाबदारी दुसऱ्यांनी घेतली, म्हणून ही सारी मंडळी मोठी झाली. डॉ. हेडगेवार कृतनिश्चयी, समर्पित वृत्तीचे आणि कर्तबगार गृहस्थ होते. पण त्यांच्या आयुष्यात सावरकर आले नसते किंवा सावरकरांच्या आयुष्यात हेडगेवार आले नसते, तर हिंदू संघटनेचे काय झाले असते? सावरकरांचा तो विचार केवळ पुस्तकांच्या कपाटात राहिला असता. फुल्यांनी स्वत: शाळा काढल्या व आपल्या शब्दांना कृतीची जोड दिली. पण आगरकर-फुले यांचे मोठेपण आपल्या मनात बिंबते ते अण्णासाहेब कर्वे, सेवासदनचे देवधर, बहुजन समाजाची चळवळ चालविणारे शाहूमहाराज, रयत शिक्षण संस्थेचे भाऊराव पाटील ह्यांच्यामुळे. तेव्हा संघावर टीका करताना एक गोष्ट लक्षात ठेवली पाहिजे की, संघकार्यात सावरकरांचा आक्रमकपणा नसला तरी तो अखेरीस सावरकरांचा सामाजिक विचारच आहे आणि संघावरील टीका ही अखेरीस सावरकरांच्या सामाजिक विचारांवरीलच टीका होईल.

धर्माचा विचार न करता हिंदू, मुसलमान, यहुदी, पारशी, ख्रिश्चन या सर्वांचा विचार करून भारतीय समाजात समता आणायला कुणी प्रतिबंध केलेला नाही. हे काम कोणी तरी अवश्य करावे. त्याचीही गरज आहेच. पण ते अशक्यप्राय काम करण्यापूर्वी बहुसंख्य असणाऱ्या हिंदूंना संघटित करण्यात

काय चूक आहे, हे खरोखरीच समजत नाही. हिंदूंचा बावळटपणा, दुबळेपणा आणि असंघटितपणा हेच जर मुसलमान समाजाचे बलस्थान असेल, तर त्याला हिंदू संघटनेमुळे धक्का लागेल. असे नकारात्मक बलस्थान असणे हेच मुळात धोक्याचे आहे. धर्मांध हिंदू हा जसा भारतीय समाजाला धोका आहे, त्याहूनही धर्मांध मुसलमान हा भारताला जास्त धोका आहे; कारण त्या मुसलमानांच्या धर्मांधतेला त्यांच्या धर्मग्रंथाचा नैतिक पाठिंबा आहे. मुसलमानी धर्मात कालानुसार सुधारणा व्हाव्यात म्हणून कोणतेच प्रयत्न न करता संघटित होणाऱ्या हिंदूंवर जातीयतेचा आरोप करणे, हे आत्मघातकीपणाचे लक्षण आहे.

गंगाधर इंदूरकर यांचे 'संघ : काल, आज आणि उद्या' या नावाचे एक पुस्तक प्रसिद्ध झाले आहे. संघावर कम्युनिस्ट, समाजवादी, ख्रिश्चन आणि सत्तारूढ काँग्रेसवाले हे सदैव टीका करीत आलेले आहेत. संघाची उद्दिष्टे आणि रचना समजून न घेता ही टीका होऊनही संघाची प्रचंड वाढ होताना दिसते. ही टीका पुराव्याशिवाय आणि आकसाने केलेली असल्यामुळे आता अधिकाधिक निरर्थक होत चाललेली आहे. संघावर खरी टीका प्रतिसंघ निर्माण करणे ही आहे, की जो प्रतिसंघ स्वत:चे नवे तत्त्वज्ञान लोकांच्या गळी उतरवू शकेल. दुर्दैवाने असे कोणतेच तत्त्वज्ञान वा अन्य विचारसरणी नसल्यामुळे सत्ता, पैसा, प्रसिद्धी-साधने असूनही, त्यांना संघप्रतिकारार्थ संघासारखी संघटना बांधता आलेली नाही. संघविरोधी तत्त्वज्ञान म्हणजे कम्युनिझम; पण कम्युनिझमची या देशात काय परवड होते आहे, ते आपण पाहतोच आहोत. क्रांतीचे अग्रदूत म्हणून ज्या कामगारवर्गावर कम्युनिस्टांनी भरोसा टाकला आहे, त्यांनीसुद्धा कम्युनिझमचा त्याग केलेला दिसतो.

संघाला दुसरे प्रत्युत्तर म्हणजे इस्लाम आणि ख्रिश्चानिटी. पण ही दोन्हीही तत्त्वज्ञाने धर्माधिष्ठित असल्यामुळे ती कडवी असली तरीही बिगरमुस्लिम किंवा बिगरख्रिश्चन त्या तत्त्वज्ञानांचा स्वीकार करू शकत नाहीत. आपल्याला मुले होत नसली म्हणजे शेजाऱ्यांच्या मुलांचा दुस्वास करावा त्याप्रमाणे आज संघाचा दुस्वास केला जात आहे. भारतासारख्या दरिद्री, अर्धशिक्षित किंवा अविकसित देशात जर कम्युनिस्ट प्रभाव पाडू शकत नसतील; तर त्यांच्या तत्त्वज्ञानातच काही गोंधळ निर्माण झाला आहे, हे त्यांच्या कसे लक्षात येत नाही? भारतीय समाज खरे तर आज इतक्या गोंधळलेल्या अवस्थेत आहे की, तो एका समर्थ हाताच्या साह्याची वाट पाहतो आहे आणि हे हात प्रत्यक्ष कृती घेऊन या समाजात वावरले पाहिजेत; लोकांतून उगवलेलेच हे हात असले पाहिजेत! या

हातावर इथली माती दिसली पाहिजे! काही तरी अशक्यप्राय कल्पना बोलणाऱ्या माणसांवर इथला समाज विश्वास ठेवीत नाही. महात्माजींवर कितीही आक्षेप कुणीही घेतले, तरी लोकांनी त्यांच्यावर विश्वास ठेवला; कारण त्यांचे बोलणे लोकांना समजत होते आणि सावरकरांचे बोलणे जरी तर्कशुद्ध असले तरी ते आचरणात आणणे लोकांना अडचणीचे वाटत होते. संघाने ते रहस्य ओळखून गांधींचा सेवाव्रती मार्ग अनुसरला आहे आणि म्हणूनच हळूहळू त्याचे पाय खोलवर रुजू लागले आहेत.

'संघ : काल, आज आणि उद्या' या पुस्तकाचे लेखक गंगाधर इंदूरकर हे संघाशी संबंधित असणारे असल्यामुळेच आणि त्यांनी संघातील काही उणिवा दाखविल्यामुळे विरोधकांना अतिशय आनंद झालेला दिसतो. संघ हा काही गुलामांचा तांडा नाही; तेथेही मतभेद असतातच. संघात वेळोवेळी वैचारिक वादळे झालेली आहेत. परंतु संघातून बाहेर पडलेल्यांनी सहसा संघाविरुद्ध प्रचार केल्याचे उदाहरण नाही. याचे कारण संघस्वयंसेवकाला संघकार्याची दिशा व कक्षा यांचे ज्ञान संघ प्रथम देतो. ती पटली, तरच संघस्वयंसेवक संघात स्थिर होतो. ती पटली नाही, तर तो संघातून आरंभी-आरंभी निघू लागतो. संघात दहा-पंधरा वर्षे काढल्यानंतर संघाचे तत्त्वज्ञान हळूहळू अंगात मुरू लागते.

डॉ. हेडगेवार, गोळवलकर गुरुजी आणि आता बाळासाहेब देवरस या तीन संघचालकांच्या मनोवृत्तींत मुळात फरक आहे. डॉ. हेडगेवार हे सामाजिक चळवळींशी आणि 'हिंदू' ह्या व्यापक अर्थाशी जास्त एकरूप होते. त्यांच्यात आक्रमकता होती आणि भारून टाकणारे व्यक्तिमत्त्वही त्यांना होते. त्यामानाने गोळवलकर गुरुजी हे परंपरावादी अध्यात्मवादी होते. त्यामुळे त्या काळात आरंभी-आरंभी तरी केवळ 'संघटनेसाठी संघ' असे त्याचे स्वरूप झाले. हिंदुत्वाचा एक चुकीचा दृष्टिकोन निर्माण होतो किंवा काय, अशी भीती त्यांच्या लिहिण्या-बोलण्यातून वाटू लागली होती. सावरकरांपासून ते मनाने दूरच होते.

त्यांच्याशी मतभेद झाला म्हणून बाहेर पडलेले त्या काळातले संघस्वयंसेवक हे बहुतांशी सावकरवादी असावेत. सावरकरांचा विचार प्रत्यक्षात आणून पाहावा, असा त्यांचा हट्ट असला पाहिजे, असे त्यांच्यापैकी काहींशी झालेल्या बोलण्यावरून मला वाटते. या बाहेर पडलेल्या लोकांनी स्वतंत्रपणे मोठमोठी कार्ये उभारली, पण ते संघाशी कधीही बेइमान झाले नाहीत. उलट, संघाने जे कार्य करायला हवे ते आपण करतो, अशीच त्यांची धारणा आहे. ज्ञानप्रबोधिनीचे अप्पासाहेब पेंडसे किंवा म्हैसाळ प्रकल्पाचे मधू देवल यांच्या मनांतून संघाचे महत्त्व कधीही गेले

नाही, हे लक्षात ठेवले पाहिजे. खुद्द बाळासाहेब देवरस आणि गुरुजी यांच्यातही काही मतभेद झाले होते. त्याचेही कारण बहुतांशी हेडगेवारांची सावरकरांची परंपरा गुरुजींकडून मोडते आहे असे देवरसांना वाटत असावे, हेच असावे. बाळासाहेब देवरसांना एका प्रदीर्घ खासगी मुलाखतीच्या वेळेस मी हा प्रश्न विचारला होता; तेव्हा त्यांनी नि:संदिग्धपणे उत्तर दिले की, सावरकरांची हिंदुत्वाची व्याख्या हाच आमचा मूलाधार आहे.

बाळासाहेब देवरसांना पुन्हा संघकार्याला जुंपण्याचे औदार्य गुरुजींनी दाखवावे आणि बाळासाहेबांनी ते पत्करावे, यालाच 'संघाचा संस्कार' असे म्हणतात. बाळासाहेब हे आधुनिक, विज्ञानवादी, लवचिक आणि तरीही घट्ट विचारसरणीचे आहेत. गुरुजींच्या काळातच संघ वाढला याचे विस्मरण कुणालाही नाही; किंबहुना, संघावर दोन वेळा बंदी आलेली असताना गुरुजींनी संघ जिवंत ठेवला– एवढेच नव्हे, तर द्वारकेपासून गोहत्तीपर्यंत आणि बद्रिकेदारपासून रामेश्वरपर्यंत एखाद्या चिवट वस्त्राप्रमाणे संघाचे जाळे त्यांनी विणले. त्यामुळे अनेक क्षेत्रांत प्रवेश करताना आज संघाजवळ कार्यकर्त्यांचा तुटवडा नाही. गुरुजींच्या अध्यात्मवादी भूमिकेबद्दल मीही नाराज होतो आणि आहे, पण म्हणून गुरुजींची योग्यता नाकारण्यात अर्थ नाही. गुरुजींना महात्माजींच्या इतकेच संघटनाशास्त्र अवगत होते आणि नानाविध क्षेत्रांतील बुद्धिमान माणसांना आपल्या तत्त्वज्ञानात ओढून घेण्याची किमया त्यांच्याजवळ होती.

संघात झालेल्या बेबनावाबद्दलचे एक प्रकरण 'काल, आज आणि उद्या' या पुस्तकात इंदूरकरांनी दिले आहे. त्यामुळे विरोधकांना मोठे शस्त्र हाती आल्यासारखे वाटते. दैनिक 'सकाळ'ने या पुस्तकावर परीक्षण लिहिण्याऐवजी ते प्रकरणच छापले. पण गंमत अशी की, अशा तऱ्हेचे बेबनाव संघात होतात, वैचारिक मतभेद असतात आणि तरीसुद्धा संघाची वाताहत होत नाही, कारण संघातून तेवढ्यापुरती बाहेर पडलेली माणसे तपशिलांसह मतभेद दाखवतात; पण तत्त्वाबाबत त्यांचे आग्रह तोपर्यंत पक्के झालेले असतात. मतभेद झाला म्हणजे तेवढ्यापुरता दुरावा निर्माण झालेली माणसे तोंडाळपणे तो दुरावा वाढवत नाहीत व त्यामुळेच योग्य त्या वेळेस ती संघात परतू शकतात. समाजवादी पक्षाच्या ज्या चिंध्या झाल्या किंवा काँग्रेस पक्षाच्या ज्या ठिकऱ्या उडाल्या, तशी परिस्थिती संघावर येत नाही; याचे कारण संघ प्रथम तत्त्वज्ञान निर्माण करतो, त्या तत्त्वज्ञानावर निष्ठा असणारी माणसे तयार करतो आणि मग माणसांचे समूह बनवतो. म्हणून तो समूह अभेद्य टिकतो. माणसा-माणसांत असणारे सर्व राग-

लोभ, हेवेदावे सर्वच ठिकाणी असतात आणि त्यांचा उद्रेक अधून-मधून होणार. फक्त ज्या तत्त्वज्ञानावर आपण उभे राहतो, त्या तत्त्वज्ञानाची फांदीच मोडून टाकण्याचा अविवेकीपणा संघात फारसा केला जात नाही. संघात काही वर्षे काढल्यानंतर कोणत्याही क्षेत्रात तुम्ही कार्य करीत असलात, तरी एक संस्कार तुमच्या हव्यासावर नियंत्रण ठेवतो. संघात जाणारे किंवा संघावर प्रेम करणारे सगळेच लोक पापभीरू, सदाचारी आणि नीतिमान असतील, असा भाबडा आशावाद मी बाळगलेला नाही; पण इतरांच्या तुलनेने संघ-संस्कारित माणसांत हे दुर्गुण कमी असतात, एवढेच.

संघाचा व्यापक विस्तार आणि जीवनाच्या सर्व शाखांत हळूहळू घुसू लागलेला संघ हे सर्वांच्या चिंतेचे मुख्य कारण आहे. आरंभीच्या काळात सर्वच संघटनांचे असते त्याप्रमाणे संघाचे स्वरूपही ब्राह्मणीच होते. पण हळूहळू बहुजन समाजाकडे नेतृत्व देण्याचा संघ तत्त्वज्ञानातून प्रयत्न केला जात आहे. सदाचार आणि संयम या तशा अर्थाने मंगलमयी कल्पना आहेत. समाजाच्या कोणत्याही वर्गातून संघकार्यकर्ते येत गेले, तरीही संघाचे स्वरूप तशा अर्थाने मध्यमवर्गीयच राहणार. ग्रामीण विभागातून संघ-संस्कृतीत वाढत आलेली माणसे हळूहळू आपली उग्रता सोडतात, ही गोष्ट जाणवू लागली आहे. अनेक दलित आणि आदिवासी तरुण आता संघकार्यात समाविष्ट झालेले आढळतात; पण तेही आपले रांगडेपण टाकून देऊन अधिक समर्पित वृत्तीने संयमी बनू लागलेले आहेत.

पूर्वीइतकेच संघाचे साधेपण आता यापुढे राहणे शक्य नाही, कारण समाजाच्या सर्व स्तरांतून येणारी माणसे आपापले गुणधर्म घेऊनच संघात येणार. पूर्वी सिगारेट, तंबाखू, मद्य किंवा कोठल्याही गोष्टीचा अविवेकी नाद संघ-कार्यकर्त्याजवळ आढळत नसे. त्याचप्रमाणे देशासाठी सर्वस्व द्यायचे म्हणजे संसारपराङ्मुख व्हायचे व आजन्म ब्रह्मचारी राहावयाचे– अशी एक संन्यस्त वृत्ती होती. काही प्रमाणात ही संन्यस्त वृत्ती आता कमी झाली आहे. संघस्वयंसेवकांचे कपडे, आचारधर्म किंवा जीवनानंदांच्या कल्पना कालमानाने आता बदलतील आणि या सर्व गोष्टींची जाणीव आजच्या सरसंघचालकांना असावी. पूर्वी गुरुजी गोळवलकरांसमोर सिगारेट ओढणे मला शक्य झाले नसते किंवा मी ओढली असती तर तो उद्धटपणा मानला गेला असता. प्रत्यक्ष कामाच्या वेळेस व्यसनाच्या आहारी न जाता औपचारिक गप्पांच्या वेळेस कोणी लहानसे व्यसन केले, तर आता ज्येष्ठ कार्यकर्त्यांच्या डोळ्यांत नाराजी दिसत नाही. देशभक्ती किंवा

समर्पणवृत्ती यासाठी लहान-लहान सुखांचा त्याग करावा लागतो, अशी एके काळी जाज्वल्य भावना होती. आज ती तशी राहिलेली नसावी. पूर्वी संगीतकार, साहित्यकार किंवा कलावंत यांच्याबद्दल संघातील ज्येष्ठ कार्यकर्त्यांना प्रेम वाटत नव्हते. बाबा भिड्यांशी बोलताना ही गोष्ट मला अनेकदा जाणवलेली आहे. समाजाच्या संस्कृतीत या सर्व घटकांचा फार मोठा वाटा असतो आणि त्या-त्या क्षेत्रातील लोकप्रिय व्यक्तींची लोकप्रियता संघप्रचारासाठी राबवता येते, हे आता संघचालकांच्या लक्षात येऊ लागले आहे.

तळजाई येथे भरलेल्या शिबिरात रणजित देसाई यांच्यासारख्या ख्यातनाम साहित्यकाराला गौरवपूर्ण स्थान मिळाले हा एक स्वागतार्ह बदल आहे. गेल्या काही वर्षांत संघाच्या अनेक उत्सवांत हिंदुत्वनिष्ठ साहित्यिक, कलावंत आणि विचारवंत यांना बोलावले गेले, याचाच अर्थ संघस्वयंसेवक अधिक डोळस झाला व वेगवेगळी विरोधी मते त्याच्या कानांवर पडली तरी त्याची हिंदू संघटनेवरची श्रद्धा कमी होणार नाही, इतका विश्वास आता संघाला येऊ लागला आहे. पूर्वी संघातल्या कार्यकर्त्यांशी बोलताना असे लक्षात येई की, बौद्धिकांतून ऐकलेल्या ठोकळेबाज सिद्धातांव्यतिरिक्त ते फारसे वाचत नसत. पण आपले तत्त्वज्ञान अधिक सुदृढ करावयाचे असेल आणि त्यात परिणामकारकता आणावयाची असेल; तर विरोधकांचे आक्षेप समजून घेतले पाहिजेत, असे कुतूहल आता पुष्कळांच्या मनात निर्माण झाले आहे. मार्क्सचा पद्धतशीर अभ्यास करणारी मंडळी आता संघकार्यकर्त्यांत दिसतात. आज ना उद्या केव्हा तरी आपल्याला प्रत्यक्ष सत्ता काबीज करायची नसली, तरी सत्तेवर असणारा पक्ष सर्वांगांनी नियंत्रित करावयाचा आहे, ही भावना संघाच्या अभ्यासकांत दृढमूल झालेली आहे. म्हणजेच जगातील अर्थकारणांचे तणाव, वांशिक मतभेद, संस्कृतीचे पुनर्निर्माण, शक्तीचा नवा अन्वयार्थ लावला पाहिजे; तरच आधुनिक काळात आपला निभाव लागेल, अशी अल्पशी का होईना, पण जाणीव निर्माण होते आहे.

डॉ. हेडगेवार आणि गोळवलकरगुरुजी ह्यांच्या कालखंडात संस्कारित झालेले लोक नव्या जीवनाच्या अन्वयार्थाला तडफदारपणे सामोरे जातील, अशी फार मोठी अपेक्षा करण्यात अर्थ नाही; पण नवा विद्याविभूषित, विज्ञानवादी असा जो एक नवीन प्रवाह संघात मिसळला आहे, तो संघाला काळाच्या गरजेनुसार आवश्यक त्या गतीने चालावयास भाग पाडेल.

संघावर तो 'फॅसिस्ट' असल्याचा आरोप वारंवार केला गेलेला आहे. संघ

ही तशा अर्थाने एक बंदिस्त संघटना आहे आणि मनुष्य पूर्णपणे पारखून घेतल्याशिवाय त्याला संघाच्या आंतरिक गोटात प्रवेश मिळत नाही. ज्याला काही अलौकिक अशा स्वरूपाची संघटना उभी करायची असते, त्याला शिस्तीवाचून पर्याय नसतो. प्रत्येकाला वाटेल ते बोलण्याचे, वाटेल तसे वागण्याचे स्वातंत्र्य देऊन कोणतीही संघटना उभी राहत नाही. म्हणून निर्णय करेपर्यंत चर्चा, पण निर्णय घेतल्यानंतर मात्र निष्ठापूर्वक आज्ञापालन इ. तत्त्वांचा संघटनांना अवलंब करावा लागतो. फार कलंदर किंवा प्रतिभासंपन्न माणसांचा संघटनेला फारसा उपयोग होत नाही. अशी माणसे फार तर नवे तत्त्वज्ञान निर्माण करू शकतात किंवा नव्या आचारधर्माची महती वर्णन करू शकतात. समाजमानसाला किती झेपेल याचा विचार करूनच अनेक प्रतिभासंपन्न कल्पनांना मुरड घालावी लागते. उत्साहाच्या भरात घेतलेले अविवेकी निर्णय बुद्धिभेद निर्माण करतात, संघटनेत शैथिल्य निर्माण करतात आणि कार्यकर्त्यांची उभारी खच्ची करतात. शिवाय प्रत्येक नागरिकाला बौद्धिक स्वातंत्र्य किती द्यायचे, हे त्याच्या आकलनशक्तीवर अवलंबून असते. स्वातंत्र्याचा दुरुपयोग न करण्याइतकी आकलनशक्ती फार थोड्यांजवळ असते.

काही लोक बौद्धिक चर्चा करून निर्णय घेतात आणि बहुसंख्य लोक त्या निर्णयाची चर्चा न करता त्याचा अवलंब करतात, अशीच लोकशाही आणि लोकस्वातंत्र्य मानणाऱ्या देशातही व्यवस्था असते. आपण एक लोकप्रतिनिधी निवडून देतो. असे पाच-सहाशे लोकप्रतिनिधी लोकसभेत बौद्धिक कसरती करीत असतात. लोकसभेबाहेर असणारे काही विचारवंत, पत्रकार त्यांना वेगवेगळे मुद्दे सुचवीत असतात आणि अखेरीस बहुमताने एखाद्या निर्णयाचे कायद्यात रूपांतर होते. अर्थात, हा कायदा या देशातील सर्वच प्रजाजनांना मान्य असतोच, असे नाही. तरीसुद्धा संमत झालेला कायदा सर्वांना मानावा लागतो. संपूर्णत: लोकशाहीने घेतलेला हा निर्णय पुष्कळांच्या व्यक्तिस्वातंत्र्याचा संकोच करतो किंवा पूर्वी असलेले कुणाचे हक्कही काढून घेतो. सर्वानुमते मंजूर झालेली घटनासुद्धा अनेकदा बदलून घ्यावी लागते. हे सारे बदल मान्य नसल्यामुळे विरोधी पक्ष किंवा ज्यांचे हक्क हिरावले गेले आहेत– असे लोक संप, मोर्चे, दंगली असे अनेक हिंसक प्रकार वापरीत असतात आणि घेतलेल्या निर्णयाला ते 'हुकूमशाही निर्णय' असेही म्हणतात. कोणत्याही समाजरचनेच्या पद्धतीत निर्णयाचे अधिकार काही व्यक्तींकडे सोपवावेच लागतात. फक्त ती व्यक्ती स्वार्थमलिन नसावी व तिने खऱ्याखुऱ्या अर्थाने जास्तीत जास्त लोकांचे हितरक्षण करणारा आणि तरीही

दलित, पीडित, असुरक्षित अशा सर्व लोकांचा विचार मनात सदैव ठेवावा, एवढीच अपेक्षा असते.

संघात यापेक्षा वेगळी रचना आहे, असे नाही. संघाला प्रत्यक्ष राजसत्ता मिळवायची नसल्यामुळे तो स्वार्थमलिन होण्याची शक्यताच नाही. शिवाय लोकजागृती केल्याशिवाय आणि लोकांना विश्वासात घेतल्याशिवाय कोणतीही नवी गोष्ट समाजात येत नाही, हा लो. टिळकांचा विचार संघाने शिरोधार्य मानलेला आहे. संघाचे पूर्ण वेळचे शेकडो कार्यकर्ते समाजाच्या विविध स्तरांत वावरत असतात आणि आता तर त्यांचे कार्यक्षेत्र फारच विशाल झालेले आहे. हे कार्यकर्ते समाजाच्या वास्तवाची आणि वेगवेगळ्या संघटनांद्वारे मिळणाऱ्या माहितीची नोंद करून संघाच्या मध्यवर्ती कार्यकारिणीकडे पाठवीत असतात. क्वचित वेळा एखादी नोंद चुकीची असते, क्वचित वेळा लहान-मोठ्या कार्यकर्त्यांवर अन्याय करणारीही असते. अजूनही जुन्या परंपरेतील काही कार्यकर्ते संघाच्या वरिष्ठ श्रेणीवर आहेत. त्यांच्या अज्ञानामुळे असेल आणि परिवर्तन आणि वेग यांचा रेटा न समजल्यामुळे ह्या चुका होऊ शकत असतील; पण कोणताही निर्णय स्वार्थप्रेरित आहे, असे म्हणता येणार नाही.

संघात कधीही घराणेशाही निर्माण होणार नाही किंवा एखाद्या व्यक्तीचे अवाजवी स्तोमही वाढू दिले जाणार नाही. समाजापुढे व्यक्ती नगण्य मानण्याची वृत्ती संघात असल्यामुळे संघकार्यकर्त्यांच्या अहंकाराला कधीही पाशवी रूप येत नाही. ह्या साऱ्या विचारसरणीचा अर्थ एकच होतो की, संघावरचा 'फॅसिस्ट संघटना' हा आरोप अज्ञानमूलक आहे. कारण फॅसिस्ट विचारप्रवृत्ती निर्घृण, निर्दय आणि सत्तापिपासू असते. कुणाचा तरी द्वेष शिकविल्याशिवाय फॅसिस्ट संघटना उभी राहत नाही. संघाला द्वेषाची चळवळ करताच येणार नाही; कारण ज्या हिंदू संघटनेसाठी संघ स्थापन झालेला आहे, त्या हिंदुत्वात द्वेष, रक्तपिपासू वृत्ती किंवा दीर्घकालीन सूड यांना थाराच नाही. मुसलमानांच्या प्रतिकारार्थ संघ उभारलेला आहे, ही कल्पनासुद्धा चुकीची आहे. मुसलमान धर्मात मुळातच असणारा अहिष्णुपणा, जंगलीपणा, बाटगेपणामुळे आलेला कडवेपणा आणि या साऱ्या प्रवृत्तींना प्रथम इंग्रजांनी, नंतर महात्माजींनी आणि मग काँग्रेस कार्यकर्त्यांनी घातलेले खतपाणी– यामुळे हिंदूंना संघटित होण्याची आवश्यकता निर्माण झाली. शिवाय, इथल्या जातिव्यवस्थेमुळे निर्माण झालेली दलित, आदिवासी आदी मागास समाजातील अस्वस्थता हीही हिंदू समाजाच्या संघटनेचे एक कारण ठरली.

दीर्घकालपर्यंत समाजात एवढी विषमता नांदू शकत नाही आणि जर नांदली तर त्या समाजाला विलक्षण अपमानाला व पराभवाला तोंड द्यावे लागते. या अनुभवाने हिंदू समाज शहाणा व्हावा म्हणून लोकहितवादींपासून ते आंबेडकरांपर्यंत सर्वांनी विविध वैचारिक लढे उभे केले आणि स्वा. सावरकरांनी या विषमतेविरुद्ध लढ्याला एक टोक आणले. सावरकरांची भाषा कठोर होती आणि समाजाच्या आकलनापलीकडची होती. पण वैचारिक मांडणी सर्वांपेक्षा न्याय्य आणि तर्कनिष्ठ होती. त्यातील शाब्दिक कठोरपण टाकून देऊन संघाने ते तत्त्वज्ञान आचरणात आणण्याचा अविरत यत्न केला आणि म्हणून आज हिंदू संघटनेला जो अर्थ यावयास हवा, तो येऊ लागलेला आहे. मुळात संघाची चळवळ मुसलमानांबाबतच्या पक्षपाती धोरणाविरुद्ध होती; येथील नागरिक म्हणून त्यांच्या न्याय्य हक्कांविरुद्ध कधीच नव्हती आणि कधी राहणार नाही याचे कारण, हिंदू धर्माने उपासनास्वातंत्र्य मान्य केलेले आहे. स्वातंत्र्यप्राप्तीनंतर हिंदुस्थान एक बलिष्ठ, सार्वभौम आणि विज्ञाननिष्ठ राष्ट्र व्हावे, अशी आकांक्षा बाळगण्यात काही गैर नाही आणि ही आकांक्षा बहुसंख्य नागरिकांना प्रतिष्ठा देऊन, अल्पसंख्याकांना संरक्षणाची हमी देऊन, समान संधीचे सार्वत्रिक आदान-प्रदान करूनच अस्तित्वात येणार आहे. 'हिंदू यापुढे कधीच मार खाणार नाहीत', असे एकदा अटलबिहारी वाजपेयी म्हणाले होते. याचा अर्थ हिंदूंना निर्वंश करण्याची स्वप्ने जे कोणी पाहत असतील, त्यांना कडवा प्रतिकार होईल, एवढाच अभिप्रेत आहे. अशा तऱ्हेची अवाजवी, धर्मांध आकांक्षा जर मुसलमानांनी बाळगली नाही व भलत्याच अविवेकी आणि अवाजवी मार्गांचा वापर केला नाही; तर इतर कोणत्याही राजकीय पक्षापेक्षा किंवा संघटनांपेक्षा संघ आणि संघप्रणीत संस्था त्यांचे अधिक चांगल्या प्रकारे रक्षण करू शकतील, हेही त्यांच्या हळूहळू लक्षात येऊ लागले आहे.

संघ स्थापन झाल्याला किती तरी वर्षे उलटून गेलेली आहेत. संघाने तीन सरसंघचालकांची कारकीर्द पाहिलेली आहे. डोळसपणे पाहणाऱ्याला संघकार्यकर्त्यांत होणारे बदल लक्षात येतील, परंतु तेच ते आरोप केवळ मत्सराने करीत राहणाऱ्याला संघाचे बदलते स्वरूप लक्षात येणे कठीण आहे. त्यांना 'काल, आज आणि उद्या' या पुस्तकात, संघात कधी तरी मतभेद झाले होते, या गोष्टीचे अप्रूप वाटते. आपण त्यांची कीव करावी, यापेक्षा काय करू शकतो?

(४ डिसेंबर, १९८३)

-०-०-०-

३७

हिंदूंनाही 'जिहाद' पुकारावा लागणार?

रोज वृत्तपत्रे उघडली की, अकाली अतिरेक्यांनी किती लोकांना गोळ्या घालून ठार मारले– याच्या बातम्या वाचायची आता सवय झाली आहे. आकडे बदलतात; पण खून होतच राहतात. एखादे दिवशी जर अशी बातमी वृत्तपत्रांतून वाचायला मिळाली नाही, तर लोकांना आता चुकल्यासारखे वाटेल आणि भारतातील जनता संत (!) लोंगोवाल आणि भिंद्रनवाले यांना तारा करून त्यांचेच काही बरे-वाईट झाले आहे किंवा काय, याचीच चौकशी करतील, असे मला अलीकडे वाटू लागले आहे. आज ना उद्या ते घातकी खून-सूत्र थांबेल, अशी पंतप्रधान इंदिरा गांधी मनात आशा बाळगून आहेत, असे दिसते. त्या व त्यांचे मंत्रिगण कडेकोट पोलीस बंदोबस्तात वावरतात आणि गरीब बिचाऱ्या नागरिकांना माथेफिरूंच्या हाती खुशाल सोपवून देतात, हे पंतप्रधानांना लाजिरवाणे आहे. आपला देश एक सार्वभौम देश आहे व या देशाजवळ सुसज्ज लष्कर आणि पोलीसदल आहे, असे म्हणतात. हिंदू काही संघटना करू लागले किंवा मुसलमानांना प्रतिकार करू लागले म्हणजे, जे भारतीय सरकार निरपराध हिंदूंना घरादारांतून बाहेर ओढून काढते आणि त्यांच्यावर अनन्वित अत्याचार करून आपल्या नृशंस सत्तेचे प्रदर्शन करते; त्या सरकारचे आणि इंदिरा काँग्रेसचे ते शौर्य पंजाबात का कामी येत नाही? का हिंदूंना ठोकून काढले, तर महात्मा गांधींच्या तालमीत तयार झालेले हिंदू माना खाली घालून

अत्याचार सहन करतात, म्हणून त्यांना झोडपून काढायचे? आणि कायदा, घटना किंवा प्रशासन यांची कसलीही दिक्कत न बाळगता वाटेल ते गुन्हे करणाऱ्या मुसलमान आणि शीख यांच्यासाठी काही वेगळे कायदे आहेत काय? पंजाबात शासन असे आहेच कुठे? असिस्टंट पोलीस कमिशनरसारख्या अधिकाऱ्याला जिथे दिवसा-ढवळ्या गोळ्या घालण्यात येतात आणि अनेक गुन्ह्यांसाठी हवा असलेला भिंद्रनवाले पुण्या-मुंबईत येऊन शीख समाजाला भडकावून देतो; त्या देशात शासन नावाची गोष्ट फक्त हिंदूंपुरतीच मर्यादित आहे, असा त्याचा अर्थ होतो. अल्पसंख्याकांचे संरक्षण म्हणजे बहुसंख्याकांना मारपीट असे तर काही नव्याने ठरलेले नाही ना? देशाची अखंडता आणि एकात्मता पाळण्याचे उत्तरदायित्व फक्त हिंदूंवर आहे की काय? शीख आणि मुसलमान हे या देशाचे नागरिकच नाहीत काय? एवढ्या प्रचंड प्रमाणावर अनन्वित अत्याचार होऊनसुद्धा जे सरकार निष्क्रियपणे आणि अगतिकपणे आंतरराष्ट्रीय नीतीच्या गप्पा मारत बसते, ते षंढांचे सरकार आहे आणि त्याला अधिकारावर राहण्याचा कोणताही नैतिक अधिकार नाही.

हिंदू-शीख किंवा हिंदू-मुसलमान संबंध बिघडविण्यास इंदिरा काँग्रेस सर्वथा जबाबदार आहे. अल्पसंख्य गटांची मते मिळविण्यावरच काँग्रेसचे भवितव्य अवलंबून असल्यामुळे सर्व अल्पसंख्याकांचे लाड काँग्रेसने प्रमाणाबाहेर केले, त्याची फळे आज देशाला भोगावी लागत आहेत. देश स्वतंत्र झाल्याला आज पस्तीस वर्षे झाली; पण देश दिवसेंदिवस विघटित होत चालला आहे, यालाही कारण याच काँग्रेसचे फोडाफोडीचे राजकारण. राष्ट्रीयता वाढविण्याऐवजी जातीयवाद आणि धर्मांधता पोसण्याचे काम काँग्रेसने बेगुमानपणे केले आहे. मुसलमान तर खुलेपणाने सांगत आहेत की, एक ना एक दिवस सारा हिंदुस्थान इस्लामच्या झेंड्याखाली ते आणणार आहेत. त्यांचा तो उन्मत्त आशावाद रोखण्याचे सामर्थ्य भारतीय काँग्रेसजवळ कधीच नव्हते. उलट राष्ट्रीय मुसलमान नावाची एक कमअस्सल अवलाद काँग्रेसने निर्माण केली की, जिला मुसलमान समाजात कवडीचीही किंमत नव्हती. हे राष्ट्रीय मुसलमान काँग्रेसच्या छताखाली राहून हिंदूंविरुद्ध कारवाया करीत होते आणि आतून धर्मांध मुसलमानांना सामील होते. मी पाकिस्तान होऊ देणार नाही, हे आश्वासन, महात्मा गांधींनी दिले आणि त्या आश्वासनाची शाई वाळण्यापूर्वीच पाकिस्तानला मान्यता दिली, हे सारेच अनाकलनीय आहे. आपले महात्मापण टिकविण्यासाठी लोकसंख्येच्या अदलाबदलीचा व्यावहारिक प्रयोगही करायला त्यांनी नकार दिला आणि भारताच्या बोडक्यावर धर्मांध

मुसलमानांचे कायमचे संकट ठेवून ते पैगंबरवासी झाले. आता पाकिस्तानात न गेलेले आणि हिंदुस्थानात राहिलेले मुसलमान नव्या फाळणीच्या तयारीला लागलेले आहेत. कारण मुसलमानांना हे ठाऊक आहे की, दंग्यांच्या बळावर एक पाकिस्तान मिळविले, जिंकून घेतले; तसे दुसरे पाकिस्तान मिळविणे फारसे कठीण नाही, कारण म. गांधींचा नालायक वारसा सांगणारे अनेक पुढारी अजून हयात आहेत. पैगंबरानंतर मुसलमानांचे दुसरे रक्षक म्हणजे म. गांधीच. मुळातच दुबळा आणि विघटित असलेला हिंदू समाज गांधीविचाराने अधिक दुबळा आणि प्रतिकारशून्य झालेला आहे, याचे मुसलमानांइतके भान अन्य कोणालाही नाही. शक्तीपुढे हा हिंदू समाज नमतो, हा इतिहास त्यांना विसरता येत नाही. हिंदू समाजातील विघटितपणाचा फायदा मुसलमान आणि ख्रिश्चन हे नेहमीच उठवतात.

जगातल्या सर्व परकीय शक्ती हिंदुस्थानातील लोकशाही मोडून काढण्याच्या उद्योगात आहेत आणि पैसा, शस्त्रास्त्रे यासाठी वाटेल ती मदत त्यांच्याकडून सर्व अतिरेकी चळवळींना मिळते आहे. कम्युनिस्ट आणि समाजवादी हे डोळ्यांवर कातडी ओढून हिंदुस्थानाचे विघटन सुखेनैव पाहत आहेत, कारण त्यांनाही 'हिंदू रिव्हायव्हल' नको आहे. राष्ट्र नावाची कल्पना जशी मुसलमानांना मान्य नाही, तशीच ती कम्युनिस्टांना आणि समाजवाद्यांनाही मान्य नाही. त्यामुळे राष्ट्रघातक अशा काही कल्पना असू शकतात आणि त्यांविरुद्ध खंबीर उपाययोजना केली पाहिजे, असे त्यांना मुळातच वाटत नाही. धर्म या गोष्टीला मानवी जीवनात महत्त्व किती द्यावे यावर तात्त्विक चर्चा खूप होऊ शकेल; पण आज प्रत्यक्षात धर्माचे अस्तित्व आहे, धर्मांध चळवळींना उधाण आलेले आहे आणि धार्मिक चळवळीला प्रत्युत्तर म्हणून निधर्मीवादाचा काडीचाही उपयोग नाही, हे वास्तव आपण लक्षात घेणार आहोत की नाही? आपल्या धर्माचे रक्षण करण्याच्या मिषाने जेव्हा काही लोक अराष्ट्रीय होतात, दुसऱ्यांना क्षोभ उत्पन्न होईल असे वर्तन करतात आणि मानवी हत्याकांडे सुरू करतात; तेव्हा त्यांचा प्रतिकार कोणत्या उपायाने करता येईल याचे उत्तर ज्यांच्याजवळ नाही, अशा सर्व-धर्म-समभाववाल्यांची आपण उपेक्षा केलेली बरी.

भारतीयांना प्रतिकारार्थ एकत्र आणण्याचे आज तरी 'धर्म' हेच साधन आहे आणि म्हणून धर्मांध होण्याची इच्छा नसतानासुद्धा धार्मिक चळवळी करणे राष्ट्रवाद्यांना आवश्यक होऊन बसले आहे. हिंदू संघटित आहेत, धर्माभिमानी आहेत आणि टोल्याला प्रतिटोला दिल्याशिवाय ते यापुढे राहणार नाहीत– अशी खात्री पटली, तरच कदाचित धर्मांध लोकांची शक्ती थोडी लुळी पडेल. सहन

करण्याचीही काही मर्यादा असते; ती आता संपलेली आहे, असे मला वाटते. सरकारवर सर्व भार सोपवून हिंदू समाजाने नुसते मार खात राहावे, या गोष्टीला काही अर्थ उरलेला नाही. लोकशाही माध्यमामार्फत निवडून आलेले कोणतेही सरकार हे अल्पसंख्याकांचे थोडेफार कौतुक करीत राहणारच. या साऱ्याच प्रक्रियेची आता आम्हाला किळस आली आहे. विज्ञानयुगात धर्माची महती कमी व्हायला पाहिजे, ही गोष्ट खरी आहे. पण ती केव्हा? जर भारतातील सर्वच समाज त्या विज्ञानयुगात यायला तयार असेल, तर. जर काही धर्मांध लोक अजून मध्ययुगीन कल्पनांवर विश्वास ठेवून प्रेषिताचा शब्द अखेरचा मानत असतील आणि विज्ञानयुगाला अडथळा आणत असतील, तर त्या प्रेषिताचा शब्द खोटा ठरविणे, हीच काळाची गरज आहे. बुद्धिवादाने ही गोष्ट होण्यासारखी नाही, कारण त्या-त्या समाजाने आपली बुद्धी त्या-त्या प्रेषिताजवळ गहाण टाकलेली आहे. तेव्हा मार्ग एकच उरतो– तो म्हणजे, शक्तीचा आणि रौद्र शक्तीपुढे प्रेषितांचेही पाय लटपटतात, हे इतिहासाने अनेकदा सिद्ध केले आहे. दक्षिण युरोपमधून इस्लामची हकालपट्टी झाली ती काही बुद्धिवादामुळे नव्हे, तर इस्लाम प्रेषितांचा रथ तलवारीने अडविला गेला, म्हणून. विवेक, संयम, सहजीवन, सहिष्णुता हे सारे शब्द फक्त सुसंस्कृत समाजाशी वागतानाचे आहेत. मध्ययुगीन समाजाशी जे वाद उत्पन्न होतात, ते फक्त शक्तीनेच मिटतात. गेल्या साठ वर्षांत भारतीय नेतृत्व शक्तीवरचा विश्वासच घालवून बसले आहे आणि म्हणून आपल्या नशिबी सतत मानहानी आली. पुन्हा एकदा शक्तीची उपासना आरंभिली पाहिजे, आपला समाज संघटित केला पाहिजे. दुबळेपणाची झापडे आणि दुर्बलांचे राजकारण सोडून दिले पाहिजे.

होय, कदाचित यामुळे इथल्या नद्या रक्ताने लाल होतील; पण त्याला काही इलाज नाही. आम्ही काही स्वखुशीने पत्करलेले हे असिधाराव्रत नाही; आमच्यावर ते लादले जात आहे. ते टाळण्याचे आम्ही जे निकराचे प्रयत्न केले, ते सारे असफल झाले आहेत. जिहाद फक्त मुसलमानांनाच पुकारता येतो, असे नाही; तो हिंदूंनीही पुकारावा. काळ आपली परीक्षा पाहतो आहे. नियतीने आपल्याला आवाहन केलेले आहे. येथेही आपण अंगचोरपणा केला, तर पुत्र-पौत्र आपल्याला क्षमा करणार नाहीत. वास्तविक, मुसलमानांच्या धर्मांध आक्रमणापासून हिंदूंचे रक्षण करण्यासाठी शीख धर्माचा उदय झाला. गुरू नानक, गोविंदसिंग या आपल्या थोर गुरूंचा उपदेश विसरून आज शीख समाजातील बुद्धिभ्रष्ट झालेले नेते शिखांना हिंदूंविरुद्ध चिथावीत आहेत. ज्यासाठी

ज्या शीख धर्मगुरूंनी आपला देह ठेवला, त्या धर्मगुरूंचा उपदेश विसरून आजचे धर्मगुरू हिंदूंच्या विरुद्ध खुनाचे सत्र चालू करीत आहेत. याला उत्तर एकच आहे आणि तेच उत्तर परिणामकारक ठरण्याची शक्यता आहे. केव्हा तरी हिंदू त्यांचा मुकाबला त्याच मार्गाने करतील; पण तोपर्यंत सरकारने थांबण्याचे कारण नाही. जेवढे खून होतील तेवढे हाती सापडतील, त्या शीख धर्मगुरूंना सरकार फासावर लटकवील, अशी घोषणा सरकारने केली पाहिजे. दंगलीत जाळपोळीत झालेल्या हानीच्या प्रतिकारार्थ एखाद्या गावावर सरकार सामुदायिक दंड बसविते. मनुष्यहानी ही सर्वश्रेष्ठ प्रकारची हानी आहे; यालाही सामूहिक दंडांचे स्वरूप द्यावे लागेल. आरंभी-आरंभी अशा उपायांना तीव्र प्रतिकार होईल, नाही असे नाही; पण सरकार जेव्हा भर चौकात अशा धर्मगुरूंना फासावर लटकवेल, त्याचा परिणाम थोड्याच अवधीत जाणवू लागेल. यात काही निरपराधी लोक फाशी जातील; पण आजही निरपराध लोकांचीच हत्या होते आहे ना?

कोणतेही उपासना–मंदिर ही आध्यात्मिक उपासनेची आणि परमार्थप्राप्तीची जागा असायला हवी. ते फरारी कैद्यांचे आश्रयस्थान जर होत असेल, तर उपासना-मंदिर म्हणून त्याचे पवित्र्य केव्हाच संपलेले आहे, असे आपण समजले पाहिजे, आणि अशी प्रार्थनामंदिरे तोफा लावून जमीनदोस्त करून टाकली पाहिजेत. जेथे गुन्हेगारांना संरक्षण मिळते, उपद्रवी शस्त्रास्त्रांचा साठा होतो आणि खुनाची कट-कारस्थाने होतात; ती देवाची मंदिरे नसतात, साधूंची निवासस्थाने नसतात किंवा पवित्र तीर्थक्षेत्रेही नसतात. आम्ही आमच्या गुरुद्वारात पाऊल टाकू देणार नाही, असे कोण कुणाला सांगतो आहे? तर, एक खुनी. एका सार्वभौम सत्तेला असे सांगू शकतात? आणि ती सार्वभौम सत्ता हे सारे सहन करू शकते? याचा अर्थ, गुंडांच्या टोळीने आपल्या देशाचा राजदंड पळविला आहे, असा होईल. आपले राष्ट्राध्यक्ष झैलसिंग नसून भिंद्रनवाले आहेत, असा त्याचा अर्थ होईल. हे मान्य करण्याची तयारी असेल, तर प्रश्नच मिटला. तर मग आपल्या सरकारचीही पत्रास ठेवण्याचे कुणाला कारण उरणार नाही. हिंदूंना काय करायचे, ते हिंदू करून घेतील.

जेव्हा या देशाच्या पंतप्रधानपदाची इंदिरा गांधींनी शपथ घेतली; तेव्हाच त्यांनी या देशातल्या प्रत्येक नागरिकाला कायद्याचे, घटनेचे संरक्षण देण्याचीही प्रतिज्ञा घेतली आहे आणि त्या जर ती प्रतिज्ञा पाळत नसतील, तर त्यांच्या पदाचीही इज्जत पाळण्याचे भारतीय नागरिकाला कारण उरणार नाही. जोहाराची परंपरा स्वीकारली पाहिजे. जिहादची परंपरा स्वीकारली पाहिजे. केव्हा तरी

माणसाला मृत्यू येतच असतो; पण जनावरासारखे जगणे आणि माणसासारखे जगणे यांतील फरकही माणसाने ओळखायला शिकले पाहिजे. अवचितपणे कोण्यातरी माथेफिरूने मारलेल्या गोळीपेक्षा मारता-मारता मेलेले काय वाईट? निदान एक माथेफिरू आपण कमी केला, याचा तरी आनंद मरताना होईल! मागे उरतील, ते तरी कदाचित सुखाने जगू शकतील! बायका जेव्हा आपल्या भांगात सिंदूर भरतील किंवा कपाळाला कुंकू लावतील, तेव्हा कोणी तरी आपल्या सौभाग्यासाठी बलिदान केलेले आहे याची त्यांना आठवण होईल! लोकांनी सरकार निवडून दिले ते राज्यकारभार करण्यासाठी; तमाशा बघत बसण्यासाठी नव्हे! जर अहिंसेची महती आणि शांततेचे पावित्र्य इंदिरा गांधींना एवढे वाटत असेल, तर त्यांनीच कोणताही फौजफाटा न घेता अमृतसरला जाऊन सुवर्णमंदिरात प्रवेश मिळून दाखवावा! स्वत:चा जीव वाचविण्यासाठी लष्कर व पोलीस आणि नागरिकांचे रक्षण मात्र दैवावर– ही वाटणी लोकनेत्यांना शोभत नाही. म. गांधींच्या अनेक चुका झाल्या असतील; पण त्यांनी ते धाडस जरूर केले असते. ते चारित्र्य आजच्या शासनाजवळ नाहीच; पण शासनकर्त्यांची धिटाईही त्यांच्याजवळ नाही.

पंजाब-हरियाणा या एका प्रश्नाभोवती आज अनेक लोकांचे लक्ष खिळून राहिले आहे. मागे मी लिहिलेच होते की, या प्रश्नावर इंदिरा गांधींचे तारू फुटण्याची शक्यता आहे. त्या सुरक्षित ठिकाणी भेकड समाजासमोर शौर्याच्या वल्गना करतात, प्रतिकार करू न शकणाऱ्या असंघटित हिंदू समाजाला वारंवार हितोपदेश करतात; पण पंजाब प्रश्नावर त्या काय निर्णय घेतात, इकडे सर्वांचे लक्ष लागून राहिलेले आहे. नेहमीप्रमाणे त्या विरोधी पक्षांवर गालिप्रदान करतील, पण विरोधी पक्षाने या प्रश्नाचे खोबरे केलेलेच नाही. शिखांची आणि मुसलमानांची धर्मांधता काँग्रेसनेच वाढविलेली आहे. तेव्हा बलिदान करण्याचा प्रसंग आला, तर त्यासाठी काँग्रेसवाल्यांनीच बलिदान केले पाहिजे. हरियाणात हिंदू प्रतिकार करू लागल्याबरोबर इंदिरा गांधी हिंदूंवर तोंडसुख घेऊ लागल्याच आहेत. ते त्यांच्या स्वभावधर्माला साजेसेच आहे. आर. एस. एस., भाजप, लोकदल या सर्वांनीच हा प्रश्न चिघळवला, असे म्हणायला त्या मुळीच कमी करणार नाहीत. कारण खोटे बोलण्यात त्यांचा हात कोणी धरू शकत नाही. त्यांचे नेहमीचेच ते गरजणे असते. हिंदूंना संघटित होऊ द्यायचे नाही आणि मुसलमान-ख्रिश्चनांना आपल्या कच्छपी लावायचे, हे त्यांच्या राजकारणाचे सूत्र आहेच– शिवाय कम्युनिस्ट आणि समाजवादी यांच्या संघद्वेषाचा फायदाही इंदिरा गांधींना मिळत

असतोच. हरियाणात हिंदूंनी मार खात शिखांचे अत्याचार सहन करावेत आणि हिंदूंनी त्याचा प्रतिकार करू नये, अशी नादान भाषा आता ऐकायला येऊ लागेल. आपण त्याची तयारी ठेवली पाहिजे. फाटाफुटीच्या राजकारणाचा आजपर्यंत विजय झाला आहे, तो होऊ देता कामा नये. निवडणूक डोळ्यांसमोर आलेली आहे, हे एका परीने बरे झाले. इंदिरा गांधीच्या नेतृत्वाचा कस या प्रश्नावर लागला जावा, अशी नियतीची इच्छा दिसते. शिखांनी आणि मुसलमानांनी असेच हत्याकांड चालू ठेवले, तरच हिंदू एकत्र येऊ शकतील. परमेश्वर त्यांना तीच बुद्धी देवो!

(४ मार्च, १९८४)

-०-०-०-

३८

कालभैरवाचे आमंत्रण येते आहे!

आपले आणि कालपुरुषाचे काही बरे दिसत नाही. माणसे केव्हाही मृत्युमुखी पडू शकतात, या अर्थाने मी हे म्हणत नाही. ती तर मरत आलीच आहेत– वृद्धापकाळामुळे, रोगांमुळे, महापुरामुळे. अपघातांचे मृत्यूही आता काही कमी नाहीत. अन्नातील भेसळ, औषधांतील भेसळ, अशुद्ध पाणी आणि हवा यांमुळेही माणसे बघता-बघता नष्ट होऊन जातात. जातीय दंगली तर भारताच्या पाचवीलाच पुजलेल्या आहेत. त्यातही हजारो माणसे बळी जात असतील. वेगवेगळ्या कारणांसाठी निघणारे मोर्चे, सत्याग्रह किंवा बंदीहुकमाला दिलेली आव्हाने यांमुळे गोळीबार होत राहतात आणि शासनाला माणसे मारावी लागतात. तरी बरे आहे की, भारतावर म्हणण्यासारखे परचक्र आलेले नाही. ते जर आलेच, तर या बळींची संख्या किती वाढेल, हे सांगता येण्यासारखे नाही.

त्यात भरीस भर म्हणून अकाली दलाच्या दहशतवादी गटाने बेमुर्वतखोरपणाने मानवी रक्ताचा सडा शिंपला. संबंध असो वा नसो– अगदी निरपराध माणसे त्यांनी यमसदनाला पाठवली आणि पंजाब-हरियाणातील कायद्याचे राज्य संपुष्टात आणण्याचा प्रयत्न केला. नृशंस अत्याचाराची अखेर तितक्याच कडक मार्गांनी करावी लागली. निरपराध नागरिकांच्या रक्ताचा बदला घेणे आणि क्षुब्ध लोकभावना शांत करणे, हे सरकारचे कामच होते; ते सरकारने चोख बजावले– दया-माया न ठेवता दहशतवाद्यांचा किल्ला झालेल्या सुवर्णमंदिराचा परिसर लष्कराने

रक्तरंजित करून टाकला. एरवी रक्तपाताला सर्वसामान्य माणूस कधीच अनुकूल नसतो. निदान अशा तऱ्हेने कोंडल्या गेलेल्या मानवांची पद्धतशीर हत्या कुणाला रुचत नसते, पण ही वेळ तशी नव्हती. हळूहळू सर्वसामान्य माणसाच्या मनात सूड धुमसू लागलाच होता. जे सरकार लोकांचे प्रतिनिधित्व करते, ते सरकार लोकांच्या सूडाचेही प्रतिनिधित्व करते. अत्याचाराला अत्याचाराने उत्तर द्यावे लागते. माथेफिरू माणसांना शक्तीचे भय वाटते. स्वत:च्या शक्तीचा अवाजवी अहंकार जागा झाल्यामुळे माथेफिरू माणसांचा मानसिक तोल ढळलेला असतो. अशा वेळेला समंजसपणाचा उपदेश त्यांच्या मेंदूपर्यंत पोचत नाही. आपली शक्ती किती फुसकी होती आणि शासनाचे बळ किती अफाट असते, हे जेव्हा त्यांच्या लक्षात येते; तेव्हा त्यांच्या डोक्यातील वेडाला आवर बसतो. शरणागतीपेक्षा आत्मघाताला ते तयार होतात किंवा आततायी कृत्य करून मरण पत्करतात. न्यायदानाच्या चेंगट प्रक्रियेतून होणारी मानहानी त्यांनी निर्माण केलेली त्यांची प्रतिमा पुसून टाकणार असते. त्यापेक्षा कालपुरुषाला शरण जाऊन ते मृत्यू स्वीकारतात आणि एका परीने शासनाचेही श्रम वाचवतात.

कालपुरुषाचे आणि भारताचे बरे नाही, असे जे मी म्हणतो; त्याला केवळ ही हत्याकांडे किंवा जातीय दंगली हेच कारण नाही. भविष्यावर माझा विश्वास नाही. पण आपल्या देशाचा जो काही तीस वर्षांचा प्रवास झाला, त्यावरून माझ्या डोळ्यांसमोर एक चित्र दिसते. ते म्हणजे, या देशावर मृत्यूची दाट सावली पडलेली आहे. मृत्यूला, रक्तपाताला किंवा एकूणच सूडप्रकृतीला या देशातील लोकांची मन:स्थिती अनुकूल नसते. मृत्यूला टाळण्यासाठी आपण आपला स्वाभिमान सतत विकत आलो आहोत. रक्तापाताची तर आपल्याला एवढी दहशत आहे की, त्या रक्तपाताला घाबरून आपण फाळणी स्वीकारली. आपल्यावर अवलंबून असणाऱ्या स्त्रिया आणि बालके यांची लूट होऊ दिली. ज्यांच्या आशीर्वादासाठी वर्षानुवर्षे आपण पूजापाठ करीत होतो, त्या पुरातन धर्ममंदिरांचा विध्वंस आपण डोळ्यांनी पाहिला. कोणत्याही कारणास्तव रक्तपात नको, ही भूमिका भारतीयांनी पचवून टाकली आहे. कुणाच्याही हाताने आणि कारणाने का होईना, हिंदूंना या देशाचे स्वामी होता आले, स्वतंत्र होता आले; पण म्हणून सूड घ्यायचे राहू द्याच, पण आपल्या धर्माची गेलेली प्रतिष्ठा परत मिळविण्याचेसुद्धा आपल्याला कधी सुचले नाही.

महंमद गझनीच्या उद्दाम अभिलाषेने उद्ध्वस्त झालेले सोमनाथाचे मंदिर नाही म्हणायला कै. वल्लभभाई पटेलांच्या कृपेने पुन्हा उभे राहिले. पण बाकी

मातीत गाडलेले सारे देव आणि देवता तशाच आक्रंदन करीत राहिल्या- आपल्या भक्तांच्या नादानपणाचे कर्तृत्व पाहत! काशीविश्वेश्वराच्या शेजारी उभारलेली मशीद आपण हटवू शकलो नाही, कारण आपला काशीविश्वेश्वर स्वाभिमानशून्य हिंदूंचा देवदेवेश्वर होता. पण जर एखादा दर्गा किंवा पीर रस्त्यात अडथळा होतो म्हणून हलवायचा असेल, तर तो हलविण्यासाठी आपल्याजवळ हिंमत नसते. धर्म ही गोष्ट आपण वैयक्तिक मोक्षाची मानल्याकारणाने धर्मविच्छेदनामुळे आपल्या समाजाला रागच येत नाही. जातींचे आवाहन समाजाला पोचते, कारण जात अस्तित्वात आहे. धर्म टिकला नाही तर जातीही टिकत नाहीत; किंबहुना, एका वेगळ्याच संस्कृतीला शरण जावे लागते, ही गोष्ट हिंदू समाजाच्या कधी ध्यानातच आलेली नाही. बरे, ही म्लेंच्छ संस्कृती भारतीय संस्कृतीशी सर्वथा विसंगत आहे. रक्तात एखादा रोगजंतू शिरावा तशी भारतीय जीवनात ही संस्कृती शिरलेली आहे. सहिष्णुता, सहजीवन, परमेश्वराच्या विविध रूपांबद्दल आदर- या भारतीय संस्कृतीच्या स्वरूपाविरुद्ध इस्लामी संस्कृतीचा आग्रह आहे. त्यामुळे आग आणि पाणी एकत्र नांदणे हे जसे शक्य नसते, तसेच काहीसे या दोन्ही संस्कृतींच्या एकत्र येण्याने झाले आहे. शिवाय या वेगळ्या, बाहेरून आलेल्या संस्कृतीला प्रथम तलवारीचा कडेवपणा आणि अन्य संस्कृतींविषयी प्रज्वलित सूडभावना चिकटलेली होती. इंग्रजांनी ती पुढे जोपासली. आपल्याही भाबड्या राज्यकर्त्यांनी कोणत्याही धर्मात काहीही अघोरी नसते, असा बावळट सिद्धांत मांडून सर्व-धर्म-समभावाची घोषणा केली आणि इस्लामी संस्कृतीला संरक्षण दिले, त्यामुळे आता इस्लामी संस्कृतीला एक वेगळेच अवसान प्राप्त झाले आहे.

कोणत्याही लहानसहान कारणावरून आमच्या भावना दुखावतात, असे तुणतुणे वाजवून ते गोंधळ माजवू शकतात. त्यांना सर्वात्मका 'सर्वेश्वरा' यासारखी कुसुमाग्रजांची सुंदर कवितादेखील चालेनाशी होते. मक्केहून महंमदाने मदिनेला पलायन केले, हा वस्तुस्थितिदर्शक प्रयोगही त्यांना सहन करता येत नाही. वंदे मातरम्‌मधील भव्योदात्त हिंदुस्थानचे वर्णन- केवळ त्यात दुर्गेचे स्तवन आहे म्हणून त्यांना चालेनासे होते. खरे तर मुसलमानांना काय चालते आणि काय चालत नाही, हे कळणेसुद्धा कठीण आहे. भारतीय संस्कृतीचा गौरव करणारे खरे तर त्यांना काहीच चालत नाही आणि आपणही असे अजागळ आहोत की, आपल्या पवित्र व पूजनीय गोष्टी केवळ काही आततायी लोकांना आवडत नाहीत म्हणून आपण खुशाल सोडून देतो. झगडा नको आणि संघर्ष नको- ही आपली त्यामागची भूमिका असते. वास्तविक, शरणागतीने संघर्ष कधीच टळत नाहीत,

टळणारही नाहीत. तुम्ही एकदा वाकू लागलात की, तुम्हाला वाकवण्यातच सर्वांना आनंद वाटू लागतो. या देशातील शासनात बहुसंख्य असणारा असा हिंदू समाज, म्हणेल त्या मागणीला कबूल होतो, हे पाहिल्यानंतर अधिक मागण्या करण्यात मुसलमानांची काही चूक आहे, असे मला वाटत नाही. जेव्हा शासनच गर्भगळीत झालेले असते, तेव्हा मूठभर म्लेंच्छ शासनाला नमवण्याचा उद्योग करतात. भिंद्रनवालेसारख्या सामान्य आततायी माणसाने भारतीय शासनापुढे केवढा पेचप्रसंग निर्माण केला आणि नरसंहार आरंभिला, हे आपण पाहिले की त्यामानाने अधिक संघटित, अधिक धर्मवेडी आणि परराष्ट्रांचा पाठिंबा असलेली मुसलमान जमात कोणत्याही स्तराला जाऊ शकते, हा निष्कर्ष काढायला फार मोठी अक्कल असण्याची गरज नाही. त्या जमातीचा इतिहासही रक्तरंजित आहे, जेथे जेथे मुसलमान गेले; तेथील संस्कृतीचा त्यांनी विध्वंस केला, तेथील परंपरा उद्ध्वस्त केल्या, तेथील ज्ञानग्रंथ जाळले, क्रौर्याचे प्रदर्शन केले– हे जगातील सारे इतिहासकार एकमुखाने सांगत आहेत.

आता हिंदुस्थानातील मुसलमान इतर मुसलमानांहून वेगळे असण्याचे काहीच कारण नाही. काळ बदलल्याचे त्यांना मुळीच भान नाही. त्यांची मूळ प्रेरणास्थाने कुराण, हदिस हीच कायम आहेत आणि त्याचा अन्वयार्थ लावण्याचा अधिकार फक्त मुसलमान धर्मगुरूंनाच आहे. त्यांना कालाबरोबर आणण्याचा, सुसंस्कृत करण्याचा वा विज्ञानवादी करण्याचा अनेक महात्म्यांचा प्रयत्न संपूर्णपणे अयशस्वी झालेला आहे. महात्मे स्वर्गात गेले; मुसलमान आहेत तेथेच आहेत. इंग्रजांनी शस्त्रांच्या जोरावर सर्वांना समान फौजदारी कायदा लावला म्हणून भारतात समान फौजदारी कायदा तरी आहे. मुसलमानांनी कुरकुरत का होईना तो मान्य केला, कारण इंग्रजांची दंडशक्ती त्यांना ठाऊक होती. आजच्या भारतीय शासनाची दंडशक्ती कुमकुवत आहे याची खात्री पटल्यामुळेच अल्पसंख्य मुसलमान बहुसंख्य हिंदूंवर मुजोरी करू शकतात. हिंदूंची संख्या जरी जास्त असली तरीही त्यांच्यांत एकवाक्यता नाही, हे त्यांना माहीत आहे. शिवाय हिंदूंचे खरे वैरी हिंदूच आहेत, हेही त्यांच्या अनुभवाला आलेले आहे.

पुष्कळ लोक असे काही लिहिल्याबद्दल आणि हिंदू-मुसलमान प्रश्नाला एवढे महत्त्व दिल्याबद्दल आम्हाला जातीय म्हणतात. आम्ही पुरेसे जातीय नाही, हीच आमची अडचण आहे. जातीय ही आता शिवी वाटण्याऐवजी पदवी वाटावी, अशी स्थिती होत चालली आहे. धर्म ही गोष्ट वैयक्तिक असावी, सामुदायिक नसावी– असे मत असणाऱ्या माझ्यासारख्या माणसाचे मुसलमानांच्या

मुजोरपणामुळे आता संपूर्ण परिवर्तन होत चालले आहे. जेव्हा दुसरे लोक धर्माचा आश्रय घेऊन उपद्रव देतात, तेव्हा त्या उपद्रवाला सामोरे जाण्यासाठी आम्हालाही कडवे हिंदू होणे भाग झाले आहे. शेवटी धर्मयुद्धाला सर्व-धर्म-समभाव हे मुळी उत्तरच होऊ शकत नाही.

हिंदू-मुसलमानांचा झगडा मिटविण्याचा मार्ग होता; तो म्हणजे मुसलमानांना सुजाण करणे, सहिष्णू करणे आणि वृत्तीने संपूर्ण भारतीय करणे. तो मार्ग निरुपयोगी ठरला. दुसरा मार्ग हिंदूंनी आणि हिंदू शासनाने इतके बलसंपन्न होणे की, ज्यामुळे आपोआपच त्या शक्तीची दहशत मुसलमानांना वाटेल. पण दुर्दैवाने हिंदूंचे संघटन वाटते तेवढे सोपे नाही. हिंदूंची जातिसंस्था आणि उपासना-संप्रदायांतील विविधता यांमुळे हिंदू कोण, हाच प्रश्न सारखा उभा राहतो. ज्यांच्यावर अन्याय झाला आहे, त्या हिंदूंनी हिंदू धर्मासाठी रक्त का सांडावे, हा प्रश्न त्यांच्या मनात येतो. त्यांना असे सांगावे लागते की, हिंदूंकडून अन्याय घडला तर त्यांच्याकडून तुम्ही जरूर भरपाई करून घ्या, तो तुमचा हक्क आहे; पण हिंदू धर्मात राहिल्याप्रमाणे जो तुमच्यावर अन्याय झाला, त्यापेक्षा अधिक अन्याय तुम्ही मुसलमान होण्यामुळे होणार आहे. इस्लाममध्ये लोकशाही नाही, राष्ट्र ही संकल्पना नाही, स्त्रियांना सन्मान नाही; एवढेच नव्हे, तर ज्या विषमतेविरुद्ध तुमची तक्रार आहे, ती विषमता तेथेही आहे. आगीतून उठून फुफाट्यात जाऊन पडण्यात काय अर्थ आहे? आता हा विचार दलितांना, मागासवर्गीयांना थोडाफार पटू लागला आहे, पण हिंदू संघटनेत अजूनही तो मोठा अडसर आहे. प्रत्यक्ष कृतीने आणि न्यायबुद्धीने हिंदू प्राणिमात्राला समान न्याय मिळेल हे पाहणे, हे हिंदू संघटकांचे पहिले कर्तव्य आहे. जुने गैरसमज दूर व्हायला वेळ लागेल, पण तो एकमेव खात्रीचा मार्ग आहे.

भारतीय शासन हे वास्तविक हिंदूंचे शासन आहे– जरी त्यात काही देखाव्यासाठी आणि सोईसाठी परधर्मीय असले, तरी! लोकशाहीत बहुसंख्याकांचेच प्रतिनिधित्व असणार आणि जे अल्पसंख्याक घटनेचा, कायद्याचा आणि सभ्य आचारधर्माचा अवलंब करतील त्यांना योग्य ते संरक्षण देण्याची जिम्मेदारी या हिंदू शासनाला घ्यावी लागेलच. पण त्याचबरोबर जे देशद्रोही, घटनाविरोधी आणि अविवेकी धर्मांध या देशात वावरत असतील; त्यांचा कडक उपायांनी उच्छेद करणे, हेही या शासनाचे काम आहे. हिंदू-मुसलमान संघर्षातील सर्वांत कच्चा दुवा आहे आपले शासन. अतिरेकी, मुजोर आणि धर्मांध मुसलमानांना ते कोणतेही शासन करू शकत नाही. मुसलमानांचे लांगूलचालन करण्यामागच्या भूमिका आता उघड

झाल्या आहेत. त्यांची एकवट मिळणारी मते, आखाती राष्ट्रांतून मिळणाऱ्या सवलती, शेजारच्या मुसलमान राष्ट्रांकडून होणारा संभाव्य उपद्रव आणि पुरेसे संख्याबळ वाढलेले मुसलमान– या साऱ्या गोष्टींसाठी. त्यांचा अनुनय करून देशावरील भीतीचे चक्र कायम ठेवायचे की, निर्धाराने एक-एक संकट निवारण करून या प्रश्नाचा कायमचा निकाल लावायचा? प्रश्न गुंतागुंतीचा आहे, हे मलाही मान्य आहे; त्यातील धोका आणि जबाबदारी मलाही समजू शकते. पण जे शासन धोक्याच्या वेळेस कमदिल बनते, ते शासन राज्य करण्याच्या लायकीचे नसते. जितके संकट मोठे तेवढा निर्धारही मोठा असावा लागतो. जर यदाकदाचित इंदिरा गांधींनी या प्रश्नाचा कायमचा तुकडा पाडण्याचे ठरविले, तर या देशातील तथाकथित डावे गट सोडल्यास या देशातील तमाम हिंदू जनता इंदिरा गांधींच्या पाठीशी उभी राहील. देशाच्या शक्तीचा कणा हिंदू आहे. निश्चयी नेतृत्व आणि हिंदूंचे संख्याबळ या संयुक्त शक्तीने या प्रश्नाची सोडवणूक होऊ शकेल.

हे करण्यासाठी मुसलमानांचा वंशच्छेद करण्याचे मुळीच कारण नाही. मुसलमानांच्या डोक्यातील धर्मश्रेष्ठत्वाची कल्पना ठेचून काढणे, हेच आपले उद्दिष्ट असावे. येथील मुसलमान काल-परवा तर हिंदूच होते. केवळ मुसलमान झाल्यामुळे ते सैतान झाले, असे मानण्याचे कारण नाही. धर्माचे चुकीचे अर्थ लावून आपले नेतृत्व सिद्ध करणाऱ्या मुल्ला-मौलवींच्या हातांतील ते शस्त्र झाले आहेत. पोटार्थी मुसलमान धर्मयुद्धात येतो तो द्वेषाच्या सामुदायिक वातावरणात. त्याला त्यातून बाहेर काढणे अत्यावश्यक आहे. त्यांना त्यांच्या पूर्व-परंपरांची आठवण करून देणे आणि त्यांचे नाते मक्का-मदिनेशी नाही तर ते या मातीतच कुठे तरी दडलेले आहे, हे त्यांना पटविणे फारसे कठीण नाही. ते जरी इस्लामचे अंधानुयायी असले तरी कोणतेही इस्लामी राष्ट्र त्यांचा स्वीकार करणार नाही, हे त्यांना समजावून सांगणे भाग आहे. येथेच त्यांना जगायचे आहे, येथेच त्यांना मरायचे आहे. येथील भूमीशी, परंपरांशी, आदरणीय व्यक्तींशी व स्थानांशी आणि बहुसंख्याकांच्या भावनांशी वैर करून त्यांना येथे जगता येणार नाही किंवा जगूही दिले जाणार नाही, हे येथील शासनाने त्यांना बजावले पाहिजे. प्रार्थनास्थळांचा उपयोग युद्धकोठारे म्हणून यापुढे करू दिला जाणार नाही, हीही चेतावणी त्यांना दिली पाहिजे. जेरुसलेममध्ये एखादी मशीद जळाली, म्हणून येथील मुसलमानांना दंगा करण्याचे स्वातंत्र्य असता कामा नये. एखाद्या मुसलमानी राष्ट्राने भारताविरुद्ध जय मिळवला तर मुसलमानी राष्ट्राचा जयघोष करणारा मनुष्य येथे देहद्रोही मानला जाईल, अशी त्यांना तंबी मिळाली पाहिजे. 'वंदे मातरम्' हे राष्ट्रगीत

चालू असताना त्याचा अनादर करणाऱ्या मुसलमानाला तिथल्या तिथे भारतीय शासनाला शिक्षा करता आली पाहिजे. मुसलमानांचे पवित्र क्षेत्र यापुढे अजमेरचा दर्गा असेल; मक्का-मदिना नव्हे, हे त्यांना समजावून सांगावे लागेल. कारण दुसऱ्या देशात तीर्थस्थाने असण्यातील धोका आता जाणवू लागला आहे.

मुसलमानांनी येथे खुशाल बांग द्यावी, कारण ती भारतीय आकाशातच विरून जाईल. न समजणाऱ्या कुराणाचे त्यांनी येथे खुशाल पाठांतर करावे; पण त्यांचा अन्वयार्थ भारतीय धर्मगुरूच लावतील आणि तो भारतीय जीवनाशी सुसंगत असाच असावा लागेल. कोणताही धर्म दुसऱ्या धर्माला उपद्रवकारक होता कामा नये हे बंधन पाळून, देता येईल तेवढेच धर्मस्वातंत्र्य येथे त्यांना मिळेल. भारतीय मुसलमानांचे भारताबाहेर काहीही नाते असू दिले जाणार नाही. त्यातूनच त्यांच्या अराष्ट्रीय वृत्तीला उत्तेजन मिळते. एखाद्या पुस्तकाला विरोध करून काही उपयोग नसतो; त्या पुस्तकाचा अन्वयार्थ आचरणात आणताना जर अकारण उपद्रव निर्माण होणार असेल, तर त्या पुस्तकाचे पावित्र्य नष्ट होते. धर्मस्थळात ज्या वेळेस शस्त्रास्त्रे सापडतात, तेव्हा ती धर्मस्थळे राहत नाहीत. त्यांच्या पावित्र्याची जबाबदारी शासनावर नसते. तसेच कोणत्याही धर्मग्रंथात कोणाबद्दलही द्वेष शिकविला जात असेल, तर तो धर्मग्रंथ राहणार नाही.

धर्माने माणसाला उन्नत करावे, अधिक सुसंस्कृत करावे– अशी धर्मसंस्थापकांची इच्छा असणार. ज्या काळात जे धर्म निर्माण होतात, त्या काळातील अडचणींचा विचार करून धर्मसंस्थापक ज्या आज्ञा देतात; त्या आज्ञांचे पावित्र्य त्या काळापुरतेच मर्यादित असते. ते त्रिकालाबाधित असतेच, असे नाही. धर्मग्रंथांची संस्करणे वारंवार व्हायला हवीत, तरच ती माणसांच्या उपयोगाची ठरतात. मनुष्याची उन्नती हे जर धर्माचे उद्दिष्ट असेल, तर धर्म हा माणसासाठी निर्माण झालेला आहे आणि म्हणून माणसाच्या बदलत्या गरजांनुसार धर्माचे बदलते अर्थ लावले पाहिजेत. धर्म हा डबक्यातील पाण्यासारखा नसतो, कारण डबक्यातील पाणी विषारी होते. धर्म हा वाहत्या पाण्यासारखा असतो. तो जीवनदायी असावा, तो मनुष्योद्धारक असावा. नवी क्षितिजे शोधण्यासाठी त्याने माणसाला प्रवृत्त करावे. क्षितिज हे जसे माणसाच्या हातात सापडत नाही, तसेच धर्माचा चिरंतन अर्थही कधी माणसाच्या हातात सापडत नाही.

हे सगळे समजावून सांगण्याचे उत्तरदायित्व विचारवंतांवर, धर्मनेत्यांवर, समाजशास्त्रज्ञांवर आहे. आडदांड समाज जर ते नाकारीत असेल, तर त्याला ते स्वीकारायला भाग पाडण्याची शक्तीही शासनाजवळ असली पाहिजे. रशिया आणि

चीनमधील मुसलमानांचा प्रश्न उग्र झाल्याचे आपण ऐकले नाही, कारण तेथील शासन बलवत्तर सत्तेच्या बळावर धर्मवेड नियंत्रित ठेवू शकते. भारतातील लोकशाही ही या कामी एक अडचणीची गोष्ट आहे; कारण शासनाने काही भूमिका घेतली की, केवळ शासनाला अडचणीत आणायचे म्हणून विपरीत अशी भूमिका विरोधी पक्ष घेतो. देशापुढच्या गंभीर समस्या सोडविताना पक्षीय स्वार्थ सोडले पाहिजेत. हा प्रश्न एका शासकीय पक्षाचा नाही; हा संपूर्ण देशाचा प्रश्न आहे. हिंदू-मुसलमान प्रश्नात देशाची फार मोठी संपत्ती वाया जाते आहे, अकारण तणातणीचे वातावरण निर्माण होत आहे. या प्रश्नावर राष्ट्रीय तोडगा निघाला पाहिजे.

कालपुरुषाची कराल छाया या देशावर पसरली आहे, असे जे मी आरंभी म्हणालो; त्याचा अर्थ इतकाच आहे की, फार मोठ्या मनुष्यहत्येला या देशात प्रारंभ होतो आहे. सुवर्णमंदिरात रक्ताचा सडा शिंपला गेला, तो पवित्र हरमंदिराच्या प्राकारात. ग्रंथसाहेबासमोर, तख्तासमोर. धर्ममंदिरात जेव्हा एवढा प्रचंड रक्ताचा सडा सांडावा लागतो, तेव्हा सर्वभक्षक कालपुरुषाला आमंत्रणच मिळते. असे हे रौद्र-भीषण कृत्यही अपरिहार्य होते आणि मृत्यू हाही अपरिहार्यच असतो. व्यक्तीचा किंवा समूहाचा मृत्यू जेव्हा नियती मागते, तेव्हा नवे काही घडविण्याची मनीषा तिच्या मनात असते. शंकराला शिरकमल अर्पण केल्याच्या गोष्टी आपण पुराणात वाचतो, तेव्हा कालभैरवाला शिरकमले अर्पण करण्याची वेळ फार दूर राहिलेली नाही आणि तो प्रसन्न झाला की, त्यांच्या तांडव नृत्याला आरंभ होईल. भूमीवरचे सर्व दैत्यसंहार करणारे ते महाभयंकर प्रलयंकारी रूप निर्माण होईल. आता तेही देवाचेच रूप आहे. निर्माता, रक्षक आणि विनाशक अशा तिन्ही रूपांत भेटणारा परमेश्वर हा कल्याणकारी भारतीय मनाला पूजनीयच वाटलेला आहे. आम्ही या रुद्रदेवतेचेही स्वागत करतो. कारण जगणे तितके आम्हाला आनंददायक वाटते, तितकेच मरणेही आम्हाला अपरिहार्य वाटते. कारण कालभैरवाच्या या रूपात अनेक अनृतांचा, अनेक असुरांचा, अनेक पाखंड्यांचा विनाश गृहीत धरलेला आहे. जगण्यासाठीच मरण्याचीसुद्धा तयारी करावी लागते. सुखासीन जगण्याची आजपर्यंत हिंदूंना सवय होती, आता प्रलयंकारी मृत्यूचीही आम्ही तयारी ठेवली पाहिजे. आमचे त्रिशूल आम्हाला हाती घेतले पाहिजेत, डमरूच्या नादात आमच्या चित्तवृत्ती उन्मादित झाल्या पाहिजेत; तरच आमच्या डोळ्यांना कालभैरवाचे रूप सहन करता येईल.

(२४ जून, १९८४)

- ०-०-०-

३९

हिंदुत्व कोणत्या प्रकारचे हवे?

आपल्या देशाचा प्रचंड आकार आणि नागरिकांच्या भिन्न-भिन्न प्रवृत्ती पाहिल्या की, देश चालविण्याची आजची पद्धत निरुपयोगी आहे, असा निष्कर्ष काढावा लागतो. भाषा, वेषभूषा, आहार, दैनंदिन रीती-रिवाज या सर्वांतील विभिन्नता लक्षात घेतल्यानंतर भौगोलिक साहचर्याशिवाय जे काही मागे उरते, त्यातील समान तत्त्व हे फक्त हिंदुत्व हेच आहे. परंतु तथाकथित पुरोगामी लोकांना हिंदुत्व हा शब्द अजिबात मान्य नाही. शिवाय ते असा प्रश्न विचारतात की, जे कोणताच धर्म मानीत नाहीत किंवा हिंदू म्हणवून घेणे ज्यांना मान्य नाही; त्यांच्यावर तुम्ही हिंदुत्व लादणार की काय?

वास्तविक, हिंदुत्व कोणावर लादण्याचा प्रश्न उत्पन्नच होत नाही, कारण ते वर्षानुवर्षे होतेच आणि आजही आहेच. किंबहुना, हिंदुत्वाची संकल्पना एका प्रेषिताच्या डोक्यातून निघालेली नाही किंवा कोणा एखाद्या पुराण्या ग्रंथात ती ग्रंथबद्धही झालेली नाही. मुळात असणाऱ्या आणि तदनंतर येथे येत गेलेल्या वेगवेगळ्या प्रवृत्तींच्या लोकांनी निर्माण केलेली ती एक सामूहिक संकल्पना आहे. अन्य धर्मांसारखे हिंदुत्वाचे स्वरूप नाही याचे कारण, आधी कोणी ठरवून हिंदुत्वाची कल्पना सिद्ध झालेली नाही; ती सर्वांच्या सोईतून व स्वीकारातून आपोआप सिद्ध होत गेलेली संकल्पना आहे. वेद आणि उपनिषदे यांतही संपूर्ण हिंदुत्वाचा समावेश होत नाही. स्मृतिग्रंथांत काही सामाजिक नियम दिलेले

असले, तरी एकंदर त्या नियमांत वेळोवेळी बदल होत गेले आणि नवनवे स्मृतिग्रंथ निर्माण होत गेले. कोणत्याही स्मृतिग्रंथाचा प्रभावशाली परिणाम संपूर्ण भारतात एका वेळेस कधीही नव्हता. समाजाच्या गरजेनुसार नवनवे नीतिनियम करण्याची आवश्यकता इथल्या भूमिपुत्रांनी स्वीकारली, पण तरीही त्याची अंमलबजावणी सर्व भूखंडात एकाच वेळी कोणीही आग्रहाने केली नाही. म्हणून भारताच्या विविध भूखंडांत, समाजाचे वेगवेगळे नीतिनियम सोईनुसार ठरविले गेले. परस्परविरोधी सामाजिक नीतिनियमांचा फार मोठा संघर्ष म्हणूनच येथे कधी घडलेला नाही. स्वर्गप्राप्तीच्या भिन्न-भिन्न आकांक्षा हिंदुस्थानात उत्पन्न होत गेल्या आणि आपलीच आकांक्षा दुसऱ्यावर लादावी, असे कोणालाही वाटले नाही. आपलेच म्हणणे अखेरचे आहे, असे कोणी न मानल्यामुळे वेगवेगळ्या संस्कृतींचा संगम येथे घडलेला दिसतो. तलवारींनी आपली मते लादण्याचा प्रसंग येथे क्वचित आला असेल; चर्चा, धर्मसभा, वादविवाद या मार्गानेच येथे सर्वसमावेशक अशी काही सूत्रे निर्माण झाली.

जगातील सर्व भूप्रदेशांत असते तशी उच्च-नीचता येथेही होती. प्रत्येक जनसमूहाला वंशशुद्धीची काळजी असल्यामुळे आरंभी असणारी वैध विवाहबंधने पुढे नाकारली गेली. अधिक पराक्रमी असणाऱ्या जनसमूहांनी दुबळ्या समूहांच्या माथी सेवावृत्ती लादली; पण ह्यात अनैसर्गिक असे काहीही नव्हते. जित असो किंवा जेता असो, स्थानिक रहिवासी असो किंवा नव्याने प्रवेश करणारा परका नागरिक असो– एकत्र राहावयाचे तर गुण्यागोविंदाने राहिले पाहिजे आणि एकमेकांना समजावून घेतले पाहिजे, ही भूमिका सर्वांनी घेतल्यामुळे देव-घेवीच्या स्वरूपात या देशात एक समान संस्कृती निर्माण झाली. आरंभीच्या कालखंडात विवाहसंबंध स्वैर असल्यामुळे कोणत्याही जमातीचे शुद्ध रक्त या देशात उरू शकलेले नाही. रक्ताचे, आचार-विचारांचे, देव-देवतांचे संकर झाल्यामुळे एक सुदृढ असा नवसमाज निर्माण झाला. प्रत्येक मानवसमूहाच्या लहान-मोठ्या वेगळेपणाच्या छटा कायम राहूनही जी एक संमिश्र संस्कृती निर्माण झाली, तिलाच हिंदू संस्कृती असे नामाभिधान प्राप्त झाले. जी काही वर्णव्यवस्था होती किंवा निर्माण झाली, ती या सर्वांनी मिळून केलेली आहे आणि जेव्हा ती घडत गेली, तेव्हा तिच्या मुळाशी श्रमविभागणीचे तत्त्व होते. पुढे कालांतराने वर्णव्यवस्था ही जन्माधिष्ठित झाली आणि पापपुण्याचा व वर्णव्यवस्थेचा गुंता निर्माण करण्यात आला. तरीही भूमीची विपुलता आणि समाजबंधनांतील शिथिलता यांमुळे ही सामाजिक व्यवस्था एवढी उपद्रवकारक ठरली नव्हती. नंतर हळूहळू लोकसंख्येची

अफाट वाढ, गुणवंतांना नाकारलेली संधी, परकीय आक्रमणे आणि जगण्यासाठी आवश्यक असणाऱ्या व्यवसायाची नाकारलेली हमी, यामुळे ही व्यवस्था उपद्रवकारक ठरली. त्या समाजात जे वेगवेगळे घटक सामील होत गेले, त्यांनी खुशीने इथली समाजव्यवस्था पत्करली. ह्यात ज्ञात आणि अज्ञात अशा अनेक मनुष्यसमूहांचा समावेश करावा लागेल. शक, हूण, बर्बर यांसारख्या किती तरी टोळ्या नव्या भूप्रदेशाच्या शोधात येथे येत गेल्या आणि इथल्या जनसमूहात विलीन होऊन त्यांनी येथील संस्कृती स्वीकारली. एक तर त्यांच्यापेक्षा येथील मूळ संस्कृती श्रेष्ठ दर्जाची होती आणि इथली समाजव्यवस्था सर्वांना सामावून घेण्याइतकी लवचिक होती. या भूमीत जमेल तो व्यवसाय करणे सर्वांनाच शक्य होते. जगातील अन्य भूप्रदेशाला साहित्य, संगीत, कला आणि विज्ञान यांचा जेव्हा स्पर्शही झालेला नव्हता; त्या वेळेस भारतासारख्या भूप्रदेशात एक संपन्न संस्कृती नांदत होती. त्यामुळे या भूमीचा मोह पडणे अगदी स्वाभाविक होते. या भूमीतील जी राज्ये त्या काळात अस्तित्वात होती, ती पुरेशी बलदंड, कृषिव्यवस्थेत प्रगत, शस्त्रसज्ज आणि नव्या मानवसमूहांचा स्वीकार करण्याइतकी उदार होती. येथे धनधान्य विपुल होते आणि पराक्रमी पुरुषांना हवी तेवढी संधी उपलब्ध होती. या समाजाशी जमवून घेऊन नवागत समाजाला राहणे भागच होते, आणि त्याचाच परिणाम येथे मोठ्या प्रमाणावर संकर होण्यात झाला. हा संकर सर्वांना सुखदायक झाला.

मुसलमानांचा प्रवेश हिंदुस्थानात होईपर्यंत ही संकराची क्रिया सुखेनैव चालली, कारण नवागतांनी हिंदू-संस्कृती स्वीकारली आणि हिंदू-संस्कृतीला एक अधिक व्यापक असे स्वरूप दिले. जी काही वर्णव्यवस्था किंवा समाजव्यवस्था येथे अस्तित्वात होती, त्यात आपापल्या योग्यतेनुसार स्थान मिळविले. त्यांना स्वतःची अशी फार मोठी परंपरा नव्हती. फार मोठ्या अशा दुराग्रही धर्मकल्पनाही त्यांच्याबरोबर आलेल्या नव्हत्या. शिवाय ते लहान-लहान टोळ्यांनी आल्यामुळे त्यांना जमवून घेणे भाग पडले. आज तेव्हाच्या त्या वेगवेगळ्या लहान-मोठ्या मानवसमूहांचे वेगळेपण शोधून काढणे जवळपास अशक्य आहे. हिंदू-संस्कृतीच्या विशालतेमुळेच ही एकात्मता घडू शकली.

हिंदू म्हणून म्हणविली जाणारी संस्कृती अशा तऱ्हेने एकमेकांची विचारपूस करीत, सर्वांना सामावून घेत, नवनव्या पारमार्थिक कल्याणाचा शोध लावत होती. गौतम बुद्ध आणि महावीर या दोन तत्त्वचिंतकांनी हिंदू धर्माला नवा आकार देण्याचा प्रयत्न केला. पण ह्या धर्मांनी येथे अस्तित्वात असलेल्या हिंदुत्व

नामक संस्कृतीला फार मोठा तडा गेला नाही, कारण बौद्धमत व जैनमत ह्यांचाही समावेश या जीवनपद्धतीत स्वीकारण्यात आला आणि त्यांचे वेगळे असलेले अस्तित्व पुसून टाकण्यात आले. प्रचंड राजाश्रय असलेली ही धर्ममते ह्या हिंदू संस्कृतीने गिळून टाकली. फार मोठे संघर्ष त्यासाठी करावे लागले नाहीत. कोणत्याही स्वतंत्र धर्ममताचा स्वीकार ही संस्कृती करू शकते, हे तिचे वैशिष्ट्य होते.

पण ही परिस्थिती इस्लामी आक्रमणाच्या वेळेस उरलेली नव्हती. सुस्थिर अशा जीवनक्रमात जगता आल्यामुळे येथील प्रजा सुखासीन बनली होती. अहिंसेच्या भोंगळ तत्त्वज्ञानाने ह्या समाजाची प्रतिकारशक्ती नष्ट होत गेली होती. आपण एका महान संस्कृतीचे वारसदार आहोत, याचा विसर पडून लहान-मोठे राजे व महाराजे आपापल्या भागापुरते हित सांभाळण्यात दंग झाले होते आणि धर्माला अधिक साचेबंदपणा येऊ लागला होता. वर्णव्यवस्था अधिक घट्ट करण्याकडे क्षत्रियांचा आणि त्यांना पाठिंबा देणाऱ्या पुरोहितवर्गाचा अधिक कल होऊ लागला होता. परिणामी, ह्या देशाचे लहान-लहान राज्यसमूह निर्माण होऊन शेजारच्या समाजाविषयी अलिप्तता, मत्सर आणि नव्या भूखंडाविषयी हाव सर्वत्र दिसू लागली होती.

इस्लामचा भारतातला प्रवेश हा अनर्थकारी ठरला. ह्याचे कारण, एका कडव्या धर्ममताला त्यांनी तलवारींची जोड दिली. त्यांची धर्ममते निश्चित होती. त्यांचा आवेश ताजा होता आणि त्या सर्वांपेक्षा महत्त्वाचे कारण– धनधान्याने समृद्ध झालेली भरत-भूमी ही त्यांची ऐहिक गरज होती. त्यांच्याजवळ कोणताही प्रगत उद्योग नव्हता, त्यांची कृषिव्यवस्था अत्यंत सामान्य दर्जाची होती आणि त्यांच्या भुकेला नव्या धर्माचा कडवा आधार होता.

संख्याबाळाने प्रचंड असूनही सामाजिक आणि आर्थिक विषमतेने ग्रस्त झालेला येथील प्रचंड हिंदू समाज ह्या टोळधाडीचा प्रतिकार करू शकला नाही किंवा नवागत धर्माला आपल्या धर्मात किंवा संस्कृतीत जिरवून टाकू शकला नाही. मुसलमानांचे खरे बळ त्यांच्या आवेशात होते. हा आवेश एका भुकेकंगाल समाजाचा तर होताच, पण त्याहीपेक्षा मूर्तिपूजकांच्या द्वेषातून उत्पन्न झालेला होता. आरंभी-आरंभी सर्वच लढायांत मुसलमानांना जय मिळाला असे नाही; पण पराभव झाला तरी गमावण्यासारखे त्यांच्याजवळ काहीच नव्हते. नवी समृद्ध भूमी जिंकण्याचे स्वप्न आणि विजयानंतर मिळणारी लूट हे त्यांना लढण्याचे मोठे आकर्षण होते. त्यांना सुवर्ण, मौक्तिक किंवा अन्य संपत्ती तर हवीच होती;

पण त्या काळात संपत्तीपेक्षाही अधिक श्रेष्ठ अशी वस्तू म्हणजे स्त्रीधन होते, आणि हाही मोह त्यांना आवरणे शक्य नव्हते. आज इस्लामची संख्या वाढलेली दिसते याचे मुख्य कारण जेथे जेथे त्यांनी आक्रमणे केली, तेथील संपत्तीबरोबरच त्यांनी स्त्रीधनही लुटले. परधर्मीयांची स्त्री आणि संपत्ती लुटण्यात काही अनैतिक नाही, असे इस्लामचा एकमेव पवित्र ग्रंथ 'कुराण' ठासून सांगतो. त्यामुळे मुसलमानांचे हे वर्तन धार्मिक दृष्ट्या गैरही ठरत नाही. इस्लाम म्हणजे शांतता, असे मोठ्या गौरवाने म्हटले जाते; पण इस्लामची शांतता म्हणजे परधर्मीयांचा–विशेषत: मूर्तिपूजकांचा–सर्वसंहार हे सत्य आहे.

एखाद्या धर्माचे स्वरूप असे कडवे, संहारक आणि अन्य मानवसमूहांचा विनाश करणारे असू शकते, हे हिंदूंच्या कधीही लक्षात आलेले नाही. त्या काळी तर राहोच, पण आज एक हजार वर्षांहून अधिक असा इस्लामचा मनुष्यजातीला अनुभव येऊनही हिंदूंना ह्याबाबत काही शहाणपण आले आहे, असे दिसत नाही. कारण आपण अजूनही खोलात जाऊन मुसलमानी धर्माचा, समाजव्यवस्थेचा किंवा धार्मिक आकांक्षांचा अभ्यास केलेला नाही. मुसलमानी टोळ्यांनी सिंध प्रांतातील दाहीर राजावर जेव्हा स्वारी केली; तेव्हा हिंदूंचे मुसलमानांबाबत जे अज्ञान होते, ते आजही कमी झालेले नाही. मुसलमानी आक्रमणापासून हिंदू धर्मातील अनेक दुर्गुण प्रकर्षाने जाणवू लागले. बौद्धमताच्या आक्रमणातून सावरण्यासाठी हिंदूंनी वर्णव्यवस्था अधिक घट्ट केली, कर्मकांडांचे प्राबल्य वाढविले, समाजाची सर्वसमावेशकता घालविली आणि पुरुषार्थ हटविला. याचेच परिणाम पुढच्या एक हजार वर्षांत हिंदूंना भोगावे लागले.

हिंदूंची धर्मव्यवस्था विषमतेवर आधारलेली होऊ लागली आणि हिंदूंचा एकसंधपणा मोडकळीला आला. जो-तो आपापल्यापुरते पाहू लागला. स्वत:चे विहितकर्म सोडून अन्य कर्म कोणी करावयाचे नाही, असे चातुर्वर्ण्यव्यवस्थेने ठरविल्यामुळे क्षत्रियांनी राजपदे भोगावीत आणि राज्यांचे संरक्षण करावे, असे तत्त्व मान्य झाल्याबरोबर लढणाऱ्यांची संख्याच कमी झाली. कोणाचेही राज्य असले तरी आपल्या कनिष्ठतम स्थानाला काहीच धक्का पोहोचणार नाही, अशी इथल्या बहिष्कृत समाजाची विचारसरणी होऊ लागली. ग्रंथप्रामाण्य वाढल्यामुळे नव्या विद्या, नवे संशोधन संपूर्णपणे बंद पडले. जातिसंस्था अधिक बळकट होत गेल्यामुळे धर्माचे आवाहन संपुष्टात आले. आपल्या पराभवाची कारणमीमांसा शोधण्याचेही श्रम हिंदू समाजाने घेतले नाहीत. मुसलमान आणि ख्रिश्चन ह्या दोन्ही धर्ममतांशी प्रतिकार करण्यास हिंदू समाज हळूहळू अपात्र ठरत गेला. त्या

दोन्ही एकेश्वरी धर्मांचे स्वरूप बंदिस्त होते आणि तसे ते बंदिस्त ठेवण्याची खबरदारी त्या-त्या धर्मीयांनी घेतल्यामुळे, निराकार आणि विस्कळीत अशा हिंदू धर्माला हिंदू म्हणून प्रतिकाराचे साधन उरले नाही. वास्तविक, हिंदूंचे कोणत्याही धर्मात धर्मांतर होऊ शकत नाही; कारण धर्मांतर होण्यासाठी निश्चित स्वरूपाच्या एका धर्मकांडात असावे लागते, तरच आपला धर्म सोडून तो दुसऱ्या धर्मात गेला, असे म्हणता येते. हिंदू धर्मात पारमार्थिक कल्याणाची कोणतीही कल्पना समाविष्ट होऊ शकते आणि तशी ती झालेली आहे, पण मुसलमानी आक्रमण आले त्या वेळेस आपण पुनर्विचाराची सगळी दालने बंद करून टाकली होती. हिंदू बाटविले गेले, ही कल्पना आपण त्या वेळेस मोडून काढायला हवी होती; त्याऐवजी क्षुद्र वृत्तीचा स्वीकार केल्यामुळे आपण आपल्याच भाईबंदांना ते धर्मच्युत झाले असे समजून परधर्मात जबरदस्तीने लोटले. मुसलमान धर्म अभ्यासून तो स्वीकारणारांची संख्या नगण्य आहे. या देशातील बहुसंख्य मुसलमान जबरदस्तीने बाटविले गेले आहेत. मूर्ख हिंदू धर्मगुरूंनी त्यांना हिंदू म्हणवून घेण्यास नकार दिलेले ते लोक आहेत, हे विसरता येत नाही.

हिंदू हा जर निश्चित स्वरूपाचा, एखाद्या प्रेषिताने निर्माण केलेला धर्म नाही; तर आजचे हिंदुस्थानातील मुसलमानही तशा अर्थाने हिंदूच मानायला नकोत काय? मुसलमानांचा एकेश्वरी संप्रदाय हिंदूंत नाही काय? हिंदू संस्कृतीत शेकडो पंथ आणि उपपंथ आहेत, त्यांचे अनेक धर्मग्रंथ आहेत, त्यांचे नानाविध धर्मगुरू आहेत, पंथसंस्थापकही आहेत. कुराणाचे आणि महंमद नावाच्या एका धर्मसंस्थापकाचे वेगळेपण हिंदूंना मानण्याचे कारणच काय? त्यांचे वेगळेपण वाढू देण्यात एक मोठा धोका होता. त्या वेगळेपणामुळे ते या हिंदू संस्कृतीपासून अलग पडले. हिंदुस्थानात राहणाऱ्यांची ती हिंदू संस्कृती– असे ज्या संस्कृतीला व्यापक रूप आहे, त्या संस्कृतीने मुसलमानांचे वेगळेपण नष्ट करण्याचा मार्ग शोधून का काढला नाही किंवा का काढू नये? एका समाजात दोन संस्कृती नांदत नाहीत; त्यांचे केव्हा तरी विलीनीकरण व्हावेच लागते. हे विलीनीकरण होऊ नये, अशी धर्मांध मुसलमानांची आणि धर्मगुरूंची इच्छा असणे स्वाभाविक आहे. भारतीय मुसलमानांची संख्या आणि आज लोकशाहीमुळे त्यांना मिळणारे संरक्षण या गोष्टी जगातल्या सर्वच मुसलमानांना शस्त्र म्हणून वापरता येतात. या शस्त्राची धार कमी करण्यासाठी भारतीय शासनाने धडपड केलीच पाहिजे. हिंदू-संस्कृतीच्या अभिमान्यांनी आपली धर्मविषयक संकल्पना व्यापक केली पाहिजे; आणि तितकीच ती रेखीव करण्याचा प्रयत्न केला पाहिजे. तरच हे दोन्ही धर्म

एकरूप होऊन नांदू शकतील. अंतराळयुगात जाऊ पाहणारा एक समाज आणि कुराणात कोंडून घेणारा दुसरा समाज एकत्र नांदणे कठीण आहे. पारमार्थिक कल्याणासाठी धर्म ही केवळ खासगी बाब मानली पाहिजे, असे जरी आपल्याला वाटले; तरी मुसलमानांना तसे वाटत नाही. हा त्यांचा चुकीचा अहंकार योग्य मार्गाने ठेचून काढला पाहिजे व धर्माचे सामाजिक उपद्रवाचे स्थान नष्ट केले पाहिजे.

या संपूर्ण समाजाला एकत्र जोडणारा सांधा हिंदुत्व हाच आहे; मग उपासनापद्धती कोणतीही असो. कालबाह्य ठरलेली हिंदू धर्मातील कोळिष्टके झाडून टाकण्याचे सामर्थ्य आपल्या शासनाजवळ पूर्वी होते, आजही आहे. पूर्वी होते म्हणून हिंदू समाजात ज्या सुधारणा वेळोवेळी झाल्या, त्या फारशी खळखळ न करता मान्य केल्या गेल्या. हिंदू-संस्कृती श्रुतिस्मृती-पुराणोक्त आचारधर्म टिकवणारी नको; हे हिंदुत्व सामुदायिक जीवनपद्धतीचे असले पाहिजे. तिचा आधार समतेचा असला पाहिजे. जन्माधिष्ठित मोठेपण या संस्कृतीने नाकारले पाहिजे. धर्मगुरूंचा अवाजवी अधिकार, बुवाबाजी, निरर्थक कर्मकांडे, उपद्रवी जातिव्यवस्था, दैववाद आणि मंत्रचळेपणा या गोष्टींचा या हिंदुत्वाशी काही संबंध नाही. वैयक्तिक मोक्षसाधनेसाठी प्रत्येकाला स्वातंत्र्य आहे, पण सामुदायिक मोक्षकल्पनेत धर्माचा अडथळा येता कामा नये.

समाजाला एकजिनसीपणा लाभण्यासाठी हिंदू-संस्कृतीला पूर्वी असणारी व्यापकता आली पाहिजे. सर्वांचा समानतेने समावेश करू शकणारी ही संस्कृती भिन्न-भिन्न कारणांमुळे आणि वेळोवेळी पुनर्विचार न केल्यामुळे काही बाबतींत मलिन झाल्यासारखी वाटते. हे मालिन्य दूर करण्याचे काम व्यक्ती, समाज आणि शासन ह्या तिघांचेही आहे. या देशातील सर्व नागरिकांना एकत्र आणणारा हा धागा तोडून उपयोगाचा नाही. लहानसहान विकार निर्माण झाले, तर आपण काही आत्महत्या करीत नाही; तर रोगप्रतिबंधक औषधे घेतो, पथ्यपाणी पाळतो आणि सवयी बदलून लवकरात लवकर निरोगी होण्याचा प्रयत्न करतो. जे व्यक्तींबाबत आपण करतो, ते समाजाच्या बाबतीतही केले पाहिजे. निरोगी झाल्याची पहिली खूण म्हणजे जगण्याची उत्कट इच्छा. दलित, आदिवासी, भूमिहीन अशा सर्व घटकांपासून प्रत्येकाला या हिंदू-संस्कृतीत सन्मानाने जगता येईल, अशी व्यवस्था निर्माण करणे, हे खऱ्या हिंदुत्ववादाचे लक्षण आहे. जर हिंदू समाजातील वेगवेगळ्या घटकांना हिंदू-संस्कृतीचा अभिमान वाटावा अशी परिस्थिती आपण निर्माण करू शकलो नाही, तर आपल्यावर कोसळलेले हे

हिरवे संकट आपण कधीच परतवून लावू शकणार नाही. आपला पुरुषार्थ हरण्याची मुख्य कारणे म्हणजे आपला विघटित समाज, विज्ञानाची आपण सोडलेली वाट व नकळत मायावादाच्या आवरणाखाली आलेली निष्क्रियता हीच होत. धर्माचा जयजयकार करून धर्म टिकत नाही किंवा कोणाचेही रक्त सांडून आपला धर्म उभा राहणार नाही. धर्माला बळ लागते ते न्यायाचे. या न्यायाचा अवलंब करण्यात अज्ञानापायी, स्वार्थापायी किंवा संकुचितपणामुळे जर आपण टाळाटाळ करू लागलो; तर बघता-बघता एक सर्वभक्षक संस्कृती आपल्याला गिळून टाकील. कम्युनिस्ट आणि समाजवादी यांना जेवढा धर्म नको आहे, तेवढाच तो आम्हालाही नको आहे. पण जोपर्यंत एक धर्मांध आक्रमक समाज या देशात लोकशाहीचे संरक्षण घेत इथल्या शासनाला आव्हान देतो आहे, तोपर्यंत आम्हाला धर्माचा त्याग करता येणार नाही. लोकांना एकत्र करण्याचे हे आमच्या हातातील शस्त्र आम्ही आपणहून सोडून द्यावे आणि मारेकऱ्यांना बळी पडावे, अशी जर कोणाची इच्छा असेल; तर ती त्यांची इच्छा पुरी करण्याची आमची मुळीच इच्छा नाही.

(१९ ऑगस्ट, १९८४)

-०-०-०-

४०

सर्व प्रश्नांची उत्तरे सोपी आहेत

कुणी तरी आपल्या बुद्धीची परीक्षा पाहण्यासाठी आपल्याला कोडी घालतो. आरंभी-आरंभी त्या कोड्यांतली जी नेमकी कळ असते, ती आपल्या लक्षात येत नाही. असतील ती तर्कशुद्ध उत्तरे एकामागोमाग आपण देऊ लागतो आणि कोडी घालणारा मनुष्य आपल्या बुद्धीची कीव करीत, आपल्याला छद्मीपणाने हसत राहतो. उघड-उघड सरळसोटपणे ही कोडी सोडवायची नसतात. तिथे केवळ बुद्धीचा उपयोग पुरा नसतो; हे कोडे कोणी तरी परीक्षा पाहण्यासाठी रचलेले आहे, हे लक्षात ठेवूनच त्याच्या उत्तराचा विचार करावा लागतो; तरच कोड्याचे बरोबर उत्तर नजरेसमोर येते.

कित्येकदा ब्रिज खेळातील काही चमत्कारिक डाव वृत्तपत्रांतून दिले जातात. सरळ-सरळ पाहिले, तर हे डाव होणे अशक्य असते. आपल्या परंपरागत विचारसरणीचा त्याग केल्याशिवाय आणि उफराटी विचारसरणी स्वीकारल्याशिवाय तो डाव यशस्वी होतच नाही. आज भारतीय राजकारणाची परिस्थितीही अशीच आहे. जी काही राजकीय कोंडी आपण सर्वमान्य अशा मार्गाने सोडविण्याचा प्रयत्न करीत आहोत, त्यामुळे ती सुटण्याऐवजी सोडविणे अशक्य आहे, अशा निष्कर्षाला आपण येतो. वस्तुत: असे कोणतेच मनुष्यनिर्मित कोडे नसते की, जे माणसाला सोडवता येणार नाही. हे कोडे सोडवायचेच, अशा निश्चयाने आपण ते कोडे सोडविण्याचा पर्याय शोधू लागलो की, अखेरीस आपल्याला

यथायोग्य पर्याय सापडू शकतो. पण हे करण्यासाठी आजपर्यंत जे तर्कशास्त्राचे अनेक आधार घेतले, ते आपल्याला सोडून द्यावे लागतात. ते सोडण्याची आपली तयारी नसते, म्हणून गुंतागुंत होते आणि कोड्याचे उत्तर अगदी समोर असून आपल्याला सापडत नाही.

भारतीय एकता, एकात्मता, राष्ट्रीयता या साऱ्या शब्दांना आपण चुकीचे वजन दिले आहे. भारत हे एक राष्ट्र झाले कधी– दीड-दोनशे वर्षांपूर्वी. इंग्रजांनी या देशात एकत्रितपणे राज्यकारभार केला म्हणून. पोलीस, लष्कर, न्यायालये सर्वांना सारखीच उपयुक्त ठरली. रेल्वे, तारायंत्र, पोस्ट ऑफिस यांमुळे भारतातील प्रांत जवळ आले. उच्च शिक्षण इंग्रजी भाषेत असल्यामुळे सर्वांना एकमेकांचा विचार समजून घेण्यासाठी इंग्रजी भाषेचाच उपयोग झाला. वल्लभभाई पटेलांनी लहान-मोठी सर्वच संस्थाने निकालात काढली आणि भारत हे एक संपूर्ण स्वतंत्र राष्ट्र होण्याची प्रक्रिया पूर्ण झाली. केवळ संस्कृतिविषयक असा एक धागा सिंधूपलीकडच्या या प्रदेशात होता, तो राजकीय दृष्ट्याही एक व्हायला हवा होता. पण तसे तर झालेले दिसत नाही; कारण अशा तऱ्हेची प्रक्रिया जी वाटचाल करीत होती, तिला अनेक तऱ्हांनी अडथळे उत्पन्न करण्यात आले. काश्मीरसाठी फुटीरपणाची स्वतंत्र घटना जर अस्तित्वात असेल; तर शिखांनी, आसामी लोकांनी, तमिळी लोकांनी आपल्यासाठी खास घटनादुरुस्ती असावी, अशी अपेक्षा करण्यात फार गंभीर अशी चूक नाही. हिंदूंसाठी एक कायदा आणि मुसलमानांसाठी वेगळा कायदा– अशी जर परिस्थिती अस्तित्वात असेल, तर आपण हिंदू नाही असे म्हणवणाऱ्यांनी वेगळ्या कायद्याची मागणी करण्यात काय चूक आहे? राष्ट्राचा विचार करावा, ही भाषा बोलायला सोपी असते आणि बहुसंख्याकांच्या ती सोईची असते. कारण बहुसंख्याक हेच बहुतांशी कोणत्याही राष्ट्राचे मालक असतात. राष्ट्र नावाची घट्ट संकल्पना मुख्यत्वेकरून त्यांच्या फायद्याची असते. कोणत्याही स्वरूपाचे अल्पसंख्याक हे जर भावनात्मक दृष्ट्या एकत्र असले, तरच लोकशाहीत त्यांना सौदेबाजीची शक्ती प्राप्त होते; आणि लोकशाहीत आपल्याजवळ असणारी उपयुक्त शक्ती आपणहून कोण नष्ट करणार? तेव्हा अशा परिस्थितीत एकराष्ट्रीयत्वाचा आग्रह बहुसंख्याकांनी– म्हणजे हिंदूंनी– करावा आणि इतरांनी तो हाणून पाडावा, असेच घडत राहणार. त्यांना देशद्रोही म्हणणे आपल्याला सोपे असते आणि परंपरावादी असे आपल्याला संबोधणे अल्पसंख्याकांना सोईचे असते.

सर्वसामान्यत: बहुसंख्याकांची संस्कृती ही राष्ट्राची संस्कृती ठरत जाते.

सर्व प्रश्नांची उत्तरे सोपी आहेत / २५७

आपल्या देशातील सर्व संस्थांची घोषवाक्ये ही संस्कृतमध्ये आहेत आणि ती जाणीवपूर्वक सेक्युलरवादी पंडित नेहरूंनी निर्माण केली आहेत. ती काही उर्दूत, काही बंगालीत का नाहीत? अशोकचक्र हे आपल्या राष्ट्रध्वजावर का आले? अल्पसंख्याकांच्या मतासाठी त्यांचे लाड केले जात असतील; पण आपल्या सांस्कृतिक जीवनात हिंदुत्वाचाच प्रभाव आहे, हे आपल्या लक्षात येईल. कोणत्याही सरकारी प्रकल्पाचे भूमिपूजन, वास्तुपूजन, उद्‌घाटन हे हिंदूपद्धतीच्या विधीनेच होत असते. सरकारी कचेऱ्यांतून देव-देवतांचे फोटो लावलेले असतात. पुढाऱ्यांना मंगलतिलक लावले जातात. विजयाच्या वेळेस त्यांना ओवाळले जाते. निवडणूक प्रचाराच्या वेळेस बहुतेक उमेदवार देवळात जाऊन नारळ फोडतात. हे सारे कशाचे लक्षण आहे? नवी नौका समुद्रात लोटायची असेल, तर नारळ फोडून जलदेवतेचे पूजन होते. सर्व महत्त्वाच्या गोष्टींसाठी मुहूर्त पाहिले जातात. काही ठिकाणी हस्तांदोलन केले जात असले, तरी श्रेष्ठ व्यक्तीला नमस्कार केला जातो. खरे तर हे सरकार निधर्मी आहे, हे दाखविण्याचे सोंग केले जाते. धर्माच्या वारंवार उच्चाराशिवाय कोणाचेही या देशात काही चालत नाही. महाराष्ट्रात पंढरीच्या विठोबाची अधिकृत सरकारी पूजा होते. पंतप्रधानांच्या घरी जप, अनुष्ठाने, अभिषेक सतत चालू असतात. नवस केले जातात– फेडले जातात. वस्तुत: ही सर्व हिंदुत्वाची लक्षणे असताना आणखी कोणते हिंदुराष्ट्र आपल्याला हवे आहे? आपल्याला जे हवे आहे, ते राजकीय हिंदुराष्ट्र. लोकशाहीत ते शक्य दिसत नाही; कारण मुसलमान, ख्रिश्चन, पारशी आणि हिंदू धर्माने अवमानित केलेले दलित या सर्वांच्या मतांचा प्रश्न राजकारणात येतो. म्हणून आपली खरी हिंदुराष्ट्राची मागणी अल्पसंख्याकांना मतदानाचा हक्क नाकारा, या मागणीपर्यंत येऊन पोचते; हे सत्य सांगायला आपण का घाबरतो? एकराष्ट्रीयत्वाची मागणी म्हणजे अहिंदूंचे राजकीय अस्तित्व नाकारण्याची मागणी. घटनेतील सर्व तत्त्वे ज्या कोणाला मान्य नसतील, त्या सर्वांना मताधिकार नाकारणे ह्यात अवैध काहीही नाही. कुराण आणि हदिस यांवर नितांत श्रद्धा ठेवणारा मुसलमान समाज हा घटनेतील काही तत्त्वे मान्य करीत नाही. ती त्यांनी मान्य केली, तर त्यांचे कडवे मुसलमानपण नष्ट होते आणि त्यांची शक्ती दुबळी होते. तो खऱ्या अर्थाने मुसलमानच राहत नाही. जर त्यांनी घटनेतील तत्त्वे मान्य करण्याचे नाकारले, तर घटनेद्वारे मिळणारे मतदानाचे अधिकार त्यांना मिळू शकणार नाहीत; म्हणजे प्रश्न जितका आपल्याला कठीण वाटला, तितका तो कठीण नाही. शिवाय हिंदुस्थानातील कोणत्या भूमीत राहावयाचे, हे स्वातंत्र्य त्यांना आपण दिलेले

होते.

मुस्लिम कायद्यावर उभे राहिलेले, पाकिस्तान त्यांच्यासाठी खुले होते, तेथे ते गेले नाहीत. मुसलमानांच्या वेगळेपणामुळेच पाकिस्तानची मागणी झाली आणि अविवेकी भ्रमिष्ट नेते ती मागणी मान्य करून बसले. मुसलमानांना आपले राज्य कसे चालवायचे याचे संपूर्ण स्वातंत्र्य आहे; पण ते पाकिस्तानात, हिंदुस्थानात कदापि नाही.

ज्या अर्थी इथल्या मुसलमानांनी हिंदुस्थानात राहण्याचे पत्करले, त्या अर्थीच त्यांनी कुराणाशी द्रोह केलेला आहे आणि ते एकापरीने हिंदूच झालेले आहेत. आम्ही सेक्युलॅरिझमची घोषणा केली व तिचा अंतर्भाव घटनेत केला, म्हणजेच धर्माची लुडबुड नसणार किंवा अल्ला, आकाशातील बाप किंवा भगवंत यांच्या कृपाछत्राखाली नसणारे असे राज्य निर्माण केले. असे राज्य हिंदूंना चालू शकते; कारण परमेश्वराची आज्ञा मानणारा किंवा न मानणारा, प्रसंगी परमेश्वर नाकारणाराही हिंदू धर्मात परमेश्वराचे कृपाछत्र मिळवू शकतो, अशी हिंदूंची आध्यात्मिक धारणा आहे. परंतु अल्लाच्या साह्याशिवाय मनुष्य जगूच शकत नाही, असे इस्लामला वाटते. मग धर्मातीत राष्ट्रात मुसलमान राहू शकत नाहीत आणि जर राहू म्हणत असतील, तर त्यांनी भारतीय तत्त्वज्ञान स्वीकारले आहे, असा त्याचा अर्थ होईल. राज्य धर्मातीत असणे म्हणजे राष्ट्र धर्मशून्य असणे असा त्याचा अर्थ नाही; बहुसंख्याकांच्या धर्माचा प्रभाव त्या राष्ट्रावर राहणारच! फक्त धर्म राजकीय निर्णयात लुडबुड करणार नाही, एवढेच आश्वासन सेक्युलर राज्य देऊ शकते.

हिंदू-मुसलमान संबंध, एकराष्ट्रीयत्व, भारतीय संस्कृतीचे मोठेपण वगैरे साऱ्या जटिल प्रश्नांचे उत्तर हे इतके सोपे आहे. भारतीय घटना नाकारणारा कोणताही धर्म, कोणतीही व्यक्ती या देशाची नागरिकच नसते. त्यामुळे जे या देशाचे नागरिक म्हणवून घेतात, ते मूलत: हिंदूच समजले पाहिजेत. मुसलमान कोणत्या प्रकारची उपासना करतात, त्याच्याशी आम्हांला काही कर्तव्य नाही. कारण उपासना स्वातंत्र्य हिंदू संस्कृतीला पूर्णपणे मान्य आहे. मुसलमान जेव्हा येथील बहुसंख्य नागरिकांच्या जीवनपद्धतीचा विध्वंस करण्याची भाषा करतात, तेव्हा ते प्रचलित कायद्यानुसार गुन्हेगारच ठरतात आणि गुन्हेगारांची वासलात कशी लावावी, हे कायदा समर्थपणे जाणतो. मुसलमानांच्या दंगली, अवाजवी आकांक्षा किंवा जीर्ण धर्मवादाचा पुनरुच्चार हा उघड-उघड गुन्हेगारीत मोडतो. दुर्दैवाने आपली लोकशाही शबल आहे, म्हणून मुसलमानांचे फावते. मुसलमान

मतांची सत्तेसाठी गरज नाही, असे जेव्हा राज्यकर्त्या पक्षाला वाटू लागेल; त्या क्षणी हिंदू-मुसलमान प्रश्न संपुष्टात येईल– मग लोकांना काही करावे लागणारच नाही, शासनच काय हवे ते करेल.

शिखांचा प्रश्न शासनानेच सोडवला ना? गुन्हेगारीच्या बंदोबस्ताचे काम शासनाचेच असते आणि शासन कसलेही असो, त्याला गुन्हेगारीचा बंदोबस्त करावाच लागतो. स्वार्थासाठी काही गुन्हेगारांना संरक्षण मिळते; पण जेव्हा गुन्हेगारी आटोक्याबाहेर जाते आहे असे दिसते, तेव्हा शासनाला कृतनिश्चयी भूमिका घ्यावीच लागते. त्यामुळे मुसलमान समाज हा गुन्हेगार समाज आहे, हे कायदेशीररीत्या सिद्ध करण्याचे आपले धोरण असावे. इस्लाम धर्म हा घटनाविरोधी आहे आणि आत्ताच्या प्रचलित कायद्यानुसार तो गुन्हेगारीलाही उत्तेजन देतो, हे सिद्ध करणे मुळीच कठीण नाही. गरीब-गुरीब हिंदूंनी किंवा मुसलमानांनी हत्याकांडात मरावे आणि पुढाऱ्यांचे फावावे, अशी स्थिती येऊ देण्यापेक्षा आपल्या देशातील प्रचलित कायदा, घटना आणि परंपरा यांच्याविरुद्ध इस्लामचे वर्तन आहे, हे सिद्ध करण्याची जबाबदारी राजकीय लोकांपेक्षा विचारवंतांवर जास्त आहे. यासाठी कुराण, हदिस या ग्रंथांचा साक्षेपी अभ्यास, मुसलमान लोकांच्या सर्व संस्थाजीवनावर कडक पहारे आणि मुसलमानी वृत्तपत्रे, मशिदी, धर्मसभा येथे हिंदूंच्या म्हणजे पर्यायाने भारताविरुद्ध दिल्या जाणाऱ्या घोषणा, तसेच हिंसेला मिळणारे उत्तेजन या सर्वांची साक्षेपी नोंद हिंदूंनी ठेवली पाहिजे.

भारताने लोकशाही स्वीकारली. इंग्लंड, अमेरिका, फ्रान्स या देशांच्या घटनांच्या आधारे आपली घटना बनवली. लोकशाहीने कारभार करतो, असा आपण बकवास करतो; प्रत्यक्षात एक प्रकारची राजेशाही, साम्राज्यशाही आणि सरंजामशाही अस्तित्वात असलेली दिसते. लोकशाहीची प्राथमिक मूल्ये झपाट्याने ओसरत गेली आणि तिचा एक दृश्य सांगाडा निवडणुकीच्या रूपाने शिल्लक राहिलेला आहे. या निवडणुका आता एवढ्या महागड्या झाल्या आहेत की, प्रामाणिक राज्यकर्त्याला त्या लढविणे अशक्य झाले आहे. सर्वच स्तरांवर निवडणुकांचे कार्यक्रम सारखेच चालू असतात व बहुतेक सर्व निवडणुकांना कोर्टात आव्हाने दिली जातात. या कोर्टबाजीमुळे निवडणुकांना कोणत्याही तऱ्हेचे पावित्र्य उरलेले नाही. परिणामी, आजच्या लोकशाहीचा प्रयोग जवळपास फसल्यासारखा झाला आहे. अन्य काही पर्यायी राज्यव्यवस्था नजरेच्या टप्प्यात नसल्यामुळे आपण लोकशाहीचा प्रयोग राबवीत आहोत.

लोकशाहीत सत्तेचे विकेंद्रीकरण गृहीत धरलेले आहे; त्याऐवजी सत्ता

केंद्रस्थानी अधिकाधिक जमा होत चालली आहे. राज्याकडे कोणतेच अधिकार उरलेले नसल्यामुळे नैराश्यग्रस्त होऊन प्रांतिक पक्षांचे बळ वाढत चाललेले आहे. हा नवा प्रांतवाद म्हणजे भारताच्या विघटनाचे पहिले पाऊल आहे. हळूहळू या सत्तांचे महत्त्व वाढत जाईल आणि एकवाक्यतेने या देशातील कोणतेही प्रश्न सुटणार नाहीत. धर्म, जाती, पंथ, भाषा यांमुळे हा समाज विस्कळीत आहेच; त्यात आता प्रांतीयतेची वाढ झाली. जेवढे क्षेत्र लहान-लहान होत जाईल तेवढे तेवढे स्थानिक अहंकारांचे क्षेत्र वाढत जाईल. पाच-सहा कोटींचा एक प्रांत ही मुळातच अवजड अशी प्रांतरचना होती. ब्रिटिशांच्या एककल्ली परंतु शिस्तबद्ध कारभाराला ती पेलता आली. भारताच्या आजच्या राज्यव्यवस्थेत कोणताही पक्ष सत्तेवर आला तरी फार मोठा बदल होणार नाही. परस्परांच्यावर अवलंबून राहण्यावाचून गत्यंतर नाही, अशी वेगवेगळ्या राज्यांची स्थिती केल्याशिवाय भारतीय एकराष्ट्रीयत्व सिद्ध होणार नाही. एक कोटी लोकसंख्येपेक्षा मोठे राज्य आपण होऊ दिले, तर ते स्वयंपूर्ण आणि आत्मनिर्भर होण्याची शक्यता आहे. एकात्मता ही जबरदस्तीने लादण्याची गोष्ट नाही; तर ती सोईची, उपयुक्ततेची आणि भावनात्मक गरजेची गोष्ट वाटली पाहिजे. या दृष्टीने अवजड झालेले सर्व प्रांत योग्य त्या आकारात मोडण्याची अत्यंत आवश्यकता आहे. मर्यादित प्रमाणात स्थानिक अहंकारांची तृप्तता होऊनही तिचा उपसर्ग मात्र राष्ट्राला होणार नाही, अशी अवस्था त्यामुळे निर्माण होईल. आज ठिकठिकाणी विविध स्वरूपाची गटबाजी व सत्तेसाठी झोंबाझोंबी चालू आहे, ती पुष्कळ अंशांनी कमी होईल. आज महाराष्ट्राची स्थिती पाहिली तर लक्षात येईल की– विदर्भ, मराठवाडा, पश्चिम महाराष्ट्र आणि उत्तर महाराष्ट्र यात म्हणावी तशी एकतानता नाही. महाराष्ट्रासारख्या एके काळच्या सुसंस्कृत राष्ट्रात अस्थिर सत्तेपायी शासन अगदी कमजोर झालेले आहे. तीन मुख्यमंत्री दोन वर्षांत बदलावे लागले. या गोष्टी मर्यादित स्वातंत्र्य देऊन थांबवता येतील.

सार्वत्रिक स्वरूपाचे महत्त्वाचे विषय केंद्राकडे ठेवून या लहान-लहान राज्यांना स्वातंत्र्य दिले, तर त्याचा गैर उपयोग करण्याची त्यांच्याजवळ क्षमताच राहणार नाही. शिवाय निवडणुका या केवळ राज्यस्तरावरच होतील व त्या राज्याचे प्रतिनिधी लोकसभेत सभासद पाठवतील, अशी काही रचना केली; तर निवडणुकीचा वाढलेला अवाजवी खर्च पुष्कळ अंशी कमी होईल. अनेक गुंतागुंतीचे वाटणारे प्रश्न या मार्गाने सुटू शकतील. निवडणुका लांबविण्याचा किंवा मधेच त्या घेण्याचा अधिकार त्या राज्यांना राहणारच नाही. ठरलेल्या वेळेस दर चार

किंवा पाच वर्षांनी निवडणुकीची जी काय भाऊगर्दी व्हायची, ती होऊन जाऊ द्यावी. आज जे सत्तेचे, अविश्वासाचे आणि गोंधळाचे वातावरण सतत असते, तेही उरणार नाही. लोकशाही जर खऱ्याखुऱ्या अर्थाने राबवायची असेल तर झुंडांच्या हातांत असणाऱ्या गुलामी मतांना काय किंमत द्यायची, याचाही आपण विचार केला पाहिजे. मते मांडण्याचा, दुसऱ्याचे मतपरिवर्तन करण्याचा प्रत्येकाचा हक्क आपण पत्करला पाहिजे. जेव्हा आपण कोणतीही नवी संकल्पना स्वीकारतो; तेव्हा अशिक्षित किंवा अर्धशिक्षित माणसाला तिचे शास्त्रीय किंवा व्यावहारिक रूप समजावून देण्याची शासनाची, राजकीय पक्षांची किंवा विचारवंतांची जबाबदारी आहे की नाही? कोणत्याही पक्षाने किंवा कोणत्याही तऱ्हेने आज लोकशाही, समाजवाद, सेक्युलॅरिझम, भारतीय एकात्मता वगैरे शब्दांची व्याख्या केली तरी त्या सर्वांचे वागणे मात्र त्या व्याख्येच्या विरुद्ध असते. परिणामी, हे सारे शब्द निरर्थक, रेशमी झुलीसारखे पांघरले जातात. ज्या परदेशात प्रथम या संकल्पना निर्माण झाल्या, तेथील आर्थिक आणि सामाजिक प्रश्नांनुसार त्यांची मागणी झाली होती; तशी परिस्थिती भारतात मुळात नव्हतीच. त्यामुळे येथे त्या संकल्पनांना विकृत रूप आले ते मात्र अतिरेकी विचारवंतांमुळे. त्यांची बुद्धी परकीय विचारवंतांना नेहमीच शरण गेलेली होती.

भारतातही एके काळी काही जीवनपद्धती अस्तित्वात होती आणि अजूनही तिचा पुनर्विचार केला पाहिजे, असे काही कधी विचारवंतांना वाटत नाही. त्याचा परिणाम असा झालेला आहे की, कोणतीही संकल्पना या मातीत रुजलेलीच नाही, तरीही तिची अंमलबजावणी मात्र हिरिरीने चालू आहे. केवळ आर्थिक निकषांवर समाजाची फेरमांडणी करावी, असे सुचविणारी राजकीय यंत्रणा आज कोणत्याही राजकीय पक्षाजवळ उरलेली नाही. आपण जाती व धर्म-पंथ या प्रश्नाने इतके गांगरून गेलेले आहोत आणि दारिद्र्यामुळे इतके पिडलेले आहोत की, त्यामुळे कोणताही प्रश्न सोडविण्यासाठी लागणारी स्थिरबुद्धी आपण हरवली आहे. शेतीवर आपण सीलिंग घातले आहे. त्याबरोबर वैज्ञानिक पद्धतीने वापरावयाची खर्चिक कृषिसाधने निरुपयोगी झाली, उत्पादन घटले, पुष्कळ जमिनी पडीक राहू लागल्या. आपण पाण्याचे समान वाटप करण्याचे नवे धोरण आचरणात आणले आणि धरणापासून कितीही अंतरावर पाणी नेण्याचा उद्योग आपण करू लागलो. त्यामुळे कुणालाच पुरेसे पाणी देता आले नाही; शिवाय दूरवर पाणी वाहून नेताना बाष्पीभवन, झिरपणे आणि शिवाय ज्याला शक्य आहे, त्याने मधेच पाणी चोरून घेण्याची शक्यता यांना संधी मिळाली. हे राष्ट्रीय नुकसानीचे धोरण

आहे. कामगारांना श्रमाचा योग्य वाटा द्यायला मुळीच हरकत नाही; किंबहुना, तो दिलाच पाहिजे. पण तो वाटा ठरविण्याची कोणतीही शिस्त या देशात नाही. ज्याला जमेल त्याने या सामूहिक उपद्रवाच्या जोरावर हवा तो वाटा मिळवावा, उद्योगधंदे बंद पाडावेत, दहशतवाद निर्माण करावा आणि समाजाला ओलीस धरावे– अशी आज परिस्थिती आली आहे. अशा विपरीत विचारसरणीमुळे एक औद्योगिक अराजक निर्माण झाले आहे.

कामगारांच्या श्रमामुळेच उत्पादन होते, म्हणून नफ्यावर त्यांचा हक्क आहे. हे सारे होण्याचे कारण पाश्चिमात्यांकडून आपण केलेली वैचारिक उसनवारी होय. देश दिवाळखोर बनण्याच्या या साऱ्या योजना आहेत. गरिबी हटवण्याची कायमच्या स्वरूपाची योजना ह्यात कुठेच नाही. हे सारे विचारात घेऊन शुद्ध व्यावहारिक भूमिकेवर राहून गुंतागुंतीचे वाटणारे हे प्रश्न आपल्याला सोडवता आले पाहिजेत. राष्ट्रीयीकरणाचे कोणतेही हेतू सफल न होता राष्ट्रीयीकरणाचा आग्रह अजून का धरला जातो, हे समजणे अवघड आहे. हा प्रचंड लोकसंख्येचा देश मागासलेला राहणे, हा अनेक राष्ट्रांच्या अस्तित्वाचाच प्रश्न आहे. चीनने केले तशी आपल्या देशाची सर्व दारे काही काळ बंद करून जे काही आपल्याजवळ आहे, त्याचा जरी काळजीपूर्वक वापर केला; तर आत्मनिर्भतेबरोबरच आपल्या देशाचा खराखुरा विकास करण्याचा मार्ग आपल्याला सापडू शकेल. परकीयांचे वैचारिक दास्य एवढे आहे की, आपल्या सर्व सामाजिक संकल्पनासुद्धा परकीय विचारवंत आणून आपल्याला मांडाव्या लागतात. त्यामुळे आपले शिक्षण दुबळे झाले आहे. संरक्षण सदैव दुबळेच राहिले. लोकशाही महागडी होत गेली आणि वैचारिक गोंधळ मात्र वाढला. जगातील सर्व राष्ट्रे राष्ट्रीय अस्मितेने अजूनही झपाटलेली आहेत आणि कोणताही निर्णय, सल्ला किंवा सहकार आपापल्या राष्ट्राच्या हिताच्या दृष्टीनेच त्यांच्याकडून दिला जातो. तो सल्ला बाह्यतः उदारमतवादी असला, तरी भारताला अत्यंत गैरसोईचा आणि देशात फूट पाडणारा असतो. प्रथमच आपल्याला एक निर्णय घ्यावा लागेल की, अगदी अत्यावश्यक कारणाखेरीज कोणत्याही देशाकडून विचारांचे, तंत्रज्ञानाचे, शस्त्रास्त्रांचे, साहित्य, संस्कृती, कला यांचे ज्ञान– सल्ला आणि साह्य घ्यावयाचे नाही. परकीय साह्य नेहमीच आपल्याला अधिक दुर्बल करते. त्यामुळे आपल्या देशात प्रथम दर्जाची बुद्धी कधीच निर्माण होऊ शकत नाही. आपले सर्वच क्षेत्रांतील परावलंबित्व सतत वाढत राहते. कळत-नकळत पाश्चिमात्य आचार-विचारांचा, आहार-पेहरावांचा, प्रबोधन किंवा संघटन यांच्या मार्गाचा; एवढेच नव्हे, तर विचारशक्तींचा आपल्यावर

विलक्षण प्रभाव पडू लागला आहे. म्हणजे, प्रश्न आपले, ते सोडविण्याचे मार्ग मात्र आपल्या शत्रूचे– असा प्रकार झाला आहे. काळानुसार आपल्या समाजव्यवस्थेत काही त्रुटी निर्माण झाल्या, त्या दूर केल्या, तर आहे तीच साधनसामग्री आपल्या आत्मनिर्भरतेला पुरेशी आहे.

सर्व प्रश्नांची कोडी होऊन बसलेली आहे किंवा झाल्यासारखी वाटत आहे. याची कारणे शोधायला फार दूर जायला नको. आपण दुबळे आहोत, दरिद्री आहोत, आधुनिक जगाच्या मानाने मागासलेले आहोत, हे पाश्चिमात्यांनी सतत बिंबवल्यामुळे ते खरेच आहे, असे आपण गृहीत धरून चालतो. वस्तुस्थिती तशी नाही. परकीय विचारांनी आपल्याला शरणभाव शिकवल्यामुळे प्रत्येक गोष्ट आपल्याला कोडे होऊन बसली आहे. मुळात कोणताही प्रश्न हे कोडे नसते; फक्त त्या प्रश्नाकडे पाहण्यासाठी आपले मन स्वतंत्र असावे लागते. दुर्दैवाने स्वतंत्र मनाचा अभाव हे येथील खरे राष्ट्रीय संकट आहे. पूर्वीच्या शिक्षण-पद्धतीने शिकून टिळक, आगरकर निर्माण झाले किंवा त्याच्या पूर्वीही रामायण-महाभारतांतील गोष्टी शिकून शिवाजी युगकर्ता झाला. आता सेमिस्टर पद्धतीने आपण चर्चिल, लिंकन निर्माण करू– असा जर आपला भ्रम असेल, तर तो आपण सोडून दिलेला बरा.

आपल्या किती तरी चांगल्या गोष्टी आपण बघता-बघता नष्ट करून टाकल्या. हिब्रू ही मृतप्राय झालेली भाषा इस्त्राईलसारख्या जगभर पसरलेल्या ज्यूंच्या नव्या राष्ट्राची, आजच्या वैज्ञानिक काळातही राष्ट्रभाषा होऊ शकते– कोणाही ज्यू माणसाला हिब्रू भाषा वापरता येत नव्हती, तरीही! जगात सर्वांत परिपूर्ण भाषा म्हणून गौरव झालेली संस्कृत भाषा मात्र आपल्याला एकदम कुचकामी वाटते. राष्ट्रभाषा तर राहोच, पण तिचा वापर करणेसुद्धा आपल्याला प्रतिगामित्वाचे वाटते. त्या भाषेचा द्वेष करण्याचे योजनापूर्वक शिक्षण अगदी लोकहितवादींपासून सर्वांनी दिले आहे. संस्कृत विद्या किंवा भारतीय परंपरा सोडून आपण नवागत, पाश्चिमात्य भाषा आणि विचारपद्धती स्वीकारली आहे. आज लोकहितवादी हयात असते; तर पाश्चिमात्य भाषा, विचार आणि संस्कृती यांचे आपण दासानुदास झालो आहोत, हे त्यांना कबूल करावे लागले असते. येथील धर्म पाश्चिमात्य धर्मापेक्षा कोणत्याही तऱ्हेने वाईट नव्हता; पण आपल्या धर्माची यथेच्छ निंदा करणे, हे आज पुरोगामित्वाचे लक्षण आहे. प्रत्येक धर्मात चांगल्या-वाईट अशा गोष्टी साचत गेल्या. ख्रिश्चन किंवा इस्लाम यांच्यांत तर अंधश्रद्धा आणि परंपरांचा अभिमान हिंदू धर्मीयांपेक्षाही कडवट आहे; पण

त्यातील उणिवा दाखविण्याचे भान येथील विचारवंतांना नाही. आपले जे-जे आहे ते-ते वाईट आणि परकीय जे-जे आहे ते-ते आधुनिक, अशा विचारांनी येथील सुशिक्षित समाज घडविला गेला आणि तोच राष्ट्राचा वैरी बनला. कळत-नकळत येथील सुशिक्षित हे परकीय राष्ट्रांचे दलाल झालेले आहेत. पाच-सातशे वर्षांपूर्वी अमेरिकेत अर्धनग्न लोक रानटी अवस्थेत वावरत होते आणि आजही शोभिवंत कपडे घालून भोगवादाला चटावलेली संस्कृती ती माणसे जगावर लादत आहेत, तरी त्यांच्या रानटीपणाचे स्वरूप फक्त बदलले आहे; मने आहेत तीच आहेत. आपली समृद्धी वाढविण्यासाठी कोट्यवधी निरपराध माणसांना ठार मारून टाकण्याची त्यांची रानटी प्रवृत्ती लोकशाहीचा, स्वातंत्र्याचा देखावा करीत आपले रानटी उद्योग आजही करीत आहे. रशियात म्हणे, कामगारांचे राज्य आहे. सर्व विरोधी मताच्या माणसांना ठेचून, छळ करून केवळ भाकरी देण्यात जर एखादी राजसत्ता यशस्वी झाली असेल; तर तिच्याकडून भारताने कोणत्या मार्गदर्शनाची अपेक्षा करावी? पण तरीही पुष्कळांना वाटते– रशियासारखे राज्य या देशावर यावे. जर तसे राज्य आलेच तर ज्यांना रशियासारखे राज्य यावे असे वाटते, त्यांच्याच हत्या प्रथम घडतील. कारण विचारवंतांना, साहित्यिकांना, कलावंतांना आवश्यक असणारे स्वातंत्र्य या राजवटीला परवडत नाही. अपयशाची चिकित्सा तर त्या राजवटीला मुळीच चालत नाही.

जगातल्या कोणत्याही राष्ट्रात उगवलेला विचार जसाच्या तसा स्वीकारणे आणि त्या मार्गाने येथील प्रश्न सोडविण्याचा प्रयत्न करणे, हा मुळातच एक नैतिक स्वरूपाचा व्यभिचार आहे. एका देशातील परिस्थितीप्रमाणे दुसऱ्या देशात परिस्थिती नसते. या देशात वैचारिक समन्वय, चर्चा, वाद यांना स्थान होते. कुणालाही सुखाने जगता यावे, अशी समाजव्यवस्था होती. कालानुरूप त्यात काही दुरुस्ती करण्याची आवश्यकता निर्माण झाली असेल, तर आपण आपल्या अकलेने त्यात दुरुस्ती केली पाहिजे. सदरा फाटला तर चार-दोन टाके घालून दुरुस्त करता येतो आणि मग थंडी-वाऱ्यापासून बचाव करता येतो; पण फाटलेल्या सदऱ्यावर रागावून तो जर फेकून दिला, तर आपल्याला थंडी-वाऱ्यापासून बचाव करता येत नाही. दुसऱ्यांचे सदरे त्यांनी त्यांच्या मापाने शिवलेले असतात. त्यामुळे ते आपल्याला आखूड तरी होतात किंवा ढगळ तरी होतात. ती वापरणारी माणसे विदूषकासारखी दिसतात. म्हणून माणसाने आपला सदरा कधी सोडू नये.

आपल्याजवळ जे काही होते, ते रागाच्या तिरीमितरीत आपण फाडून टाकले आणि दुसऱ्याचे तयार कपडे घालण्याचा प्रयत्न केला, म्हणून आपल्या

देशातील सर्व गहन आणि कूट प्रश्न निर्माण झाले आहेत. आपल्याला गुलाम म्हणून राहायचे असेल आणि सतत कुणाचे तरी भाडोत्री सैनिक व्हायचे असेल, तर दुसऱ्याने दिलेला गणवेश वापरायला हरकत नाही. तो फुकट तर मिळतोच, पण आपल्या उपयुक्ततेनुसार आपला धनी आपले संरक्षणही करतो. पण त्याची किंमत मात्र कसल्या ना कसल्या तरी शृंखलांची असते. या शृंखला कोणी गौरवाने मिरवते, कुणी खालच्या मानेने स्वीकारते. त्याला अन्न-वस्त्राची चिंता नसते, कारण त्यांचे धनी सोईप्रमाणे ती चिंता भागवतात. कधी फोर्ड फाऊन्डेशनकडून, कधी रशियन कॉन्स्युलेटकडून, कधी जागतिक शांतता समितीकडून, तर कधी मुस्लिम ब्रदरहूडकडून त्यांच्या अन्न-वस्त्राची सोय होते. भारतात असे अनेक विचारवंत आहेत की, जे परकीयांचे गुलाम बनलेले आहेत. कुणी आजारपणात रशियात किंवा अमेरिकेत उपचार घेण्यासाठी जातात, कुणी जागतिक परिषदांत सदस्य म्हणून जातात. कित्येकांना शांतता पुरस्कार मिळतो. कित्येकांचा परदेशांत गौरवही करण्यात येतो. कुणाच्या छापखान्याला कर्ज मिळते. कुणाच्या उद्योगधंद्याला तांत्रिक सहकार्य मिळते. पण ही सारी त्या-त्या मालकांची कृपा असते. स्वामिनिष्ठेचे हे पारितोषिक असते. योग्य वेळी मोठ्याने भुंकल्याबद्दल मालकाने फेकलेल्या बिस्किटाचा तो तुकडा असतो. येथील लोकांना फसविण्यासाठी कधी कधी गुप्तपणाने अन्न-वस्त्र-निवाऱ्याची सोय केली जाते. हे साह्य पोचविण्यासाठी किती तरी संस्थांची निर्मिती करण्यात आली आहे. या देशाचा कळवळा येऊन त्या संस्था काम करतात, असे दाखविले जाते. अनेक देशांची मित्रमंडळे या देशात अस्तित्वात आहेत. देशादेशांत सामंजस्य निर्माण करावे व मैत्रीचे प्रदर्शन करावे, हा त्याचा बाह्य हेतू असतो. पण खरे तर या देशात आपण किती खोलवर पाय रुजवलेले आहेत, हे दाखविण्यासाठीचे ते एक श्वान-प्रदर्शन असते. उघड-उघडपणे आपले गुलाम कोण आहेत, हे दाखविण्याची गरज अलीकडे निर्माण झाली आहे. खरे म्हणजे, आपल्या देशाचा कळवळा किंवा आपल्या देशाला साह्य करणे, हे सारे नाटक असते. हा देश भिकेला लागावा आणि आपल्या भिकेवरच त्यांनी सतत जगावे, याचा हा जाहीरनामा असतो.

सोडवता येणार नाही, असा एकही प्रश्न या देशात नाही. जाती, विषमता, धार्मिक तेढी, अज्ञान या साऱ्या गोष्टी मानवनिर्मित आहेत; त्या आपल्या अवगुणानेच निर्माण झालेल्या आहेत, तेव्हा त्या आपल्याला मोडल्या पाहिजेत. आपल्या देशात सतत कलागती लागाव्यात; माणसा-माणसांत, पक्षोपपक्षांत किंवा भिन्न-भिन्न हितसंबंध असणाऱ्या लोकांत सतत द्वेषबुद्धी जागी असावी,

अशीच ज्यांची इच्छा आहे; त्यांच्याच साह्याने हे प्रश्न कसे सुटणार? अग्नीनेच अग्नी कसा विझवता येणार? परंतु आपल्याला या गोष्टीचे भान नाही. आपल्या देशावर काही आक्रमण झाले की, युद्धघोषणा करण्यापूर्वीच आपला परराष्ट्रमंत्री क्रेमलिनच्या दारापाशी तिष्ठत उभा असतो. युद्धाचे जे सूत्रधार– अमेरिका, रशिया किंवा चीन– त्यांच्याकडे जाऊन हे प्रश्न सुटणार नसतात; उलट हे प्रश्न अधिक बिकट होत जाणार असतात. पाकिस्तान आणि भारत यांच्यात युद्ध सुरू झाले, पण तह झाला तो मात्र ताश्कंदला आणि त्यात रशियाने केलेल्या तहाच्या मसुद्यावर लालबहादूर शास्त्रींना नाखुशीने स्वाक्षरी करावी लागली. कारण रशियाने शस्त्रास्त्रे दिली नाहीत तर आपण लढणार कशाच्या जोरावर हा त्यांना प्रश्न पडला. शास्त्रीजींना नाक मुठीत धरून त्या तहावर स्वाक्षरी करावी लागली आणि युद्धात जे मिळवले, ते सारे गमवावे लागले. युद्ध जिंकूनही पराभव पत्करणारा भारत हा एकमेव देश आहे, कारण भारताजवळ स्वत्व नाही. पराधीन संस्कृती कुणाशीही मुकाबला करू शकत नाही. आपल्याला काही वल्गना करायच्या असल्या, तरी रशियाची सही-शिक्क्याची संमती आणावी लागते.

म्हणून, हे सारे प्रश्न आपण भारतीय पद्धतीने सोडविण्याचा प्रयत्न करू तेव्हा प्रश्न हे प्रश्न उरणार नाहीत; उलट ती नव्या प्रकाशाची दारे होतील. आपण कित्येक वर्षे सूर्यप्रकाश पाहिलेलाच नाही, म्हणून आपल्या नशिबी सर्व प्रकारचे दुर्भाग्य आले आहे.

(ऑगस्ट १९८४)

-०-०-०-

४१

कोणी जात्यात, तर कोणी सुपात

अमेरिका आणि लीबिया यांच्यात एक प्रकारचे अघोषित युद्ध सुरू झालेले आहे. प्रत्यक्ष सैन्याचा वापर जरी झालेला नसला, तरी युद्धसदृश परिस्थिती निर्माण झाल्याची लक्षणे दिसू लागली आहेत. रोम आणि व्हिएन्ना येथील विमानतळावरील हल्ल्यांत एकोणीस उतारू ठार आणि एकशेचार जखमी झालेले आहेत. दहशतवाद्यांनी केलेल्या या क्रूर कृत्यांत आपला काही संबंध नाही, असे जरी लीबिया सरकारने जाहीर केले असले; तरी या प्रकरणात लीबिया गुंतलेला आहे. तूर्त तरी प्रत्यक्ष लष्करी कारवाई न करता आर्थिक नाकेबंदी करून आपण लीबियाला शरण आणू शकू असा अमेरिकन अध्यक्ष रेगन यांना विश्वास वाटतो. कारण अमेरिका आणि अमेरिकाधार्जिणी राष्ट्रे यांनी केलेला आर्थिक असहकार म्हणजे लीबियासारख्या राष्ट्राची संपूर्ण कोंडी, असाच त्याचा अर्थ आहे. अमेरिकन गटातली समजली जाणारी राष्ट्रे आज उघडपणे अमेरिकेच्या या आर्थिक असहकारात फारशी सहभागी होऊ शकत नाहीत. याचे कारण त्यांचे लीबियात अनेक आर्थिक हितसंबंध गुंतलेले आहेत आणि लीबियाशी असहकाराच्या निमित्ताने कोणत्याही आफ्रिकन राष्ट्रांशी त्यांना आज वाद वाढवायचे नाहीत. नवागत आफ्रिकन राष्ट्रांची– विशेषत: तेलोत्पादक राष्ट्रांची– सर्वच राष्ट्रांना अत्यंत गरज असल्यामुळे आफ्रिकन राष्ट्रांना किंवा इस्लामी राष्ट्रांना दुखवणे युरोपातल्या किंवा पश्चिम आशियातील कुठल्याच राष्ट्रांना शक्य नाही.

या नाकेबंदीने लीबियाला आपण वठणीवर आणू शकू आणि इतर अमेरिकन गटातल्या राष्ट्रांना या नाकेबंदीत भाग घ्यायची सक्ती करू, असे अमेरिकेला वाटते. जगाची विभागणी अमेरिका आणि रशिया या दोन राष्ट्रगटांत झाली आहे आणि अमेरिकेचा सहकार नाही म्हणजे आपल्याला एकाकी राहावयास लागेल, ही भीती प्रत्येक राष्ट्राला आहे. कम्युनिस्टांचा छुपा प्रवेश आपल्या राष्ट्रात होऊ नये असे वाटत असेल, तर अमेरिकन गटात सामील होण्यावाचून त्यांच्यापुढे गत्यंतर नाही. शस्त्रास्त्रांपासून अण्वस्त्रांपर्यंत सर्वच बाबतींत ही राष्ट्रे अमेरिकेवर अवलंबून आहेत. लीबिया हे एक तेलउत्पादक राष्ट्र आहे, ही गोष्ट खरी असली; तरी पूर्वीइतकी इंधनाची चणचण आता जगात नाही. एवढेच नव्हे, तर तेलउत्पादक राष्ट्रांची जी संघटना आहे, तिच्यातली एकजूटही आता पूर्वीइतकी मजबूत राहिलेली नाही. त्यामुळे इंधनासाठी तेलउत्पादक राष्ट्रांचा– विशेषत: लीबियाचा– धाक मानण्याचे कारण नाही, अशी अमेरिकेची भूमिका आहे.

रोम आणि व्हिएन्ना येथे जे हल्ले झाले, त्यांच्यामागे लीबियाचा हात होता, यात मुळीच शंका नाही. आपल्या दहशतवादी कृत्यांमुळे अमेरिकेचे आपल्या भूक्षेत्रात जे वाढते दडपण आहे, ते आपण कमी करू शकू– अशी या सर्व हुकूमशाही आणि इंधनामुळे उन्मत्त झालेल्या राष्ट्रांची समजूत आहे. मध्य-पूर्व आणि उत्तर आफ्रिका यांतील बहुतेक सर्व राष्ट्रे त्या दहशतवादी कृत्यांत सामील झालेली आहेत. गेली पाच-सहा वर्षे अनेक दहशतवादी कृत्ये या राष्ट्रांनी घडवून आणलेली आहेत. अनेक निरपराध लोकांच्या हत्या केल्या, अनेक विमानांचे अपहरण केले आणि हवाई प्रवासातली सुरक्षितता पूर्णपणे धोक्यात आणली आहे. यात बहुतेक सर्व राष्ट्रे– विशेषत: अमेरिका, फ्रान्स, इंग्लंड, इटली, कॅनडा– यांचे नुकसानही झाले आहे. या दहशतवादाला केव्हा तरी उत्तर द्यायला हवेच होते. आहे ही वेळ या कामाला योग्य आहे की नाही, हे परिणाम पाहूनच कळेल; परंतु या गुंडगिरीचा सर्वांनी एकत्र येऊन प्रतिकार करण्याची गरज आहे, ही गोष्ट सर्वच राष्ट्रांना मनोमन मान्य आहे. मात्र प्रत्येक राष्ट्राची इंधनाची गरज मोठी आहे व या आफ्रिकन आणि अरबांच्या बाजारपेठा व्यापाराला किफायतशीर आहेत. त्यामुळे हे दहशतवादी चाळे आजपर्यंत त्या-त्या देशांनी खपवून घेतले आहेत. या आफ्रिकन आणि अरबी राष्ट्रांशी संपूर्ण असहकार करण्यात जे नुकसान होणार, ते या घटकेला तरी कोणत्याच युरोपियन राष्ट्राला परवडण्यासारखे नाही.

अमेरिकेची गोष्ट निराळी आहे. एक तर ते संपन्न राष्ट्र आहे. कोणत्याही

गोष्टीसाठी दुसऱ्या देशावर अवलंबून राहायची अमेरिकेला गरज नाही, इतक्या मोठ्या प्रमाणावर अमेरिका आत्मनिर्भर आहे. तेल-उत्पादनात जरी अमेरिका तेलउत्पादक राष्ट्रांकडून तेल विकत घेत असली तरी केव्हाही आपले साठे संपू नयेत म्हणून राखून ठेवलेले प्रचंड साठे ती वापरू शकते. तेलउत्पादक राष्ट्रे आज इतर राष्ट्रांविरुद्ध वापरतात, त्या शस्त्राचा उपयोग अमेरिकेविरुद्ध करता येण्याची अजिबात शक्यता नाही. शिवाय तेलासाठी किंवा काही व्यापारासाठी लीबियाची बाजू घेणे, हे अमेरिकेवर अवलंबून असणाऱ्या राष्ट्रांना फार काळ शक्य होणार नाही.

सर्वंकष अशा युद्धाला अमेरिका आज सामोरी गेलेली नाही, कारण जर युद्ध झाले तर ते केवळ लीबिया आणि अमेरिका यांच्यात होणार नाही; या युद्धाची व्याप्ती वाढेल आणि ही संधी साधून रशियाही आपली पोळी भाजून घेईल. या आर्थिक नाकेबंदीलादेखील अमेरिकनधार्जिण्या समजल्या जाणाऱ्या राष्ट्रांचा पाठिंबा नाही; मग सर्वंकष युद्धात तो कितीसा राहील, याचाही हिशेब अमेरिकेने केलेलाच असेल. शिवाय लीबियाबरोबर युद्ध सुरू होणार याचा अर्थ मुस्लिम राष्ट्रांशी किंवा तेलउत्पादक राष्ट्रांशी ते सुरू होणार, असा होतो. यांतील अनेक राष्ट्रे समृद्ध असूनदेखील लष्करी दृष्ट्या कमकुवत आहेत. पण कोणत्याही दृष्टीने त्यांचे सांघिक बळ एकत्र येणे धोक्याचे आहे. इस्राईलसारख्या एका छोट्या देशाने इजिप्त, जॉर्डन, सीरिया या साऱ्या राष्ट्रांच्या नाकात दम आणला. तो चिवटपणा या मुसलमानी राष्ट्रांजवळ नाही, तरी त्यांचे धर्मवेड जाज्वल्य आहे. ते धर्मवेड कोणत्याही थराला जाऊ शकते, म्हणून अमेरिकासुद्धा सबुरीने पावले टाकीत आहे.

आज परिस्थिती अशी आहे की, कोणतेही एक राष्ट्र दुसऱ्या राष्ट्राविरुद्ध प्रकट युद्ध सुरू करू शकणार नाही आणि त्याचाच फायदा घेऊन गडाफीसारख्या फाजील महत्त्वाकांक्षी माणसाला उन्मत्तपणा प्राप्त होतो. फक्त लीबियाशीच युद्ध करायचे असेल तर लष्करी दृष्ट्या हा मामला फक्त आठ दिवसांचा आहे. परंतु आता यापुढे अशी युद्धे होणार नाहीत, कारण एकेकट्या राष्ट्रांना जगणेच आता मुश्किल झालेले आहे. आफ्रिकेतील आणि मध्य आशियातील राष्ट्रे ही कुठल्या ना कुठल्या तरी राष्ट्रगटांना बांधली गेलेली आहेत. इस्राईल हे नवागत ज्यूंचे राष्ट्र– तेथे जिद्द आहे, प्रयत्नांची पराकाष्ठा आहे आणि अस्तित्वाचा दाहक लढा त्यांना रोजच लढावा लागतो. परंतु केवळ एकट्याच्या बळावर मुसलमानी राष्ट्रांनी वेढलेल्या या राष्ट्राला जगणे अशक्य आहे. अमेरिकेतील ज्यू लॉबी

एवढी प्रचंड आहे की– अमेरिकन पैसा, शस्त्रास्त्रे आणि विज्ञान ज्यूंच्या पाठीशी उभे आहे. जर अमेरिकन मदत इस्त्राईलच्या पाठीशी उभी नसती, तर केवळ जिद्दीच्या बळावर इस्त्राईललासुद्धा चारी बाजूंनी मुसलमानी राष्ट्रे असताना टिकून राहणे अवघड गेले असते.

या दहशतवादाचे खरे कारण मुळी इस्त्राईलचे त्या भूप्रदेशावर लादलेले अस्तित्व, हेच आहे. दोन हजार वर्षांपूर्वी यहुदी लोकांचा तो प्रदेश होता. त्यांना स्वदेश निर्माण करण्यासाठी याच भूमीची भावनिक गरज होती आणि अनंत प्रयत्नांनंतर त्यांनी इस्त्राईल राष्ट्र निर्माण केले. त्यामुळे तिथे राहणारे मूळ अरब निर्वासित झाले. पॅलेस्टाईन या आपल्या मूळ मायभूमीत ज्यूंना भूप्रदेश मिळाला. तो अमेरिकेने काही योजनापूर्वक त्यांच्या पदरात टाकला. मुसलमानी राष्ट्रे उन्मत्त होणार आणि आपल्या इंधनशक्तीच्या बळावर जगाला पेचात टाकणार, या जाणिवेतूनच इस्त्राईलची पाचर या भूप्रदेशात मारण्यात आलेली आहे. इस्त्राईलने आपले काम चोख केलेले आहे; पण त्यामुळे निर्वासित झालेल्या अरबांचा प्रश्न असाच लोंबकळत पडलेला आहे. पॅलेस्टाईन मुक्ती संघटना ही त्यातूनच निर्माण झालेली आहे आणि यासर अराफत हे एक रानदांडगे नेतृत्व त्यांना लाभलेले आहे. कोणत्याही उपायाने इस्त्राईलचा खातमा करायचा, हे उद्दिष्ट त्याच्या डोळ्यांसमोर असल्यामुळे, जगातील कोणत्याही राष्ट्राच्या विमानाचे अपहरण करायचे– हा एक नवा उद्योग त्याच्या पॅलेस्टाईन मुक्ती संघटनेने चालू केलेला आहे. बर्लिन ऑलिंपिकमध्ये ज्या क्रूर तऱ्हेने ज्यू खेळाडूंना गोळ्या घालून मारण्यात आले, तेव्हापासून ज्यू आणि अरब यांचे प्रगट युद्ध सुरू झाले. एन्टेबी येथे जे फ्रेंच विमान पॅलेस्टिनी मुक्ती संघटनेने चाचेगिरी करून पळवून नेले होते, ते चित्तथरारक पद्धतीने सर्व उतारूंनिशी इस्त्राईलने सोडवून आणले आणि तेव्हापासून दहशतवादालाही उत्तर देता येते, हा विश्वास दृढ होऊ लागला आहे.

राक्षसी महत्त्वाकांक्षा असलेला गडाफी हा रोम आणि व्हिएन्ना येथे झालेल्या हल्ल्याला प्रत्यक्ष जबाबदार आहे, हे सांगणे कठीण आहे. पण गडाफीचीच नव्हे, तर साऱ्या अरबी राष्ट्रांची या कृत्याला संमती असली पाहिजे. गेल्या आठवड्यात झालेल्या अरब लीगच्या खास बैठकीत बावीस देशांचे प्रतिनिधी हजर होते. लीबियाविरुद्ध कोणतीही कारवाई केली तर त्याविरुद्ध संघटित प्रतिकार करण्याचा निश्चय त्यांनी एकमुखाने केलेला आहे. वस्तुस्थिती अशी आहे की, पॅलेस्टिनी दहशतवाद्यांची संख्या जरी कमी असली तरी सर्व अरब जगाचा त्यांना असणारा पाठिंबा हे त्यांचे मुख्य शस्त्र आहे. अमेरिकेला विरोध

म्हणून कम्युनिस्ट आणि कम्युनिस्टधार्जिणी सर्व राष्ट्रे अराफतचे गोडवे गात आहेत. अलिप्त राष्ट्रांच्या परिषदेत दिल्लीत अराफतला जी विशेष वागणूक मिळाली, त्याची अगदी व्यासपीठावर गळाभेट घेतली गेली– त्या घटनेचे शिल्पकार मॉस्कोत बसलेले आहेत. एरवी खरे पाहता, इस्रायली-पॅलिस्टिनी वादात एवढ्या ईर्ष्येने पडायला भारताला काय कारण आहे? गोष्टी जेव्हा निकराला जातात, तेव्हा अराफतला पाठिंबा दिला, म्हणजे पर्यायाने या सर्व दहशतवादी कृत्यांना पाठिंबा दिला असे होणार आणि त्यासाठी हिंदुस्थानचीही आर्थिक नाकेबंदी होऊ शकते. पण आपण आपली बाजू निवडलेली आहे, त्यामुळे जे काही परिणाम भोगावे लागणार आहेत ते भोगण्याची सिद्धता आपण ठेवलीच पाहिजे. हिंदुस्थानातल्या मुसलमानांचा तर आपणास सतत विचार करावाच लागतो. इंधनाबाबत आपण पराधीन आहोत, याचेही स्मरण ठेवावे लागते.

अमेरिकेने लीबियाविरुद्ध ही कारवाई अत्यंत नाखुशीनेच केलेली आहे. अनेक राष्ट्रांचा दहशतवादाला पाठिंबा नाही. परंतु लीबियाशी इंग्लंड, प. जर्मनी, जपान, फ्रान्स, इटली या सर्वच देशांचे आर्थिक संबंध आहेत. इंग्लंडचे पाच हजार, इटलीचे सोळा हजार; एवढेच कशाला– खुद्द अमेरिकेचेही पाच हजारांहून अधिक लोक लीबियात काम करतात. लीबियात जे तेल उत्पादन होते– जो लीबियाचा आर्थिक कणा आहे– त्यातील निम्मा तेलाचे उत्पादन अमेरिकाच करते. म्हणून अमेरिकेचा हा निर्णय आत्मघातकी ठरण्याचा संभव आहे.

अमेरिकेची सारी मदार तिच्या अंकित राष्ट्रांवरच आहे. त्या राष्ट्रांनी लीबियाशी खरोखरच असहकार केलाच, तर लीबियाची आर्थिक घडी कोसळायला वेळ लागणार नाही. अमेरिकेचे आर्थिक साम्राज्य एवढे बलवान आहे की, अमेरिकेला तशी योजना करणे शक्यतेच्या कोटीतले वाटते. भारताचे काय? 'मुकी बिचारी कुणी हाका' अशी भारताची नेहमीच अवस्था असते. हा जो नवा दहशतवाद उदयाला आला आहे, त्याचे परिणाम भारतासही भोगावे लागले आहेत व पुढेही भोगावे लागतील. दुबळ्या राष्ट्रांना दहशतीच्या बळावर अधिक दुर्बल करता येते. अनेक स्तरांवर दहशतवाद्यांनी आपले नुकसान केले; त्या दहशतवाद्यांच्या छावण्या इंग्लंडमध्ये, कॅनडामध्ये आणि अमेरिकेमध्ये पडलेल्या आहेत. आपण त्यांचे काय वाकडे करू शकतो? कोरड्या आश्वासनावर आपण संतुष्ट आहोत. पण अमेरिकेसारख्या मातब्बर राष्ट्राला गप्प बसून चालणार नाही. अमेरिकेला काही तरी करावेच लागेल. इतर राष्ट्रे कितपत सहकार्य करतील याचा

अंदाज घेत अमेरिका पुढची पावले उचलील. रोम आणि व्हिएन्ना येथे जीव गमावलेल्या पाच-पन्नास माणसांचा हा प्रश्न नाही; उद्याच्या सुरक्षित जगाचा हा प्रश्न आहे. काही नीतितत्त्वांवर वा सभ्यतेवर राजकारण चालणार, की दहशतवादावर चालणार याचा हा सवाल आहे.

प्रश्न अमेरिकेची बाजू कोण घेत आहे व लीबियाची दुसरे कोण घेतात, हा नाहीच. लीबिया आज ज्या राष्ट्रांना धारेवर धरत आहे, ती राष्ट्रे जात्यात आहेत; पण उरलेली सुपात आहेत, याचा कोणी विसर पडू देऊ नये. एका लहानशा भूप्रदेशात एक नवे राष्ट्र वसविले गेले; त्यामागे ज्यूंच्या पिळवणुकीचा मोठा इतिहास आहे. त्यांना पुन्हा निर्वासित करायचे की निर्वासित झालेल्या अरबांची अन्यत्र कुठे सोय करायची, या प्रश्नाभोवती जगातली अनेक राष्ट्रे आज एक घातक खेळ खेळत आहेत. ज्यांना ज्यूंसाठी छोटासा भूखंड तोडता आला, त्यांना पाच-सात लाख अरबांसाठी ऑस्ट्रेलियात वा आफ्रिकेत कुठेही भूमी तोडून देता येऊ नये– हे जग सुधारल्याचे लक्षण आहे की अधिक मागास झाल्याचे आहे– याचा शांतपणे विचार केला पाहिजे.

(१९ जानेवारी, १९८६)

-०-०-०-

४२

हिंदुत्वाचा चिवट धागा आम्हाला बांधून ठेवील

शिवसेना स्थापन झाली आणि तिची पहिली सभा शिवाजी पार्कवर झाली, तिला मी हजर होतो. ज्या कारणासाठी शिवसेना स्थापन झाली, ते कारण तेव्हाही मान्य होते व आजही आहे. शिवसेना ही कोणी काही ठरवून, योजना करून, जाहीरनामा काढून स्थापन झालेली संस्था नाही. स्थानिक लोकांच्या स्वाभिमानातून आणि रोजगारीच्या प्रश्नातून शिवसेनेच्या पहिल्या सभेला प्रचंड गर्दी झाली. अशी गर्दी बाळासाहेब ठाकरे यांनाही अपेक्षित नसावी. केशवराव ठाकरे यांच्या घरात जन्म पावल्यामुळे आलेले संस्कार, एक मार्मिक राजकीय व्यंग्यचित्रकार आणि 'मार्मिक' या साप्ताहिकाचे संपादक– एवढेच भांडवल बाळासाहेब ठाकरे यांच्याकडे होते. मला लेखकाचे नाव नक्की आठवत नाही; पण महाराष्ट्राची पीछेहाट का किंवा महाराष्ट्र मागे का, या शीर्षकाचा एक लेख मार्मिकमध्ये त्या सुमारास प्रसिद्ध झाला होता आणि नंतर मुंबईतील वेगवेगळ्या कंपन्यांतील अधिकाऱ्यांची नावे प्रसिद्ध होऊ लागली. त्यावरून त्या अधिकाऱ्यांत मराठी अधिकाऱ्यांचे प्रमाण अगदीच नगण्य आहे, हे वाचकांच्या लक्षात येऊ लागले.

मराठी माणसाला मुंबईत सर्वांशीच स्पर्धा करावी लागते आणि या स्पर्धेत अनेक कारणांनी तो टिकू शकत नाही, हे सिद्ध करण्यासाठी तेव्हा आणि आजही कोणते पुरावे देण्याची गरज नाही. व्यापारात गुजराती, मारवाडी, पंजाबी, सिंधी यांचा वरचष्मा आहे; तर उद्योगधंद्यांत पारशी, सिंधी, पंजाबी यांचा वरचष्मा

आहे. मारवाडी व्यापारी असल्यामुळे त्यांचा प्रभाव मुंबईच्या अर्थकारणावर, एवढेच नव्हे, तर सर्व सामाजिक जीवनावर सतत राहिलेला आहे. सिनेमा व्यवसायही बघता-बघता परप्रांतीयांच्या हाती गेला. कोणाची उणी-दुणी काढण्यात अर्थ नाही; परंतु काही दोष मराठी माणसांचे आहेत, तर काही इतर प्रांतीयांच्या स्वार्थाचे आहेत, संकुचितपणाचे आहेत. शिवाय मुंबईत जे अवाजवी उद्योगीकरण झाले, ते तर या सर्व गोष्टींना कारणीभूत आहेच. महाराष्ट्रात मराठी माणसाची पीछेहाट होत आहे आणि अगदीच कनिष्ठ प्रतीचे रोजगार मराठी माणसाच्या वाट्याला येत आहेत, याची बोच मराठी माणसाच्या मनाला लागली होती.

संयुक्त महाराष्ट्र चळवळीच्या निमित्ताने दिल्लीच्या नेतृत्वाची मराठी माणसाबद्दल आकसाची भावना व्यक्त झालेली होती. हा सर्व पूर्वेतिहास लक्षात घेतल्यानंतर शिवसेनेने भरविलेल्या पहिल्याच सभेला मराठी माणसाने गर्दी का केली, हे अगदी सहज कळण्यासारखे आहे. म्हणून एक गोष्ट लक्षात ठेवली पाहिजे की, शिवसेना कोणी निर्माण केली नाही; ती आपोआप निर्माण झाली आणि तिला आरंभी सर्व स्तरांतील मराठी लोकांचा पाठिंबा मिळाला– विशेषत: मध्यमवर्गीयांचा. कारण तमिळी कारकुनाशी मराठी मध्यमवर्गीयाला स्पर्धा करावी लागे, म्हणून आरंभी शिवसेना दाक्षिणात्यविरोधी चळवळी करत असताना दिसली. त्या सुमारास माझी बाळासाहेब ठाकरे यांच्याशी गाठ पडली होती. तेव्हा आपण महाराष्ट्रीय हेही दक्षिणी– पंच द्रविडांतील एक आहोत, हे मी त्यांना सांगितले. परवाच्या त्यांच्या व्याख्यानाला हैदराबादला जी विरोधी पक्षीय नेत्यांची रामाराव यांनी परिषद बोलावली, त्यात सर्व दक्षिणी पक्षांना बोलावले, आम्हांस का बोलावले नाही; आम्ही दक्षिणीच आहोत, असे ते म्हणाले, तेव्हा आता इतिहासाशी शिवसेनेने जमवून घेतले आहे, हे लक्षात येईल.

बाळासाहेब ठाकरे हे काही धंदेवाईक पुढारी नाहीत. कोणत्याही इसमाशी त्यांचा तोपर्यंत अल्पांशानेही परिचय झालेला नव्हता. नेत्याला आवश्यक असणारे गुण त्यांनी प्रयत्नपूर्वक जोपासलेले नव्हते. ती त्यांची आकांक्षाही नव्हती. शिवसेना जन्माला आली ती लोकेच्छेतून आणि तिचे पितृत्व स्वीकारावे लागले ते बाळासाहेब ठाकरे यांना. हळूहळू त्यांचे वक्तृत्व सुधारत गेले आणि हळूहळू त्यांच्या ठिकाणी नेतृत्वाचे गुणही निर्माण होऊ लागले. इतर नेते आणि बाळासाहेब ठाकरे यांच्यात एक मूलभूत फरक आहे तो आपण समजावून घेतला, तर त्यांच्यात होत गेलेला फरकही आपल्याला समजू शकेल. एक तर जाणीवपूर्वक आणि योजनाबद्ध निर्माण झालेली शिवसेना ही एक संघटना नव्हती. प्रबोधनकारांनी

म्हणजे केशवराव ठाकरे यांनी जी बहुजन समाजात चळवळ केली, तिचे स्वरूप यशवंतराव चव्हाणांच्या नेतृत्वानंतर पार बदलून गेलेले होते. मराठी बाणा, मराठी भाषा आणि सुधारित हिंदू धर्माचा अभिमान या गोष्टी ठाकऱ्यांच्या घरात बाळ ठाकरे जन्माला येण्यापूर्वीपासूनच नांदत होत्या. केशवराव ठाकरे यांचे वक्तृत्व आणि लेखन ज्यांनी ऐकले-वाचलेले आहे, त्यांना बाळासाहेब ठाकरे हे कोणत्या संस्कारांत वाढलेले आहेत, हे समजणे मुळीच कठीण नाही.

मुंबईत संघटना चालविणे– प्रथम ती निर्माण करणे, तिला अनुयायी मिळविणे आणि दबदबा वाढविणे– या गोष्टी मिळमिळीत साधनांनी पार पाडता येणे शक्य नाही. मुंबईसारख्या बहुढंगी नगरात बस्तान बसवायचे असेल, तर शक्ती दाखवावीच लागते– मग ते नेतृत्व स. का. पाटलांचे असो, जॉर्ज फर्नांडिसचे असो वा दत्ता सामंत यांचे असो. आरंभी सौम्य प्रकृती वाटणारे बाळासाहेब ठाकरे शक्ती संप्रदायाचे पूजक बनले याबद्दल माझी तक्रार नाही, केव्हाच नव्हती. या देशात तशा अर्थाने लोकशाहीवादी कोण आहेत? औरंगाबादेतील अनंतराव भालेराव तरी आहेत का? भारतीय नेतृत्वात अशी एकही व्यक्ती दाखविता येणार नाही की, जी लोकशाहीवादी असून तिचा प्रभाव दीर्घकाळपर्यंत भारतीय जनतेवर राहिलेला आहे.

महात्मा गांधी हे मानवतावादी होते, ख्रिस्तांचे अवतार होते वगैरे ते त्यांच्या तात्त्विक भूमिकांमुळे आणि विक्षिप्त वर्तणुकीमुळे. पण व्यवहारात नरिमन प्रकरण, खरे प्रकरण किंवा सुभाषचंद्र बोस प्रकरण– या प्रकरणांत त्यांची भूमिका हुकूमशाहीला लाजविणारीच होती. त्यांचे दडपणाचे मार्ग वेगळे असतील; पण समजुतीपेक्षा दडपणावरच त्यांचा जास्त विश्वास होता. आंबेडकरांकडून 'पुणे करार' करून घेताना त्यांनी आंबेडकरांना कैचीत पकडले. पाकिस्तानला ५५ कोटी रुपये द्यायला त्यांनी फाळणीनंतरच्या पहिल्या मंत्रिमंडळाला कोणत्या रीतीने भाग पाडले? गांधीजींची ही तऱ्हा, तर बाकीच्या नेत्यांबद्दल बोलण्याची सोयच नाही.

नेहरू हे एक सुसंस्कृत, सुशिक्षित, रसिक, उमदे गृहस्थ होते; पण निर्णय घेण्याची वेळ आली की, सहकाऱ्यांचे मत कधीच विचारात घेत नव्हते, या संबंधीचे शेकडो पुरावे नेहरूंच्या चरित्रकारांनीच लिहून ठेवलेले आहेत. इंदिरा गांधी, संजय गांधी, राजीव गांधी यांनी तर हुकूमशाहीचा उघड-उघड पुरस्कार केलेला आहे. 'नेहरू इज मोअर दॅन अ प्राईम मिनिस्टर' या वाक्याचा अर्थ आपण कसा लावणार? 'इंदिरा इज इंडिया' या वाक्याचाही तोच अर्थ. मग

नेहरू-गांधींची सर्व राजकीय पिलावळ किती लोकशाहीवादी असणार? ही लोकशाही मानणाऱ्या व्यक्तींची अवस्था; मग लोकशाही न मानणाऱ्या डांगे, नंबुद्रीपाद, ज्योती बसू यांच्याबद्दल बोलणेच खुंटले. जयप्रकाशांच्या दडपणामुळे जनता पक्षाचे अध्यक्ष म्हणून चंद्रशेखर निवडले गेले आणि कोणत्याही निवडणुकीशिवाय कायम राहिले. ही कुठली लोकशाही? संघ ही संस्था तर मुळात एकचालकानुवर्ती आहेच. तेव्हा संघ आणि संघप्रणीत संस्था ज्या पद्धतीने चालतात; ती पद्धती त्यागाची असेल, यतिमार्गाची असेल– पण लोकशाहीमार्गाची निश्चितच नाही. राहता राहतात ते लोकशाहीचा बकवास करणारे समाजवादी. त्या पक्षात अध्यक्षांना काडीची किंमत नसते आणि भांडखोर कुत्र्यांप्रमाणे सारे जण स्वत:च्या पुढारीपणासाठी सारखे भुंकत राहतात. मधू लिमये यांना लोकशाहीवादी म्हणायचे का? संघाविरुद्ध त्यांनी जनता पक्षाच्या वेळेस जी भूमिका घेतली, ती जनता पक्षाच्या कार्यकारिणीच्या बहुमताने घेतली होती का? इंदिराजींची हुकूमशाही पुन्हा या देशावर आणायला जर कोणाचे चातुर्य (!) कारणीभूत झाले असेल, तर ते मधू लिमये यांचेच. शेख अब्दुल्ला, भिंद्रनवाले, रामाराव, करुणानिधी, रामचंद्रन आणि आता हेगडे, यांनी घेतलेले राजकीय पवित्रे लोकशाहीवादी आहेत काय? लोकशाहीचा उदो-उदो करणाऱ्या सर्व पक्षांनाही स्वत:च्या अहंकारामुळे लोकशाहीचा अर्थ समजलेला नाही. मोरारजी देसाई, चरणसिंग, जगजीवन राम यांचे राजकीय अस्तित्व आज संपलेले आहे. तरीपण यांना चुकूनही कोणी लोकशाहीवादी म्हटलेले नाही.

'लोकांच्या मतांवर निवडून येणाऱ्यांचे शासन' एवढी ढोबळ कल्पना जर मान्य केली, तरच भारतात आज लोकशाही आहे, असे म्हणावे लागेल. पण येथील धर्मसंस्था वा न्यायसंस्था या पुरातन काळापासून लोकशाहीविरोधी आहेत. जनमानसावर प्रभाव टाकणाऱ्या व्यक्ती किंवा ग्रंथ याचा अधिकार या देशात सतत मानला गेलेला आहे. शिवाय हा समाज प्रवृत्तया लोकशाहीवादी नाही. थोरांचे ऐकावे आणि त्यांच्यावर निर्णयाचा भार सोपवून आपण ख्याली-खुशालीत राहावे, या प्रवृत्तीमुळे आधुनिक लोकशाही कल्पना येथे कधीही रुजलेली नाही. तसा प्रयत्न कोणी केला नाही. लोकशाहीचे शिक्षण द्यावे लागते, असेही कोणाला वाटले नाही. आंबेडकरांनी घटना लिहिली आहे, म्हणून त्यांच्या वागण्यावरून त्यांनाही लोकशाहीवादी मानण्यात अर्थ नाही. निरक्षरता आणि दारिद्र्य याही गोष्टी लोकशाहीला मारक असतात. या देशात खऱ्या अर्थाने लोकशाही प्रक्रिया सुरू झालीच नाही. ही त्यातल्या त्यात अधिक चांगली जीवनपद्धती आहे,

म्हणून तिचा अवलंब व्हावा, असा आग्रह निराळा. पण ती आहेच, हे गृहीत धरणे मात्र धोक्याचे ठरेल.

आपण लोकशाहीवादी आहोत, असे बाळासाहेब ठाकरे यांनी कधीही म्हटलेले नाही आणि ते म्हणूही शकणार नाहीत. कारण निवडणुका घेऊन ते शिवसेनेचे प्रमुख झालेले नाहीत. त्यांच्यात नेतृत्वाचे काही गुण दिसले, म्हणून लोकांनी त्यांना श्रद्धा दिल्या. बऱ्या-वाईट अनुभवानंतर आपल्या कार्यपद्धतीतील दोष त्यांनी दूर केले आहेत. त्यांनाही लोकप्रियतेचे चढ-उतार पार करावे लागले आहेत. पण असे असूनसुद्धा एवढ्या प्रदीर्घ काळापर्यंत त्यांनी आपले नेतृत्व अबाधित ठेवले आहे, ही त्यांची शामत आहे की नाही? मुंबई महानगरपालिकेच्या परवाच्या निवडणुकीत शिवसेनेने जो देदीप्यमान विजय मिळविला, तो लोकशाही मार्गानेच ना? तिथे तर ठोकशाही कामी आली नाही?

मूळ समस्येबद्दल माझे शिवसेनेशी मतभेद नव्हते व आजही नाहीत. काही निर्णयांबद्दल जरूर मतभेद होते. शक्य तर खासगी किंवा जाहीररीत्या ते व्यक्त करण्याचा अधिकार मी आजही गमावलेला नाही. मुंबईत राहिल्याशिवाय मुंबईतील समस्यांचे आकलन होण्यासारखे नाही. कोणताही भारतीय पक्ष मराठी माणसाची न्याय्य बाजू उचलून धरायला आज तरी अपात्र आहे, कारण प्रांतीयतेचा म्हणजे संकुचिततेचा शिक्का कोणाला नको आहे. मराठी माणसांचे प्रश्न हे भारताची सुरक्षितता धोक्यात टाकणारे प्रश्न नाहीत. अशा वेळेला मराठी माणसाला एकच आधार आहे, आणि तो म्हणजे शिवसेनेचा. शिवसेना आहे म्हणून मराठी माणसाला आज मुंबईत खूप सुरक्षित वाटते. मराठी राज्यकर्त्यांनाही शिवसेनेचे अस्तित्व आरंभापासून हवे होते. शिवसेनेच्या वाढीला प्रत्यक्षाप्रत्यक्ष वसंतराव नाईक, रामराव आदिक, वसंतदादा पाटील, शरद पवार, बॅ. अंतुले यांचाही हातभार लागलेला आहे. याचे कारण दिल्लीपतींवर दडपण आणण्यासाठी त्यांना शिवसेनेची मदत झालेली आहे. काँग्रेसशी दोस्ती करण्यात जेव्हा अतिरेक होऊ लागला, तेव्हा 'सोबत'ने शिवसेनेवर टीका केलेली आहे.

शिवाजीचा वारसा सांगणाऱ्या महाराष्ट्राला मराठी बाणा, स्वाभिमान व हिंदुत्व याबद्दल विशेष काही शिकविण्याचे कारण नाही आणि शिवसेना शिवाजीला दैवत मानते व भगव्या झेंड्याचा तिने स्वीकार केलेला आहे. हिंदुत्वाचा ठसा जेव्हा जेव्हा पुसट झाला, तेव्हा तेव्हा 'सोबत'ने निर्भयपणे शिवसेनेवर टीका केलेली आहे; पण शिवसेना नष्ट व्हावी असे कधीही म्हटलेले नाही. कारण शिवसेनेची उपयुक्तता ठाकरेकुळाच्या लालसेतून निर्माण झालेली नसून, महाराष्ट्राच्या

अस्मितेमधून निर्माण झालेली आहे. भारताचे हितसंबंध धोक्यात न आणता महाराष्ट्राने आपला उत्कर्ष करून घ्यायला प्रतिबंध का असावेत?

'सोबत'ने आरंभापासून आजपर्यंत इतर कोणाहीपेक्षा अधिक जिव्हाळ्याने शिवसेनेवर लिहिले, तीव्रतेने लिहिले, तळमळीने लिहिले. नारायणराव आठवल्यांनी जे-जे 'सोबत'मधून लिहिले, ते माझी संमती होती म्हणूनच ना! नाही तर त्यांचे लेखन मी केव्हाच थांबवू शकलो असतो.

शिवसेनेने मला मारहाण केली, या गोष्टीचे मी भांडवल करू इच्छित नाही. ज्या लेखावरून ही मारहाण झाली, त्या लेखाचे शीर्षक होते 'सेनापती, की शेणापती'. मी 'सोबत'च्या वर्धापनदिनानिमित्त मुंबईला गेलो होतो. त्यामुळे त्या लेखाची प्रुफे मी तपासली नव्हती. मुद्रणदोषामुळे शेणापतीऐवजी शेणपती असे उमटले होते. अर्थात शेणापती या शब्दाचा अर्थ शिवसैनिकांना समजेल, अशी अपेक्षा करण्यात अर्थ नाही. 'मृच्छकटिक' नाटकात राजाचा मेव्हणा शकार स्वत:ला शेणापती म्हणवून घेतो. माझ्या लेखनाचा आशय वसंतराव नाईकांच्या कृपेने सेनापती होण्यात काही अर्थ नाही, असा होता. याचा अर्थ– सत्ताधाऱ्यांच्या सहकार्याने मराठी माणसांचे हितसंबंध जपणे शक्य नाही आणि हिंदुत्वाचे हित तर नाहीच नाही– हा होता. माझी ती भूमिका आजही कायम आहे. काँग्रेस हिंदू माणसांचे भले करू शकत नाही व मराठी माणसाला न्याय देऊ शकत नाही.

बाळासाहेब ठाकरे यांनी काँग्रेसचा घरोबा सोडून दिला आहे, हिंदुत्वाची पताका हाती घेतली आहे, मराठी माणसासाठी ते सर्वस्वनाशाला तयार झाले आहेत; मग माझी त्यांच्याबद्दल कोणती तक्रार शिल्लक राहते? ते लोकशाहीवादी आहेत की नाहीत, या कूट प्रश्नांची उत्तरे शोधण्यात मला स्वारस्य वाटत नाही. आजचे तातडीचे आणि गरजेचे हिंदू-मराठी माणसांचे प्रश्न जो कोणी सोडवीत असेल, त्याच्या बाजूला राहण्यात मला कमीपणा वाटणार नाही. छगला, हमीद दलवाई यांसारख्यांशी माझे उत्तम जमले; कारण राष्ट्राची त्यांना चिंता होती. मग बाळासाहेब ठाकऱ्यांनी असे काय केले आहे की, मी त्यांच्याशी वैरासाठी वैर करावे? बाळासाहेब ठाकरे यांच्या कार्यपद्धतीत आता पूर्वीपेक्षा बराच फरक झालेला आहे. जुनी वैरे विसरायची त्यांची इच्छा आहे आणि मी तर दोन द्यावेत, दोन घ्यावेत आणि वैर मनात ठेवून नये, अशा सावरकरांचा अनुयायी. माझे ठाकऱ्यांशी जमणार नाही, तर भाई वैद्यांशी जमेल का शहाबुद्दीनशी जमेल? राष्ट्रीय अहंकार हा वैयक्तिक अहंकारापेक्षा किती तरी मोठा असतो. ग. वा. बेहेरे

या व्यक्तीच्या अहंकाराला अशी किती किंमत आहे?

बाळासाहेब ठाकरे जेव्हा माझ्या घरी आले, तास-दोन तास जेव्हा बसले आणि दिलखुलास गप्पागोष्टी केल्या; त्या वेळेस मी त्यांच्याकडून एक अभिवचन घेतले. ते म्हणजे, 'हिंदुत्वाचे निशाण मी कधी सोडणार नाही.' हिंदुत्वाचे निशाण घट्ट धरणारे ठाकऱ्यांचे हात मी हातांत धरले, ते मी कोणत्या लोभाने सोडावेत? लाख चुका जरी झाल्या असतील, तरी हिंदुत्वाचा धागा इतका चिवट आहे की, उरलेला काळ तो आम्हाला एकत्र बांधून ठेवेल. दैवाने ठाकऱ्यांना एक लोकविलक्षण संधी आणून दिलेली आहे. मराठी माणसाची अस्मिता शिवसेनेच्या निमित्ताने जागी झाली. ज्यांच्या-ज्यांच्याशी बाळासाहेब ठाकरे यांचे मतभेद झालेले होते, त्या सर्वांशी बाळासाहेब ठाकरे यांनी दिलखुलास मैत्री निर्माण केलेली आहे.

बाळासाहेब ठाकरे हे येत्या तेवीस तारखेला साठीत प्रवेश करीत आहेत. माणसाला स्वत:चा शोध लावायला हे वय फार चांगले असते. त्यांच्या आणि माझ्या हयातीत महाराष्ट्रात मराठी माणसांचे खरेखुरे राज्य आले आणि दिल्लीला कटोरा घेऊन जाण्याची गरज उरली नाही, तर आम्हाला आणखी काय हवे आहे? साठाव्या वर्षात पदार्पण केल्याबद्दल बाळासाहेब ठाकऱ्यांचे मी मन:पूर्वक अभिनंदन करतो. वयाने मोठा असल्यामुळे त्यांच्या स्वप्नाची सांगता त्यांना पाहायला मिळावी, अशी शुभ कामना देतो. बाळासाहेब ठाकरे यांच्या शिवसेनेतून जन्म पावलेल्या लोकाधिकार समितीच्या अधिवेशनात हजर राहण्यासाठी मी आजारातूनही जगलो, हे माझे भाग्य होय. ज्यांच्याकडून प्रहार झेलले, त्यांनीच हार घालून कौतुक केले; यापेक्षा भाग्य असे काय असते?

(२६ जानेवारी, १९८६)

- ०- ०- ०-

www.ingramcontent.com/pod-product-compliance
Lightning Source LLC
Chambersburg PA
CBHW030528030726
47495CB00004B/908
* 9 7 8 9 3 8 2 9 8 8 2 7 4 *